സൈമൺ ബൊളിവാർ

ലാറ്റിനമേരിക്കയുടെ വിമോചന നായകൻ

simon bolivar
latin americayude vimochana nayakan
•
v k prabhakaran
•
first edition
august 2017
•
typesetting & published
chintha publishers, thiruvananthapuram
•
cover
midas

വിതരണം

ദേശാഭിമാനി ബുക്ക് ഹൗസ്
H O തിരുവനന്തപുരം-695 035
Ph: 0471-2303026, 6063020
www.chinthapublishers.com
chinthapublishers@gmail.com

ബ്രാഞ്ചുകൾ

ഹെഡ്ഡാഫീസ് ബ്രാഞ്ച് കുന്നുകുഴി • സ്റ്റാച്യു തിരുവനന്തപുരം • കെ എസ് ആർ ടി സി ബസ് സ്റ്റേഷൻ ആലപ്പുഴ • കെ എസ് ആർ ടി സി ബസ് സ്റ്റേഷൻ എറണാകുളം • മച്ചിങ്ങൽ ലെയ്ൻ തൃശൂർ • ഐ ജി റോഡ് കോഴിക്കോട് • മാവൂർ റോഡ് കോഴിക്കോട് • എൻ ജി ഒ യൂണിയൻ ബിൽഡിങ് കണ്ണൂർ • സെൻട്രൽ ബസ് ടെർമിനൽ കോംപ്ലക്സ് താവക്കര കണ്ണൂർ

CO - 2552 / 4396
ISBN - 978-93-86637-22-2

സൈമൺ ബൊളിവാർ

ലാറ്റിനമേരിക്കയുടെ വിമോചന നായകൻ

(ജീവചരിത്രം)

വി കെ പ്രഭാകരൻ

ചിന്ത പബ്ലിഷേഴ്സ്
തിരുവനന്തപുരം-695 035

വി കെ പ്രഭാകരൻ

കോഴിക്കോട് ജില്ലയിലെ ചോമ്പാലയിൽ 1957 ൽ ജനിച്ചു. അച്ഛൻ വടക്കെ കാളാണ്ടി കൃഷ്ണൻ. അമ്മ : ജാനകി. ബി ഇ എം യു പി സ്കൂൾ ചോമ്പാല, സൈനിക് സ്കൂൾ കഴക്കൂട്ടം, തിരുവനന്തപുരം, മടപ്പള്ളി ഗവ: ഫിഷറീസ് ടെക്നിക്കൽ ഹൈസ്കൂൾ, മടപ്പള്ളി ഗവ: കോളേജ് എന്നിവിടങ്ങളിൽ വിദ്യാഭ്യാസം.

നാടകരചനയ്ക്ക് 1999 ലെ അബുദാബി ശക്തി അവാർഡ് ലഭിച്ചിട്ടുണ്ട്. അടിയന്തരാവസ്ഥക്കാലത്ത് നടന്ന കായണ്ണ പൊലീസ് സ്റ്റേഷൻ ആക്രമണക്കേസിൽ പ്രതിയായി രണ്ടുവർഷത്തിലധികം വിചാരണത്തടവുകാരനായിരുന്നു. പാരലൽ കോളേജ് അദ്ധ്യാപകൻ, സ്വതന്ത്ര പത്രപ്രവർത്തകൻ, നെയ്ത്തുതൊഴിലാളി എന്നീ ജോലികൾ ചെയ്തു. 1984 മുതൽ റവന്യൂ ഡിപ്പാർട്ടുമെന്റിൽ ജോലി. വില്ലേജ് ഓഫീസർ തസ്തികയിൽനിന്ന് റിട്ടയർ ചെയ്തു. ആനുകാലികങ്ങളിൽ ലേഖനങ്ങൾ, കവിതകൾ, സ്ഥിരം കോളങ്ങൾ എന്നിവയും എഴുതിവരുന്നു.

കൃതികൾ: *അരങ്ങ്, വരവിളി, ഇരയും ഇരപിടിയനും, ഘടികാരദിശ, രാത്രിയിലെ അവസാനയാത്രക്കാരൻ, ഏറ്റേറ്റ് മലയാളൻ* (നാടകസമാഹാരം), *കഴുകന്മാരുടെ ആകാശം* (ചരിത്രനോവൽ), *ഫിദൽ കാസ്ട്രോ -വിപ്ലവസ്വപ്നങ്ങളുടെ സാഫല്യം* (ജീവചരിത്രം) ശ്രീ. പി കെ നാണുവുമായി ചേർന്ന് രചിച്ചത്, *അടിയന്തരാവസ്ഥ നിനവിൽവരുമ്പോൾ* (സ്മൃതിചിത്രങ്ങൾ).

പുരസ്കാരങ്ങൾ: അബുദാബി ശക്തി അവാർഡ് (*ഇരയും ഇരപിടിയനും* എന്ന നാടകസമാഹാരത്തിന്) 2018 ലെ കേരള സാഹിത്യ അക്കാദമി അവാർഡ്, *ഏറ്റേറ്റ് മലയാളൻ* എന്ന കൃതിക്ക്.

ഭാര്യ : അഡ്വ. എം ഉദയ

മകൾ : പ്രത്യുഷ വി കെ

വിലാസം : ഹാർബർ റോഡ്, പി ഒ ചോമ്പാല - 673 308

ഫോൺ : 0496 - 2502142, Mob. 9895232373

Email : vadakkeykalandy@gmail.com

ഉള്ളടക്കം

പ്രസാധകക്കുറിപ്പ്

ലാറ്റിൻ അമേരിക്കയുടെ രാഷ്ട്രീയവും സാംസ്കാരികവുമായ എല്ലാ മൗലിക മാറ്റങ്ങൾക്കും അടിത്തറ പാകിയ മഹാനായ നേതാവായിരുന്നു 19-ാം നൂറ്റാണ്ടിന്റെ ആദ്യകാലത്തു ജീവിച്ചിരുന്ന സൈമൺ ബൊളിവാർ.

ലാറ്റിനമേരിക്കയുടെ അതിസങ്കീർണ്ണവും കടന്നുകയറാനാകാത്ത ഭൂപ്രകൃതിയും ചിതറിക്കിടക്കുന്ന ജനങ്ങളും നിമിത്തമുള്ള വൈതരണികളെല്ലാം മറികടന്ന് അത് ലോകത്തിലെ ഏറ്റവും പ്രബലമായ സാമ്രാജ്യശക്തിയായി നിലകൊണ്ട സ്പെയിനിനോട് നേരിട്ട് ഏറ്റുമുട്ടി അഞ്ചു രാജ്യങ്ങളെ സൈനികമായി വിമോചിപ്പിച്ച് അവിടെ ജനാധിപത്യം സ്ഥാപിക്കുവാൻ മുൻകൈയെടുത്ത സൈമൺ ബൊളിവാറുടെ ജീവചരിത്രത്തിലേക്ക് ഈ ഗ്രന്ഥം വെളിച്ചം വീശുന്നു.

സൈമൺ ബൊളിവാർ 1783 ജൂലൈ 24 ന് വെനസ്വേലയുടെ തലസ്ഥാനമായ കരാക്കസിൽ ജനിച്ചു. പിതാവ്: സ്പാനിഷ് പ്രഭു കുടുംബവുമായി ബന്ധപ്പെട്ട ജോൺ ജുവാൻ വെസന്റി ബൊളിവാർ. മാതാവ്: മറിയ ഡില. 1830 ഡിസംബർ 17 ന് തന്റെ 48-ാം വയസ്സിൽ നിര്യാതനായി.

ബൊളിവാറുടെ ജീവിതത്തിന്റെയും പോരാട്ടങ്ങളുടെയും സമഗ്രമായ ഒരു അപഗ്രഥനമാണ് ഈ ഗ്രന്ഥം.

അർഹിക്കുന്ന ഗൗരവത്തോടെ ഞങ്ങൾ ഈ പുസ്തകം പുറത്തിറക്കുന്നു. സ്വീകരിച്ചാലും.

ചിന്ത പബ്ലിഷേഴ്സ്

മുഖവുര

വായനയും രാഷ്ട്രീയവും ഗൗരവമായെടുത്തകാലം മുതൽ എന്റെ ഇഷ്ടവിഷയമായിരുന്നു ലാറ്റിനമേരിക്കൻ സംഭവവികാസങ്ങളും ലാറ്റിനമേരിക്കൻ സാഹിത്യവും. ഫിദൽ കാസ്ട്രോ, ചെഗുവേര എന്നിവരുടെയെല്ലാം ജീവചരിത്രത്തിലൂടെ കടന്നുപോയപ്പോൾ ഏറെക്കാലമായി മനസ്സിൽ തങ്ങിനില്ക്കുന്നൊരു പേരാണ് സൈമൺ ബൊളിവാർ. ഹ്യൂഗോ ഷാവേസിനെക്കുറിച്ച് സമീപകാലത്ത് മനസ്സിലാക്കാൻ ശ്രമിച്ചപ്പോഴാണ് സൈമൺ ബൊളിവാറിനെക്കുറിച്ച് കൂടുതൽ വ്യക്തമായൊരു ചിത്രം ലഭിച്ചത്. വർഷങ്ങൾക്കുമുമ്പ് വായിച്ച ഗബ്രിയേൽ ഗാർസ്യ മാർക്വേസിന്റെ *ദി ജനറൽ ഇൻ ഹിസ് ലാബ്രിന്ത്* എന്ന നോവലിലെ കഥാപുരുഷൻ ഇദ്ദേഹമാണല്ലോ എന്നുകൂടി തിരിച്ചറിഞ്ഞപ്പോൾ എനിക്ക് സൈമൺ ബൊളിവാറിനോടുള്ള ആരാധന ഒരു ആവേശമായി മാറി. അതുകൊണ്ടുതന്നെ സൈമൺ ബൊളിവാറിന്റെ ജീവചരിത്രം എഴുതാമോ എന്നൊരു നിർദ്ദേശം വന്നപ്പോൾ അതിയായ ഉത്സാഹത്തോടുകൂടിയാണ് ഞാനത് ഏറ്റെടുത്തത്. ഇദ്ദേഹത്തെക്കുറിച്ച് നെറ്റിലും മറ്റും കിട്ടുന്ന വിവരങ്ങൾ വളരെ പരിമിതമായിരുന്നു. ഇദ്ദേഹത്തെക്കുറിച്ച് വിശദവിവരങ്ങൾ കിട്ടുന്ന പുസ്തകങ്ങളൊന്നും മലയാളത്തിൽ ലഭ്യമല്ല. അറിയാവുന്ന ലൈബ്രറികളിലൊന്നും ഇംഗ്ലീഷിലുള്ള പുസ്തകങ്ങളും ലഭ്യമായില്ല. അപ്പോഴാണ് കോഴിക്കോട് സർവ്വകലാശാലയിലെ ശാസ്ത്രജ്ഞനായ ഡോ. കെ പി ഗണേശൻ, കോഴിക്കോട് മെഡിക്കൽ കോളേജിലെ റിസർച്ച് ഓഫീസർ പ്രേംചന്ദ് ചെറിയത്ത് എന്നീ സുഹൃത്തുക്കൾ സഹായവുമായി മുന്നോട്ടുവന്നത്. അവരുടെ പരിശ്രമത്താൽ ഗില്ലേർമോ-ഏ-ഷേർവെൽ, എഫ് ലോറൻസ് പീറ്റർ, സ്കോട്ട് എസ് സ്മിത്ത് എന്നിവരൊക്കെ എഴുതിയ സൈമൺ ബൊളിവാറിന്റെ ജീവചരിത്രങ്ങളിലൂടെ എനിക്ക് കടന്നുപോകുവാൻ പറ്റി. മാർക്വേസിന്റെ *ദ ജനറൽ ഇൻ ഹിസ്*

ലാബ്രിന്ത് ഒരു പ്രാവശ്യം കൂടി വായിച്ചു. ആ പുസ്തകത്തിന്റെ അനുബന്ധമായി ചേർത്ത വിനിഷ്യോ റൊമേറൊ മാർട്ടിനസ് തയ്യാറാക്കിയ *ബ്രീഫ് ക്രോണോളജി ഓഫ് സൈമൺ ബൊളിവാർ* ഏറെ സഹായകരമായി. ഈ പുസ്തകങ്ങളൊക്കെയാണ് സൈമൺ ബൊളിവാറെക്കുറിച്ച് എന്റെ മനസ്സിലുണ്ടായിരുന്ന രേഖാചിത്രം മിഴിവേറിയ ഒരു എണ്ണച്ഛായാചിത്രമാക്കി മാറ്റിയത്. അതിന് എന്നെ പ്രാപ്തനാക്കിയ ഈ ഗ്രന്ഥകർത്താക്കളോടെല്ലാം ഞാൻ കടപ്പെട്ടിരിക്കുന്നു. ചരിത്രത്തിലെ ഒരേയൊരു വിമോചകന്റെ ജീവിതം അതിനുള്ള ഊർജ്ജം എനിക്ക് തന്നു കൊണ്ടേയിരിക്കുന്നു.

സ്പാനിഷ് ഭാഷയിലുള്ള സ്ഥലനാമങ്ങളും വ്യക്തികളുടെ പേരും സ്പാനിഷ് ഉച്ചാരണം പരിശോധിച്ച് മലയാള അക്ഷരങ്ങൾകൊണ്ട് സാദ്ധ്യമായ രീതിയിൽ പ്രതിഫലിപ്പിക്കുവാനാണ് ഇവിടെ ശ്രമിച്ചിട്ടുള്ളത്. സ്പാനിഷ് ഉച്ചാരണം പരിശോധിക്കുകയും, കൈയെഴുത്തുപ്രതി വായിച്ച് വിലയേറിയ നിർദ്ദേശങ്ങൾ തരികയും ചെയ്ത എന്റെ ജ്യേഷ്ഠസഹോദരതുല്യരായ മലയാളത്തിലെ പ്രിയ കഥാകൃത്തുകൾ ഇ വി ശ്രീധരൻ, പി കെ നാണു എന്നിവരും, പ്രിയ സുഹൃത്തുക്കളായ സോമശേഖരൻ, കെ വിജയൻമാഷ് എന്നിവരും നല്കിയ സഹായസഹകരണങ്ങൾ ഞാൻ നന്ദിപൂർവ്വം സ്മരിക്കുന്നു. ചരിത്രവിഷയങ്ങളിലും, സാഹിത്യചരിത്രത്തിലും ഉണ്ടാകുന്ന സംശയങ്ങൾ അപ്പപ്പോൾ പരിഹരിച്ചുതന്ന് പുസ്തകരചന തടസ്സങ്ങളില്ലാതെ മുന്നോട്ടു കൊണ്ടുപോകാൻ സഹായിച്ച പ്രിയ സുഹൃത്തുക്കൾ വി സി ശ്രീജൻ, പ്രൊഫസർ ഹുസൈൻ പുനത്തിൽ, സി സുരേന്ദ്രൻ, പ്രേംചന്ദ് ചെറിയത്ത് എന്നിവരോടെല്ലാമുള്ള നന്ദിയും കടപ്പാടും ഞാൻ ഹൃദയത്തോട് ചേർത്തുവെക്കുന്നു.

ഈ പുസ്തകത്തിന്റെ ഡി ടി പി ജോലികൾ സൂക്ഷ്മതയോടെ നിർവ്വഹിച്ച വടകര ശ്രീവാസ് ഫോട്ടോസ്റ്റാറ്റിലെ കെ ടി ശ്രീജിത്ത്, പ്രസാധകരായ ചിന്ത പബ്ലിഷേഴ്സിന്റെ പ്രവർത്തകർ പ്രത്യേകിച്ചും ശ്രീ. വി കെ ജോസഫ് എന്നിവരോടുള്ള നന്ദിയും പ്രത്യേകം രേഖപ്പെടുത്തുന്നു. ലാറ്റിനമേരിക്കൻ രാഷ്ട്രീയനേതാക്കളും അവരുടെ സമരചരിത്രവും ഒരാവേശമായെടുത്ത് മുന്നോട്ടുപോകുന്ന മലയാളികൾക്ക് ഈ പുസ്തകം നല്ലൊരു വായനാനുഭവമായിരിക്കുമെന്ന് പ്രതീക്ഷിക്കുന്നു.

മനുഷ്യനന്മയ്ക്കുവേണ്ടിയുള്ള പോരാട്ടത്തിൽ ജീവിതം ഹോമിച്ച എല്ലാ സുഹൃത്തുക്കളുടെയും അജ്ഞാതരായ മറ്റനേകം സഖാക്കളുടെയും സമരവീര്യത്തിനുമുമ്പിൽ ഈ പുസ്തകം ബഹുമാനാദരങ്ങളോടെ സമർപ്പിക്കുന്നു.

ചോമ്പാല
23-4-2014

വി കെ പ്രഭാകരൻ

ബൊളിവാർ വീണ്ടും വീണ്ടും കണ്ടെത്തപ്പെടുന്നു

ഇന്നത്തെ ലാറ്റിനമേരിക്കയുടെ രാഷ്ട്രീയവും സാംസ്കാരികവുമായ എല്ലാ ഔന്നത്യത്തിനും അടിത്തറയിട്ട മഹാനായ നേതാവാണ് 19-ാം നൂറ്റാണ്ടിന്റെ ആദ്യദശകങ്ങളിൽ ജീവിച്ചിരുന്ന, സർവ്വരാലും വിമോചകൻ എന്ന് വിശേഷിപ്പിക്കപ്പെട്ട സൈമൺ ബൊളിവാർ. ലാറ്റിനമേരിക്കയിൽ ആധുനിക കാലഘട്ടത്തിൽ നടന്നുകൊണ്ടിരിക്കുന്നതും നടന്നതുമായ എല്ലാ രാഷ്ട്രീയ സാംസ്കാരിക മുന്നേറ്റങ്ങളുടെയും കൊടിയടയാളമായി ബൊളിവാർ ഇപ്പോഴും നിലകൊള്ളുന്നു. കഴിഞ്ഞ ഒന്നര നൂറ്റാണ്ടുകളായി വെനസ്വേല, ബൊളീവിയ, കൊളംബിയ, പെറു, ഇക്വഡോർ, പനാമ തുടങ്ങിയ ലാറ്റിനമേരിക്കൻ രാജ്യങ്ങളിലൂടെ യാത്രചെയ്യേണ്ടിവരുന്ന ആർക്കും സൈമൺ ബൊളിവാർ എന്ന ദേശീയ സ്വാതന്ത്ര്യ സമരനായകനെ — എല്ലാ അർത്ഥത്തിലും വിമോചകനെ — ഓർക്കാതെ കടന്നുപോകാൻ കഴിയുകയില്ല. നഗരങ്ങളായാലും ചെറു പട്ടണങ്ങളായാലും ബൊളിവാറുടെ ഒരു അർദ്ധകായ പ്രതിമയെങ്കിലും അവിടെ കാണാതിരിക്കില്ല. ഈ മഹാന്റെ സ്മരണയ്ക്കായി സമർപ്പിക്കപ്പെട്ട നഗരചത്വരങ്ങളോ, ആരാമങ്ങളോ, മൈതാനങ്ങളോ ഇല്ലാത്ത നഗരങ്ങളും ഇല്ല തന്നെ. ബൊളീവിയ എന്ന രാജ്യത്തിന് ആ പേരു സിദ്ധിക്കുന്നത് ബൊളിവാർ എന്ന പേരിൽനിന്നുമാണ്. ബൊളീവിയയിലെ കറൻസി ബൊളീവ്യൻ ബൊളിവ്യാനോ എന്നും വെനസ്വേലയിലെ കറൻസി വെനസ്വേലിയൻ ബൊളിവാർ എന്നുമാണ് അറിയപ്പെടുന്നത്. ലാറ്റിനമേരിക്കയ്ക്ക് പുറത്ത് സ്പെയിനിലും യു എസ് എ യിലും ഈജിപ്തിലും (കൊയ്റോ) സൈമൺ ബൊളിവാറിന് സ്മാരകങ്ങളുണ്ട്. ഗബ്രിയേൽ ഗാർസിയ മാർക്വേസിന്റെ പ്രസിദ്ധ നോവലായ *ദ ജനറൽ ഇൻ ഹിസ് ലാബ്രിന്ത്* സൈമൺ ബൊളിവാറിന്റെ അന്ത്യദിനങ്ങളെക്കുറിച്ചാണ്.

ലാറ്റിനമേരിക്കൻ പ്രാദേശികഭാഷകളിലും സ്പാനിഷിലും ഇംഗ്ലീഷിലും ഇദ്ദേഹത്തെക്കുറിച്ച് നിരവധി പുസ്തകങ്ങൾ – ജീവചരിത്രങ്ങളും, കൃതികളെക്കുറിച്ചും രാഷ്ട്രീയനിലപാടുകളെ കുറിച്ചുമുള്ള പഠനങ്ങളും – പ്രസിദ്ധീകരിക്കപ്പെട്ടിട്ടുണ്ട്. ലാറ്റിനമേരിക്കൻ രാജ്യങ്ങളുടെ പുതിയ സംഭവവികാസങ്ങളെക്കുറിച്ചുള്ള പഠനങ്ങളിൽ ബൊളിവാറിന്റെ സംഭാവനകൾ മുന്നിട്ടുനില്ക്കുന്നു. ലാറ്റിനമേരിക്കയിൽനിന്നും പിന്നീട് ഉയർന്നുവന്ന വിപ്ലവസ്വപ്നങ്ങളെല്ലാം തന്നെ ബൊളിവാർ ഉഴുതൊരുക്കിയ ഫലഭൂയിഷ്ഠമായ മണ്ണിൽനിന്നുമാണ്; ബൊളിവാറുടെ ജനാധിപത്യസ്വാതന്ത്ര്യ സങ്കല്പങ്ങളിൽ നിന്നുമാണ്.

ഈ സ്വാതന്ത്ര്യ സങ്കല്പങ്ങളുടെ പ്രസക്തി ഒരിക്കൽക്കൂടി ലോകജനതയുടെ ചിന്തകളിലേക്ക് കടന്നുവരുന്നത് ചെഗുവേരയുടെ മരണത്തോടെയാണ്. ക്യൂബയുടെ വിമോചനയുദ്ധത്തിൽ കാസ്ട്രോക്കൊപ്പം നിർണ്ണായകമായ പങ്കുവഹിച്ച ചെഗുവേര പിന്നീട് കാസ്ട്രോയുടെ നേതൃത്വത്തിൽ രൂപീകരിക്കപ്പെട്ട ക്യൂബൻ ഗവൺമെന്റിൽ മന്ത്രിയായി സത്യപ്രതിജ്ഞ ചെയ്ത് അധികാരമേറ്റു. മന്ത്രിയായി സേവനമനുഷ്ഠിച്ചുകൊണ്ടിരിക്കെ ഒരുദിവസം പൊടുന്നനെ, ക്യൂബയിൽനിന്നും അപ്രത്യക്ഷനായി. പിന്നീടദ്ദേഹത്തെ നാം കാണുന്നത് ഗറില്ലാസംഘത്തിന്റെ നേതൃത്വം വഹിച്ചുകൊണ്ട് ബൊളീവിയയിലാണ്. അമേരിക്കൻ (യു എസ് എ) പാവഭരണകൂടത്തിൽനിന്നും ബൊളീവിയയെ മോചിപ്പിക്കുകയായിരുന്നു ലക്ഷ്യം. ആ സമരത്തിനിടയിൽ 1967 ഒക്ടോബർ 9-ാം തീയതി ബൊളീവിയയിലെ നങ്കഹുവാസു ഒളിസങ്കേതത്തിനടുത്തുള്ള മലയടിവാരത്തിൽവെച്ച് അദ്ദേഹം, സി ഐ എയുടെയും ബൊളീവിയൻ കൂലിപ്പട്ടാളക്കാരുടെയും കൈയിലകപ്പെട്ടു. അവർ അയാളെ പിടികൂടിയ ശേഷം വെടിവെച്ചുകൊന്നു. ഒരു പ്രൈമറി സ്കൂളിലെ ക്ലാസ്മുറിയിൽ അദ്ദേഹം മരിച്ചുകിടക്കുന്നതായാണ് പിന്നീട് ലോകം കണ്ടത്.

എന്നാൽ ഈ കൊലപാതകത്തിലൂടെ ചെഗുവേര ലാറ്റിനമേരിക്കയിൽ മാത്രമല്ല ലോകമാസകലമുള്ള ജനങ്ങളുടെ വിപ്ലവസ്വപ്നങ്ങളുടെ പ്രതീകമായി മാറി. ക്യൂബയിൽ മന്ത്രിയായിരിക്കെ ആ സ്ഥാനം ഉപേക്ഷിച്ച് ബൊളീവിയയിലേക്കു കടന്ന ചെഗുവേരയുടെ നടപടി ലോകത്തെ ഞെട്ടിക്കുക തന്നെ ചെയ്തു. ചെഗുവേരയുടെ ജീവിതത്തെക്കുറിച്ച് കൂടുതൽ പഠിക്കുമ്പോഴാണ് സൈമൺ ബൊളിവാറിന്റെ വിമോചന സ്വപ്നങ്ങളുടെ പ്രസക്തി ലോകത്തിനു ബോദ്ധ്യപ്പെടുന്നത്. ചെഗുവേരയുടെ വിപ്ലവസ്വപ്നങ്ങൾ രൂപംകൊള്ളുന്നതും അതിന് ഒരു മാർക്സിസ്റ്റ് ലെനിനിസ്റ്റ് അടിത്തറ ഉണ്ടാകുന്നതും അദ്ദേഹവും സുഹൃത്തും ലാറ്റിനമേരിക്കൻ രാജ്യങ്ങളിലുടനീളം നടത്തിയ മോട്ടോർസൈക്കിൾ യാത്രയ്ക്കിടയിലാണ്. ഈ യാത്രയ്ക്കിടയിൽ ഗ്വാട്ടിമലയിലെ സോഷ്യലിസ്റ്റ് ആഭിമുഖ്യമുള്ള ഭരണാധികാരിയായിരുന്ന ജെക്കബോ അർബിൻസ് അമേരിക്കൻ സി ഐ എ ഗൂഢാലോചനയുടെ ഫലമായി അട്ടിമറിക്കപ്പെട്ട

സംഭവത്തിന് അദ്ദേഹം ദൃക്സാക്ഷിയായി. ഈ അട്ടിമറിക്കെതിരെയുള്ള പ്രതിഷേധം ചെഗുവേരയെ ഗ്വാട്ടിമലയിലെ വിപ്ലവകാരികളുടെ സൗഹൃദവലയത്തിലെത്തിച്ചു. അങ്ങനെയാണ് ചെഗുവേര പെറുവിൽ നിന്നെത്തിയ ഹിൽദ ഗഢീല എന്ന യുവതിയെ പരിചയപ്പെടുന്നത്. ഇവർ ഒരു അടിയുറച്ച മാർക്സിസ്റ്റ്-ലെനിനിസ്റ്റ് പണ്ഡിതയായിരുന്നു. ഒന്നൊന്നായി തന്റെ വിമോചനയുദ്ധം അഞ്ച് രാജ്യങ്ങളിലേക്ക് വിജയകരമായി വ്യാപിപ്പിക്കുമ്പോൾ ബൊളിവാറിന് ഒരു സ്വപ്നമുണ്ടായിരുന്നു; വിമോചിതമായ ലാറ്റിനമേരിക്കൻ രാഷ്ട്രങ്ങളുടെ ഒരു രാഷ്ട്രസമുച്ചയം (കോൺഫെഡറേഷൻ) അഥവാ വിശാല കൊളംബിയ എന്ന സ്വപ്നം. ഏതൊരു ലാറ്റിനമേരിക്കൻ വിപ്ലവകാരിയെയുംപോലെ ചെഗുവേരയും ആ സ്വപ്നം മനസ്സിന്റെ ആഴങ്ങളിൽ കൊണ്ടുനടന്നു. ആ സ്വപ്നത്തെ പ്രായോഗിക തലത്തിലേക്ക് കൊണ്ടുവരുവാനുള്ള ത്വരയാണ് ചെഗുവേരയെ ക്യൂബയുടെ വിമോചനം യാഥാർത്ഥ്യമാക്കിയതിനുശേഷം ബൊളീവിയയിലേക്കെത്തിക്കുന്നത്. ഗ്വാട്ടിമലയിൽ വെച്ച് ചെഗുവേരയുടെ ജീവിതത്തിന് നിർണ്ണായകമായ ഒരു പരിവർത്തനം സംഭവിച്ചിരുന്നു. ഹിൽദ ഗഢീലയുമായുള്ള ചർച്ചകളിലൂടെ ചെഗുവേര മനസ്സിൽ സൂക്ഷിച്ചിരുന്ന ബൊളിവാറിന്റെ വിമോചന സ്വപ്നങ്ങൾക്ക് ഒരു മാർക്സിസ്റ്റ്-ലെനിനിസ്റ്റ് അടിത്തറ കൈവരിച്ചു കഴിഞ്ഞിരുന്നു. അങ്ങനെ ചെഗുവേരയിലൂടെ, *കമ്യൂണിസ്റ്റ് മാനിഫെസ്റ്റോ* (1848) പുറത്തിറങ്ങുന്നതിനും നിരവധി പതിറ്റാണ്ടുകൾക്ക് മുമ്പ് രൂപംകൊണ്ട ബൊളിവാറുടെ സ്വപ്നങ്ങളും ഒരു മാർക്സിസ്റ്റ്-ലെനിനിസ്റ്റ് അടിത്തറ കൈവരിക്കുകയായിരുന്നു. ചെഗുവേരയുടെ പ്രവർത്തനങ്ങൾ ബൊളിവാറിന്റെ സ്വപ്നങ്ങളുടെ പരോക്ഷമായ തുടർച്ചയായിരുന്നു.

ബൊളിവാറിന്റെയും ചെഗുവേരയുടെയും സ്വപ്നങ്ങളിൽനിന്നും പ്രവർത്തനങ്ങളിൽനിന്നും ആവേശമുൾക്കൊണ്ട വെനസ്വേലിയൻ പട്ടാളത്തിലെ ഒരു ലഫ്റ്റനന്റ് കേണൽ ഹ്യൂഗോ ഷാവേസ് 1992 ൽ ഒരു പട്ടാള അട്ടിമറിയിലൂടെ അന്നത്തെ വെനസ്വേലിയൻ പ്രസിഡന്റ് പെരസിൽനിന്നും അധികാരം പിടിച്ചെടുക്കുവാൻ ഒരു ശ്രമം നടത്തി. എന്നാൽ അതിലദ്ദേഹം പരാജയപ്പെട്ടു. പിന്നീട് ലോകം ഷാവേസിനെ കാണുന്നത് ഫിഫ്ത്ത് റിപ്പബ്ലിക് എന്ന പേരിൽ പുതുതായി രൂപീകരിക്കപ്പെട്ട ഒരു പാർട്ടിയുടെ നേതാവായാണ്. 1998 ൽ പ്രസിഡന്റ് സ്ഥാനത്തേക്ക് അദ്ദേഹം മത്സരിച്ചു ജയിച്ചു. തൊട്ടടുത്ത വർഷംതന്നെ ഷാവേസ് ജനങ്ങളുടെ അനുമതി ഒരു ഹിതപരിശോധനയിലൂടെ നേടിയെടുത്ത് പുതിയൊരു ഭരണഘടനയ്ക്ക് രൂപംനല്കി. ഇത് അദ്ദേഹം ജനങ്ങൾക്ക് നല്കിയ ഒരു തിരഞ്ഞെടുപ്പ് വാഗ്ദാനമായിരുന്നു. പുതിയ ഭരണഘടന പ്രകാരം രാജ്യത്തിന്റെ പേര് ബൊളിവേറിയൻ റിപ്പബ്ലിക് ഓഫ് വെനസ്വേല എന്നാക്കി മാറ്റി. തുടർന്നദ്ദേഹം രാജ്യത്ത് വരുത്തിയ ഭരണ പരിഷ്കാരങ്ങളെ ബൊളിവേറിയൻ റവലൂഷൻ എന്നാണ് വിശേഷിപ്പി

ച്ചത്. തന്റെ പാർട്ടിയിലെ വിവിധ ദളങ്ങളെ ബൊളിവേറിയൻ സർക്കിൾസ് എന്നുമാണ് വിളിച്ചത്. ചരിത്രം ബൊളിവാറിനോട് ചെയ്ത തെറ്റുകൾക്ക് പരിഹാരമായി, ബൊളിവാറുടെ ശാപത്തിൽനിന്നും വെനസ്വേലയിലെ ജനങ്ങളെ മുക്തരാക്കുവാൻ വേണ്ടി ഇന്നു ബൊളിവേറിയൻ റിപ്പബ്ലിക് ഓഫ് വെനസ്വേല നിലകൊള്ളുന്നു. ഇതൊരു വ്യത്യസ്ത വെനസ്വേല യാണ്. ഭൂമിയിലെ നിന്ദിതരും പീഡിതരും അവരുടെ ഭൂതകാലത്തിൽ നിന്നും എങ്ങനെ സ്വാതന്ത്ര്യം പ്രാപിക്കാം എന്ന് തിരിച്ചറിയുന്നിടം എന്ന പ്രഖ്യാപനത്തോടെയാണ് ഷാവേസ് താൻ ബൊളിവാറുടെ വക്താവും അനുയായിയും ആണെന്ന് തെളിയിച്ചത്. സോഷ്യലിസത്തിന് 21-ാം നൂറ്റാണ്ടിൽ പുതിയൊരു മുഖം നല്കാനുള്ള തയ്യാറെടുപ്പിലായിരുന്നു അദ്ദേഹം. ലാറ്റിനമേരിക്കൻ രാജ്യങ്ങളിൽ വെനസ്വേലയുടെ സ്ഥാനം വളരെ പ്രധാനപ്പെട്ടതാണ്. ലോകത്തിലെ എണ്ണ കയറ്റുമതി ചെയ്യുന്ന രാജ്യങ്ങളിൽ അഞ്ചാം സ്ഥാനമാണ് വെനസ്വേലയ്ക്ക്. ദരിദ്രരുടെയും തൊഴിലില്ലാത്തവരുടെയും ഈ രാജ്യം — ഷാവേസിന്റെ വാക്കുകളിൽ ദരിദ്രരായ ജനങ്ങൾ താമസിക്കുന്ന സമ്പന്ന രാഷ്ട്രം — ഷാവേസിന്റെ കൈയിൽ കിട്ടുമ്പോൾ 47% ജനങ്ങൾ ദാരിദ്ര്യരേഖയ്ക്ക് താഴെയായിരുന്നു. എണ്ണയിൽനിന്നുള്ള വരുമാനം യു എസ് എ യുടെ കമ്പനികളും ഉദ്യോഗസ്ഥ മേധാവികളും കൊള്ളയടിക്കുകയായിരുന്നു. വെനസ്വേലയുടെ എണ്ണസമ്പത്ത് ജനങ്ങളുടെ പട്ടിണി മാറ്റാനും വികസനപ്രവർത്തനങ്ങൾക്കുമായി ഉപയോഗിക്കുവാനുള്ള ഉറച്ച തീരുമാനമാണ് ഷാവേസ് എന്ന പഴയ പട്ടാളക്കാരനെ ജനനേതാവാക്കി ഉയർത്തിയത്. ജീവിതത്തിന്റെ സമസ്തമേഖലകളെയും സ്പർശിക്കുന്ന മാറ്റങ്ങളാണ് ഒന്നിന് പിറകെ ഒന്നായി അദ്ദേഹം പിന്നീട് കൊണ്ടുവന്നത്. പ്രധാനമേഖലകളിലെല്ലാം സർക്കാർ കമ്പനികൾ സ്ഥാപിക്കുക, ഉപേക്ഷിക്കപ്പെട്ട സ്വകാര്യ ഫാക്ടറികൾ ഏറ്റെടുത്ത് നടത്തുക, ആയിരക്കണക്കിന് പുതിയ സഹകരണസംഘങ്ങൾ സ്ഥാപിക്കുക, തൊഴിലാളികളെക്കൊണ്ടുതന്നെ വ്യാപാരം നടത്തിക്കുക, സാക്ഷരതാ പ്രവർത്തനം സാർവ്വത്രികമാക്കുക, ആതുരശുശ്രൂഷാ കേന്ദ്രങ്ങളുടെയും വിദ്യാലയങ്ങളുടെയും അറ്റകുറ്റപ്പണികളും പുതിയവ സ്ഥാപിക്കുന്ന ജോലിയും പട്ടാളത്തിന്റെയും ജനങ്ങളുടെയും സഹകരണത്തോടെ ചെയ്യുക, ദാരിദ്ര്യനിർമ്മാർജ്ജനത്തിന് പ്രഥമസ്ഥാനം നല്കുന്നതോടൊപ്പം തന്നെ ആധുനിക സാങ്കേതിക വിദ്യ വളർത്തിയെടുക്കാനും എല്ലാ മേഖലകളിലും വികസനം നേടാനും ശ്രമിച്ചുകൊണ്ടിരിക്കുന്നു. വെനസ്വേലയ്ക്ക് സ്വന്തമായി ഒരു വിമാനക്കമ്പനി, ചൈനയുടെ സഹായത്തോടെ സിമൊൻ ബൊളിവാർ സാറ്റലൈറ്റ് എന്ന ഉപഗ്രഹം, ഇരുമ്പുരുക്ക് ശാല, ട്രാക്ടർ നിർമ്മാണശാല, തരിശിട്ട കൃഷിയിടങ്ങൾ ഏറ്റെടുത്ത് കൃഷി ഇറക്കൽ എന്നിങ്ങനെ പോകുന്നു പുതിയ സോഷ്യലിസ്റ്റ് സങ്കല്പങ്ങളുടെ പ്രായോഗിക പ്രവർത്തനങ്ങൾ.

ക്യൂബയും ഫിദൽ കാസ്ട്രോയും ലാറ്റിനമേരിക്കൻ രാജ്യങ്ങൾക്ക്

നന്മയും ബുഷ് പ്രതിനിധീകരിക്കുന്ന യു എസ് എ ലാറ്റിനമേരിക്കൻ രാജ്യങ്ങൾക്ക് തിന്മയും നല്കുന്നു എന്ന് അന്നത്തെ യു എസ് എ പ്രസിഡന്റിന്റെ മുഖത്തുനോക്കി വിളിച്ചു പറയുമ്പോൾ, റയോഡിജനിറോയിൽ നാലാം ലോകവ്യാപാര ഉച്ചകോടിക്കെതിരെയുള്ള പ്രതിഷേധം തെരുവിൽ പ്രകടിപ്പിക്കാനായി ഫുട്ബോൾ ഇതിഹാസം മറഡോണയുമായി കൈകോർക്കുമ്പോൾ ഷാവേസ് ലോകത്തോട് ചെറുത്ത് നിൽപിന്റെയും വിമോചനത്തിന്റെയും പുതിയ ഒരു പ്രത്യയശാസ്ത്രത്തെക്കുറിച്ചാണ് സംസാരിക്കുന്നത്. യു എസ് എ യുടെ നവസാമ്രാജ്യത്വശക്തി നടപ്പിലാക്കിയ സാമ്പത്തിക ഉപരോധത്തെ മറികടക്കുവാൻ പിന്തുണയുമായി കാസ്ട്രോയുടെയും ക്യൂബയിലെ ജനങ്ങളുടെയും കൂടെ ഉറച്ചുനില്ക്കുമ്പോൾ; ചിലിയിലെ മിഷെബാഷലറ്റ്, ബൊളീവിയയിലെ ഇവാമൊറാലിസ്, ബ്രസീലിലെ ലുലൂ എന്നിവരെല്ലാമായും, ലാറ്റിനമേരിക്കൻ രാജ്യങ്ങളിൽ ഉയർന്നുവരുന്ന മറ്റ് പുരോഗമന പ്രസ്ഥാനങ്ങളുമായും പുതിയ ലോകത്തിന് ഉതകുന്ന രാഷ്ട്രീയ സൗഹൃദങ്ങൾ: ഇവയെല്ലാം കൂട്ടിവായിക്കുമ്പോൾ നമുക്ക് ബോദ്ധ്യമാകുന്നത് കാലത്തിന്റെ തിരകളിൽ ചാഞ്ചാടി ഒരു സ്വപ്നം തീരത്തോടടുക്കുന്നു എന്ന യാഥാർത്ഥ്യമാണ്. ശത്രുവിന്റെ വലുപ്പമോ ആയുധശക്തിയോ അല്ല നമ്മുടെ ലക്ഷ്യബോധവും നീതിബോധവുമാണ് വിജയം നിർണ്ണയിക്കുന്നത്; നമ്മുടെ ലക്ഷ്യത്തിനെതിരെ നില്ക്കുന്നത് പ്രകൃതിയാണെങ്കിൽ നാം പ്രകൃതിയോടും യുദ്ധംചെയ്യും. വിജയിക്കാനായിത്തന്നെ എന്നുറക്കെ പ്രഖ്യാപിച്ചുകൊണ്ട് തന്റെ ഉറയിൽനിന്നൂരിയ വാളുമായി ലഭ്യമായത്രയും സൈന്യത്തെ നയിച്ചുകൊണ്ട് മുന്നേറുന്ന ബൊളിവാറിന്റെ സ്വപ്നങ്ങൾ പുനർജ്ജനിച്ചുകൊണ്ടേയിരിക്കും.

വടക്കെ അമേരിക്കയിലെ പ്രവിശ്യകൾ ഇംഗ്ലീഷ് ഫ്രഞ്ച് ആധിപത്യത്തിൽനിന്നും മോചിപ്പിച്ച് യുണൈറ്റഡ് സ്റ്റേറ്റ്സ് ഓഫ് അമേരിക്ക എന്ന ജോർജ് വാഷിങ്ടണിന്റെ സ്വപ്നം സാക്ഷാല്ക്കരിക്കപ്പെട്ടതുപോലെ വിശാലകൊളംബിയ എന്ന സൈമൺ ബൊളിവാറുടെ സ്വപ്നവും ഒരിക്കൽ സാക്ഷാൽക്കരിക്കപ്പെടുമെന്നു ചെഗുവേരയെയും ഹ്യൂഗോ ഷാവേസിനെയും സാക്ഷിനിർത്തിക്കൊണ്ട് നമുക്ക് നിസ്സംശയം പറയാം. ലാറ്റിനമേരിക്കയുടെ ഉയിർത്തെഴുന്നേല്പ്പിന് ഒരു ആഘാതമായിരുന്നു ഷാവേസിന്റെ പൊടുന്നനവേയുണ്ടായ അന്ത്യം. കാൻസർ ബാധയെത്തുടർന്ന് 2013 മാർച്ചിൽ ഷാവേസ് അന്തരിച്ചു. തന്റെ പിൻഗാമിയായി ഷാവേസ് നിർദ്ദേശിക്കുകയും ഒരു പൊതുതിരഞ്ഞെടുപ്പിലൂടെ ജനങ്ങൾ അംഗീകരിക്കുകയും ചെയ്ത മദൂറയും ഷാവേസിന്റെ, ചെഗുവേരയുടെ, ബൊളിവാറിന്റെ സ്വപ്നങ്ങളുടെ തുടർച്ച നമ്മെ അനുഭവപ്പെടുത്തുന്നു.

ലാറ്റിനമേരിക്കയുടെ അതിസങ്കീർണ്ണവും മറികടക്കൽ ക്ഷിപ്രസാദ്ധ്യവുമല്ലാത്ത ഭൂപ്രകൃതിയും സ്വാതന്ത്ര്യബോധത്തിന്റെ വിവിധതലങ്ങളിലായി ചിതറിക്കിടക്കുന്ന ജനങ്ങളും സൃഷ്ടിച്ച വൈതരണികളെ

യെല്ലാം മറികടന്ന്; അക്കാലത്ത് ലോകത്തിലെ ഏറ്റവും പ്രബലമായ സാമ്രാജ്യശക്തിയായി നിലകൊണ്ടിരുന്ന സ്പെയിനിനോട് നേരിട്ട് ഏറ്റു മുട്ടി അഞ്ച് രാജ്യങ്ങളെ സൈനികമായിത്തന്നെ വിമോചിപ്പിച്ച് അവിടെ യെല്ലാം ജനാധിപത്യം സ്ഥാപിക്കുവാൻ മുൻകൈയെടുത്ത സൈമൺ ബൊളിവാറിന്റെ ജീവചരിത്രത്തിലേക്കു പ്രവേശിക്കുന്നതിനുള്ള മുഖ വുരയായി ഇത്രയും പറഞ്ഞുവെക്കുന്നു.

അമേരിക്കയിലെ സ്പെയിൻ അധിനിവേശം

പതിനഞ്ചാം നൂറ്റാണ്ടിന്റെ അവസാന ദശകത്തിലാണ് (1492) ക്രിസ്റ്റഫർ കൊളംബസ് എന്ന സഞ്ചാരി തന്റെ യാത്രാമദ്ധ്യേ വെസ്റ്റ്ഇന്റീസ് ദ്വീപസമൂഹവും മിസ്സിസിപ്പി നദിയുടെ തെക്കുഭാഗത്തായി സ്ഥിതി ചെയ്യുന്ന തെക്കെ അമേരിക്കയിലെ രാജ്യങ്ങളും കണ്ടെത്തുന്നത്. അദ്ദേഹം ആദ്യം എത്തിച്ചേർന്ന പ്രദേശം ഇന്നും കൊളംബിയ എന്ന പേരിലാണ് അറിയപ്പെടുന്നത്. ഇറ്റാലിയൻ വംശജനായ കൊളംബസ് സ്പെയിനിലെ രാജ്ഞിയുടെയും രാജാവിന്റെയും പ്രേരണയാലും സഹായത്താലുമാണ് നാല് സമുദ്രസഞ്ചാരങ്ങൾ നടത്തിയത്. ഇന്ത്യയിലേക്ക് ഒരു കപ്പൽപാത കണ്ടുപിടിക്കലായിരുന്നു ലക്ഷ്യം. എന്നാൽ ഇന്ത്യയിലെത്തിച്ചേരാൻ 1498 ൽ വാസ്കോഡഗാമയ്ക്കാണ് കഴിഞ്ഞത്. ഇന്ത്യയിലേക്ക് പുറപ്പെട്ട കൊളംബസ് ആദ്യം എത്തിച്ചേർന്ന സ്ഥലത്തെ വെസ്റ്റ് ഇന്റീസ് എന്ന് പേരിട്ടുവിളിച്ചു. അവിടെയും പിന്നീട് എത്തിച്ചേർന്ന മറ്റു സ്ഥലങ്ങളിലും കണ്ടുമുട്ടിയ ആദിമനിവാസികളെ ഇന്ത്യൻസ് എന്നും വിളിച്ചു. തുടർന്ന് അമേരിക്കൻ വൻകരയുടെ തെക്കൻഭാഗത്തേക്ക് കുടിയേറ്റക്കാരുടെ ഒരു മഹാപ്രവാഹമായിരുന്നു. ഏറ്റവും കൂടുതൽ കുടിയേറിയത് സ്പെയിൻകാർതന്നെ. തൊട്ടടുത്ത് പോർച്ചുഗീസുകാരും. യൂറോപ്പിലെ മറ്റു രാജ്യങ്ങളിൽനിന്നും കുടിയേറ്റക്കാരുണ്ടായി.

സാഹസികരും ക്രൂരരും മറ്റുള്ളവരെ മനുഷ്യരായി അംഗീകരിക്കാത്തവരുമായ ഈ കുടിയേറ്റക്കാർ ചില സ്ഥലങ്ങളിലെ ആദിവാസി സമൂഹത്തെ നിശ്ശേഷം നശിപ്പിച്ചു. സ്വന്തമായ ഭാഷയും സംസ്കാരവും കൃഷിരീതികളും ഭരണസമ്പ്രദായവും ഉണ്ടായിരുന്ന ഇവരെ പ്രാകൃതരെന്ന് മുദ്രകുത്തി കൊന്നുതീർക്കുകയോ ഉൾവനങ്ങളിലേക്ക് ആട്ടിയോടിക്കുകയോ ചെയ്തു. ചില സ്ഥലങ്ങളിൽമാത്രം ഇവരുമായി ഇടപഴകി. കുടി

യേറ്റക്കാരുടെ കൂടെ അധികം സ്ത്രീകൾ ഉണ്ടായിരുന്നില്ല. സ്ത്രീകളെ കുടെ കൊണ്ടുവരിക പ്രയാസവുമായിരുന്നു. അധഃകൃതരാണെങ്കിലും തങ്ങളുടെ ലൈംഗികാവശ്യത്തിന് ആദിവാസികളെ ഉപയോഗിക്കുന്നതിന് സ്പെയിൻകാർ ഒരു മടിയും കാണിച്ചില്ല. ഇതിന്റെ ഫലമായി ഒരു സങ്കരവർഗ്ഗം – മെസ്റ്റിസ്സോ – ഉണ്ടായി. ലാറ്റിനമേരിക്കയിലെ ജനസംഖ്യയിൽ സിംഹഭാഗവും ഈ മെസ്റ്റിസ്സോകളാണ്. ആഫ്രിക്കയിൽ നിന്നെത്തിയ കറുത്തവർഗ്ഗക്കാരായ അടിമകൾ നിരവധി പ്രത്യേകതകളോടെ തനതായ മറ്റൊരു ജനവിഭാഗമായി നിലകൊള്ളുന്നു.

യൂറോപ്പിലെ വെള്ളക്കാർ, അമേരിക്കൻ വെള്ളക്കാർ (ക്വിലോകൾ), വെള്ളക്കാരുടെയും ആദിവാസികളുടെയും സങ്കരം (മെസ്റ്റിസ്സോ), നീഗ്രോകളും മെസ്റ്റിസ്സോകളും തമ്മിലുള്ള സങ്കരം എന്നിങ്ങനെ ലാറ്റിനമേരിക്കൻ ജനങ്ങളെ വിഭജിക്കാം. മെക്സിക്കോ മുതൽ ചിലിവരെയുള്ള രാജ്യങ്ങളിൽ ആദിവാസികൾ ഇപ്പോഴും തനതായ വ്യക്തിത്വത്തോടെ നിലനില്ക്കുന്നുണ്ട്. എന്നാൽ ഉറുഗ്വേ, അർജന്റീന എന്നീ രാജ്യങ്ങളിലെല്ലാം ഈ വർഗ്ഗം നിശ്ശേഷം അപ്രത്യക്ഷരായി കഴിഞ്ഞു. ലാറ്റിനമേരിക്ക എന്നു പൊതുവേ വിളിക്കപ്പെടുന്ന രാജ്യങ്ങളിലെ ജനങ്ങളെക്കുറിച്ച് ഇത്രയും കാര്യങ്ങൾ മനസ്സിലുണ്ടായിരിക്കണം.

ഭാഗ്യാന്വേഷികളും സാഹസികരും അരാജകവാദികളുമായ കുടിയേറ്റക്കാർക്കുമേൽ ഒരു നിയന്ത്രണം കൊണ്ടുവരുന്നതിനുവേണ്ടി 1542 ൽ സ്പെയിൻ ചില നിയമനിർമ്മാണങ്ങൾ നടത്തി. അവരുടെ മേൽ സ്പെയിൻകാർ അവരുടെ സംസ്കാരവും രാഷ്ട്രീയ ആധിപത്യവും ഭരണകൂട സ്ഥാപനങ്ങളും അടിച്ചേല്പിച്ചു. പലതരം സവിശേഷതകളുള്ള ഒരു കോളനിവാഴ്ചയായിരുന്നു സ്പെയിനിന്റേത്. രണ്ടു നൂറ്റാണ്ട് കാലത്തോളം അമേരിക്കയിൽ പുസ്തകങ്ങൾ പ്രസിദ്ധീകരിക്കാനോ വില്പന നടത്താനോ പാടില്ലായിരുന്നു. ഈ നിയമം ലംഘിക്കുന്നവർ കഠിനശിക്ഷകൾക്ക് വിധേയരായി. തദ്ദേശവാസികൾക്ക് അച്ചടിയന്ത്രത്തിന്റെ സൗകര്യം വാർത്താവിനിമയ ഉപാധികളുടെ സൗകര്യം എന്നിവയെല്ലാം നിഷേധിക്കപ്പെട്ടിരുന്നു. മറ്റു രാജ്യങ്ങളുമായി കച്ചവടത്തിലേർപ്പെടുവാൻ സ്പെയിൻകാർക്ക് മാത്രമേ അവകാശമുള്ളൂ. സ്പെയിനിന്റെ അനുവാദപത്രികയില്ലാതെ അമേരിക്കൻ കടലുകളിൽ കാണപ്പെടുന്ന കപ്പലുകളെ ശത്രുക്കളായി കണക്കാക്കി ആക്രമിച്ചിരുന്നു. സ്പെയിനിലെ രാജാവിന്റെ സമ്മതമില്ലാതെ ആർക്കും അമേരിക്കയിൽ ഒരു രാജ്യത്ത് നിന്ന് മറ്റൊരു രാജ്യത്തേക്ക് സഞ്ചാരസ്വാതന്ത്ര്യം അനുവദിച്ചിരുന്നില്ല. അത് സ്പെയിൻകാരായിരുന്നാൽപ്പോലും. അതിക്രമിച്ച് കടക്കുന്നവരുടെ സമ്പത്തും ജീവൻതന്നെയും ഭീഷണിയിലായിരുന്നു. സ്പെയിൻകാർക്കു മാത്രമേ കച്ചവടം നടത്താനും പാണ്ടികശാലകൾ സ്ഥാപിക്കുവാനും അവകാശമുണ്ടായിരുന്നുള്ളൂ. ഈ രംഗത്ത് മെസ്റ്റിസ്സോകൾക്ക് പരിമിതമായ അവകാശങ്ങൾ അനുവദിച്ചിരുന്നു. അതികഠിനമായ ഒരു നികുതി വ്യവസ്ഥയോടെ കച്ചവട രംഗത്തെ പരമാധികാരം സ്പെയിൻ കൈയടക്കിവെ

ച്ചു. ഗാർഹികാവശ്യങ്ങൾക്കുള്ള കൊടുക്കൽ വാങ്ങൽ നടത്തുന്നതിനു പോലും അനുവാദപത്രം നിർബ്ബന്ധമായിരുന്നു. മുന്തിരിവള്ളികൾ, ഒലീവ് മരങ്ങൾ എന്നിവ കൃഷി ചെയ്യുന്നതിന് നിരോധനം ഏർപ്പെടുത്തി. വ്യവസായങ്ങൾ തുടങ്ങുക, റോഡുകൾ നിർമ്മിക്കുക തുടങ്ങി എല്ലാവിധ വികസന പ്രവർത്തനങ്ങളും ഗവൺമെന്റ് തടഞ്ഞിരുന്നു. അമേരിക്കയിലെ ജനങ്ങൾക്ക് വിദ്യാഭ്യാസം ആവശ്യമില്ലെന്നായിരുന്നു രാജാവിന്റെ അഭിപ്രായം. ഗവൺമെന്റിൽനിന്നും പൊതുജനങ്ങൾക്ക് ലഭിക്കേണ്ട സേവനങ്ങളൊന്നും അമേരിക്കക്കാർക്ക് ലഭ്യമായിരുന്നില്ല. അമേരിക്കക്കാരനാവുക എന്നാൽ അപമാനവും അവമതിയും സഹിച്ച് ജീവിക്കുക എന്നായിരുന്നു അർത്ഥം.

വൈസ്രോയി, ക്യാപ്റ്റൻ, ഔഡിയൻസിയ, എൻങ്കൂമെൻസിരോ എന്നിങ്ങനെയുള്ള സ്ഥാനപ്പേരുകളോടു കൂടിയ ദയാരഹിതരും കൊള്ളക്കാരുമായ – സ്വന്തമായി ധനം സമ്പാദിക്കുക എന്ന ഒരൊറ്റ ലക്ഷ്യം മാത്രമുള്ള – ഉദ്യോഗസ്ഥന്മാരായിരുന്നു ഭരണം നിർവ്വഹിച്ചിരുന്നത്. സ്പെയിനിലെ രാജാവ് അമേരിക്കയിലെ ജനങ്ങൾക്കുവേണ്ടി പല നിയമനിർമ്മാണങ്ങളും നടത്തിയിരുന്നുവെങ്കിലും അങ്ങകലെ കിടക്കുന്ന അമേരിക്കയിലെ രാജ്യങ്ങളിൽ അവയൊന്നും നടപ്പിലായിരുന്നില്ല. അടിക്കടിയുള്ള നിയമമാറ്റങ്ങൾമൂലം നിയമം നടപ്പിലാക്കുക എന്ന പ്രക്രിയ അതീവ സങ്കീർണ്ണമായിത്തീരുകയും ചെയ്തു. ഇന്ത്യൻസും (ആദിവാസികൾ) മെസ്റ്റിസ്സോകളും അമേരിക്കൻ വെള്ളക്കാരോട് ശത്രുത പുലർത്തിയിരുന്നു. ഈ ചിരപുരാതന വൈരുദ്ധ്യങ്ങളെ എത്ര വഷളാക്കാമോ അത്രയും വഷളാക്കിയാണ് സ്പാനിഷ് ഭരണാധികാരികൾ കൈകാര്യം ചെയ്തിരുന്നത്.

സ്പെയിൻകാർക്കൊപ്പം പരിഷ്കൃതിയിലൂടെ കടന്നുപോകുന്ന അമേരിക്കൻ വെള്ളക്കാർ(ക്രിലോകൾ) സ്പെയിൻകാരിൽനിന്നും സ്വാതന്ത്ര്യം നേടാനുള്ള അദമ്യമായ ആഗ്രഹം വെച്ചുപുലർത്തിയിരുന്നു. അവർക്കാകട്ടെ മെസ്റ്റിസ്സോകളെ വെറുപ്പുമായിരുന്നു. സ്വാതന്ത്ര്യസമര നേതാക്കൾ അഭിമുഖീകരിക്കേണ്ടിവന്ന ആഭ്യന്തര വൈരുദ്ധ്യങ്ങളെക്കുറിച്ച് മനസ്സിലാകണമെങ്കിൽ ഈ കാര്യങ്ങൾ ഓർത്തിരിക്കേണ്ടതുണ്ട്. അവർക്ക് സ്പെയിനിലെ രാജാവിന്റെ പട്ടാളക്കാരോട് മാത്രമല്ല സ്വന്തം രാജ്യത്തെ വർണ്ണവെറിയന്മാരോടും പോരാടേണ്ടിവന്നു. സങ്കീർണ്ണമായ ഇത്തരം ആഭ്യന്തര വൈരുദ്ധ്യങ്ങളെ ഒഴിവാക്കി സുതാര്യമായ നീക്കങ്ങൾ നടത്തുവാൻ ഒരിക്കലും പറ്റിയിരുന്നില്ല. നേരത്തെ പറഞ്ഞ നിരോധനങ്ങൾമൂലം നിരക്ഷരരായ ജനങ്ങൾക്കിടയിൽ ആശയ പ്രചരണം നടത്തുക അതീവ ദുഷ്കരവുമായിരുന്നു. ഇക്കാരണങ്ങളാൽ സ്വാതന്ത്ര്യത്തെക്കുറിച്ചുള്ള ആശയങ്ങൾക്ക് ജനമനസ്സുകളിലൂടെയുള്ള സഞ്ചാരം സാദ്ധ്യമാക്കാൻ നിരവധി വൈതരണികൾ മറികടക്കേണ്ടതുണ്ടായിരുന്നു.

അക്കാലത്തെ ലോക ചരിത്രത്തെക്കുറിച്ചും സാമൂഹ്യ പശ്ചാത്തല

ത്തെക്കുറിച്ചും ഒരു ലഘുവിവരണം ഇവിടെ ആവശ്യമാണെന്ന് തോന്നുന്നു. 1789 ൽ സത്യം സമത്വം സ്വാതന്ത്ര്യം എന്ന ആശയം ഉയർത്തിക്കൊണ്ട് ഫ്രഞ്ച് വിപ്ലവം പൊട്ടിപ്പുറപ്പെട്ടു. ഇത് ലോകമെമ്പാടുമുള്ള ചിന്തിക്കുന്ന മുഴുവൻ ജനമനസ്സുകളെയും ഇളക്കിമറിച്ചു. എന്നാൽ രക്തരൂഷിതമായി മാറിയ ആ കലാപത്തിന് ജാക്കോബിനുകളുടെ നേതാവായ റോബ്സ്പിയറുടെ തല ഗില്ലറ്റിനിരയായതോടെ തിരശ്ശീല വീണു. ഫ്രഞ്ച് വിപ്ലവത്തിനുശേഷം നിലനിന്ന രാഷ്ട്രീയാനിശ്ചിതത്വം അവസരവാദപരമായ നിലപാടുകളിലൂടെ മുതലെടുത്തുകൊണ്ട് നെപ്പോളിയൻ ബോണപ്പാർട്ട് എന്ന മഹാവ്യക്തിത്വം ഉദിച്ചുയർന്നു. ആദ്യമൊക്കെ അദ്ദേഹം ജനാധിപത്യത്തിന്റെ മുഖംമൂടി എടുത്തണിഞ്ഞുവെങ്കിലും പിന്നീട് (1804 ൽ) ചക്രവർത്തിയായി സ്വയം അവരോധിക്കപ്പെട്ടു. നെപ്പോളിയൻ ബോണപ്പാർട്ടിന്റെ പടയോട്ടങ്ങൾ ലോകമെമ്പാടും അനുരണനങ്ങൾ സൃഷ്ടിച്ചു. ജർമ്മനിയുടെ സ്വത്വബോധത്തിന്റെ പിറവിക്കും പ്രഷ്യയിലെയും ഇറ്റലിയിലെയും ദേശീയ ബോധത്തിനും അത് വഴിമരുന്നിട്ടു. റഷ്യയെ ചെറുത്തുനില്പ് എന്തെന്നു പഠിപ്പിച്ചു. ഫ്രാൻസിൽ അണഞ്ഞുപോയ വിപ്ലവത്തിന്റെ തീപ്പന്തം ലോകത്തിന്റെ നാനാഭാഗത്തും ഉയിർത്തെഴുന്നേല്ക്കാൻ തുടങ്ങി. ഇത് ക്രമേണ ലോകജനതയുടെ രാഷ്ട്രീയമായ ഇച്ഛാശക്തിക്ക് പുതിയൊരു മുഖം നല്കാൻ തുടങ്ങി.

ഫ്രാൻസിൽ വിപ്ലവം നടന്നുകൊണ്ടിരുന്ന ഏതാണ്ട് അതേ കാലത്ത് തന്നെ അമേരിക്കയുടെ വടക്കൻ ഭാഗത്ത് ജോർജ്ജ് വാഷിങ്ടൺ എന്നൊരു നേതാവിന്റെ നേതൃത്വത്തിൽ മറ്റൊരു യുദ്ധം നടക്കുന്നുണ്ടായിരുന്നു. കുടുംബപരമായ അവകാശം എന്ന നിലയിൽ പട്ടാളത്തിലെ ഉയർന്ന ഒരു പദവി ലഭിച്ച വാഷിങ്ടൺ പിന്നീട് കോണ്ടിനന്റൽ ആർമിയുടെ കമാന്റർ ഇൻ ചീഫായി 1775 ൽ ഉയർത്തപ്പെട്ടു. ഒരു പുകയില കൃഷിക്കാരനായിരുന്ന പിതാവിൽനിന്നും കൃഷി ഏറ്റെടുത്ത ശേഷം പുകയില കൃഷിയിൽനിന്നും ഗോതമ്പ് കൃഷിയിലേക്ക് മാറി. അടിമകളുടെ അദ്ധ്വാനത്തിൽ നിന്നും സ്വരുക്കൂട്ടിയ സാമ്പത്തികാടിത്തറയുടെ ബലത്തിൽ ഗോതമ്പിന്റെ അനുബന്ധ ഉല്പന്നങ്ങൾ – വിസ്കിയുടെ ഉല്പാദനംവരെ നടത്തി – വിപണിയിലെത്തിച്ച് കൃഷിയും വ്യവസായവും തമ്മിൽ ശക്തമായൊരു പാലം സൃഷ്ടിച്ചു എന്നതാണ് പട്ടാളക്കാരനാകുന്നതിന് മുമ്പുള്ള ഇദ്ദേഹത്തിന്റെ ജീവചരിത്രം. 1783 ൽ കമാന്റർ ഇൻ ചീഫ് പദവി രാജിവെച്ച് ഏകാധിപത്യത്തെ എതിർത്തുകൊണ്ട് റിപ്പബ്ലിക്കനിസത്തിൽ ഉറച്ചു നില്ക്കുന്ന പ്രതിബദ്ധനായ ഒരു ജനനായകനായി മാറി. സാമ്രാജ്യത്വത്തിനെതിരായുള്ള സമരം നയിച്ചു. വിദേശവസ്തുക്കളുടെ ബഹിഷ്കരണം പോലുള്ള പുതുമയേറിയ ആശയങ്ങളിലൂടെ ജനങ്ങളുടെ പ്രിയങ്കരനായി. 1787 ൽ വാഷിങ്ടൺ അദ്ധ്യക്ഷനായി ഭരണഘടനാ ആലോചനക്കമ്മിറ്റി രൂപീകരിക്കപ്പെട്ടു. ജനാധിപത്യത്തിൽ അധിഷ്ഠിതമായ അമേരിക്കൻ ഐക്യസംസ്ഥാനങ്ങളുടെ ഭരണഘടന തയ്യാറാക്കി. 1788 ൽ യുണൈറ്റഡ് സ്റ്റേറ്റ്സ് ഓഫ് അമേരിക്കയുടെ പ്രഥമ

പ്രസിഡന്റായി ഐകകണ്ഠ്യേന തിരഞ്ഞെടുക്കപ്പെട്ടു. 'ആദ്യം ഫ്രഞ്ചുകാർക്കും അവരുടെ സഹായികളായ ആദിവാസികൾക്കും എതിരെ യുദ്ധം ചെയ്തു. പിന്നീട് ബ്രിട്ടീഷ് സാമ്രാജ്യത്തിന് എതിരെ അവരെ നിശ്ശേഷം തോല്പിക്കുന്നതുവരെയും യുദ്ധം ചെയ്തു. ആ യുദ്ധങ്ങളാണ് ഇദ്ദേഹത്തെ പ്രഥമ പ്രസിഡന്റ് സ്ഥാനത്തിന് അർഹനാക്കിയത്. യുദ്ധത്തിൽ ഒന്നാമൻ, സമാധാനം സ്ഥാപിക്കുന്നതിൽ ഒന്നാമൻ, അമേരിക്കയിലെ ജനഹൃദയങ്ങളിലും ഒന്നാമൻ എന്നാണ് ഇദ്ദേഹം വിശേഷിപ്പിക്കപ്പെട്ടത്. വടക്കേ അമേരിക്കയിലെ വിവിധസംസ്ഥാനങ്ങളെ അവ തമ്മിലുള്ള വൈരുദ്ധ്യങ്ങളും ശത്രുതയും മറികടന്ന് ഒരു കോൺഫെഡറേഷൻ ആക്കിയത് ഇദ്ദേഹത്തിന്റെ നേതൃപാടവമാണ്. 1797 ൽ പ്രസിഡന്റ് പദവിയിൽ നിന്ന് വിരമിച്ച് തന്റെ കൃഷിക്കളത്തിലേക്ക് തിരിച്ചുപോയി. ഒസ്യത്തുപ്രകാരം തന്റെ കീഴിലുള്ള അടിമകളെ മുഴുവൻ സ്വതന്ത്രരാക്കി രാജ്യത്തിന് മുഴുവൻ മാതൃക കാട്ടി.

അതേ കാലഘട്ടത്തിൽ ഇന്ത്യാചരിത്രത്തിൽ ഇംഗ്ലീഷ് ഈസ്റ്റ് ഇന്ത്യാ കമ്പനി ക്രമേണ പിടിമുറുക്കുകയായിരുന്നു. ആദ്യം ഇന്ത്യയിലെത്തിയ പോർത്തുഗീസുകാർ ഗോവ, ഡിയൂ, ദാമൻ എന്നീ പ്രദേശങ്ങളിൽ ഒതുങ്ങി. ടിപ്പുസുൽത്താൻ ഇംഗ്ലീഷുകാർക്കെതിരായി നടത്തിയ ചെറുത്തുനില്പ് അദ്ദേഹം കൊല്ലപ്പെട്ടതോടെ അവസാനിച്ചു. പിന്നീട് കേരളത്തിലെ പഴശ്ശിരാജാവ് നടത്തിയ ചെറുത്തുനില്പും അടിച്ചമർത്തപ്പെട്ടു. ഫ്രഞ്ചുകാരുടെ അധികാരം നാമമാത്രമായി ചുരുങ്ങി.

ഈയൊരു ചരിത്രസാമൂഹ്യ പശ്ചാത്തലത്തിൽനിന്നാണ് മനസ്സു നിറയെ സ്വാതന്ത്ര്യാഭിവാഞ്ഛയുമായി സൈമൺ ബൊളിവാർ ചരിത്രത്തിലേക്ക് നടന്നു തുടങ്ങിയത്.

ഒരു വഴിത്താരയുടെ ആരംഭം

ലാറ്റിൻ അമേരിക്കയിലെ ഇപ്പോഴത്തെ റിപ്പബ്ലിക്കുകളായ വെനസ്വേല, കൊളംബിയ, പനാമ, ഇക്വഡോർ, പെറു, ബൊളീവിയ എന്നിവ സ്പെയിനിന്റെ അധിനിവേശ ഭരണത്തിൽനിന്നും വിമോചിപ്പിക്കുന്നതിന് നേതൃത്വം നല്കിയ സൈമൺ ബൊളിവാർ 1783 ജൂലൈ 24 ന് വെനസ്വേലയുടെ തലസ്ഥാനമായ കരാക്കസ്സിൽ ജനിച്ചു. അച്ഛൻ ജോൺ ജൂവാൻ വെസന്റി ബൊളിവാർ. അമ്മ മറിയ ഡില. ഏറ്റവും ഇളയ മകനാണ് ബൊളിവാർ. ജൂലൈ 30 ന് ആയിരുന്നു ജ്ഞാനസ്നാനം. കുട്ടിക്കു പേരിടുന്നത് സംബന്ധിച്ച് അച്ഛനും അമ്മാവനും തമ്മിൽ ചെറിയൊരു തർക്കമുണ്ടായി. കുട്ടി ജനിച്ച ദിവസം സാന്റിയാഗോ പുണ്യവാളന്റെ ഓർമ്മപ്പെരുന്നാളായിരുന്നതിനാൽ അവനെ സാന്റിയാഗോ എന്നു വിളിക്കണമെന്നായിരുന്നു അമ്മാവന്റെ അഭിപ്രായം. ഒടുവിൽ അച്ഛന്റെ കുടുംബപേര് ചേർത്ത് സൈമൺ ബൊളിവാർ എന്നു വിളിക്കാൻ തീരുമാനിച്ചു. ബൊളിവാർ കുടുംബത്തിന്റെ വേരുകൾ സ്പെയിനിലെ ബാസ്ലയിലും അമ്മയുടെ കുടുംബത്തിന്റെ വേരുകൾ കാന്ററി ദ്വീപുകളിലുമായിരുന്നു. സൈമണിന് മൂന്നു വയസ്സ് ആകുമ്പോഴേക്കും അച്ഛൻ മരിച്ചു. മകനെ യൂറോപ്പിൽ അയച്ച് മികച്ച വിദ്യാഭ്യാസം നല്കണമെന്നായിരുന്നു അച്ഛന്റെ ആഗ്രഹം. അച്ഛന്റെ ആഗ്രഹം സഫലീകരിക്കുവാൻ അമ്മ തയ്യാറായെങ്കിലും അമ്മയുടെ അച്ഛൻ അനുവദിച്ചില്ല. കരാക്കാസിൽ കിട്ടാവുന്ന ഏറ്റവും മികച്ച അദ്ധ്യാപകരെ കുട്ടിക്ക് പ്രാഥമിക വിദ്യാഭ്യാസം നല്കുവാൻ അദ്ദേഹം നിയോഗിച്ചു. സ്പാനിഷ് പ്രഭു കുടുംബവുമായി ബന്ധപ്പെട്ടതായിരുന്നു ബൊളിവാറുടെ പാരമ്പര്യം. നോബിൾ എന്നു ചേർത്താണ് ഇവരെ മറ്റുള്ളവർ അഭിസംബോധന ചെയ്തിരുന്നത്. സമൂഹത്തിന്റെ ഉന്നത ശ്രേണികളിൽ വിരാജിച്ചിരുന്നവരുമായിട്ടായിരുന്നു ബൊളിവാർ ചെറുപ്പത്തിലേ ഇടപഴകിയിരുന്നത്.

ബാല്യകൗമാരങ്ങൾ അദ്ദേഹത്തിന്റെ സമുദായത്തിലെ മറ്റേതൊരു കുട്ടിയെയും പോലെതന്നെയാണ് ചെലവഴിച്ചത്. എന്നാൽ ചിന്തകളിലും പ്രവർത്തനങ്ങളിലുമുള്ള സൂക്ഷ്മതയും കാര്യങ്ങൾ മനസ്സിലാക്കുന്നതിനുവേണ്ടിയുള്ള ആവേശഭരിതമായ സമീപനവും കുട്ടിക്കു മറ്റുള്ളവരിൽ നിന്ന് പ്രത്യേക ശ്രദ്ധ ലഭിക്കാൻ ഇടയാക്കി.

ബൊളിവാറുടെ ആദ്യത്തെ ട്യൂട്ടർ സൈമൺ റോഡ്രിക്സ് പെരുമാറ്റത്തിൽ പല പ്രത്യേകതകളും ഉള്ള ഒരാളായിരുന്നു. മികച്ച ഒരു അദ്ധ്യാപകനായിരുന്നില്ലെങ്കിലും ബൊളിവാറുടെ മനസ്സിൽ എന്തോ ഒരു സ്വാധീനം ചെലുത്താൻ അയാൾക്കു കഴിഞ്ഞു. അത് തീർച്ചയായും അയാളിലെ മനുഷ്യസ്നേഹമായിരുന്നു. ഒരു സ്വപ്നജീവിയായിരുന്ന ഈ അദ്ധ്യാപകൻ ആയിടെ അടിച്ചമർത്തപ്പെട്ട ഒരു വിപ്ലവ പദ്ധതിയുമായി ചെറിയതോതിൽ ബന്ധപ്പെട്ടിരുന്നു. പിടിക്കപ്പെടുമോ എന്ന ഭയവും ചുറ്റിനടക്കാനുള്ള താല്പര്യവും കാരണം അയാൾ സ്പെയിൻ ഒഴിച്ചുള്ള യൂറോപ്യൻ രാജ്യങ്ങളിലേക്ക് ഒരു സന്ദർശനത്തിനുപോയി. ഇയാൾക്ക് ശേഷം വന്ന ട്യൂട്ടർ ആൻഡ്രി യസ് ബെല്ലോ ബൊളിവാറിനേക്കാൾ അല്പംകൂടി മുതിർന്ന ഒരു കുട്ടി മാത്രമായിരുന്നു. അതുകൊണ്ടുതന്നെ പഠനത്തേക്കാൾ കായികാഭ്യാസം, സൈക്കിൾസവാരി എന്നിവയിൽ ബൊളിവാർ കൂടുതൽ താല്പര്യം കാണിച്ചു. വാലെൻഷിയ തടാകത്തിന്റെ കിഴക്കേ അറ്റത്തുള്ള അരഗ്വാ താഴ്വാരത്തിലെ തന്റെ സഹോദരന്റെ എസ്റ്റേറ്റിലും ബൊളിവാർ കുറേസമയം ചെലവഴിച്ചു. 1797 ൽ തന്റെ പിതാവ് മുമ്പ് ജോലി ചെയ്തിരുന്ന പൗരസേനയിൽ കുറച്ചുകാലം പതാകാ വാഹകനായി ജോലിചെയ്തു. അവിടത്തെ സൈനിക പഠനം ബൊളിവാറിന് വേഗം മടുത്തു.

വളരെ ചെറുപ്പത്തിൽ തന്നെ നിർഭാഗ്യങ്ങൾ ബൊളിവാറിനെ വേട്ടയാടിക്കൊണ്ടിരുന്നു. 15-ാം വയസ്സിൽ അമ്മയും മരിച്ചു. അമ്മാവനും അവശേഷിച്ച രക്ഷിതാവുമായ കാർലോസ് പലസിയോസിന് അലസനും അച്ചടക്കമില്ലാത്തവനുമായ ബൊളിവാറിനെ കൂടെനിർത്തുന്നതിൽ വലിയ താല്പര്യമുണ്ടായിരുന്നില്ല. അദ്ദേഹം ബൊളിവാറിനെ സ്പെയിനിലെ മാഡ്രിഡിലേക്ക് അയയ്ക്കുവാൻ തീരുമാനിച്ചു. 1799 ജനുവരിയിൽ ബൊളിവാർ ലാഗുയിദയിലേക്ക് പുറപ്പെട്ടു. ഒരു കപ്പലിലായിരുന്ന യാത്ര. ആ കപ്പലിലെ കപ്പിത്താൻ അമ്മാവന്റെ ഒരു സുഹൃത്തായിരുന്നതിനാൽ കപ്പൽയാത്ര രസകരമായിരുന്നു. കപ്പൽ വിറാക്രൂസിൽ എന്തോ ആവശ്യത്തിന് കുറേസമയം നിർത്തിയിട്ടു. ബൊളിവാറിനു ഇതൊരു അനുഗ്രഹമായി. ന്യൂസ്പെയിനിലെ മെക്സിക്കോസിറ്റിയും മറ്റു ചില നഗരങ്ങളും സന്ദർശിക്കുവാൻ ഇതുമൂലം അവസരം ലഭിച്ചു. ഈ സ്ഥലങ്ങളിലെല്ലാം അദ്ദേഹം ആഭിജാത്യമുള്ള ഒരാളായിത്തന്നെ സ്വീകരിക്കപ്പെട്ടു. സ്ഥലത്തെ ഉന്നതാധികാര കേന്ദ്രങ്ങളിലെ പ്രധാനികളായ വ്യക്തികളുമായെല്ലാം ബന്ധപ്പെടുവാൻ അവസരം ലഭിച്ചു. വൈസ്രോയി ഒന്നിലധികം തവണ ഇദ്ദേഹവുമായി സംസാരിച്ചു. തന്റെ ആദ്യത്തെ ട്യൂട്ടർ

സൈമൺ റോഡ്രിക്സിൽ നിന്നും സ്വാംശീകരിക്കാൻ പറ്റിയ ഫ്രഞ്ച് വിപ്ലവത്തെക്കുറിച്ചുള്ള ചില നിരീക്ഷണങ്ങൾ ഈ പുതിയ സ്പാനിഷ് സുഹൃത്തുക്കളെ ഞെട്ടിക്കുകതന്നെ ചെയ്തു. പിന്നീട് ബൊളിവാർ മാഡ്രിഡിൽ എത്തിച്ചേർന്നു. അവിടെ താമസിച്ചിരുന്നത് വകയിലൊരു അമ്മാവനായ എസ്തെബ പലേഷ്യോയുടെ കൂടെയായിരുന്നു. പലേഷ്യോയുടെ സുഹൃത്തുക്കളിൽ ഒരാളായ മാമ്വൽമല്ലോ ഒരു കരാക്കാസ്സുകാരനാണ്. അദ്ദേഹത്തെ ബൊളിവാർക്കു നേരത്തേ പരിചയമുണ്ട്. ഇയാൾ സ്പെയിനിലെ അന്നത്തെ രാജാവ് ചാൾസ് നാലാമന്റെ ഭാര്യയുടെ ഒരു സുഹൃത്തുമായിരുന്നു. ഇയാൾവഴി ബൊളിവാർ രാജകൊട്ടാരവുമായി അടുത്തബന്ധം പുലർത്തിയിരുന്നു. ബൊളിവാർ എപ്പോഴും ഓർക്കുന്ന ഒരു സംഭവം ഇക്കാലത്തുണ്ടായി. ഒരിക്കൽ രാജകുമാരൻ ബൊളിവാറിനെ ടെന്നിസ് കളിക്കാൻ ക്ഷണിച്ചു. കളിയിൽ രാജകുമാരന് ഒട്ടും മികവ് കാണിക്കാൻ പറ്റിയില്ല. അയാൾ പരിഭ്രാന്തനായി കളി അവസാനിപ്പിക്കാൻ ശ്രമിച്ചു. എന്നാൽ രാജ്ഞിയുടെ നിർബ്ബന്ധപ്രകാരം കളിതുടർന്നു. ഈ രാജകുമാരനാണ് പില്ക്കാലത്ത് ഫെർഡിനാന്റ് ഏഴാമൻ എന്ന പേരിൽ സ്പെയിനിലെ രാജാവായത്. ഈ രാജാവിന്റെ ദക്ഷിണ അമേരിക്കൻ സാമ്രാജ്യത്തിന്റെ ഭാഗങ്ങളാണ് പില്ക്കാലത്ത് സൈമൺ ബൊളിവാർ യുദ്ധത്തിലൂടെ വിമോചിപ്പിച്ചത്.

യുവാവായ ബൊളിവാറുടെ മുമ്പാകെ മാതൃരാജ്യത്തെ സ്പാനിഷ് അധിനിവേശത്തിൽനിന്നും വിമോചിപ്പിക്കുക എന്ന ആശയം ആദ്യമായി അവതരിപ്പിച്ചത് സുഹൃത്തായ മാർക്വേസ് ഡി ഉസ്റ്റാറിസ് ആയിരുന്നു. ബൊളിവാർക്ക് ആ ആശയം ഇഷ്ടമായി. അതിനെക്കുറിച്ച് വളരെ ആവേശത്തോടെയാണ് അയാൾ പിന്നീട് സംസാരിച്ചത്. എന്നാൽ ഇക്കാര്യത്തിലുള്ള പ്രായോഗിക വിഷമതകൾ ചൂണ്ടിക്കാട്ടി ബൊളിവാറുടെ ആവേശത്തെ തണുപ്പിക്കാനാണ് മറ്റു സുഹൃത്തുക്കൾ ശ്രമിച്ചത്. ദിവസങ്ങളോളം ഇവരുടെ ചർച്ചകൾ നീണ്ടു. മാർക്വസ് ഉസ്റ്റാറിന്റെ വീട്ടിൽവെച്ചാണ് ബൊളിവാർ മരിയ തെരേസ റോഡ്രിക്സ് എന്ന പെൺകുട്ടിയുമായി പരിചയപ്പെടുന്നത്. മാർക്വേസ് ഡി ഉസ്റ്റാറിന്റെ മരുമകളായിരുന്നു ഇവർ. ആദ്യദർശനത്തിൽ തന്നെ അവർ അനുരാഗത്തിലായി. വൈകാതെ ബൊളിവാർ മരിയ തെരേസയുടെ പിതാവ് ഡോൺ ബർഡോ റോഡ്രിക്സിനെ സമീപിച്ച് തനിക്ക് മകളെ വിവാഹം ചെയ്തുതരണമെന്ന് അഭ്യർത്ഥിച്ചു. അദ്ദേഹം വിവാഹത്തിന് സമ്മതിച്ചെങ്കിലും രണ്ടുപേരുടെയും പ്രായം കണക്കിലെടുത്ത് അല്പംകൂടി കഴിയട്ടെ എന്ന് പറഞ്ഞു. ബൊളിവാർക്ക് 18 ഉം മരിയ തെരേസയ്ക്ക് 15 മായിരുന്നു അപ്പോൾ പ്രായം.

1801 ൽ ബൊളിവാർ പാരീസിലേക്ക് പോയി. ബൊളിവാർ ഫ്രഞ്ച് വിപ്ലവത്തിന്റെയും നെപ്പോളിയൻ ബോണപ്പാർട്ടിന്റെയും ആരാധകനായിരുന്നു. നെപ്പോളിയന്റെ നേതൃത്വത്തിലുള്ള ഫ്രഞ്ച് റിപ്പബ്ലിക്കിനെ ഭരണത്തിന്റ ഏറ്റവും മികച്ച മാതൃക എന്നാണ് അദ്ദേഹം വിശേഷിപ്പിച്ചിരുന്നത്.

ഫ്രഞ്ച് വിപ്ലവത്തിനുശേഷമുണ്ടായ അരാജകത്വം നെപ്പോളിയൻ എങ്ങനെ മറികടന്നു എന്നും രാഷ്ട്രപുനർനിർമ്മാണത്തിലൂടെ നെപ്പോളിയന്റെ അധികാരം എങ്ങനെ കല്ലിന്മേൽ കല്ലായ് ഉയർന്നുവന്നു എന്ന കാര്യവും വിശകലനംചെയ്തു പഠിച്ചു. നെപ്പോളിയനായിരുന്നു അക്കാലത്ത് കൊണ്ടാടപ്പെട്ട ഏറ്റവും വലിയ മഹാൻ. ഈജിപ്തിൽ നിന്നും സിറിയയിൽനിന്നും വിജയശ്രീലാളിതനായി തിരിച്ചെത്തിയ, മരൻഗോവിലും ഹൊഹെൻലിന്റനിലും വിജയം ആവർത്തിക്കുകയും, ലുനിവില്ലി സമാധാന കരാർ ഒപ്പുവെക്കുകയും ചെയ്ത നെപ്പോളിയനെക്കുറിച്ചുള്ള ബൊളിവാറിന്റെ ആഹ്ലാദഭരിതമായ ആസ്വാദനങ്ങൾ ആരെയും ആകർഷിക്കുന്നവയായിരുന്നു. യൂറോപ്യൻ ചരിത്രത്തിൽ നെപ്പോളിയന് സമാനതകളില്ലായിരുന്നുവല്ലോ.

1802 ൽ ബൊളിവാർ മാഡ്രിഡിലേക്ക് തിരിച്ചുപോയി. തന്റെ പ്രിയ കാമുകി മരിയ തെരേസയെ വിവാഹം ചെയ്തു. അവളോടൊപ്പം എത്രയുംവേഗം വെനസ്വേലയിലേക്കു തിരിച്ചുപോയി തനിക്ക് ഇതിനകം സിദ്ധിച്ചു കഴിഞ്ഞിരുന്ന അളവറ്റ സമ്പത്തും കുടുംബ വ്യാപാരങ്ങളും നോക്കിനടത്തി ജീവിതം അടിച്ചുപൊളിക്കാം എന്നായിരുന്നു പരിപാടി. എന്നാൽ ദുർവിധി അദ്ദേഹത്തിനു വീണ്ടും കനത്ത പ്രഹരം ഏല്പിച്ചു. 1803 ൽ വിഷൂചിക ബാധിച്ച് മരിയ തെരേസ മരിച്ചു. പത്തുമാസം മാത്രമേ ബൊളിവാറിനു ഭാര്യയുടെ കൂടെ കരാക്കസ്സിൽ താമസിക്കുവാൻ കഴിഞ്ഞുള്ളൂ. പ്രണയനിർഭരനായ അദ്ദേഹത്തിന്റെ മനസ്സിലെ സ്വപ്നങ്ങളെല്ലാം ഒരു ഭൂകമ്പത്തിലെന്നപോലെ പൊടുന്നനവേ തകർന്നടിഞ്ഞു. ഇരുപത്തിയൊന്നാമത്തെ വയസ്സിൽ വിഭാര്യനായിത്തീർന്ന അദ്ദേഹം അഭിമുഖീകരിച്ച ശൂന്യത നമുക്ക് ഊഹിക്കാവുന്നതേയുള്ളൂ. വ്യക്തി എന്ന നിലയിൽ ബന്ധങ്ങളും ബാദ്ധ്യതകളുമൊന്നും അവശേഷിക്കാത്ത അവസ്ഥയിൽ മറ്റു പല കാര്യങ്ങളിലേക്കും ശ്രദ്ധ കേന്ദ്രീകരിക്കുവാൻ അദ്ദേഹത്തിന് ഈ ദുരന്തം ഒരു വഴിത്തിരിവായി അനുഭവപ്പെട്ടിരിക്കാം.

ബൊളിവാർ യൂറോപ്പിലേക്കു പോകുവാൻ തീരുമാനിച്ചു. ആദ്യം മാഡ്രിഡിൽ പോയി ഭാര്യയുടെ ദുരന്തം അവളുടെ പിതാവിനെ അറിയിക്കുക എന്ന വേദനാജനകമായ കൃത്യം നിർവ്വഹിച്ചു. പിന്നീട് പാരീസിലേക്കുപോയി. അപ്പോഴേക്കും നെപ്പോളിയന്റെ സാമ്രാജ്യം അവിടെ സ്ഥാപിക്കപ്പെട്ടുകഴിഞ്ഞിരുന്നു. ബൊളിവാർക്ക് നെപ്പോളിയനോടുണ്ടായിരുന്ന ആരാധന മുഴുവൻ തവിടുപൊടിയായി. നരകത്തിന്റെ ബുദ്ധിപരത എന്നാണ് നെപ്പോളിയന്റെ പിന്നീടുള്ള ചെയ്തികളെ ബൊളിവാർ വിശേഷിപ്പിച്ചത്. നെപ്പോളിയന്റെ കിരീടധാരണ മഹോത്സവത്തിന് അദ്ദേഹം പോയതേയില്ല. സുഹൃദ്‌വലയത്തിൽ അദ്ദേഹം നെപ്പോളിയന്റെ ഏറ്റവും വലിയ വിമർശകനായിത്തീർന്നു. സുഹൃത്തുക്കളുമായി അദ്ദേഹം ഏറ്റവും കൂടുതൽ പങ്കുവെച്ചത് ലാറ്റിനമേരിക്കൻ രാജ്യങ്ങളുടെ സ്വാതന്ത്ര്യത്തെക്കുറിച്ചുള്ള സ്വപ്നങ്ങളായിരുന്നു. അദ്ദേഹത്തോട് പൂർണ്ണമായും യോജിച്ചിരുന്നില്ലെങ്കിലും ആ സ്വപ്നങ്ങൾ വിവരിക്കുമ്പോഴുള്ള

ആത്മാർത്ഥതയുടെ സ്വരം അവർ തിരിച്ചറിഞ്ഞു.

1805 ൽ ബൊളിവാർ ഇറ്റലിയിലൂടെ ഒരു കാൽനടയാത്ര നടത്തി. പഴയ ട്യൂട്ടർ സിമൊൻ റോഡ്രിക്സ് ആയിരുന്നു സഹയാത്രികൻ. ഈ യാത്ര അദ്ദേഹത്തിന് ജനങ്ങളെക്കുറിച്ചും ഭൂമിശാസ്ത്രത്തെക്കുറിച്ചും ഒരുപാട് പുതിയ അറിവുകൾ പകർന്നുനല്കി. മിലാനിൽ നെപ്പോളിയൻ ഇറ്റലിയിലെ രാജാവായി കിരീടധാരണം നടത്തുന്നത് അദ്ദേഹം കണ്ടു. ഫ്രഞ്ച് ചക്രവർത്തിക്ക് ഗാർഡ് ഓഫ് ഓണർ നല്കിക്കൊണ്ട് ഇറ്റാലിയൻ സൈന്യം മാർച്ച് ചെയ്യുന്നത് അദ്ദേഹം നോക്കിനിന്നു. എല്ലാ രാജകീയ ആഘോഷങ്ങളോടും ഏകാധിപത്യത്തോടും രാജവാഴ്ചയോടുമുള്ള അദ്ദേഹത്തിന്റെ വിദ്വേഷത്തിന് കരുത്ത് പകർന്നുകൊണ്ടിരുന്നു.

മിലാനിൽനിന്നും അദ്ദേഹം ഫ്ളോറൻസ്, വെനീസ്, റോം, നേപ്പിൾസ് എന്നിവിടങ്ങളിലേക്കെല്ലാം പോയി; കാൽനടയായിത്തന്നെ. തന്റെ നിരീക്ഷണപാടവത്തിന്റെ ഊർജ്ജംകൊണ്ട് ജനവികാരത്തിന്റെ അലകളുടെ സഞ്ചാരപഥങ്ങൾ നേരിട്ടു മനസ്സിലാക്കുകയായിരുന്നു അദ്ദേഹം. സ്വന്തം ജനങ്ങൾക്ക് നല്കേണ്ട സ്വാതന്ത്ര്യത്തെക്കുറിച്ചുള്ള സ്വപ്നങ്ങളിൽനിന്നും യാഥാർത്ഥ്യത്തിലേക്കുള്ള പാത മനസ്സിൽ വരച്ചെടുക്കുകയായിരുന്നു അദ്ദേഹം. റോമിലായിരുന്നപ്പോൾ അദ്ദേഹവും സഹയാത്രികനും ഒരിക്കൽ മൗണ്ട് അവന്റിനിലേക്ക് പോയി. ആ മലനിരകളിലെ മേഘപാളികളെ സാക്ഷിനിർത്തി അദ്ദേഹം ആദ്യമായി തന്റെ മാതൃരാജ്യത്തിലെ ജനങ്ങൾ നേരിടുന്ന ചൂഷണങ്ങളെക്കുറിച്ചും മർദ്ദനങ്ങളെക്കുറിച്ചും സഹയാത്രികനോട് സംസാരിച്ചു. അവരുടെ മനസ്സിൽ തളം കെട്ടിക്കിടക്കുന്ന രോഷവും സ്വാതന്ത്ര്യവാഞ്ഛയും പരസ്പരം കൈമാറി. വെനസ്വേലയുടെ സ്വാതന്ത്ര്യത്തെക്കുറിച്ചുള്ള സംസാരം അവരെ ആവേശത്തിന്റെ കൊടുമുടിയിൽ എത്തിച്ചു. പരസ്പരം കൈകൾ ഗ്രഹിച്ചുകൊണ്ട് തങ്ങളുടെ രാജ്യത്തെ സ്വതന്ത്രമാക്കുമെന്ന് അവർ പ്രതിജ്ഞയെടുത്തു.

ഇറ്റലിയിൽ നിന്ന് അദ്ദേഹം യു എസ് എയിലേക്കുപോയി. ബോസ്റ്റൺ, ന്യൂയോർക്ക്, ഫിലഡെൽഫിയ തുടങ്ങി യു എസ് എ യിലെ പ്രധാന നഗരങ്ങളെല്ലാം സന്ദർശിച്ചു. 1806 ൽ അദ്ദേഹം കരാക്കസിൽ തിരിച്ചെത്തി. ആദ്യത്തെ കുറച്ചുകാലം തന്റെ എസ്റ്റേറ്റ് കാര്യങ്ങളും മറ്റും നോക്കി സമയം ചെലവഴിച്ചു. അപ്പോഴും അദ്ദേഹത്തിന്റെ മനസ്സിന്റെ ആഴങ്ങളിൽ മാതൃരാജ്യത്തിന്റെ വിമോചന ശ്രമങ്ങൾക്കുവേണ്ടിയുള്ള ഫലഭൂയിഷ്ഠമായ മണ്ണ് ഒരുക്കപ്പെട്ടുകൊണ്ടിരിക്കുകയായിരുന്നു.

വെനസ്വേല വിമോചനത്തിന് ഒരുങ്ങുന്നു

അമേരിക്കയിലെ കോളനികളുടെ കൂട്ടത്തിൽ വെനസ്വേലയ്ക്ക് സ്പെയിൻ അത്രയൊന്നും പ്രാധാന്യം കല്പിച്ചിരുന്നില്ല. പെറുവിലേയും മെക്സിക്കോയിലേയും ധാതുസമ്പത്തായിരുന്നു അവരുടെ മുഖ്യ ആകർഷണകേന്ദ്രം. അക്കാലത്ത് വെനസ്വേല താരതമ്യേന ഒരു ദരിദ്ര രാജ്യമായിരുന്നു. അത് സ്പെയിനിലേക്കുള്ള കപ്പലുകളിൽ വേണ്ടത്ര സ്വർണ്ണവും വെള്ളിയും നിറച്ചിരുന്നില്ല. സ്പെയിൻ നിരവധി ഭരണപരിഷ്കാരങ്ങൾ കൊണ്ടുവന്നുവെങ്കിലും അതൊന്നും വിജയിച്ചില്ല. വെനസ്വേലയും സ്പെയിനും തമ്മിൽ വാർത്താവിനിമയ ബന്ധങ്ങളൊന്നും നിലവിലുണ്ടായിരുന്നില്ല. 1706 മുതൽ 1722 വരെ വെനസ്വേലിയൻ തുറമുഖങ്ങളിൽ നിന്ന് സ്പെയിനിലേക്ക് കപ്പലുകളൊന്നും പുറപ്പെടുകയുണ്ടായിട്ടില്ല. ഇരുരാജ്യങ്ങളും തമ്മിലുള്ള വാണിജ്യ ഇടപാടുകൾക്ക് ആരിൽ നിന്നും വലിയ പ്രോത്സാഹനമൊന്നും ലഭിച്ചിരുന്നില്ല. സ്പെയിനിൽ നിർമ്മിക്കപ്പെടുന്ന വ്യാവസായിക ഉല്പന്നങ്ങൾ വാങ്ങുവാൻ മാത്രമേ വെനസ്വേലക്കാർക്ക് സ്വാതന്ത്ര്യമുണ്ടായിരുന്നുള്ളൂ. അതിനാൽ അവിടെ പ്രാദേശികമായി വ്യവസായങ്ങളൊന്നും വളർന്നില്ല. അഥവാ ഏതെങ്കിലും തരത്തിലുള്ള ഉല്പന്നങ്ങൾ ഉണ്ടെങ്കിൽ അവയ്ക്കുമേൽ ഉയർന്ന കടത്തുകൂലിയും ഭാരിച്ച നികുതിയും ചുമത്തിയിരുന്നു. ഒരുഭാഗത്ത് നികുതിഭാരത്താൽ ഞെരുക്കപ്പെടുകയും മറുഭാഗത്ത് അവഗണനകൊണ്ട് വന്ധീകരിക്കപ്പെടുകയും ചെയ്ത ഒരു കോളനിയായിരുന്നു വെനസ്വേല. ഈ അവസ്ഥ വെനസ്വേലക്കാരുടെ മനസ്സിൽ അസ്വസ്ഥകൾ ഉരുണ്ടുകൂടാനിടയാക്കി. മാറ്റത്തിന് വേണ്ടിയുള്ള അഭിനിവേശം ആ മനസ്സുകളിൽ മുളപൊട്ടാൻ ആരംഭിക്കുകയും ചെയ്തു. ദേശവാസികളായ വെള്ളക്കാർക്കിടയിൽ വോൾട്ടയർ, റൂസ്സോ, മൊണ്ടേസ്ക്യൂ തുടങ്ങിയ ഫ്രഞ്ച് ചിന്തകരുടെ സ്വാതന്ത്ര്യത്തെക്കുറിച്ചുള്ള കാഴ്ചപ്പാടുകൾ ചെറിയ

തോതിൽ പ്രചരിച്ചിരുന്നു. യു എസ് എ യിൽ അലയടിച്ചിരുന്ന ദേശീയ ബോധവും, ഫ്രഞ്ച് വിപ്ലവത്തിന്റെ സന്ദേശവും വെനസ്വേലയിലേക്ക് പതിയെ എത്തിക്കൊണ്ടിരുന്നു.

18-ാം നൂറ്റാണ്ടിന്റെ അവസാനം സ്പെയിൻ ഫ്രാൻസിനെതിരെ ഇംഗ്ലണ്ടുമായി സഖ്യത്തിലേർപ്പെട്ടു. 1795 ൽ ഈ യുദ്ധം അവസാനിച്ചപ്പോൾ സ്പെയിൻ സാന്റോ ദൊമിങ്ഗോ ദ്വീപ് ഫ്രാൻസിന് വിട്ടുകൊടുക്കേണ്ടിയുംവന്നു. ഒരു വർഷം കഴിയുമ്പോഴേക്കും സ്പെയിൻ ഇംഗ്ലണ്ടിനെതിരെ ഫ്രാൻസുമായി സഖ്യത്തിലേർപ്പെട്ടു. അഭിശപ്തമായ ഈ യുദ്ധത്തിന്റെ അവസാനം 1802 ൽ സന്ധി സംഭാഷണങ്ങൾക്കെല്ലാമൊടുവിൽ സ്പെയിനിന് ഗ്രിനിദാദ് ദ്വീപ് ഇംഗ്ലണ്ടിന് വിട്ടുകൊടുക്കേണ്ടി വന്നു. യുദ്ധങ്ങളിലുണ്ടായ ഈ നേട്ടത്തിന്റെ ഫലമായി ഇംഗ്ലണ്ടും ഫ്രാൻസും സ്പെയിനിന്റെ കോളനികളിൽ രൂപംകൊള്ളുന്ന വിപ്ലവങ്ങളെയും അട്ടിമറികളെയും പരോക്ഷമായി പ്രോത്സാഹിപ്പിച്ചുകൊണ്ടിരുന്നു. 1797 ൽ കരാക്കസിൽ കലാപത്തിനുള്ള മറ്റൊരു ശ്രമംകൂടി നടന്നു. ഇതിനുമുമ്പ് 1730 ൽ നടന്ന കലാപവും ഈ കലാപവും നിഷ്കരുണം അടിച്ചമർത്തപ്പെട്ടു. നേതാക്കൾക്കെല്ലാം വധശിക്ഷ ലഭിച്ചു. കുറേപ്പേരെ നാടുകടത്തി. ബാക്കിയുള്ളവർ തടവിലാക്കപ്പെടുകയും ചെയ്തു. എങ്കിലും ഈ കലാപത്തോടെ വിമോചനം എന്ന ആശയത്തിന് മെക്സിക്കോ, പെറു, തെക്കേ അമേരിക്കൻ വൻകരയുടെ ഏറ്റവും തെക്കുഭാഗത്തു കിടക്കുന്ന രാജ്യങ്ങൾ എന്നിവിടങ്ങളിലെല്ലാം വ്യാപകമായ പ്രചാരം ലഭിച്ചു.

ഈ കാലഘട്ടത്തിൽ മറ്റൊരു വെനസ്വേലക്കാരൻ യൂറോപ്പിൽ വളരെയധികം ശ്രദ്ധിക്കപ്പെട്ടു. കരാക്കസിൽ ജനിച്ചുവളർന്ന ദോൺ ഫ്രാൻസിസ്കോ മ്റാൺഡ. ഇദ്ദേഹം സ്പാനിഷ് പട്ടാളത്തിൽ ആഫീസറായി ദീർഘകാലം ജോലി ചെയ്തിരുന്നു. പിന്നീട് വടക്കേ അമേരിക്കൻ കോളനികളോടൊപ്പം ജോർജ്ജ് വാഷിങ്ടണിന്റെ നേതൃത്വത്തിൽ ഇംഗ്ലീഷുകാർക്കെതിരെ യുദ്ധംചെയ്തു. ഇതുപോലെ സ്പെയിൻകാരിൽ നിന്നും തന്റെ മാതൃരാജ്യമായ വെനസ്വേലയെ മോചിപ്പിക്കുക എന്നൊരു സ്വപ്നം മനസ്സിൽ സൂക്ഷിച്ചു. ഇതിനായുള്ള പ്രചരണ പ്രവർത്തനങ്ങളിലും, മറ്റു രാജ്യങ്ങളുടെ സഹായം നേടിയെടുക്കുന്നതിലും വേണ്ടത്ര വിജയം വരിക്കാനാകാതെ ഇദ്ദേഹം യൂറോപ്പിലേക്ക് പോയി. ഇടക്കാലത്ത് ഫ്രാൻസിലെ വിപ്ലവ സൈന്യത്തിൽ ചേർന്ന് ജനറൽ പദവിയിലെത്തി. നെപ്പോളിയനുമായി ഇടഞ്ഞ ഇദ്ദേഹം 1802 ൽ അവിടെനിന്നും നാടുകടത്തപ്പെട്ടു. യൂറോപ്യൻ രാഷ്ട്രീയത്തിലെ പ്രധാനവ്യക്തിത്വങ്ങളും അക്കാലത്തെ ലോകസംഭവവികാസങ്ങളിലൂടെ ഉണ്ടായ നിർണ്ണായകമായ നേട്ടങ്ങളിൽ സുപ്രധാന പങ്കുവഹിച്ചവരുമെല്ലാം ഇദ്ദേഹത്തിന്റെ സൗഹൃദവലയത്തിൽ ഉണ്ടായിരുന്നു. തെക്കെഅമേരിക്കയിലെ രാജ്യങ്ങളെ സ്പാനിഷ് അധിനിവേശത്തിൽനിന്നും മോചിപ്പിക്കുന്നതിനുള്ള പദ്ധതികളെപ്പറ്റി ഇവരുമായെല്ലാം നിരന്തരം സംസാരിച്ചുകൊണ്ടിരുന്നു. ഇംഗ്ലണ്ടിൽ അദ്ദേഹം ആഗ്രഹിച്ച ശ്രദ്ധ നേടിയെടുക്കാൻ കഴിയാഞ്ഞ

തിനാൽ വീണ്ടും അമേരിക്കയിലേക്ക് തന്നെ തിരിച്ചെത്തി. ന്യൂയോർക്കിൽവെച്ച് അദ്ദേഹത്തിന് ഒരു ചെറിയ സൈന്യം സ്വരുക്കൂട്ടുവാൻ സാധിച്ചു. 1806 മാർച്ചിൽ മൂന്നു ബോട്ടുകളിലായി ഈ സൈന്യം വെനസ്വേലയിൽ വന്നിറങ്ങി. ജാഗരൂകരായിരുന്ന സ്പാനിഷ് സൈന്യം ഈ മുന്നേറ്റത്തെ ആക്രമിച്ചു തുരത്തി. അവശേഷിച്ച ഒരു ബോട്ടുമായി മ്റാൺഡ വെസ്റ്റിന്റീസിലേക്ക് രക്ഷപ്പെട്ടു. അവിടെ വെച്ച് ഒരു ഇംഗ്ലീഷ് അഡ്മിറലിന്റെ സഹായത്തോടെ കുറേക്കൂടി വലിയൊരു സൈന്യവുമായി വൈകാതെ അദ്ദേഹം വീണ്ടും വെനസ്വേലയിൽ വന്നിറങ്ങി. ഖോറോ നഗരം പിടിച്ചടക്കി. ജനപിന്തുണയില്ലായ്മയാണ് തന്റെ പ്രധാന ദൗർബല്യമെന്ന് അദ്ദേഹം തിരിച്ചറിഞ്ഞു. തന്റെ സൈന്യത്തോടൊപ്പം അസംതൃപ്തരായ ജനങ്ങൾ മുഴുവൻ അണിനിരക്കും എന്നായിരുന്നു പ്രതീക്ഷ. ഇദ്ദേഹത്തിന്റെ ശ്രമങ്ങളോട് പ്രാദേശിക ജനവിഭാഗം തികച്ചും വിമുഖരായിരുന്നു. മ്റാൺഡയുടെ സൈന്യത്തിൽ ഭൂരിപക്ഷവും വിദേശികളാണ് എന്നതായിരുന്നു ഈ വിമുഖതയ്ക്ക് പ്രധാന കാരണം. ജനങ്ങൾ മ്റാൺഡയുടെ പരിശ്രമം തങ്ങളുടെ വിമോചനത്തിനുവേണ്ടിയുള്ള പരിശ്രമമായി തിരിച്ചറിഞ്ഞില്ല. ഇംഗ്ലീഷ് കോളനിയായ ജമൈക്കയിൽ നിന്ന് പ്രതീക്ഷിച്ച സഹകരണവും ലഭിച്ചില്ല. നിരാശനായ അദ്ദേഹം ലണ്ടനിലേക്ക് തന്നെ തിരിച്ചുപോയി.

ഇതിനിടയിൽ ചില ആഭ്യന്തര പ്രശ്നങ്ങളുടെ ഫലമായി സ്പെയിനിലെ ചക്രവർത്തി തന്റെ അധികാരങ്ങളെല്ലാം നെപ്പോളിയന് മുമ്പാകെ അടിയറവെച്ചു. നെപ്പോളിയൻ തെരഞ്ഞെടുക്കുന്ന ആളായിരിക്കും ഇനിയങ്ങോട്ട് സ്പെയിനിലെ രാജാവ് എന്ന നിബന്ധനയോടെ. നെപ്പോളിയൻ തന്റെ അനുജനായ ജോസഫ് ബോണപ്പാർട്ടിനെ സ്പെയിനിലെ രാജാവായി അവരോധിച്ചു. 1808 ലാണ് ഇത് സംഭവിച്ചത്. സ്പെയിനിലെ ആഭ്യന്തര പ്രശ്നങ്ങളോ നെപ്പോളിയന്റെ വരവോ ഒന്നും സ്പെയിനിലെ ജനങ്ങൾ ഗൗരവത്തിലെടുത്തിരുന്നില്ല. അവരുടെ മനസ്സിലെ അസ്വസ്ഥതകൾ ഒടുവിലൊരു വിമോചന പ്രസ്ഥാനമായി രൂപംകൊണ്ടു.

ഗവർണ്ണറോട് സ്പെയിനിലെ നഗരസഭാമേധാവികൾ കരാക്കസിലും സ്പെയിനിലെപ്പോലെ ഒരു ഭരണകേന്ദ്രം (ഹുൻടാസ്) രൂപീകരിക്കാൻ ആവശ്യപ്പെട്ടു. സ്പെയിനിൽ സ്ഥാപിക്കപ്പെട്ട പുതിയ ഭരണകൂടത്തിന്റെ പരമാധികാരം സ്പെയിൻകാരും സ്പെയിനിന്റെ കോളനികളും അംഗീകരിക്കണമെന്ന് അവർ ആവശ്യപ്പെട്ടു. ഇക്കാര്യത്തിൽ വെനസ്വേലയിലും ചില കാർമേഘങ്ങൾ ഉരുണ്ടുകൂടാൻ തുടങ്ങി. ഒരു ഹുൻടാസ് (ഭരണകേന്ദ്രം) കരാക്കാസിൽ രൂപീകരിക്കണമെന്നും, ഈ ആശയം യാഥാർത്ഥ്യമാക്കുന്നതിനുവേണ്ടി വെനസ്വേലയിലെ പൗര പ്രധാനികളുടെ ഒരു യോഗം സൈമൺ ബൊളിവാറുടെ വീട്ടിൽ ചേരണമെന്നും തീരുമാനിക്കപ്പെട്ടു. ഇതിൽ പങ്കെടുത്തവരെല്ലാം യുവാക്കളായിരുന്നു. കുടുംബബന്ധങ്ങളും സൗഹൃദങ്ങളുമായിരുന്നു ഇവരെ ഒന്നിപ്പിച്ചു നിർത്തിയത്. ആ കൂട്ടത്തിൽ ബൊളിവാറുടെ അടുത്ത ബന്ധുവും ടോറയിലെ

മാർക്വിസും ആയ ഡോൺജോൺഫെലിക്സ് റിബാസും ഉണ്ടായിരുന്നു. റിബാസിന്റെ വീട്ടിൽ വെച്ചായിരുന്നു കൂടിയാലോചനകൾ പലതും നടന്നത്. കരാക്കാസിൽ ഒരു ഹുൻടാസ് സ്ഥാപിച്ചു കിട്ടുന്നതിനുവേണ്ടി ഒരു ഹരജി സമർപ്പിക്കുന്നതിന് തീരുമാനമായി. ഇവരുടെ കൂടിയാലോചനകൾ അധികാരികളുടെ ശ്രദ്ധയിൽപ്പെട്ടു. ഇവരെ തടവിലാക്കുവാൻ പ്രാദേശിക കേന്ദ്രം കല്പന നല്കി. എന്നാൽ അപ്പോഴേക്കും സ്പെയിനിലെ പരമാധികാര കേന്ദ്രം 1809 ൽ എല്ലാ കോളനികളെയും അംഗീകരിച്ചു. തുടർന്ന് പട്ടാളഭരണാധികാരികൾ എല്ലാ സ്പാനിഷ് കോളനികളും സ്പാനിഷ് രാജവംശത്തിന്റെ ഭാഗമാണെന്ന് പ്രഖ്യാപിച്ചു. ഇത് എല്ലാ സ്പാനിഷ് കോളനികൾക്കും സ്പെയിനിനോടൊപ്പം പ്രാധാന്യം നല്കുന്ന ഒരു പ്രഖ്യാപനമായി കണക്കാക്കപ്പെട്ടിരുന്നു. യാഥാർത്ഥ്യം അതായിരുന്നില്ല. കാരണം ഹുൻടാസിലേക്കുള്ള തിരഞ്ഞെടുപ്പ് നടത്തുന്നത് ജനങ്ങളായിരുന്നില്ല. പൗരസഭയുടെ ഉപദേശപ്രകാരം ക്യാപ്റ്റൻ ജനറലായിരുന്നു നടത്തിയിരുന്നത്. അതിലെ പ്രാതിനിധ്യമാകട്ടെ തികച്ചും അസന്തുലിതവും. 32 സ്പെയിൻകാർ തിരഞ്ഞെടുക്കപ്പെടുമ്പോൾ അമേരിക്കക്കാർ 12 പേർ മാത്രമായിരുന്നു ഉൾപ്പെടുത്തപ്പെടുക.

ആ വർഷം മേയിൽ ഒരു പുതിയ ക്യാപ്റ്റൻ ജനറൽ വെനസ്വേലയിൽ നിയമിക്കപ്പെട്ടു. ഡോവിസെന്റ് എംപാരൻ. ഇയാൾ മുൻഗാമികളെ അപേക്ഷിച്ച് കുറേക്കൂടി വലിയ രാജപക്ഷപാതി (റോയലിസ്റ്റ്) ആയിരുന്നു. സിറ്റി കൗൺസിലിൽനിന്നും ജനങ്ങളിൽനിന്നും ഇയാൾ അകന്നുനിന്നു. കച്ചവടരംഗത്ത് കൂടുതൽ തടസ്സങ്ങൾ സൃഷ്ടിച്ചു. പ്രമുഖരായ പലരും നാടുകടത്തപ്പെടുകയോ തടവിലാക്കപ്പെടുകയോ ചെയ്യപ്പെട്ടു. അച്ചടിച്ച രേഖകൾ വിദേശത്തു നിന്നും സ്വീകരിച്ചു എന്നതുപോലും വലിയകുറ്റമായി കണക്കാക്കി. ഒറ്റുകാരുടെ ഒരു നീണ്ട ശൃംഖല തന്നെ ഉണ്ടാക്കി.

1810 ആകുമ്പോഴേക്കും ഒരു ഭാഗത്ത് എംപാരൻ അയാളുടെ ശക്തി കൂടുതൽ കൂടുതൽ ഉറപ്പിക്കുവാൻ എല്ലാ രീതിയിലും ശ്രമിച്ചുകൊണ്ടിരുന്നു. മറുഭാഗത്ത് രാജ്യസ്നേഹികൾ കഴിയുന്ന സ്ഥലങ്ങളിലെല്ലാം സംഘടിച്ച് അവരുടെ ആദർശങ്ങൾക്കനുസൃതമായ പ്രവർത്തനങ്ങൾ നടത്തിക്കൊണ്ടുമിരുന്നു. ബൊളിവാർ ഏതു സമയത്തും നാടുകടത്തപ്പെടാം എന്ന അവസ്ഥ സംജാതമായി. പല പ്രമുഖരുടെമേലും നിയമത്തിന്റെ കുരുക്കുകൾ മുറുകാൻ തുടങ്ങി. ഇതേസമയത്തുതന്നെ ഫ്രഞ്ച്പട്ടാളം സ്പെയിനിലെ എല്ലാ എതിർപ്പുകളും അടിച്ചമർത്തി. ഹുൻടാസിന്റെ നേതൃനിരയിലുണ്ടായിരുന്നവർ ഒന്നടങ്കം കാഡിസ് എന്ന സ്ഥലത്തേക്ക് അഭയം തേടി രക്ഷപ്പെട്ടു. കാഡിസും ഫ്രഞ്ചുകാരുടെ അധീനതയിൽ വന്നു എന്നൊരു ഊഹാപോഹം വെനസ്വേലയിൽ പരന്നതോടെ അവിടത്തെ രാജ്യസ്നേഹികൾ എന്തെങ്കിലും കടുത്ത നടപടികൾ സ്വീകരിച്ചേ മതിയാകൂ എന്ന തീരുമാനത്തിലെത്തി.

1810 ലെ പെസഹ വ്യാഴാഴ്ച ഏപ്രിൽ 19 ന് സിറ്റി കൗൺസിൽ അംഗങ്ങളെല്ലാം കരാക്കാസ്സ് പള്ളിയിലെ പ്രാർത്ഥനയിൽ പങ്കെടുക്കു

വാൻ തീരുമാനിച്ചു. അന്നത്തെ പ്രാർത്ഥനയിൽ പങ്കെടുക്കുവാൻ എംപാരൻ പ്രത്യേകം ക്ഷണിക്കപ്പെട്ടിരുന്നു. പ്രാർത്ഥനയ്ക്ക് പോകുന്നതിനുമുമ്പ് കൗൺസിൽ അംഗങ്ങൾ അദ്ദേഹത്തെ സമീപിച്ചു. വെനസ്വേലയ്ക്ക് സ്വന്തമായ ഒരു ഗവൺമെന്റ് രൂപീകരിക്കേണ്ടത് അത്യാവശ്യമാണെന്നും രാജ്യത്തെയും രാജാവിന്റെ അധികാരത്തെയും സംരക്ഷിക്കുവാൻ ഇതേ മാർഗ്ഗമുള്ളൂ എന്നും അറിയിച്ചു. അദ്ദേഹം ദേവാലയത്തിലെ ചടങ്ങുകൾക്കുശേഷം ഇക്കാര്യത്തെപ്പറ്റി സംസാരിക്കാം എന്നു പറഞ്ഞ് വേഗം സ്ഥലം വിടാൻ നോക്കി. ദേവാലയത്തിലേക്കു കടക്കുന്നതിന് മുമ്പ് ഫ്രാൻസിസ്കോ സെലിയാസ് എന്നു പേരുള്ള ഒരു രാജ്യസ്നേഹി അദ്ദേഹത്തെ തടഞ്ഞുകൊണ്ട് അങ്ങ് കൗൺസിലിലേക്ക് തിരിച്ചുപോകണം എന്തുകൊണ്ടെന്നാൽ പൊതുജനം അതാഗ്രഹിക്കുന്നു എന്ന് ഉറച്ച ശബ്ദത്തിൽ പറഞ്ഞു. സൈന്യം തന്നെ പിന്തുണയ്ക്കുവാൻ സന്നദ്ധരല്ല എന്നു മനസ്സിലാക്കിയ എംപാരന് പിന്നെ കൗൺസിൽ യോഗത്തിലേക്ക് മടങ്ങുകയേ നിവൃത്തിയുണ്ടായിരുന്നുള്ളൂ. വൈമനസ്യത്തോടെ അയാൾ കൗൺസിൽ യോഗത്തിൽ തിരിച്ചെത്തി. കൗൺസിലിന്റെ എല്ലാ ആവശ്യങ്ങൾക്കും വഴങ്ങിക്കൊടുക്കുവാൻ അയാൾ നിർബ്ബന്ധിതനായി. ക്യാപ്റ്റൻ ജനറൽ പുറത്താക്കപ്പെടുകയും പ്രാദേശികമായി തിരഞ്ഞെടുക്കപ്പെട്ട ഒരു ഗവൺമെന്റ് സ്ഥാപിക്കപ്പെടുകയും ചെയ്തു. സ്വയംഭരണാധികാരമുള്ള ഒരു ഗവൺമെന്റ് അധികാരത്തിൽ വന്നതായി പ്രഖ്യാപിക്കപ്പെട്ടു.

പുതിയ ഹുൻടാസിന്റെ ആദ്യ നടപടികൾ ബുദ്ധിപൂർവ്വവും സാവകാശവുമായിരുന്നു. എംപാരനും മറ്റ് സ്പാനിഷ് അധികാരികളും പുറത്താക്കപ്പെട്ടു. സ്പെയിൻകാരായ സാധാരണക്കാർക്കെല്ലാം സഹോദരതുല്യമായ പരിഗണന ലഭിക്കുമെന്ന് ഉറപ്പുകൊടുത്തു. എല്ലാ അമേരിക്കക്കാർക്കും തുല്യപരിഗണന നല്കിക്കൊണ്ട് ഹുൻടാസിന്റേതായി ഒരു സന്ദേശം വൻകരയിലെ മറ്റെല്ലാ രാജ്യങ്ങൾക്കും അയച്ചു. ഇതാ വെനസ്വേല ഒരു സ്വതന്ത്രരാജ്യമായി സമാന രാജ്യങ്ങൾക്കിടയിൽ സ്ഥാനം പിടിച്ചിരിക്കുന്നു. ഇക്കാര്യം ഞങ്ങളുടെ അയൽരാജ്യക്കാരായ നിങ്ങളെ അറിയിക്കുവാൻ ഞങ്ങൾക്ക് അതിയായ സന്തോഷമുണ്ട്. കാരണം പുതിയലോകത്തെക്കുറിച്ചുള്ള വെനസ്വേലയുടെ സ്വപ്നങ്ങൾ നിങ്ങളുടേതുമായി ഒത്തുചേർന്ന് പോകുന്നുണ്ടെങ്കിൽ നിങ്ങളുടെ സഹായം ക്ലേശകരവും എന്നാൽ മഹനീയവുമായ ഞങ്ങളുടെ ഉദ്യമത്തിന് ഏറെ ആശ്വാസം പകരും. മേന്മയുള്ളതും നിയമനിബദ്ധവുമായ സ്വാതന്ത്ര്യമായിരിക്കും ഞങ്ങളുടെ ലക്ഷ്യം. ഐക്യവും വിശാലമനസ്കതയും സാഹോദര്യവും ഞങ്ങൾ നിങ്ങളിൽ നിന്ന് പ്രതീക്ഷിക്കുന്നു. കാരണം ഈ മഹത്തായ തത്ത്വങ്ങൾ മുൻനിർത്തി ഒന്നിച്ചുണരുന്ന ഒരു അമേരിക്കയുടെ പ്രവർത്തനവും അവരർഹിക്കുന്ന രാഷ്ട്രീയമാന്യതയും എങ്കിലേ പൂർണ്ണമായ അർത്ഥത്തിൽ അതിന് നിർവ്വചിക്കുവാൻ കഴിയൂ.

പിന്നീട് ചില ധീരമായ നടപടികൾകൂടി പുതിയ ഹുൻടാസ്

കൈക്കൊണ്ടു. നമ്മുടെ നാട്ടിൽ പണ്ട് താണ ജാതിക്കാർ ഉയർന്ന ജാതിക്കാരോട് ആദരസൂചകമായി നിർബ്ബന്ധിതമായി കാണിച്ചിരിക്കേണ്ട ആചാരങ്ങൾ ഉണ്ടായിരുന്നല്ലോ. അതിന് തുല്യമായ ചില ആചാരങ്ങൾ അമേരിക്കയിലെ ആദിമനിവാസികൾ(ഇന്ത്യൻസ്) അനുഷ്ഠിക്കേണ്ടതുണ്ടായിരുന്നു. അവയൊന്നും ഇനിമുതൽ പാലിക്കേണ്ടതില്ല എന്ന പ്രഖ്യാപനമായിരുന്നു ഒന്ന്. അതായത് വർണ്ണവിവേചനത്തിനെതിരായ ചില നടപടികൾ. അൽക്കബല എന്ന അധികനികുതി റദ്ദാക്കി. അടിമക്കച്ചവടം നിരോധിച്ചു. ഗവൺമെന്റിന്റെ പ്രവർത്തനം സുഗമവും സുതാര്യവുമാക്കാൻ പല വകുപ്പുകളും രൂപീകരിച്ചു. ക്യാപ്റ്റൻ ജനറലിന്റെ കീഴിലുണ്ടായിരുന്ന പഴയ പ്രവിശ്യകളിലേക്കെല്ലാം ഈ സ്വാതന്ത്ര്യ പ്രസ്ഥാനവുമായി ഒന്നിച്ചു ചേരാനുള്ള അഭ്യർത്ഥനയുമായി പ്രതിനിധികളെ അയക്കുകയായിരുന്നു മറ്റൊരു ധീരമായ കാൽവെപ്പ്. വിദേശരാജ്യങ്ങളുമായി നയതന്ത്രബന്ധം സ്ഥാപിക്കുന്ന ആദ്യത്തെ രാജ്യമായി ഇത് മാറി. അറിയപ്പെടുന്ന മിക്ക രാജ്യങ്ങളിലേക്കും നയതന്ത്ര പ്രതിനിധികൾ അയക്കപ്പെട്ടു. വെനസ്വേലയുടെ ആദ്യനയതന്ത്ര പ്രതിനിധിയായി ലണ്ടനിലേക്ക് അയക്കപ്പെട്ടത് സൈമൺ ബൊളിവാറായിരുന്നു.

വെനസ്വേലയുടെ മിക്ക പ്രവിശ്യകളും കരാക്കാസ്സ് കാണിച്ച മാർഗ്ഗം പിന്തുടർന്നു. എന്നാൽ ചില പ്രദേശങ്ങൾ വിട്ടുനിന്നു. അതിൽ പ്രധാനപ്പെട്ടവ ഖോറോ, മരക്കൈബോ എന്നിവയായിരുന്നു. ഇവർ വെനസ്വേലയിലെ വിമോചന പ്രസ്ഥാനത്തെ ശക്തമായി എതിർത്തു. മരക്കൈബോയിലേക്ക് അയക്കപ്പെട്ട വെനസ്വേലയുടെ പ്രതിനിധികളെ രാജ്യദ്രോഹികളായി കണക്കാക്കി അവർ തടവിലാക്കി. പ്യൂർട്ടോകബേലി ജയിലിലേക്ക് അയച്ചു. ചില നയതന്ത്ര പ്രതിനിധികൾ മാന്യമായി സ്വീകരിക്കപ്പെട്ടു. മറ്റു ചിലർ അവഗണിക്കപ്പെട്ടു. ബൊളിവാറിന് ലണ്ടനിൽ നല്ല സ്വീകരണം ലഭിച്ചുവെങ്കിലും ഇംഗ്ലണ്ടും സ്പെയിനുമായി ഒരു ഉടമ്പടി നിലനിന്നിരുന്നതിനാൽ പറയത്തക്ക സഹായങ്ങളൊന്നും അവിടെ ലഭിച്ചില്ല. നയതന്ത്ര പ്രതിനിധി എന്നതിന് പുറമെ വെനസ്വേലയ്ക്കും അതിന്റെ രാഷ്ട്രീയ ലക്ഷ്യങ്ങൾക്കും വേണ്ടിയുള്ള പ്രചരണ പ്രവർത്തനങ്ങളുടെ ഭാഗമായി ചില ലേഖനങ്ങൾ എഴുതി പ്രസിദ്ധീകരിക്കുകയും പ്രസംഗങ്ങൾ നടത്തുകയും ചെയ്തു.. അയാൾ ഭാഗഭാക്കായ പ്രസ്ഥാനത്തിന് വേണ്ടി ധാരാളം സുഹൃത്തുക്കളെ സമ്പാദിച്ചു. ഈ പ്രവർത്തനങ്ങൾക്ക് അമേരിക്കൻ ഭൂഖണ്ഡത്തിലുടനീളം സ്വാധീനമുണ്ടാക്കാൻ കഴിഞ്ഞു. സമാധാനത്തിനുവേണ്ടിയുള്ള വെനസ്വേലയുടെ ഉത്കൃഷ്ടമായ നിലപാടുകൾക്ക് എങ്ങും നല്ല സ്വീകാര്യത ലഭിച്ചു. ഈ സ്വീകാര്യത സ്പെയിനിനും മറ്റൊരർത്ഥത്തിൽ ഗുണകരമായി. കടന്നുകയറ്റക്കാർക്കെതിരെ പോരാടുന്നവർക്ക് സഹായം നല്കാനും, അവർക്ക് ആവശ്യം വരുമ്പോൾ സ്വന്തം മണ്ണിൽ അഭയം നല്കാനും വെനസ്വേല തയ്യാറായി. എന്നാൽ സ്പെയിനിൽ ഇതിനകം സ്ഥാപിക്കപ്പെട്ടുകഴിഞ്ഞിരുന്ന കൗൺസിൽ

ഓഫ് റീജിയൻസ് വെനസ്വേലിയൻ സ്വാതന്ത്ര്യ പോരാളികളെ രാജ്യ ദ്രോഹികളും വിഘടനവാദികളുമായി കണക്കാക്കി. കരാക്കാസിനെതിരെ ശക്തമായ ഉപരോധം ഏർപ്പെടുത്തുകയും ചെയ്തു. ഈ ഉപരോധം വെനസ്വേലിയൻ ജനതയെ ഉണർത്തുകയും അവരുടെ അന്തിമ ലക്ഷ്യ ത്തിന് പഴയതിൽ നിന്നും വ്യത്യസ്തമായ ഒരു ഭാവവും രൂപവും നല്കേ ണ്ടതുണ്ടെന്ന് പഠിപ്പിക്കുകയും ചെയ്തു.

സ്പെയിനിന്റെ ഉപരോധം വെനസ്വേലൻ തീരങ്ങളിൽ അരാജകത്വം പടർത്തി. അവിടെ കടൽക്കൊള്ളക്കാരും ആയുധക്കപ്പലുകളും നിറഞ്ഞു. രാജ്യത്തിനുള്ളിലെ പ്രതിലോമശക്തികൾ കലാപങ്ങളും ചെറുകൈയേ റ്റങ്ങളും പ്രോത്സാഹിപ്പിച്ചു. പുതിയ ഗവൺമെന്റിനോട് അനുഭാവം കാണിച്ചിരുന്ന നഗരങ്ങൾ രാജഭക്തന്മാർ (റോയലിസ്റ്റുകൾ) ആക്രമിച്ചു നശിപ്പിച്ചു. പുതിയ ഗവൺമെന്റിനോട് അനുഭാവം പ്രകടിപ്പിക്കുന്നവരെ തെരഞ്ഞുപിടിച്ച് ഉപദ്രവിക്കാൻ തുടങ്ങി. പുതിയ ഗവൺമെന്റ് രക്ത ച്ചൊരിച്ചിൽ ഒഴിവാക്കുന്നതിനുവേണ്ടി സ്പെയിനിലെ രാജാവ് ഫെർണാണ്ടോ ഏഴാമനോടുള്ള കൂറ് എല്ലാ അർത്ഥത്തിലും തുടരുവാൻ സന്നദ്ധരാണെന്ന് അറിയിച്ചു. യുദ്ധത്തിലൂടെയല്ലാതെ പ്രശ്നം പരിഹ രിക്കുന്നതിനുവേണ്ടി ഖോറോയേയും മരക്കൈബോയേയും പ്രേരിപ്പിച്ചു. ഒത്തുതീർപ്പിനു വഴങ്ങാത്ത റോയലിസ്റ്റുകളുടെ നിലപാട് കാരണം സ്പെയിനുമായി ഉടമ്പടികളൊന്നും ഉണ്ടാക്കാനും കഴിഞ്ഞില്ല.

ഈ സമയത്ത് ലണ്ടനിലായിരുന്ന സൈമൺ ബൊളിവാർ കാര്യ ങ്ങളുടെ കിടപ്പ് മനസ്സിലാക്കി ആകെ അസ്വസ്ഥനായി. ഇത്തരുണത്തിൽ തന്റെ സാന്നിദ്ധ്യം വെനസ്വേലയ്ക്കാണ് കൂടുതൽ ആവശ്യം എന്ന യാൾക്ക് ബോദ്ധ്യമായി. കഴിയുന്നതും വേഗം വെനസ്വേലയിലേക്കെ ത്താൻ അയാൾ തീരുമാനിച്ചു. ഇത്തവണ തനിച്ച് മടങ്ങുവാനല്ലായിരുന്നു തീരുമാനം. വെനസ്വേലയുടെ മോചനത്തിന് നേതൃത്വം നല്കുവാൻ പരി ചയസമ്പന്നനായ ഒരാളെ കണ്ടെത്തി കൂടെക്കൊണ്ടുപോകുവാൻ തീരു മാനിച്ചു. വെനസ്വേലയുടെ മോചനത്തിനുവേണ്ടി സ്വന്തമായ ചില ശ്രമ ങ്ങളെല്ലാം നടത്തി പരാജയപ്പെട്ട് നിരാശനായി ലണ്ടനിൽ പ്രവാസിയായി കഴിയുന്ന മിറാൺഡയിലേക്ക് അയാളുടെ ശ്രദ്ധ പതിഞ്ഞു. മിറാൺഡയെ വെനസ്വേലയിലേക്ക് തിരികെ വന്ന് സ്വാതന്ത്ര്യത്തിനുവേണ്ടി പ്രവർത്തി ക്കുവാൻ ബൊളിവാർ പ്രേരിപ്പിക്കുവാൻ തുടങ്ങി. മിറാൺഡയുടെ പ്രസക്തി വർദ്ധിപ്പിക്കുന്ന രീതിയിൽ അദ്ദേഹത്തിന്റെ മുൻകാല പ്രവർത്തനങ്ങളെ പ്രകീർത്തിച്ചുകൊണ്ട് ലേഖനങ്ങളെഴുതി. ഒടുവിൽ ബൊളിവാറുടെ സ്നേഹാദരങ്ങളോടെയുള്ള പ്രേരണയുടെ ഫലമായി മിറാൺഡ വെനസ്വേലയിലേക്ക് തിരിച്ചെത്തി. വെനസ്വേലയിലെ ഹുൺടാസ് മിറാൺഡയെ ആദരപൂർവ്വം സ്വീകരിച്ച് ലഫ്റ്റനന്റ് ജനറ ലായി നിയമിക്കുകയും ചെയ്തു. ആ സമയത്ത് കോൺഗ്രസിലേക്കുള്ള തിരഞ്ഞെടുപ്പ് നടക്കുകയായിരുന്നു. മിറാൺഡയെ കിഴക്കൻ വെനസ്വേ ലയിൽനിന്ന് ഡെപ്യൂട്ടിയായി തിരഞ്ഞെടുത്തു. നാല്പത്തിനാല് അംഗ

ങ്ങളുള്ള കോൺഗ്രസ് മൂന്ന് പേരടങ്ങുന്ന കാര്യനിർവ്വഹണാധികാരമുള്ള (എക്സിക്യൂട്ടീവ്) ഒരു പരമാധികാരസഭയ്ക്ക് അംഗീകാരം നല്കി. അങ്ങനെ ലാറ്റിനമേരിക്കയിലെ ആദ്യത്തെ സ്വതന്ത്ര പരമാധികാര ഗവൺമെന്റ് സ്ഥാപിതമായി.

മ്റാൺഡ വെനസ്വേലയെ നയിക്കുന്നു

പൊതുജനാഭിപ്രായം രൂപീകരിക്കപ്പെടുന്നതിൽ അക്കാലത്ത് നിരവധി ഘടകങ്ങൾ സജീവപങ്കുവഹിച്ചിരുന്നു. സ്വതന്ത്രമായി പ്രവർത്തിക്കുന്ന വാർത്താമാധ്യമങ്ങളും ജനപ്രീതിയുള്ള നേതാക്കന്മാരുടെ പ്രസംഗങ്ങളും ഇന്നത്തെപ്പോലെ അന്നും വലിയ പങ്ക് വഹിച്ചിരുന്നു. പ്രാസംഗികന്മാർ യോഗങ്ങളിൽ പുതിയ ആശയങ്ങളെക്കുറിച്ചും പുതിയ സ്ഥാപനങ്ങളെക്കുറിച്ചും അവയുടെ പ്രായോഗികവശങ്ങളെക്കുറിച്ചും ശ്രോതാക്കളെ ധരിപ്പിച്ചു. മ്റാൺഡയുടെയും ബൊളിവാറുടെയും നേതൃത്വത്തിൽ രൂപംകൊണ്ട പാട്രിയോട്ടിക് സൊസൈറ്റി (ദേശാഭിമാനികളുടെ സംഘം) എന്ന സംഘടന നിലകൊണ്ടതും പ്രവർത്തനങ്ങൾ സംഘടിപ്പിച്ചതും വടക്കെ അമേരിക്കയിലെ ഇംഗ്ലീഷ് കോളനികൾ വിമോചിപ്പിക്കാൻ ജോർജ്ജ് വാഷിങ്ടണിന്റെ നേതൃത്വത്തിൽ നടന്ന സമീപകാല ചരിത്രസംഭവങ്ങൾ മാതൃകയായി ചൂണ്ടിക്കാണിച്ചുകൊണ്ടായിരുന്നു. ചില ജനപ്രതിനിധികൾ ഈ സംഘടനയുടെ പ്രവർത്തനത്തെ വേണ്ടത്ര വിശ്വാസത്തിലെടുത്തിരുന്നില്ല. കോൺഗ്രസിന് ബദലായി ഈ സംഘടന വളരുമോ എന്നൊരു ഭീതിയായിരുന്നു അവർക്ക്. 3-7-1811 ന് നടത്തിയ ഒരു പ്രസംഗത്തിലൂടെ ബൊളിവാർ ഈ ഭീതിയെ ദൂരീകരിച്ചു. ഈ പ്രസംഗം ഒരു മികച്ച പ്രഭാഷകൻ എന്ന വിശേഷണം ബൊളിവാർക്ക് നേടിക്കൊടുത്തു. രണ്ടു കോൺഗ്രസ് നിലവിലുണ്ട് എന്ന ആക്ഷേപം അങ്ങനെ ഇല്ലാതാക്കി. സ്പെയിൻ നെപ്പോളിയൻ ബോണപ്പാർട്ടിന് മുമ്പിൽ മുട്ടുകുത്തിയാലും നമുക്കൊന്നും സംഭവിക്കില്ല. നമ്മൾ സ്വതന്ത്രരാകാൻ തീരുമാനിച്ചിരിക്കുന്നു. ഭയലേശമില്ലാതെ നമുക്ക് തെക്കേ അമേരിക്കൻ സ്വാതന്ത്ര്യത്തിന്റെ അസ്തിവാരം സ്ഥാപിക്കാം. അതിനു നാം തയ്യാറാകുന്നില്ല എങ്കിൽ അത് ആത്മഹത്യക്ക് തുല്യമാണ്, അവർ

പ്രഖ്യാപിച്ചു.

സൈമൺ ബൊളിവാറിന്റെയും മ്റാൺഡയുടെയും പ്രചരണപ്രവർത്തനങ്ങളുടെ ഫലമായി ജനങ്ങൾക്കിടയിൽ രൂപംകൊണ്ട വികാരങ്ങൾ പരിഗണിച്ച് കോൺഗ്രസിന് മുമ്പാകെ ദേശാഭിമാനികളുടെ സംഘം ഒരു മെമ്മോറാണ്ടം സമർപ്പിച്ചു. ഇത് 4-7-1811 ൽ കോൺഗ്രസിന്റെ പരിഗണനയക്ക് വന്നു. അത് കോൺഗ്രസിൽ വായിക്കപ്പെട്ടു. സ്പെയിനിന്റെ കോളനി എന്ന നിലയിൽ വെനസ്വേല സഹിക്കേണ്ടിവരുന്ന അനീതികളുടെയും അപമാനങ്ങളുടെയും ഒരു തുറന്നു കാട്ടലായിരുന്നു ആ രേഖ. സ്വതന്ത്രരായി ജീവിക്കാനും മരിക്കാനുമുള്ള സ്വാതന്ത്ര്യത്തിനുവേണ്ടിയും ഏഴു പ്രവിശ്യകളിലെയും ജനങ്ങൾക്ക് സ്വയംനിർണ്ണയാവകാശത്തിന് വേണ്ടിയും എന്തു ത്യാഗവും ചെയ്യാൻ തയ്യാറാണെന്നുമുള്ള ഒരു പ്രതിജ്ഞ കൂടിയായി ആ രേഖയെ കണക്കാക്കാം. ഈ രേഖ ഉണർത്തിയ ത്യാഗോന്മുഖമായ ഒരാവേശത്തിന്റെ ഫലമായി ഈ കോൺഗ്രസ് സമ്മേളനം വെനസ്വേലയുടെ സ്വാതന്ത്ര്യം പ്രഖ്യാപിച്ചു. അന്നുതന്നെ വെനസ്വേല സ്വന്തമായി ഒരു ദേശീയ പതാകയ്ക്ക് അംഗീകാരം നല്കുകയും ചെയ്തു. വിലങ്ങനെ മൂന്നു വരകൾ മഞ്ഞ, നീല, ചുവപ്പ് എന്നിങ്ങനെ നിറങ്ങളുള്ളതായിരുന്നു ആ പതാക. അത് വെനസ്വേലയുടെ ദേശീയ അഭിമാനത്തെ ആകാശത്തോളം ഉയരെ പറത്തി.

ഇക്കാലമത്രയും ഏറെ രക്തച്ചൊരിച്ചിലില്ലാതെ സമാധാനപൂർവ്വമായിരുന്നു ഈ വിപ്ലവം മുന്നോട്ടു പോയിരുന്നത്. കരാക്കാസിന്റെ പടിഞ്ഞാറ് ഭാഗത്തുള്ള പ്രവിശ്യയായ വെലൻഷിയയിലെ റോയലിസ്റ്റുകൾ ഈ ഗവൺമെന്റിനെതിരെ കലാപം നടത്തുകയും ഖോറോയിലേയും മരക്കൈബോയിലേയും സ്പാനിഷ് ഗവർണ്ണർമാരോട് സഹായം അഭ്യർത്ഥിക്കുകയും ചെയ്തു. മ്റാൺഡ ഈ നഗരങ്ങളെ ബൊളിവാറുടെ സഹായത്തോടെ വളഞ്ഞുകീഴടക്കി. മറ്റു ചില ഭാഗങ്ങളിലും കലാപം പൊട്ടിപ്പുറപ്പെട്ടുവെങ്കിലും പെട്ടെന്നുതന്നെ അതെല്ലാം അടിച്ചമർത്തി. പുതിയ ഭരണവ്യവസ്ഥയെ ചില നഗരങ്ങൾ ആഹ്ലാദപൂർവ്വം എതിരേറ്റു. ഇവരിൽക്കൂടി പ്രകടിപ്പിക്കപ്പെട്ട ജനങ്ങളുടെ രാഷ്ട്രീയ ആവശ്യങ്ങൾ കോൺഗ്രസിന് പുതുതായി പഠിക്കാനുള്ള വിഷയങ്ങളായി. തുടക്കത്തിൽത്തന്നെ ഫെഡറൽ സമ്പ്രദായത്തിനുവേണ്ടി വാദിക്കുന്നവരും, കേന്ദ്രീകൃതഭരണവ്യവസ്ഥയ്ക്കുവേണ്ടി വാദിക്കുന്നവരും വിരുദ്ധ ചേരികളിലായിരുന്നു. വെനസ്വേലയിലെ ജനങ്ങൾ ഒരു ഫെഡറൽ റിപ്പബ്ലിക്കിന്റെ കടമകൾ മനസ്സിലാക്കുവാൻ കഴിയാത്തവരും, അതിനെക്കുറിച്ച് ഒട്ടും അറിവില്ലാത്തവരുമായിരുന്നു. അതുകൊണ്ടുതന്നെ ബൊളിവാർ ഫെഡറൽ സമ്പ്രദായത്തെ എതിർത്തു. ഒടുവിൽ ഫെഡറൽ സമ്പ്രദായത്തെ പിന്തുണയ്ക്കുന്നവർ വിജയിക്കുകയും ഫെഡറൽ സമ്പ്രദായം സ്വീകരിക്കപ്പെടുകയും ചെയ്തു. ഇതിൽ പുരോഗമനപരമായ തത്ത്വങ്ങളും വ്യക്തിഗത പൗരാവകാശങ്ങളും ഉൾപ്പെടുത്തിയിരുന്നു. ഒരു പ്രധാ

നപ്പെട്ട സംഭവമായി ഇത് കൊളംബിയൻ ചരിത്രത്തിൽ രേഖപ്പെടുത്തപ്പെട്ടു. സ്പെയിനിന്റെ അധിനിവേശത്തിൽനിന്നും സ്വാതന്ത്ര്യം നേടുന്ന ആദ്യത്തെ രാജ്യത്തിന് കൊളംബിയ എന്ന് പേരിടുകയും ചെയ്തു. തെക്കെ അമേരിക്കയിലെ ദേശാഭിമാനികൾക്ക് മുഴുവൻ പ്രചോദനമായിത്തീർന്നു ഈ സംഭവം. ഈ ചരിത്ര സംഭവത്തിന്റെ മുഖ്യ ആസൂത്രകൻ സൈമൺ ബൊളിവാറായിരുന്നു. 1-3-1812 ൽ വെലൻഷിയ തലസ്ഥാനമായി കൊളംബിയ എന്ന രാജ്യം നിലവിൽ വന്നതായി പ്രഖ്യാപിക്കപ്പെട്ടു.

പുതിയ ഗവൺമെന്റിന്റെ പ്രവർത്തനങ്ങൾ റോയലിസ്റ്റുകൾ തടസ്സപ്പെടുത്തിയില്ല. എന്നാൽ വിപ്ലവത്തെ അടിച്ചമർത്താനുള്ള അവരുടെ പരിശ്രമങ്ങൾ അവസാനിച്ചിരുന്നുമില്ല. കിഴക്കൻ ഭാഗങ്ങളിലും ഓരിനോ താഴ്‌വരയിലും നിരന്തരം പ്രശ്നങ്ങൾ ഉണ്ടായിക്കൊണ്ടിരുന്നു. ഖോറോയും മരക്കൈബോയും പ്രത്യക്ഷത്തിൽ തന്നെ സ്പെയിനിന്റെ ഭാഗത്തായിരുന്നു. അവിടുത്തെ ഗവർണ്ണർമാർ സ്വാതന്ത്ര്യത്തിന്റെ ശത്രുക്കളുടെ സഹായികളായി. ഡൊമിംഗോ മൊന്തെവർദെ എന്നൊരു സ്പാനിഷ് നേവൽ ഓഫീസർ സ്പാനിഷ് വിരുദ്ധരെ അടിച്ചമർത്താനുള്ള നേതൃത്വം ഏറ്റെടുത്തു. പുതുതായി സ്ഥാപിക്കപ്പെട്ട ഗവൺമെന്റിനെതിരായി ഗൂഢാലോചന നടത്തിക്കൊണ്ടിരിക്കുന്ന റോയലിസിറ്റുകളുടെ നേതാവായി അയാൾ സ്വയം അവരോധിക്കപ്പെട്ടു. ദേശാഭിമാനികളുടെ ചെറിയൊരു സംഘത്തെ 23-3-1812 ന് അയാൾ പരാജയപ്പെടുത്തി. ഈ പരാജയവാർത്തയോടൊപ്പം അതിഭയങ്കരമായ പ്രകൃതിദുരന്തവും അവർക്ക് നേരിടേണ്ടി വന്നു.

1812 മാർച്ച് 26-ാം തീയതി അന്ന് പെസഹാ വ്യാഴാഴ്ചയാണെന്ന് മാത്രമല്ല പുതിയ ഹുൻടാസ് സ്ഥാപിക്കപ്പെട്ടിട്ട് ഒരു വർഷം തികയുകയുമാണ്. രണ്ടു ആഘോഷങ്ങൾക്കുമുള്ള തയ്യാറെടുപ്പുകൾ നാടെങ്ങും ആരംഭിച്ചു. പള്ളികളിൽ ആളുകൾ തിങ്ങി നിറഞ്ഞുകൊണ്ടിരുന്നു. പൊടുന്നനവേ ലോകാവസാനത്തിലെന്നപോലെ പ്രകൃതി മാറി മറിഞ്ഞു. നെവഗ്രനാദയുടെ അതിർത്തിയിൽ സ്ഥിതിചെയ്യുന്ന മെറിഡ പർവ്വത പ്രദേശത്ത് ഭൂമിക്കടിയിൽ നിന്ന് അലർച്ചയും കിടുക്കവും ഉയർന്നു. അത് വേഗത്തിൽ തെക്കുപടിഞ്ഞാറ് നിന്ന് വടക്കുകിഴക്കൻ ഭാഗത്തേക്ക് നീങ്ങി. ഇടിമുഴക്കത്തേക്കാൾ ഭീകരമായ ശബ്ദം അന്തരീക്ഷത്തിൽ നിറഞ്ഞു. ഭൂമി ഉയർന്നു പൊങ്ങി. തുടരെത്തുടരെ രണ്ട് ഭൂചലനങ്ങളുണ്ടായി. ഭൂതലം തിളയ്ക്കുന്ന വെള്ളം പോലെ ഉയർന്നു. ഇത് കുറേനേരം തുടർന്നു. നിമിഷങ്ങൾക്കകം കരാക്കാസ്, ലാഗുയിദ, മെറിഡ, ബാർകിസ്മെറ്റോ എന്നീ നഗരങ്ങളെല്ലാം വെറും മൺകൂമ്പാരങ്ങളായി മാറി. ഏതാണ്ട് ഒരു ലക്ഷത്തി ഇരുപതിനായിരം മനുഷ്യജീവൻ അവിടെ പൊലിഞ്ഞു. റോയലിസ്റ്റുകളുടെ അനുയായികളായ പുരോഹിതന്മാർ ഇത് വിപ്ലവകാരികളുടെ നടപടികൾക്കുള്ള ദൈവശിക്ഷയാണെന്ന് പ്രചരിപ്പിച്ചു. വിപ്ലവകാരികൾക്ക് സ്വാധീനമുള്ള സ്ഥലങ്ങളിലാണ് നാശന

ഷ്ടങ്ങൾ – ദൈവശിക്ഷ – കൂടതലായി അനുഭവപ്പെട്ടതെന്നും, റോയലിസ്റ്റുകൾക്ക് സ്വാധീനമുള്ള സ്ഥലങ്ങളിൽ പ്രകൃതിദുരന്തം അത്രയ്ക്കങ്ങ് ബാധിച്ചില്ലെന്നും അവർ പ്രചരിപ്പിക്കാൻ തുടങ്ങി.

ബൊളിവാർ ദുരിതബാധിത പ്രദേശങ്ങളിൽ ആശ്വാസമെത്തിക്കുവാനുള്ള ശ്രമങ്ങൾക്ക് നേതൃത്വം കൊടുത്തു. അന്തരീക്ഷ മലിനീകരണം ഉണ്ടാവാത്ത വിധത്തിൽ ശവശരീരങ്ങൾ മറവ് ചെയ്തു. പരിക്കുപറ്റിയവർക്ക് അടിയന്തര ശുശ്രൂഷയും നല്കി. വീട് നഷ്ടപ്പെട്ടവരെ പുനരധിവസിപ്പിക്കാനുള്ള ശ്രമങ്ങൾ ആരംഭിച്ചു. കൂട്ടത്തിൽ സ്വാതന്ത്ര്യ സമര പ്രവർത്തകരെ അപമാനിക്കുന്ന തരത്തിലുള്ള പ്രചരണങ്ങൾ നടത്തിവന്ന പുരോഹിതന്മാരെ തന്റെ പ്രഭാഷണങ്ങളിലൂടെ അമർച്ച ചെയ്യുകയും ചെയ്തു. പ്രകൃതി ദുരന്തത്തിന് പുറമെ മറ്റൊരു ദുരന്തം കൂടി വെനസ്വേലക്കാരെ കാത്തിരിക്കുന്നുണ്ടായിരുന്നു. സ്പാനിഷ് റോയലിസ്റ്റ് ഗവർണ്ണർമാരായ മൊന്തെ വെർദയും റായസെബെല്ലോസും ചേർന്നുള്ള മുന്നേറ്റം. ഇവർ മുന്നേറിക്കൊണ്ടിരുന്നത് സ്വാതന്ത്ര്യ സമര പ്രവർത്തകരെയും അനുഭാവികളെയും കൂട്ടക്കൊല ചെയ്തുകൊണ്ടായിരുന്നു. മൊന്തെവെർദെ സൃഷ്ടിച്ച ഭീതിയും ഭൂകമ്പത്തിന്റെ കെടുതികളുമെല്ലാം ചേർന്ന് റോയലിസ്റ്റുകൾക്ക് അനുകൂലമായ ഒരുമനോഭാവം ജനങ്ങളിലുണ്ടാക്കി. സ്വാതന്ത്ര്യ സമര ഭടന്മാരിൽ പലരും യുദ്ധത്തിനിടയിലും യുദ്ധയാത്രയ്ക്കിടയിലും മരിച്ചുവീണു. ദേശാഭിമാനികളുടെ ഗവൺമെന്റിന്റെ ശക്തിക്ഷയിച്ചു. മൊന്തെവെർദെ കിഴക്കോട്ടേക്ക് മുന്നേറി. പ്രധാന നഗരമായ ബാക്കിസ്മെറ്റോവിൽ പ്രവേശിച്ചു. ഇത് സ്വാതന്ത്ര്യ സമര സേനാനികളുടെ ചെറുത്തുനില്പുകളെ നിശ്ശേഷം തകർത്തുകളഞ്ഞു.

ഈ കഠിനകാലം പുതുതായി നിലവിൽവന്ന വിപ്ലവകാരികളുടെ ഗവൺമെന്റിനെ ഇതികർത്തവ്യതാമൂഢരാക്കി. അവർ മ്റാൺഡയെ സർവ്വസൈന്യാധിപനായി ഉയർത്തി. കടലിലും കരയിലുമുള്ള സൈന്യങ്ങളുടെ അധിപനായി അയാൾ ഭരണം തുടങ്ങി. ഒരാലോചനയുമില്ലാതെ വാലെൻഷിയ (കൊളംബിയയുടെ തലസ്ഥാനം) യിൽ നിന്ന് സൈന്യത്തെ ലാവിക്ടോറിയ എന്ന സ്ഥലത്തേക്ക് പിൻവലിച്ചു. ഇത് വാലൻഷിയയ്ക്കും കരാക്കാസിനും ഇടയിലുള്ള ഒരു നഗരമായിരുന്നു. മ്റാൺഡ കരാക്കാസിലേക്ക് കുറച്ചുകൂടി ശക്തി സംഭരിക്കുവാനുദ്ദേശിച്ച് നീങ്ങി. അവിടെ ബൊളിവാർ ഉണ്ടായിരുന്നു. ഇതിനകം ബൊളിവാറും മ്റാൺഡയും തമ്മിൽ മാനസികമായി അകന്നുകഴിഞ്ഞിരുന്നു. എങ്കിലും സർവ്വ സൈന്യാധിപൻ എന്ന നിലയിൽ അയാളെ അനുസരിക്കുവാൻ ബൊളിവാർ ബാദ്ധ്യസ്ഥനായി. മ്റാൺഡ ബൊളിവാറിനെ പ്യൂർട്ടോകബേലിയിലെ കോട്ട സംരക്ഷിക്കുവാൻ വേണ്ടി അയച്ചു. അപ്പോഴേക്കും മൊന്തെവെർദെ വാലെൻഷിയ പിടിച്ചു. പലഘടകങ്ങളും അവിചാരിതമായി മൊന്തെവെർദെയ്ക്ക് അനുഗുണമായി ഭവിച്ചു. മ്റാൺഡ വാലെൻഷിയ വളയുവാൻ വേണ്ടി തിരിച്ചെത്തിയപ്പോൾ മൊന്തെവെർദെ

വിജയത്തിൽനിന്ന് വിജയത്തിലേക്ക് കുതിക്കുകയായിരുന്നു. മ്‌റാൺഡ യാണെങ്കിൽ തെറ്റുകൾ വരുത്തിക്കൊണ്ടേയിരുന്നു. വാലെൻഷിയ ആക്ര മിക്കുന്നതിന് പകരം അയാൾ പ്രതിരോധത്തിലേക്ക് നീങ്ങി. ലാവിക്ടോ റിയയിലേക്ക് പിന്മാറിയ മ്‌റാൺഡയിൽ അദ്ദേഹത്തിന്റെ സൈനി കർക്കുള്ള വിശ്വാസം കുറഞ്ഞുവന്നു. എങ്കിലും ലാവിക്ടോറിയയിൽ മൊന്തെ വർദെയുടെ ആക്രമണം അയാൾക്ക് വിജയകരമായി ചെറു ത്തുനില്ക്കുവാൻ കഴിഞ്ഞു. എന്നാൽ തുടർച്ചയായി ആക്രമണം നട ത്താതെ ഒരു ദുശ്ശാഠ്യക്കാരനെപ്പോലെ പ്രതിരോധത്തിൽ ഉറച്ചുനിന്ന മ്‌റാൺഡയ്ക്ക് തന്റെ സൈന്യത്തിനുവേണ്ടി കൂടുതലൊന്നും നേടിയെ ടുക്കാൻ പറ്റിയില്ല. 12000 സൈനികർ കൂടെയുണ്ടായിരുന്ന മ്‌റാൺഡയ്ക്ക് ശത്രുവിന്റെ മേൽ എളുപ്പം വിജയം നേടാമായിരുന്നു. ഇതേസമയം പ്യൂർട്ടോ കബേലി കോട്ടയിലെ തടവുകാർ അവിടെ സ്പാനിഷ് പതാക ഉയർത്തിക്കഴിഞ്ഞിരുന്നു. ഒറ്റപ്പെട്ടുപോയ ബൊളിവാറിനെ മൊന്തെ വർദയ്ക്ക് എളുപ്പത്തിൽ പരാജയപ്പെടുത്താൻ പറ്റി. ബൊളിവാർ ലാഗ്വ വാറിയയിലേക്ക് രക്ഷപ്പെട്ടു.

മ്‌റാൺഡയുടെ അവസ്ഥ കൂടുതൽ കൂടുതൽ മോശമാകാൻ തുടങ്ങി. ഗവൺമെന്റിന്റെ കൈയിൽ വേണ്ടത്ര പണമുണ്ടായിരുന്നില്ല. ജനങ്ങൾ അസംതൃപ്തരായി. പട്ടാളക്കാരുടെ മനസ്സിലും അസംതൃപ്തി നുരച്ചു പൊങ്ങി. ഇതിന് കാരണം മ്‌റാൺഡയുടെ അധീശത്വ ഭാവമായിരുന്നു. കാലാബാസോ സമതലം റോയലിസ്റ്റുകളായ ഗറില്ലാസംഘങ്ങൾ പിടി ച്ചെടുത്തു. ഗറില്ലാ സംഘത്തിന്റെ ക്രൂരത എല്ലായിടത്തും ഭീതി വിതച്ചു. കരാക്കാസിന് കിഴക്ക് അടിമകളായ നീഗ്രോകളെ റോയലിസ്റ്റുകൾ പ്രോത്സാഹിപ്പിച്ച് മ്‌റാൺഡയ്ക്ക് എതിരായി തിരിച്ചുവിട്ടു. പൊരുതുന്ന നീഗ്രോകൾ തലസ്ഥാനത്തിന് വെല്ലുവിളിയായി. മൊന്തെവെർദെ വലെൻഷിയ പിടിച്ചടക്കിയപ്പോൾ എതിരാളിയായ മ്‌റാൺഡയുടെ ഹെഡ്ക്വാർട്ടേഴ്സ് കരാക്കാസിയിലേക്കുള്ള വഴിയിൽ പത്തു നാഴിക മാത്രം അകലെ ആയിരുന്നു. അയാളുടെ നിയന്ത്രണത്തിൽ റോയലി സ്റ്റുകളേക്കാൾ കൂടുതൽ സൈന്യവുമുണ്ടായിരുന്നു. എന്നാൽ മ്‌റാൺഡ തന്റെ ശക്തിയെല്ലാം ചോർന്നുപോയി എന്ന ഒരു വിഭ്രാന്തിയിൽ എങ്ങ നെയോ എത്തിച്ചേർന്നു. ആക്രമിക്കുവാനായി ധൈര്യപൂർവ്വം മുന്നേറു ന്നതിന് പകരം ഔട്ട് പോസ്റ്റുകളിലെ ചെറിയ ചെറിയ ചെറുത്തുനില്പു കൾക്കുവേണ്ടി അയാൾ സമയം ചെലവഴിച്ചു. മൊന്തെവെർദെയുടെ മറ്റൊരാക്രമണവും ദയനീയമായി പരാജയപ്പെട്ടു. കൂടുതൽ സൈന്യ വും പടക്കോപ്പുകളും സമാഹരിക്കുന്നതിനുവേണ്ടി അയാൾ മറാക്കോ യിലേക്ക് പിന്മാറി. ഈ സമയത്ത് വിജയാവേശത്തിലായിരുന്ന തന്റെ സൈന്യത്തോടൊപ്പം മ്‌റാൺഡ മുന്നേറിയിരുന്നെങ്കിൽ ഒരുപക്ഷേ, ശത്രു വിന്റെ പരാജയം പൂർണ്ണമാകുമായിരുന്നു. ഈ അനുകൂല ഘടകങ്ങ ളൊന്നും പരിചയ സമ്പന്നനായ ഈ പടനായകനെ മുന്നേറ്റത്തിന് പ്രേരി പ്പിക്കാൻ ഉതകിയില്ല, അയാൾ കരാക്കാസിലേക്ക് പിന്മാറി. അയാളുടെ

കൂടെയുള്ള സൈന്യത്തിൽ പലരും എതിർപക്ഷത്തേക്ക് കൂറുമാറുകയോ പട്ടാളത്തിൽനിന്ന് ഒളിച്ചോടുകയോ ചെയ്തു. 25-7-1812 ന് മ്റാൺഡ കീഴടങ്ങൽ കരാറിൽ ഒപ്പുവെച്ചു. മൊന്തെവെർദെ ലാവിക്ടോറിയ കീഴടക്കി 30-ാം തീയതി കരാക്കസിലേക്ക് പ്രവേശിച്ചു. മുഴുവൻ രാജ്യസ്നേഹികളും ഈ കീഴടങ്ങലിനെ അപലപിച്ചു. ഇത് മുഴുവൻ സൈന്യത്തിന്റെയും പ്രതീക്ഷ തകർത്തുകളഞ്ഞു എന്നും, സൈന്യത്തെ ഒന്നടങ്കം പിരിച്ചുവിടുന്നതിന് തുല്യമാണെന്നും അവർ അഭിപ്രായപ്പെട്ടു.

ഈ കീഴടങ്ങലിനെക്കുറിച്ചറിയാതെ ബൊളിവാർ ലാഗ്വയിറയിലെത്തിയിരുന്നു. മ്റാൺഡയുടെ ഹെഡ്ക്വാർട്ടേഴ്സിലേക്ക് നീങ്ങുമ്പോഴാണ് കീഴടങ്ങിയ വാർത്ത അറിയുന്നത്. അദ്ദേഹം ലാഗ്വയിറയിലേക്ക് തന്നെ മടങ്ങി. ജൂലൈ 30 ന് മ്റാൺഡ ബൊളിവാറെയും മറ്റ് വിപ്ലവനേതാക്കളെയും കാണുന്നതിനുവേണ്ടി ലാഗ്വയിറയിലേക്ക് തിരിച്ചു. മൊന്തെവെർദെ കീഴടങ്ങൽ കരാറിലെ വ്യവസ്ഥകൾ പാലിക്കുമെന്ന് അവരാരും വിശ്വസിച്ചിരുന്നില്ല. മ്റാൺഡയുടെ പലായനം തന്നെ അയാളും അത് വിശ്വസിക്കുന്നില്ല എന്നതിന് തെളിവാണ് എന്ന് ബൊളിവാർ വാദിച്ചു. അവരെല്ലാം രഹസ്യയോഗം ചേർന്ന് മ്റാൺഡയെ അറസ്റ്റ് ചെയ്യുവാൻ തീരുമാനിച്ചു. ഉറങ്ങുകയായിരുന്ന മ്റാൺഡയുടെ വാളും തോക്കും പിടിച്ചെടുത്ത ശേഷം അവർ അയാളെ വിളിച്ചുണർത്തി. ചെറുത്തുനില്പ് അസാദ്ധ്യമായതിനാൽ അറസ്റ്റിന് വിധേയനാവുകയേ നിവൃത്തി ഉണ്ടായിരുന്നുള്ളൂ. മൊന്തെവെർദെ കീഴടങ്ങൽ കരാറിലെ വ്യവസ്ഥകൾ പാലിക്കുമെന്ന് ഉറപ്പുണ്ടായിരുന്നുവെങ്കിൽ മ്റാൺഡ അവിടെത്തന്നെ നിന്ന് അത് പാലിക്കപ്പെടുന്നു എന്ന ഉറപ്പുവരുത്തണമായിരുന്നു. സ്വന്തം പട്ടാളത്തെ കുരുതി കൊടുത്ത രാജ്യദ്രോഹി എന്ന നിലയിൽ അയാൾക്ക് വധശിക്ഷ നല്കണമെന്ന് ശക്തമായ അഭിപ്രായമായിരുന്നു ബൊളിവാറിന്. എന്നാൽ മറ്റുള്ളവർ അത് അനുവദിച്ചില്ല. കീഴടങ്ങലിനെ അപലപിച്ചുകൊണ്ട് ബൊളിവാർ ഒരു പ്രസ്താവന നടത്തി. മൊന്തെവെർദെയുടെ നടപടികൾ യുദ്ധനിയമങ്ങൾക്ക് വിരുദ്ധമാണ്. ഗ്രാമീണരായ ആൾക്കൂട്ടങ്ങളെ മനുഷ്യത്വഹീനമായ നടപടികൾക്ക് പ്രേരിപ്പിക്കുന്നു. അവർ നാട്ടിലെങ്ങും പൈശാചിക താണ്ഡവമാടുകയാണ്. മൊന്തെവെർദെ കീഴടക്കിയ പ്രദേശങ്ങളിലെ ജനങ്ങളുടെ സ്വത്തിനും ജീവനും സംരക്ഷണം നല്കാനുള്ള ബാദ്ധ്യത അയാൾ നിറവേറ്റിയില്ല. മുൻകാല നടപടികൾക്കെല്ലാം സമാധാനപരമായ പൊതുമാപ്പെന്ന കാര്യവും പരിഗണിച്ചില്ല. മ്റാൺഡയുടെ നടപടികളെ വിലയിരുത്തിക്കൊണ്ട് ഏറ്റവും രൂക്ഷമായ വിമർശനങ്ങൾ നടത്തിയത് ബൊളിവാർ തന്നെ ആയിരുന്നു. ലണ്ടനിൽ പ്രവാസി ആയി കഴിഞ്ഞിരുന്ന അയാളെ നാട്ടിലേക്ക് തിരിച്ചുവരാനും സ്വാതന്ത്ര്യ സമരത്തിന്റെ നേതൃത്വം ഏറ്റെടുക്കുവാനും പ്രേരിപ്പിച്ച ബൊളിവാർ തന്നെയാണ് ഒരു പട്ടാളക്കാരൻ എന്ന നിലയിൽ അയാൾക്ക് വധശിക്ഷ നല്കണമെന്ന് വാദിച്ചതും. മിലിട്ടറി കമാന്റന്റ് ആയ കഡാസ് മ്റാൺഡയെ സ്പെയിൻകാരുടെ ദയയ്ക്ക് വിട്ടുകൊടുക്കാൻ തീരുമാ

നിച്ചു. പ്യൂർട്ടോകബേലയിലെ തടവുകാരനായി മാറിയ മ്റാൺഡയുടെ ഒത്തുതീർപ്പ് വ്യവസ്ഥകളെക്കുറിച്ചുള്ള അഭ്യർത്ഥനകളെല്ലാം വെറുതെയായി. മൊന്തെവെർദെ അയാളെ ജയിലുകളിൽനിന്ന് ജയിലുകളിലേക്ക് വലിച്ചിഴച്ചു. അവസാനം ഏതോ ഒരു കോട്ടയിലെ ഇരുട്ടറയിൽ ബന്ധനസ്ഥനായ നിലയിൽ അദ്ദേഹം മരിച്ചു. ഭൗതികാവശിഷ്ടം മറ്റ് സാധാരണ കുറ്റവാളികളുടേതിനൊപ്പം എറിയപ്പെട്ടു. അങ്ങനെ ആ മഹാനായ മനുഷ്യന്റെ--റഷ്യയിലെ കാതറൈൻ രണ്ടാമന്റെ പട്ടമഹഷിയുടെ അതിഥി ആയിരുന്ന, ജോർജ്ജ് വാഷിങ്ടണിന്റെ സഹയോദ്ധാവായിരുന്ന, ഫ്രഞ്ച് റിപ്പബ്ലിക്കിലെ ജനറൽ ആയിരുന്ന ആ മനുഷ്യന്റെ അന്ത്യമുണ്ടായത് ഒരു ഭൂഗർഭ ഇരുട്ടറയിൽ മൃഗത്തെപ്പോലെ ചങ്ങലയ്ക്കിട്ട അവസ്ഥയിലായിരുന്നു എന്നത് തികച്ചും വിധി വൈപരീത്യം തന്നെ.

പിന്നീട് കാലം കുറേച്ചെന്നു. വെനസ്വേല വിമോചിപ്പിക്കപ്പെട്ടപ്പോൾ മ്റാൺഡയ്ക്ക് കരാക്കാസിൽ ഉചിതമായ ഒരു സ്മാരകം പണിയിക്കപ്പെട്ടു. അതിൽ മനോഹരമായ ഒരു മാർബിൾ ശവകുടീരം – അദ്ദേഹത്തിന്റെ ഭൗതികാവശിഷ്ടങ്ങൾ കണ്ടെത്താനായില്ലെങ്കിലും – ശവകുടീരത്തിന്റെ മൂടി കൊത്തിത്തുറന്ന് അദ്ദേഹത്തിന്റെ ഭൗതികാവശിഷ്ടങ്ങൾ കൊത്തിവലിക്കാനായുന്ന ഒരു ആർത്തിപിടിച്ച കഴുകന്റെ രൂപം കൊത്തിവെച്ചിരിക്കുന്നുണ്ട്. വെനസ്വേലയുടെ ഈ പുത്രന് ഒരുപാട് തെറ്റുകൾ പറ്റിയിട്ടുണ്ടായിരിക്കാം എന്നാലും അദ്ദേഹത്തിന്റെ രാജ്യത്തോടുള്ള കൂറും, രാജ്യാഭിമാനവും സ്വാതന്ത്ര്യവാഞ്ഛയും സംശയങ്ങൾക്കെല്ലാം അതീതമായിരുന്നു. വെനസ്വേലയുടെ മഹാനായ നേതാക്കളിൽ ഒരാളായി, രക്തസാക്ഷിയായി അദ്ദേഹത്തിന്റെ പേര് ചരിത്രത്തിൽ രേഖപ്പെടുത്തിയിരിക്കുന്നു.

ബൊളിവാർ ഒരു ഫീനിക്സ് പക്ഷിയായി മാറുന്നു

മിറാൺഡ ഒപ്പുവെച്ച കീഴടങ്ങൽ ഉടമ്പടിക്ക് അതെഴുതിയ കടലാസിന്റെ വിലപോലും ആരും നല്കിയില്ലെന്ന് വേഗം തന്നെ തെളിയിക്കപ്പെട്ടു. ആഗസ്ത് 14 മുതൽ കരാക്കസിലും മറ്റ് നഗരങ്ങളിലും പട്ടാളം റോന്ത് ചുറ്റാൻ തുടങ്ങി. പ്രമുഖ നേതാക്കൾ തടവിലായി. ഹിംസയും ക്രൂരതയും എങ്ങും നടമാടി. തടവിലാക്കപ്പെട്ടവർ പ്യൂർട്ടോകബേലിയിലെ ഇരുട്ടറകളിൽ എറിയപ്പെട്ടു. തുറമുഖം അടച്ചുപൂട്ടി. പ്രധാന പൗരന്മാരുടെ സ്വത്തുവകകൾ കണ്ടുകെട്ടി. വെനസ്വേലിയൻ പൗരനാണ് എന്ന ഒറ്റ കാരണം മതിയായിരുന്നു ഒരാളെ സ്പെയിനിന്റെ ശത്രുവാണെന്ന് മുദ്രകുത്തുവാൻ. ഏറ്റവും സമാധാനപ്രിയർപോലും തടവറയിലേക്ക് വലിച്ചിഴയ്ക്കപ്പെട്ടു. അവരുടെ ഭാര്യമാരുടെയും കുട്ടികളുടെയും കണ്ണീരിന് മൊന്തെവെർദെയുടെ ഏജന്റുമാർ ഒരു വിലയും കല്പിച്ചില്ല. കരാക്കാസിലെയും പ്യൂർട്ടോകബേലിയിലെയും ജയിലുകൾ മനുഷ്യരെ കൊണ്ട് നിറഞ്ഞു. പലരും ഞെരുങ്ങി മരിച്ചു. ഒരു സ്പെയിൻകാരൻ മദ്യലഹരിയിൽ പ്യൂർട്ടോകബേലിയിലെ ആളുകൾ തിങ്ങിനിറഞ്ഞ ഒരു ഭൂഗർഭ ജയിലറയിലേക്ക് അഞ്ച് കുപ്പി വിനാഗിരി ഒന്നൊന്നായി വലിച്ചെറിഞ്ഞു. അവിടെ തടവിലിട്ടിരുന്ന മുഴുവൻ മനുഷ്യരും ശ്വാസംമുട്ടി മരിച്ചു.

ജൂലൈ 31 ന് ബൊളിവാർ ലാഗുയിറ വിട്ടു. സ്പാനിഷ് പോസ്റ്റുകളിൽ തിരിച്ചറിയപ്പെടാതെ കരാക്കസിലേക്ക് നീങ്ങി. അവിടെ മൊന്തെവെർദെയുടെയും ബൊളിവാറിന്റെയും പൊതുസുഹൃത്തായ ഫ്രാൻസിസ്കോ ഇത്തുർബയുടെ സഹായത്തോടെ കുറച്ചു ദിവസം ഒളിവിൽ കഴിഞ്ഞു. എന്നാൽ ഒന്നും ചെയ്യാതെ വെറുതെയിരിക്കുവാൻ അയാളുടെ മനഃസാക്ഷി അനുവദിച്ചില്ല. മനസ്സുനിറയെ വിമോചനത്തെക്കുറിച്ചുള്ള സ്വപ്നങ്ങൾ തിക്കിത്തിരക്കുകയായിരുന്നു. വെനിസ്വേലയ്ക്ക് പുറത്തുപോയി ഒരു സൈന്യം സംഘടിപ്പിക്കുക എന്ന അദമ്യമായ ആഗ്രഹം

അദ്ദേഹം സുഹൃത്തുക്കളോട് പറഞ്ഞു. രാജ്യം വിട്ടുപോവാൻ ഒരു പാസ്പോർട്ടില്ലാതെ പറ്റില്ലായിരുന്നു. പല ശ്രമങ്ങൾ നടത്തിയെങ്കിലും ഒന്നും വിജയിച്ചില്ല. ഒടുവിൽ ധൈര്യസമേതം മൊന്തെവെർദെയെ സമീപിക്കുക എന്നൊരു നിർദ്ദേശം ഫ്രാൻസിസ്കോ ഇത്തുർബാ മുന്നോട്ടു വെച്ചു. അയാൾ മൊന്തെവെർദെയുമായി സംസാരിച്ചു. ഒരു സന്ദർശത്തിനുള്ള അനുവാദം വാങ്ങി. ഇത്തുർബായും ബൊളിവാറും മൊന്തെവെർദെയുടെ മുമ്പാകെ ഹാജരായി. ആദ്യം മൊന്തെവെർദെ ഭീഷണിയുടെ സ്വരത്തിലാണ് സംസാരിച്ചത്. ബൊളിവാർ പ്യൂർട്ടോകബേലിയിൽവെച്ച് രണ്ട് സ്പെയിൻകാരെ കൊന്ന ആളാണ്. അതിനാൽ അയാൾ കീഴടങ്ങൽ ഉടമ്പടിയുടെ പരിധിയിൽ വരുന്നില്ല എന്നാണ് മൊന്തെവെർദെ ആദ്യം തന്നെ പറഞ്ഞത്. അതിന് ബൊളിവർ നിർവ്വികാരനായി ഇങ്ങനെ മറുപടി പറഞ്ഞു. കൊന്നു എന്ന കാര്യം ശരിയാണ്. പക്ഷേ, അവർ ചാരന്മാരായിരുന്നു. യുദ്ധ നിയമപ്രകാരം ശിക്ഷാർഹരാണ്. അപ്പോൾ മൊന്തെവെർദെ പറഞ്ഞു, മ്റാൺഡയെ അറസ്റ്റ് ചെയ്യുക വഴി നിങ്ങൾ രാജാവിന്റെ പ്രീതിക്ക് പാത്രീഭവിച്ചിരിക്കുന്നു. അതിന് ബൊളിവാർ ഇങ്ങനെ പ്രതിവചിച്ചു. അതായിരുന്നില്ല എന്റെ ഉദ്ദേശ്യമെന്നതിനാൽ താങ്കൾ എന്നിൽ ആരോപിച്ച രാജപ്രീതിയും അനുബന്ധ സൗഭാഗ്യങ്ങളും ഞാൻ നിരാകരിക്കുന്നു. മ്റാൺഡയിൽ ഞാൻ കണ്ടത് ഒരു രാജ്യദ്രോഹിയെയാണ്. അയാൾക്ക് ലഭിച്ചതാകട്ടെ അതിന് തക്കതായ ശിക്ഷയും. ഈ മറുപടി കേട്ട ഉടനെ മൊന്തെവെർദെ ക്ഷുഭിതനായി. താൻ നേരത്തെ ഇത്തുർബയ്ക്ക് നല്കിയ വാഗ്ദാനം പിൻവലിക്കുന്നതായി അറിയിച്ചു. ഒടുവിൽ ഈ രംഗത്തിന് സാക്ഷിയായ ഇത്തുർബയുടെ വ്യക്തിപരമായ ഇടപെടലിന്റെ ഫലമായി ബൊളിവാറിന് രാജ്യം വിടുന്നതിന് ആവശ്യമായ പാസ്പോർട്ട് ലഭിച്ചു. ആഗസ്ത് അവസാനം അദ്ദേഹം പാസ്പോർട്ടുമായി കുറാക്കാവോ എന്ന സ്ഥലത്തേക്ക് പുറപ്പെട്ടു. ഈ നടപടികൾ ബൊളിവാറുടെ ജീവിതത്തിന്റെ ആദ്യപാദത്തിന്റെ അവസാനം കുറിച്ചു. അദ്ദേഹത്തിന്റെ യൗവനം ദുഃഖകരവും എന്നാൽ ശ്രമകരവുമായിരുന്നു. ഒരു ദുരന്തവും അദ്ദേഹത്തെ കാര്യങ്ങൾ പഠിക്കുന്നതിൽ നിന്നോ ചെയ്യേണ്ട കാര്യങ്ങൾ കൃത്യതയോടെ ആസൂത്രണം ചെയ്യുന്നതിൽ നിന്നോ പിന്തിരിപ്പിച്ചില്ല. മ്റാൺഡയുടെ കീഴിൽ നേടിയ യുദ്ധാനുഭവങ്ങളും, യുദ്ധം ആസൂത്രണം ചെയ്ത് നടപ്പാക്കുന്നതിലെ പരിചയവും തന്റെ ലക്ഷ്യബോധത്തിന് കുറേക്കൂടി മിഴിവ് നല്കിയിട്ടുണ്ടെന്ന് അദ്ദേഹത്തിന് ബോദ്ധ്യമായി.

കുറക്കാവോയിലെ ദേശസ്നേഹികൾക്കൊപ്പം ബൊളിവാറും ചേർന്നു. അദ്ദേഹത്തിന്റെ ബന്ധുവും ഉറ്റസുഹൃത്തുമായ യോസാഫെലിക്സിനൊപ്പം സുഹൃത്തുക്കളുടെ കൂടെ ഒക്ടോബർ അവസാനംവരെ ചെലവഴിച്ചു. പിന്നീടദ്ദേഹം നെവഗ്രാനാദയിലെ ഒരു നഗരമായ കർതഹെനയിലേക്ക് കപ്പൽ കയറി. കർതഹെന അക്കാലത്ത് സ്പെയിനിൽനിന്നും മോചനം നേടിക്കഴിഞ്ഞിരുന്നു. അവിടത്തെ റിപ്പബ്ലിക്കൻ

ഗവൺമെന്റുമായി സഹകരിച്ച് പ്രവർത്തിക്കുവാൻ ബൊളിവാർ താല്പര്യം പ്രകടിപ്പിച്ചു. ഫ്രഞ്ചുകാരനായ പെഡ്രേലെ ബൂട്ടിന്റെ കീഴിൽ ബൊളിവാർ കേണലായി നിയമിക്കപ്പെട്ടു. സ്പെയിനിന്റെ അമേരിക്കയിലെ കോളനികൾക്ക് സ്വാതന്ത്ര്യം വേണമെങ്കിൽ സ്പെയിനിനോട് യുദ്ധം ചെയ്യുകയല്ലാതെ മറ്റ് മാർഗ്ഗങ്ങളില്ലാ എന്ന തന്റെ ആശയം പ്രകടിപ്പിച്ചുകൊണ്ടുള്ള ലേഖനങ്ങൾ എഴുതുന്നത് തുടരുകയും ചെയ്തു. തന്റെ പ്രതിഭയുടെ യഥാർത്ഥ മഹത്വം വെളിവാക്കുന്നതും, എക്കാലത്തും ഓർമ്മിക്കപ്പെടുന്നതുമായ ഒരുനിവേദനം തയ്യാറാക്കി. ആ വർഷാവസാനം അത് പ്രസിദ്ധീകരിക്കപ്പെട്ടു. വെനസ്വേലയുടെ പരാജയത്തിന്റെ കാരണങ്ങൾ അദ്ദേഹം അതിൽ വിശദീകരിച്ചു. ഇത് ഒരു പാഠമായി അമേരിക്കയിലെ കോളനികൾ മനസ്സിലാക്കണമെന്നും കോളനികൾ തമ്മിലുള്ള ഐക്യവും അവരുടെ നിശ്ചയദാർഢ്യവും പരമപ്രധാനമാണെന്നുമുള്ള ആശയം അതിലൂടെ അദ്ദേഹം മുന്നോട്ടു വെച്ചു. വെനസ്വേലയിലെ ആദ്യത്തെ ഗവൺമെന്റിന്റെ ദൗർബല്യങ്ങളെ അപലപിച്ചു. ഖോറോ പ്രവിശ്യ എത്രയും വേഗം പിടിച്ചെടുക്കുവാനുള്ള പദ്ധതി ആവിഷ്കരിച്ച് നടപ്പിലാക്കാത്തതാണ് ഈ പരാജയത്തിന്റെ മുഖ്യകാരണമെന്ന് അദ്ദേഹം ചൂണ്ടിക്കാട്ടി. ശത്രുക്കൾക്ക് സ്വന്തം സ്ഥാനം ഉറപ്പിക്കാനും സ്വാതന്ത്ര്യം നേടിയ പ്രദേശങ്ങളെ നേരിടുവാനും നശിപ്പിക്കുവാനും ഇതിനാൽ സാധിച്ചു. ജനങ്ങളുടെ പിന്തുണ വേണ്ടത്ര ലഭിക്കുവാനും അവരുടെ അംഗീകാരം നേടിയെടുക്കുവാനും സാധിച്ചില്ല. അവർക്ക് സിദ്ധിച്ചിരിക്കുന്ന അവകാശങ്ങളെക്കുറിച്ച് ജനങ്ങളെ ബോധവാന്മാരാക്കുന്നതിലുണ്ടായ പരാജയമാണ് അതിന് കാരണം. സ്ഥിരം യോദ്ധാക്കളുടെ ആവശ്യകതയ്ക്ക് ഊന്നൽ നല്കി. അവർക്ക് യുദ്ധപരിശീലനവും ഏത് പ്രതികൂലാവസ്ഥയേയും അതിജീവിക്കുവാനുള്ള കഴിവും ഉണ്ടായിരിക്കണം. അത് വളർത്തിയെടുക്കേണ്ടതുണ്ട് എന്ന് അദ്ദേഹം നിഷ്കർഷിച്ചു. ജനങ്ങളുടെ സ്വഭാവത്തെക്കുറിച്ച് നന്നായി മനസ്സിലാക്കുവാനും അതിന്റെ സാദ്ധ്യതകളെക്കുറിച്ചും പരിമിതികളെക്കുറിച്ചും കൃത്യമായി ദീർഘദർശനം ചെയ്യുവാനും അദ്ദേഹം കഴിവ് നേടിയിരുന്നു. അദ്ദേഹം പറഞ്ഞു; അജ്ഞരായ കർഷകരും കലങ്ങിയ വെള്ളത്തിൽ മീൻ പിടിക്കുന്നതിൽ ഉത്സുകരായ മറ്റുള്ളവരും പങ്കെടുക്കുന്ന തിരഞ്ഞെടുപ്പുകൾ നമുക്കിടയിൽ സ്ഥാപിക്കപ്പെട്ട കൂട്ടായ്മയ്ക്ക് വിഘാതമാണ്. കാരണം ഇവർ യാന്ത്രികമായി താല്ക്കാലിക വികാരങ്ങൾക്ക് അടിമപ്പെട്ട് വോട്ട് ചെയ്യുകയും, സ്വാർത്ഥമോഹികളായവർ ഇടപെട്ട് എല്ലാം അലങ്കോലമാക്കുകയും ചെയ്യുന്നു. അതുകൊണ്ടുതന്നെ വെനസ്വേലയിൽ ഒരിക്കലും സ്വതന്ത്രവും യുക്തിഭദ്രവുമായ തിരഞ്ഞെടുപ്പുകൾ നടന്നിരുന്നില്ല. അതിനാലാണ് ഇങ്ങനെ തിരഞ്ഞെടുക്കുന്ന ഗവൺമെന്റ് അതിന്റെ രാഷ്ട്രീയത്തിന് എതിരായി നില്ക്കുന്നവരുടെ കൈകളിലോ, അധാർമ്മികരും ദുർബ്ബലരുമായവരുടെ കൈകളിലോ എത്തിച്ചേരുന്നത്. വിഭാഗീയ ചിന്താഗതിക്കാരാണ് എല്ലാ തീരുമാനങ്ങളും

എടുത്തിരുന്നത്. അതിന്റെ ഫലമായി നമ്മുടെ സംഘടിത ശക്തി ശിഥിലമാക്കപ്പെട്ടു. ഈ അവസ്ഥയാണ് കൊടിയ പ്രകൃതി ദുരന്തത്തേക്കാൾ നമ്മളെ വേട്ടയാടിയത്. സ്പാനിഷ് പട്ടാളമല്ല നമുക്കിടയിലെ ഭിന്നതകളാണ് നമ്മളെ വീണ്ടും അടിമത്തത്തിലേക്ക് കൊണ്ടുചെന്നെത്തിച്ചത്.

വെനസ്വേലയുടെ പരാജയത്തിന്റെ കാരണങ്ങൾ വിശകലനം ചെയ്തുകൊണ്ട് ബൊളിവാർ എത്തിച്ചേർന്ന നിഗമനങ്ങൾ ഇവയാണ്. 1) ഭരണഘടനയുടെ സ്വഭാവം 2) ഗവൺമെന്റിനെയും ജനങ്ങളെയും ബാധിച്ച അലസത 3) സുസ്ഥിരമായ, അച്ചടക്കമുള്ള ഒരു സൈന്യത്തിന്റെ അഭാവം (4) പ്രകൃതിദുരന്തങ്ങളും അന്ധവിശ്വാസങ്ങളും ഈ പ്രശ്നങ്ങളെയെല്ലാം ഒന്നുകൂടി വഷളാക്കി. അവസാനമായി ആഭ്യന്തര പടലപ്പിണക്കങ്ങൾ: അതാണ് രാജ്യത്തിന്റെ പരാജയങ്ങൾക്ക് കാരണമായ കൊടിയ വിഷം.

നെവാഗ്രനാദയോട് സഹായമഭ്യർത്ഥിക്കുമ്പോൾ ബൊളിവാർ അദ്ദേഹത്തിന്റെ മുഴുവൻ കഴിവുകളും വാഗ്ധോരണയിൽ പ്രയോഗിച്ചു. കരാക്കാസിന്റെ സ്വാതന്ത്ര്യം തിരിച്ചു പിടിക്കേണ്ടത് നെവാഗ്രാനാദയുടെ കൂടി ആവശ്യമാണെന്ന് അദ്ദേഹം സമർത്ഥിച്ചു. ഒരു പ്രധാന ശത്രു എന്ന നിലയിൽ ഖോറോ മുഴുവൻ വെനസ്വേലയെയും നശിപ്പിക്കുവാൻ തക്ക കഴിവുള്ളവരാണ്. സ്പാനിഷ് വിരുദ്ധരുടെ ശക്തികേന്ദ്രമെന്ന നിലയിൽ സ്പെയിനിലെ രാജാവിനുവേണ്ടി നെവാഗ്രനാദ കീഴടക്കപ്പെടുവാൻ ഇത് ഇടയാക്കിയേക്കാം. അതുകൊണ്ടുതന്നെ കരാക്കാസ് സ്പെയിൻ കൈയടക്കി വെക്കുന്നത് സ്പാനിഷ് അധിനിവേശത്തിന് കീഴടങ്ങിയ എല്ലാ അമേരിക്കൻ രാജ്യങ്ങൾക്കും ഒരു ഭീഷണിയാണ്. നെവാഗ്രനാദയിൽ നിന്ന് ആരംഭിക്കുന്ന ഒരു സൈനികമുന്നേറ്റത്തിന്റെ സാദ്ധ്യത തുടർന്ന ദ്ദേഹം ശക്തമായി അവതരിപ്പിച്ചു. ഒരു പുതിയ സൈന്യം രൂപീകരിക്കുകയാണെങ്കിൽ ആയിരക്കണക്കിന് ധീരരാജ്യസ്നേഹികൾ ആ സൈന്യം വെനസ്വേലയിൽ കാല് കുത്തുമ്പോഴേക്കും ഒപ്പം അണിചേരും. അദ്ദേഹത്തിന് ഈ പദ്ധതി വിശ്വസനീയമായ രീതിയിൽ നെവാഗ്രനാദയിലെ അന്നത്തെ ഭരണാധികാരികളുടെ മുമ്പാകെ അവതരിപ്പിക്കാൻ പറ്റി.

അധിനിവേശ ശക്തികളെ തകർത്തെറിയുവാനുള്ള ആത്മധൈര്യം നെവഗ്രനാദക്കാർ നേടിയെടുക്കേണ്ടിയിരിക്കുന്നു. അധിനിവേശ ശക്തികളുടെ ഉന്മൂലനം അവിടെ നടന്നിരിക്കണം. കരാക്കാസിലെ ജനതതിയുടെ ഹൃദയഭാരം നെവഗ്രനാദയിലെ രാജ്യസ്നേഹികളെ അഭിസംബോധന ചെയ്യുന്നു. അവർക്കുവേണ്ടി കരാക്കാസിലെ ജനങ്ങൾ അക്ഷമരായി കാത്തുനില്ക്കുന്നു. ഇരുട്ടറകളിൽ അലയടിക്കുന്ന രോദനങ്ങളെ, ചങ്ങലകളിൽ കഴിയുന്ന സമരയോദ്ധാക്കളെ നാം സ്വതന്ത്രരാക്കേണ്ടതുണ്ട്. അത് നിങ്ങൾക്കു മാത്രമേ കഴിയുകയുള്ളൂ. അവരുടെ വിശ്വാസത്തെ തകർക്കാതിരിക്കുക, നിങ്ങളുടെ സഹോദരന്മാർ സഹായത്തിനുവേണ്ടി വിലപിച്ചുകൊണ്ടിരിക്കുന്നു. അത് കേൾക്കാതിരിക്കരുത്. രാജ്യത്തിന് വേണ്ടി മരിച്ചവർക്കായുള്ള പ്രതികാരത്തിനുവേണ്ടി ഉണരുക. മരണത്തി

ലേക്ക് അടുത്തുകൊണ്ടിരിക്കുന്നവരെ ജീവിതത്തിലേക്ക് തിരികെ കൊണ്ടുവരിക. അടിച്ചമർത്തപ്പെട്ടവരെ വിമോചിപ്പിക്കുക. സ്വാതന്ത്ര്യം സാർവ്വത്രികമാക്കുക എന്നതാണ് നമ്മുടെ പരമമായ ലക്ഷ്യം.

ശ്രദ്ധേയമായ ഈ രേഖ കർതഹെനയിൽ 15-12-1812 ന് പ്രസിദ്ധീകരിക്കപ്പെട്ടു. ഈ രേഖ ചിന്തകൻ എന്ന നിലയിലും രാഷ്ട്രീയ പ്രചാരകൻ എന്ന നിലയിലും സൈന്യാധിപൻ എന്ന നിലയിലും ഒരു പ്രായോഗിക രാഷ്ട്രതന്ത്രജ്ഞൻ എന്ന നിലയിലുമുള്ള ബൊളിവാറുടെ പക്വത വെളിവാക്കുന്നു. ഈ വിളംബരം ബൊളിവാറുടെ പ്രതിഭയുടെ വിളംബരംകൂടിയായി കണക്കാവുന്നതാണ്.

താരതമ്യേന ദുർബ്ബലമായ ഒരു ചെറിയ പ്രദേശത്തേക്കാണ് ഒരു സൈനികമേധാവി എന്ന നിലയിൽ ബൊളിവാറിനെ ആദ്യം അയച്ചത്. അടുത്തതായി അതിശക്തമായ പ്രതിരോധമുള്ള ഒരുനഗരമായ മെനിറ്റഫിയിലേക്കായിരുന്നു ബൊളിവാർ നീങ്ങിയത്. ഈ നഗരമാണ് മഹ്ദലേന നദിയിലൂടെയുള്ള സ്വതന്ത്ര യാത്ര തടസ്സപ്പെടുത്തിയിരുന്നത്. അദ്ദേഹം നാന്നൂറ് പടയാളികളുമായി ചെന്ന് ഒരു കോട്ട പിടിച്ചടക്കി. ധാരാളം യുദ്ധോപകരണങ്ങളും, തോക്കുകളും ബോട്ടുകളും പിടിച്ചെടുത്തു. ഈ വിജയത്തെ തുടർന്ന് കർഹതഹെനയിലെ ഗവൺമെന്റ് ബൊളിവാർക്ക് അദ്ദേഹത്തിന്റെ കീഴിലുള്ള സൈന്യത്തിൻമേൽ മുഴുവൻ അധികാരവും നല്കി. അതിനുശേഷം മഹ്ദലേന നദിയുടെ കിഴക്കൻ തീരവും അഞ്ഞൂറ് സൈനികരോടൊപ്പം അദ്ദേഹം കീഴടക്കി. ഒക്ക്യാനയിൽ എത്തിയ ബൊളിവാർക്ക് അവിടെ അത്യുജ്ജ്വലമായ സ്വീകരണമാണ് ലഭിച്ചത്. അഞ്ചുദിവസംകൊണ്ട് അഞ്ചു വിജയങ്ങൾ അദ്ദേഹം കരസ്ഥമാക്കി.

നെവാഗ്രനാദയിലെ ഭരണാധികാരികളുടെ ഉന്നതതല സമ്മേളനം അപ്പോൾ തുഞ്ചാ എന്ന നഗരത്തിൽ നടക്കുകയായിരുന്നു. കുകൂട, പബ്ലോന എന്നിവടങ്ങളിലേക്ക് ഒരോ സൈനിക മുന്നേറ്റം നടത്തുവാനുള്ള നിർദ്ദേശം ലഭിച്ചു. നാന്നൂറ് സൈനികരോടൊപ്പം ബൊളിവാർ പുറപ്പെട്ടു. പുതുതായി സൈന്യത്തിൽ ചേരാൻ സാദ്ധ്യതയുള്ളവർക്കു നല്കാൻ കുറച്ചധികം തോക്കുകളും കരുതിയിരുന്നു. പൂർവ്വാധികം ഊർജ്ജ്വസ്വലതയോടെ മുന്നേറിയ ബൊളിവാർ യാത്രാമദ്ധ്യേ കണ്ട സൈനികതടസ്സങ്ങളെല്ലാം തട്ടിമാറ്റി. ഒടുവിൽ കുകൂടനഗരത്തെ ആക്രമിച്ചു. ബൊളിവാറിനെ നേരിടുവാൻ 800 ഓളം റോയലിസ്റ്റുകൾ അവിടെ ഒരുങ്ങിനില്പുണ്ടായിരുന്നു. ഫെബ്രുവരി 28-ാം തീയതി രക്തരൂഷിതമായ ഒരു യുദ്ധത്തിനുശേഷം നഗരം ബൊളിവാർ പിടിച്ചെടുത്തു. തന്റെ യുദ്ധോപകരണങ്ങളുടെ ശേഖരം ഗണ്യമായി വർദ്ധിപ്പിക്കുകയും ചെയ്തു. കുകൂടയിലെ റോയലിസ്റ്റുകളുടെ പതനവാർത്ത അറിഞ്ഞതോടെ പബ്ലോന നഗരത്തിലെയും അയൽപ്രദേശങ്ങളിലെയും റോയലിസ്റ്റുകൾ സ്വമേധയാ വിട്ടൊഴിഞ്ഞുപോയി. കർതഹെനായിലെ ഗവർണ്ണർക്ക് ബൊളിവാർ അയച്ച സന്ദേശം, കുകൂട ലിബർട്ടേഡ എന്നാ

യിരുന്നു. ബൊളിവാർ റോയലിസ്റ്റുകളിൽനിന്ന് പിടിച്ചെടുക്കുന്ന സ്ഥല ത്തിന്റെ പേരിനൊപ്പം ലിബർട്ടേഡ എന്ന വാക്കുചേർത്തായിരുന്നു പതി വായി സന്ദേശം നല്കിയിരുന്നത്. ഇത് പില്ക്കാലത്ത് വിമോചകൻ(ലി ബർട്ടേഡ) എന്നർത്ഥം വരുന്ന ഒരു ബിരുദം അദ്ദേഹത്തിന് ലഭിക്കാൻ കാരണമായി. ചരിത്രത്തിലുടനീളം ഇദ്ദേഹം വിശേഷിപ്പിക്കപ്പെടുന്നത് ഈ പേരിലാണ്. വെനസ്വേലിയൻ പ്രദേശത്ത് എത്തിയ ഉടനെ അദ്ദേഹം പ്രഖ്യാപിച്ചു, ഇതാ ഇന്നു മുതൽ വെനസ്വേലയ്ക്ക് ജീവൻ തിരിച്ചു കിട്ടി യിരിക്കുന്നു. തന്റെ സൈനികരെ അഭിസംബോധന ചെയ്തുകൊണ്ട് അദ്ദേഹം പറഞ്ഞു, കഴിഞ്ഞ രണ്ടു മാസത്തിൽ കുറഞ്ഞ സമയംകൊണ്ട് തന്നെ നിങ്ങൾ രണ്ട് സൈനികമുന്നേറ്റങ്ങൾ വിജയകരമായി നടത്തി ക്കഴിഞ്ഞു. ഇവിടെ നാം മൂന്നാമതൊന്നിന് തുടക്കം കുറിക്കുകയും ചെയ്യു കയാണ്. എന്റെ മാതൃരാജ്യത്തിന്റെ വിമോചനത്തോടെ മാത്രമേ ഈ മുന്നേറ്റം അവസാനിക്കുകയുള്ളൂ.

മൂന്നാമത്തെ മുന്നേറ്റത്തിന്റെ ഒരു മുഖവുരമാത്രമായിരുന്നു കഴിഞ്ഞ രണ്ടു മുന്നേറ്റങ്ങളും. മൂന്നാമത്തെ മുന്നേറ്റം നാളിതുവരെ താൻ കൊണ്ടു നടന്ന ഒരു സ്വപ്നത്തിന്റെ സാഫല്യം കൂടിയായിരുന്നു അദ്ദേഹത്തിന്. ആ സ്വപ്ന സാഫല്യത്തിനുശേഷം അദ്ദേഹം തന്റെ സഹപോരാളിക ളെയും ജനങ്ങളെയും അഭിസംബോധന ചെയ്തു. ആ അഭിസംബോ ധന അദ്ദേഹം ഇങ്ങനെയാണ് അവസാനിപ്പിച്ചത്. “മുഴുവൻ അമേരി ക്കയും അതിന്റെ സ്വാതന്ത്ര്യവും വിമോചനവും നിങ്ങളിൽ നിന്ന് പ്രതീ ക്ഷിക്കുന്നു. നിങ്ങളിൽനിന്ന്, കർതഹെനായിലെയും നെവഗ്രനാദയി ലെയും ധീരയോദ്ധാക്കളിൽനിന്ന്.” ഈ വാക്കുകളിൽ പ്രകടമാകുന്ന സത്യം ബൊളിവാർ ഒരു പ്രദേശത്തിന്റെ മാത്രം വിമോചനമായിരുന്നില്ല വിഭാവനം ചെയ്തിരുന്നത്, മുഴുവൻ അമേരിക്കയുടെയും വിമോചനമാ യിരുന്നു എന്നാണ്. യൂണിയൻ ഓഫ് നെവഗ്രനാദ അദ്ദേഹത്തിന് ബ്രിഗേ ഡിയർ ജനറലായി സ്ഥാനക്കയറ്റം നല്കി. നെവഗ്രനാദയിലെ പൗരൻ എന്ന ബഹുമതിയും നല്കി ആദരിച്ചു. കരാക്കാസിന്റെ ശേഷിക്കുന്ന പ്രദേശങ്ങൾ കൂടി വീണ്ടെടുക്കുന്നതുവരെ തന്റെ സൈനികമുന്നേറ്റം തുടരുവാനും ആ മുന്നേറ്റത്തിലുടനീളം നെവഗ്രനാദയുടെ പട്ടാളത്തെ ഉപയോഗപ്പെടുത്തുവാനുള്ള അധികാരം തനിക്ക് നല്കണമെന്നും നെവ ഗ്രനാദയിലെ ഗവൺമെന്റിനോട് അദ്ദേഹം അഭ്യർത്ഥിച്ചു. നെവഗ്രനാദ യുടെ സ്വാതന്ത്ര്യം നിലനില്ക്കണമെങ്കിൽ വെനസ്വേലയുടെ സ്വാതന്ത്ര്യം അനിവാര്യമാണ് എന്ന തന്റെ വാദം അദ്ദേഹം ഒന്നുകൂടി ആവർത്തിച്ചു. നെവഗ്രനാദ ഗവൺമെന്റ് അദ്ദേഹത്തിന്റെ അഭ്യർത്ഥന അംഗീകരിച്ചു. വെനസ്വേലയുടെ പടിഞ്ഞാറൻ പ്രവിശ്യകളായ മെറിദ, ട്രൂജില്ലോ എന്നിവ പിടിച്ചെടുക്കുവാനുള്ള അധികാരപത്രം അദ്ദേഹത്തിന് ലഭിച്ചു. ഇതിനു നന്ദി പ്രകാശിപ്പിച്ചുകൊണ്ട് അദ്ദേഹം ഒരു സന്ദേശം അയച്ചു. ‘എന്റെ ഈ സന്ദേശത്തിനുള്ള അങ്ങയുടെ മറുപടി ട്രൂജില്ലോ യിലേക്ക് അയച്ചാൽ മതി. ഞാനത് അവിടെവെച്ച് സ്വീകരിക്കാം. തന്റെ

പരിപാടികളുടെ വിജയത്തിലുള്ള ഉറച്ച വിശ്വാസം ഈ സന്ദേശത്തിൽ സ്ഫുരിക്കുന്നുണ്ട്.

ബൊളിവാർ അദ്ദേഹത്തിന്റെ ഈ പടയോട്ടം 15-3-1813 ന് സാൻക്രിസ്റ്റോബിലിയിൽനിന്ന് തുടങ്ങി. 800 പടയാളികളായിരുന്നു അദ്ദേഹത്തിന്റെ കൂടെയുണ്ടായിരുന്നത്. എന്നാൽ അദ്ദേഹം നേരിടേണ്ട റോയലിസ്റ്റ് പട്ടാളം 15000 സൈനികരും കൂടാതെ 6000 ത്തോളം മറ്റു സഹായികളും ഉൾക്കൊള്ളുന്നതായിരുന്നു. ബൊളിവാർ ഈ വെല്ലുവിളികളെ ഒരു ധീരസ്വപ്നമായെടുത്തു. ഏറ്റവും സാഹസികമായ സ്വപ്നങ്ങൾ കാണുന്നതിനും അതീവ വൈദഗ്ദ്ധ്യത്തോടെ അവ യാഥാർത്ഥ്യമാക്കുന്നതിനുമുള്ള അനന്യസാധാരണമായ ഒരു കഴിവ് അദ്ദേഹത്തിന് സ്വന്തമായിരുന്നു. അദ്ദേഹത്തിന്റെ അനുയായികളായി യുദ്ധചരിത്രത്തിൽ കിട്ടാവുന്നതിലേറ്റവും വലിയ ബഹുമതികൾ ഇതിനകം നേടിക്കഴിഞ്ഞിരുന്ന അറ്റാനസിയോ ജിറാദോ, അന്റോണിയോ റിക്കൗർദ് എന്നിവർ ഉണ്ടായിരുന്ന കാര്യം പ്രത്യേകം പരാമർശിക്കേണ്ടതുണ്ട്.

ബൊളിവാർ മെറിഡയ്ക്ക് സമീപത്തെത്തിയപ്പോഴേക്കും ആയിരത്തോളം വരുന്ന റോയലിസ്റ്റുകൾ നഗരം വിട്ടോടി. യാതൊരു എതിർപ്പുമില്ലാതെ മെയ് 30 ന് ബൊളിവാർ ഈ നഗരം കീഴടക്കി. ഇത് ബൊളിവാറുടെ ഒരു പ്രത്യേകതരം യുദ്ധതന്ത്രമായിരുന്നു. താൻ ആക്രമിക്കുവാൻ പോകുന്ന പ്രദേശങ്ങളിൽ തന്റെ സൈനികനീക്കത്തെക്കുറിച്ചും തന്ത്രങ്ങളെക്കുറിച്ചും ഭീതിജനകമായ കഥകൾ പ്രചരിപ്പിക്കുക. ശത്രുവിന്റെ മനോവീര്യം തകർക്കുവാൻ ഈ തന്ത്രം അനിവാര്യമായിരുന്നു. ഇതിനായി ഒരു പ്രത്യേക സംഘത്തെ തന്നെ ബൊളിവാർ പരിശീലിപ്പിച്ചയക്കുമായിരുന്നു. വെനസ്വേലയുടെ വിമോചകൻ എന്ന നിലയിൽ ഉത്സാഹഭരിതമായ സ്വീകരണമാണ് അദ്ദേഹത്തിന് മെറിഡയിൽ ലഭിച്ചത്. മോചിപ്പിക്കപ്പെട്ട പ്രദേശങ്ങളിൽ ഭരണകാര്യങ്ങൾ സുസംഘടിതമായി കൊണ്ടുപോകുവാനും തന്റെ സൈന്യത്തെ ശക്തിപ്പെടുത്തുവാനുമുള്ള പരിശ്രമങ്ങൾക്ക് ബൊളിവാർ എപ്പോഴും പ്രത്യേക ശ്രദ്ധ നല്കിയിരുന്നു. പിന്തിരിഞ്ഞോടുന്ന സ്പാനിഷ് പട്ടാളത്തെ പിന്തുടർന്നാക്രമിക്കുവാൻ വേണ്ടി കുറച്ചു സൈനികരെ തയ്യാറാക്കിവെച്ചു. ട്രൂജിലോ പിടിച്ചടക്കുവാൻ വേണ്ടി ജിറാദോവിനെ അയച്ചു. അവിടുത്തെ റോയലിസ്റ്റുകൾ മരക്കൈബോയിലേക്ക് ഓടി രക്ഷപ്പെട്ടു. ജൂൺ 14-ാം തീയതി ബൊളിവാർ ട്രൂജിലോവിൽ എത്തുകയും ആ പ്രവിശ്യയിലെ ഭരണം പുനഃക്രമീകരിക്കുവാൻ ആവശ്യമായ നടപടികൾ സ്വീകരിക്കുകയും ചെയ്തു. അതിനിടയിൽ അദ്ദേഹം ജിറാദോവിനെ റോയലിസ്റ്റ് സൈന്യത്തെ പിന്തുടരാൻ വേണ്ടി അയച്ചു.

പില്ക്കാലത്ത് ഒട്ടേറെ വിവാദങ്ങൾക്ക് വിഷയീഭവിച്ച ഒരു നടപടി- വാർ ടു ഡത്ത് – ബൊളിവാർ ഇക്കാലത്ത് നടപ്പിലാക്കി. തെക്കെ അമേരിക്കയിലെ മഹാനായ നേതാവിന്റെ ജീവിതത്തിൽ പുരണ്ട ഒരു കറയായി പല ചരിത്രകാരന്മാരും ഇതു ചൂണ്ടിക്കാട്ടിയിട്ടുണ്ട്. സ്പാനിഷ്

അധിനിവേശത്തിന്റെ സർവ്വനാശത്തിനുവേണ്ടിയുള്ള ഒരു യുദ്ധമാണ് ബൊളിവാർ പ്രഖ്യാപിച്ചത്. മൊന്തെവെർദെ വെനസ്വേലയുടെ ഗ്രാമപ്ര ദേശങ്ങളിലെ ജനങ്ങൾക്കെതിരെ പ്രാകൃതമായ പല കുറ്റകൃത്യങ്ങളും നടത്തിയിരുന്നു. കീഴടങ്ങൽ ഉടമ്പടി കാറ്റിൽ പറത്തിക്കൊണ്ട്, സാധാ രണ ജനങ്ങളുടെ ജീവനും സ്വത്തിനും സ്പെയിൻകാർ ഏല്പിച്ച ആഘാ തങ്ങൾ ഗുരുതരമായിരുന്നു. കീഴടങ്ങയിവർക്കെതിരെ നടത്തിയത് മൃഗീ യമായ വേട്ടകളായിരുന്നു. ഇവയുമായെല്ലാം തട്ടിച്ചു നോക്കുമ്പോൾ ബൊളിവാറിൽ ആരോപിക്കപ്പെട്ട കുറ്റം ഒന്നുമല്ലായിരുന്നു. മാത്രമല്ല അയാൾ സ്വീകരിച്ചത് മറ്റൊരു നടപടിയായിരുന്നെങ്കിൽ വിജയരഥ്യയിൽ അതൊരു തിരിച്ചടിയായേനെ. ബൊളിവാറുടെ പേരിൽ ഇങ്ങനെ ഒരു ആരോപണം വരുന്നത് ഒരു സ്പാനിഷ് ഗവർണ്ണറുടെ പ്രഖ്യാപനത്തെ അടിസ്ഥാനമാക്കിയാണ്. ആ പ്രഖ്യാപനം പറയുന്നത് കീഴടങ്ങിയ പട്ടാ ളക്കാർക്ക് യുദ്ധ നിയമപ്രകാരമുള്ള പരിഗണന ലഭിച്ചില്ല എന്നുമാത്ര മാണ്. എങ്കിലും ബൊളിവാറുടെ മനസ്സിനെ ഈ ആരോപണം വല്ലാതെ മഥിച്ചു.

അദ്ദേഹം മെറിഡിയിൽ വെച്ചാണ് വാർ ടു ഡെത്ത് എന്നൊരു ഭീഷണി മുഴക്കിയത്. ശത്രുക്കളുടെ മരണം ഉറപ്പു വരുത്തുന്നൊരു നട പടിയായിരുന്നു അത്. ബൊളിവാർ ഒരു പ്രതിഭാശാലി മാത്രമായിരുന്നില്ല. മനസ്ഥൈര്യം, യുദ്ധത്തിന്റെ നാനാവശങ്ങളെക്കുറിച്ചും ഗാഢമായി ചിന്തി ക്കുന്ന ശീലം, സൂക്ഷ്മദൃക്ക് എന്നീ ഗുണങ്ങളും കൂടി ഉള്ള ഒരാളായിരു ന്നു. തന്റെ പദ്ധതികളെല്ലാം എങ്ങനെ നടപ്പിലാക്കണമെന്നുള്ള സുചി ന്തിതമായ അഭിപ്രായം അദ്ദേഹത്തിന് എപ്പോഴുമുണ്ടായിരുന്നു. ജൂൺ 14-ാം തീയതി വളരെയധികം ആലോചിച്ചതിനുശേഷം ഒരു പ്രഖ്യാപനം എഴുതിയുണ്ടാക്കി. അതാണ് വാർ ടു ഡത്ത്. 15-ാം തീയതി തന്റെ സഹ പ്രവർത്തകരെയെല്ലാം വിളിച്ചുകൂട്ടി ഈ പ്രഖ്യാപനത്തെക്കുറിച്ചുള്ള അഭിപ്രായമാരാഞ്ഞു. ആർക്കും യാതൊരു എതിർപ്പുമുണ്ടായിരുന്നില്ല. യോഗത്തിനുശേഷം അദ്ദേഹം തന്റെ വിളംബരത്തിൽ ഒപ്പുവെച്ചു.

കാനറി ദ്വീപിലെ സ്പെയിൻകാർക്കും തദ്ദേശവാസികൾക്കും. നിങ്ങൾക്ക് മരണം ഉറപ്പാണ് നിങ്ങൾ ആരുടെ പക്ഷത്തായാലും. അമേ രിക്കക്കാർക്ക്........ നിങ്ങൾ കുറ്റക്കാരായാലും അല്ലെങ്കിലും നിങ്ങൾക്ക് ജീവിതം ഉറപ്പു നല്കുന്നു. ഇതാണ് ആ വിളംബരം. വെനസ്വേലയിലെ സ്വാതന്ത്ര്യ പോരാളികളോട് അതി ക്രൂരമായാണ് കാനറി ദ്വീപിലെ ജന ങ്ങൾ പെരുമാറിയത് എന്ന കാര്യം ഇത്തരുണത്തിൽ ഓർക്കേണ്ടതാ ണ്. നീതിയുക്തമായ ഒരു പ്രതികാരനടപടിയായിട്ടും, യുദ്ധത്തിനിടയിലെ സമർത്ഥമായ ഒരു തീരുമാനമായിട്ടും വാർ ടു ഡത്ത് എന്ന പ്രയോഗം ന്യായീകരിക്കാവുന്നതാണ്. ഈ പ്രതികാര നടപടിക്ക് കാരണമായ രണ്ടു മൂന്നു വസ്തുതകളുണ്ട്. പ്യൂർട്ടോകബേലി ജയിലിലെ തടവുകാർ ശ്വാസംമുട്ടി മരിച്ച സംഭവവുമായി ബന്ധപ്പെട്ട് മൊന്തെവെർദെ ജയില ധികൃതർക്ക് എഴുതി. ഞാൻ ശക്തമായി പറയുന്നു. നിങ്ങളെടുത്ത നട

പടികൾക്ക് ഭംഗം വരുത്തേണ്ടതില്ല. ഇരുട്ടറയിലെ തടവുകാരെ സുരക്ഷിതരായി സൂക്ഷിക്കുന്ന കാര്യത്തിലും വീഴ്ച വരുത്തേണ്ടതില്ല. ആരെങ്കിലും മരിക്കുകയാണെങ്കിൽ അതവരുടെ വിധിയായി കണക്കാക്കിയാൽ മതി.

താഴ്വാരങ്ങളിലെ ചില നഗരങ്ങൾ ഒരുകൂട്ടം കൊലയാളി സംഘങ്ങൾ നിശ്ശേഷം നശിപ്പിച്ചുകളഞ്ഞു. പല സ്ഥലങ്ങളിലും ഇതിനിരയായത് സ്ത്രീകളും കുട്ടികളുമായിരുന്നു. ചില അവസരങ്ങളിൽ സ്ത്രീ – പുരുഷന്മാരുടെ ചെവികൾ അറുത്തു മാറ്റപ്പെട്ടു. ചിലർ ജീവനോടെ തൊലി ഉരിക്കപ്പെട്ടു. സ്പെയിൻകാർക്കിടയിൽ ഏറ്റവും വലിയ ക്രൂരനെന്ന് പേരുകേട്ട ഒരാളുണ്ടായിരുന്നു, ബോവേസ്. അയാൾ അമേരിക്കക്കാരെ നശിപ്പിക്കുക എന്ന ലക്ഷ്യത്തോടെ ചിട്ടയായി പ്രവർത്തിച്ചുകൊണ്ടിരുന്നു. അദ്ദേഹത്തെ സംബന്ധിച്ചിടത്തോളം ചെയ്യപ്പെടേണ്ട ഏറ്റവും ശരിയായ കാര്യമായിരുന്നു അത്. 1813 ഒക്ടോബർ 2–ാം തീയതി ബൊളിവാർ ഗവർണർക്കയച്ച ഒരു കത്തിൽ ഇത്തരം വസ്തുതകൾ എടുത്തു പറഞ്ഞിരുന്നു. എന്തുകൊണ്ട് വാർ ടു ഡത്ത് എന്ന നടപടി സ്വീകരിക്കേണ്ടി വന്നു എന്ന് അതിൽ കാര്യകാരണസഹിതം വിവരിച്ചു. എങ്കിലും വാർ ടു ഡത്ത് നടപടി ബൊളിവാർ ധൃതിപിടിച്ചും തുടർച്ചയായും നടപ്പിലാക്കിയില്ല. ദയ കാണിക്കേണ്ട അവസരത്തിലെല്ലാം അദ്ദേഹം ആകാവുന്നത്ര ദയ കാണിച്ചു. നിയമത്തിന്റെ ഖഡ്ഗം ശക്തമായി ശത്രുവിന്റെ മേൽ പതിക്കേണ്ട സന്ദർഭങ്ങളിൽ ഒട്ടും മടി കാണിക്കുകയും ചെയ്തില്ല. സ്പെയിൻകാരെയും കാനറി ദ്വീപ് നിവാസികളെയും അഭിസംബോധന ചെയ്തുകൊണ്ട് വിളംബരം പുറപ്പെടുവിച്ച് കുറച്ചു ദിവസങ്ങൾക്കുശേഷം സാൻകാറഘ്ലോസിൽവെച്ച് അയാൾ സ്പെയിൻകാരോടും കാനറി ദ്വീപ് നിവാസിളോടും പറഞ്ഞു: "നീതിയുടെ ദയാഭരിതമായ ഈ അന്തിമ ശബ്ദം കേൾക്കുക. ഞങ്ങളുടെ ശത്രുക്കളെ തള്ളി ഞങ്ങളുടെ നല്ല ലക്ഷ്യങ്ങൾക്കൊപ്പം നിങ്ങൾ നില്ക്കുകയാണെങ്കിൽ നിങ്ങൾക്ക് മാപ്പ് നല്കപ്പെടും. നിങ്ങളുടെ സമ്പത്തും സ്ഥാനമാനങ്ങളും സുരക്ഷിതമായിരിക്കും. നിങ്ങൾ ഞങ്ങളുടെ ശത്രുക്കളായി തുടരുകയാണെങ്കിൽ ഞങ്ങളുടെ രാജ്യം വിട്ടുപോവുക, അല്ലെങ്കിൽ മരിക്കാൻ തയ്യാറാവുക." ഈ ഭീഷണികൾക്ക് പുറത്ത് ബൊളിവാർ ദയാദാക്ഷിണ്യം കാണിച്ച നിരവധി സംഭവങ്ങൾ രേഖപ്പെടുത്തപ്പെട്ടിട്ടുണ്ട്. പക്ഷേ, ഈ നിബന്ധനകളും അഭ്യർത്ഥനകളും വകവെക്കുവാൻ റോയലിസ്റ്റുകൾ തയ്യാറല്ലാത്തിടത്ത് യാതൊരു വിട്ടുവീഴ്ചയും ഇല്ലാതെ യുദ്ധത്തിന്റെ നിയമങ്ങൾ നടപ്പിലാക്കി.

നെവാഗ്രനാദയിലെ ഭരണനേതൃത്വം ബൊളിവാറോട് നിർദ്ദേശിച്ചത് ട്രൂജിലോ പിടിച്ചെടുക്കുവാനും അതിനുശേഷം പുതിയ നിർദ്ദേശങ്ങൾക്കായി കാത്തിരിക്കുവാനുമായിരുന്നു. വീണ്ടും മുന്നേറുവാനുള്ള അനുമതി കൊടുക്കുവാൻ നെവാഗ്രനാദ മടി കാണിച്ചു. അവിടെ കുറച്ച് വിഷമം പിടിച്ചൊരു അവസ്ഥയായിരുന്നതിനാൽ നെവാഗ്രനാദയിലെ

ദേശാഭിമാനികൾ ഒരു തീരുമാനത്തിലെത്തിച്ചേരാൻ വിഷമിച്ചു.

ബൊളിവാർ അവർക്കൊരു സന്ദേശമയച്ചു. അതിൽ തന്റെ സൈന്യം എത്തിച്ചേർന്നിരിക്കുന്നൊരു സന്ദിഗ്ദ്ധാവസ്ഥയെക്കുറിച്ച് പറഞ്ഞതിനു ശേഷം തന്റെ ലക്ഷ്യം വ്യക്തമാക്കി. തന്റെ കൂടെയുള്ള സൈനികരുടെ എണ്ണക്കുറവ് ശത്രു മനസ്സിലാക്കാതിരിക്കാൻ എത്രയും പെട്ടെന്ന് തുടർ മുന്നേറ്റങ്ങൾ നടത്തേണ്ടതുണ്ടെന്ന് ബൊളിവാർ വ്യക്തമാക്കി. ഒടുവിൽ നെവഗ്രനാദയിലെ ഭരണകൂടത്തിന് അത് അംഗീകരിക്കേണ്ടി വന്നു. ബൊളിവാറുടെ അപ്പോഴത്തെ പ്രതിസന്ധി തികച്ചും ഭീതിജനകമായിരുന്നു. വലതു ഭാഗത്ത് എണ്ണത്തിൽ വളരെയേറെ മെച്ചപ്പെട്ട സൈന്യവുമായി റോയലിസ്റ്റുകൾ. ഇടതുഭാഗത്ത് പഴയ ശത്രുനഗരങ്ങളായ ഖോറോ, മരക്കൈബ എന്നിവയുമാണ്. നേരെ മുമ്പിലാണെങ്കിൽ വെനസ്വേല കീഴടക്കുവാൻ അയാളെ സഹായിച്ച അസംഖ്യം സൈനികരെ നയിച്ചുകൊണ്ടും യുദ്ധസാമഗ്രികളുടെ മികച്ച ശേഖരങ്ങളുടെ അകമ്പടിയോടെയും മൊന്തെവെർദെയും. അതിനാൽ താൻ അവസാനം അയച്ച സന്ദേശത്തിന് നെവഗ്രനാദയിൽ നിന്ന് മറുപടി വരുന്നതിനുമുമ്പേ ബൊളിവാർ തന്റെ സൈന്യത്തെ മുന്നോട്ട് നയിച്ചു. ആൻഡിസ് പർവ്വതനിര മറികടന്ന് ജൂലൈ ഒന്നിന് തന്നെ ഗുവനാരെ നഗരം പിടിച്ചെടുത്തു. ഇതിനിടയിൽ ശത്രുക്കൾ ബൊളിവാർക്കായി ഒരു കെണി ഒരുക്കിയിരുന്നു. ബൊളിവാറുടെ സൈന്യം തന്ത്രപരമായി പിന്മാറുകയാണെങ്കിൽ അവരെ ആക്രമിച്ച് നിശ്ശേഷം നശിപ്പിക്കുവാൻ ഗറില്ലാ രീതിയിൽ ഒരു കരുതൽ സൈനിക ശേഖരം ഒരുക്കി നിർത്തി. ഈ തന്ത്രം മുൻകൂട്ടി കണ്ടറിഞ്ഞ ബൊളിവാർ തന്റെ ഉത്തമശിഷ്യനായ റിബാസിനെ ഈ കരുതൽ സൈന്യത്തെ നശിപ്പിക്കാൻ നേരത്തെ അയച്ചു. ശത്രുവിന്റെ പകുതി സൈനികബലം മാത്രമേ ഉണ്ടായിരുന്നുള്ളൂ എങ്കിലും റിബാസ് ആ ദൗത്യം കൃത്യതയോടെ നിർവ്വഹിച്ചു. അന്നുതന്നെ ബൊളിവാർ ഗുവരാരെ നഗരത്തിലേക്ക് കടന്നു. കൈവശമുണ്ടായിരുന്ന വെടിമരുന്നു തീർന്നുപോയെങ്കിലും ദ്രുതഗതിയിലുള്ള ഒരു നീക്കത്തിലൂടെ വെറും ബയണറ്റുകൾ കൊണ്ട് ശത്രുക്കളെ നേരിട്ട് നിശ്ശേഷം പരാജയപ്പെടുത്തി. ഏറ്റവും ബുദ്ധിപൂർവ്വവും ചടുലവും സൂക്ഷ്മവുമായ ആസൂത്രണപാടവത്തോടെയും നടത്തിയ ഒരു സ്വാതന്ത്ര്യ യുദ്ധമായി ഈ യുദ്ധം ഇന്നും വിലയിരുത്തപ്പെടുന്നു.

ബൊളിവാർ അതീവജാഗ്രതയോടെ ബറിനാസ് നഗരത്തിലേക്ക് യുദ്ധത്തിനും യുദ്ധത്തിനുമിടയിൽ ഒരു വിശ്രമവേളപോലും എടുക്കാതെ മുന്നേറിക്കൊണ്ടിരുന്നു. അപ്പോഴേക്കും റോയലിസ്റ്റുകൾ ആ നഗരവും ഉപേക്ഷിച്ച് കടന്നു കളഞ്ഞിരുന്നു. കൈവശമുണ്ടായിരുന്ന ആയുധങ്ങളും വെടിമരുന്നു ശേഖരവുമെല്ലാം ഉപേക്ഷിച്ച് ഒറിനോക്കൊ നദിയുടെ ഒരു കൈവഴിയിലൂടെ അവർ വെനസ്വേലയിലെ ഗിയാനയിലേക്ക് രക്ഷപ്പെട്ടു. പോകുന്ന വഴിയെല്ലാം കൊള്ളയും കൊലയും പിടിച്ചുപറിയും മറ്റു കുറ്റകൃത്യങ്ങളും നടത്തി തങ്ങളുടെ വ്യക്തിത്വം സ്ഥാപിക്കാൻ അവർ മറ

ന്നില്ല. ബൊളിവാർ ബറിനാസ് മോചിപ്പിച്ചശേഷം ആ പ്രദേശം രാഷ്ട്രീയമായും സൈനികമായും പുനഃസംഘടിപ്പിച്ചു. തന്റെ കീഴിൽ ശക്തമായൊരു കുതിരപ്പട രൂപീകരിച്ച് ജനങ്ങളുടെ ആത്മവിശ്വാസം ഉയർത്തുന്നതിനും അവരുടെ പിന്തുണ ഉറപ്പുവരുത്തുന്നതിനും വേണ്ടിയുള്ള നടപടികൾ സ്വീകരിച്ചു. തുടർന്നങ്ങോട്ടുള്ള യുദ്ധ മുന്നേറ്റങ്ങൾക്ക് തടസ്സമായിത്തീരുമായിരുന്ന 1500 ഓളം വരുന്ന റോയലിസ്റ്റ് സൈന്യത്തെ തുരത്താൻ റിബാസിനെ നിയോഗിച്ചു. റിബാസ് തന്റെ കൈവശമുള്ള 500 സൈനികരെ ഉപയോഗിച്ച് ഹോറകോൺ സമതലത്തിൽവെച്ച് ലക്ഷ്യം കൈവരിച്ചു. ഈ രണ്ട് മഹത്തായ വിജയങ്ങളും മൊത്തം പടയോട്ടത്തിന്റെ വിജയരഥ്യ സുഗമമാക്കി.

ഒരു സൈനിക ദളത്തെ ബറിനാസിൽ നിർത്തി ബൊളിവാർ സാൻകോറലോസിലേക്കുള്ള യാത്ര തുടർന്നു. 28-7-1813 ൽ സാൻകോറലോസിൽ പ്രവേശിച്ചു. അവിടെനിന്ന് വാലെൻഷിയയിലേക്ക് മുന്നേറി. ബൊളിവാർ പടിഞ്ഞാറൻ അതിർത്തികളിൽ നിന്ന് തന്റെ രാജ്യത്തിന്റെ ഹൃദയഭാഗത്തേക്ക് മുന്നേറിക്കൊണ്ടിരുന്നപ്പോൾ ഏറ്റവും കിഴക്ക് ഭാഗത്തായി കിടക്കുന്ന പ്രദേശങ്ങളിൽ അപ്രതീക്ഷിതമായ ചില സംഭവങ്ങൾ നടന്നുകൊണ്ടിരിക്കുകയായിരുന്നു. ഡീഗോ മാരിനോ എന്നു പേരുള്ള ഒരു യുവാവ് തന്റെ രാജ്യത്തെ സ്പാനിഷ് അധിനിവേശത്തിൽ നിന്ന് മോചിപ്പിക്കുവാനായി ശക്തവും ആസൂത്രിതവുമായ ഒരുക്കങ്ങൾ നടത്തി വെനസ്വേലയിലേക്ക് കടന്നു. കുമാന നഗരത്തിലേക്ക് മുന്നേറി. ബൊളിവാറും മാരിനോയും തമ്മിൽ ഒരുപാട് സമാനതകളുണ്ടായിരുന്നു. രണ്ടുപേരും യുവത്വം പിന്നിട്ടിട്ടില്ലാത്തവരാണ്. രണ്ടുപേരും ഏകാധിപത്യത്തോട് ശത്രുതയും റിപ്പബ്ലിക് ആശയങ്ങളോട് കടുത്ത പ്രതിപത്തിയും ഉള്ളവരായിരുന്നു. മാത്രമല്ല രാജ്യസ്നേഹപരമായ ആവേശം ഇരുവരും ഒരുപോലെ മനസ്സിൽ സൂക്ഷിച്ചിരുന്നു. യുദ്ധതന്ത്രജ്ഞതയിലും നേതൃപാടവത്തിലും രണ്ടുപേരും ഒരുപോലെ നിഷ്ണാതരായിരുന്നു. കൂടെയുള്ള സഖാക്കളെ എങ്ങനെ സ്നേഹിക്കണമെന്നും ബഹുമാനിക്കണമെന്നും, ഒരുമിച്ച് കൊണ്ടുപോകണമെന്നും നന്നായി അറിയുന്നവരുമായിരുന്നു. ഇവർ രണ്ടുപേരും ചേർന്നു വെനസ്വേലയുടെ വിമോചനത്തിന്റെ പ്രധാനഭാഗം പൂർത്തീകരിച്ചു.

മൊന്തെവെർദെയും മാരിനോയും ഏറ്റുമുട്ടി. മൊന്തെവെർദെക്ക് വമ്പിച്ച നാശനഷ്ടങ്ങൾ ഉണ്ടായി. അയാൾ ഒരുവിധം കരാക്കസിലേക്ക് പിന്മാറി. തിരികെ കരാക്കാസിലെത്തിയപ്പോഴാണ് അയാൾ മറ്റൊരു സത്യം മനസ്സിലാക്കുന്നത്. പശ്ചിമഭാഗം മുഴുവൻ ബൊളിവാറുടെ സൈന്യം അധീനതയിലാക്കി കഴിഞ്ഞുവെന്ന്. പെട്ടെന്നുതന്നെ മൊന്തെവെർദെ വാലെൻഷിയയിലേക്ക് പോകുവാൻ തീരുമാനിച്ചു. സ്വാതന്ത്ര്യസമരസേനാനികളെ നേരിട്ട് തുരത്തുകയായിരുന്നു അയാളുടെ ലക്ഷ്യം. ടെഗുവാനസിൽ വെച്ച് ബൊളിവാർ തന്നെ തടയുവാനെത്തിയ വലിയൊരു ശത്രുനിരയെ നശിപ്പിച്ചു. മൊന്തെവെർദെയുടെ ഏതു കുതന്ത്ര

ങ്ങളെയും നേരിടുവാനുള്ള തയ്യാറെടുപ്പോടെ വലെൻഷിയയിലെത്തിയപ്പോഴാണ് മനസ്സിലാക്കുന്നത് മൊന്തെവെർദെ രാത്രിതന്നെ പ്യൂർട്ടോകബേലിയിലേക്ക് കടന്നുകളഞ്ഞിരിക്കുന്നു എന്ന്. തന്റെ വലിയൊരു സൈന്യത്തെപ്പോലും ബൊളിവാറുടെ ദയയ്ക്ക് വിട്ടുകൊടുത്തുകൊണ്ട്.

വലെൻഷിയയിൽനിന്നും തന്റെ വിജയരഥം ബൊളിവാർ കരാക്കാസിലേക്ക് തിരിച്ചുവിട്ടു. കരാക്കാസിനെ മാന്യമായി കീഴടങ്ങുവാൻ അദ്ദേഹം അനുവദിച്ചു. ഏറ്റവും മാന്യമായ രീതിയിൽ സ്പെയിൻകാരായ പട്ടാളക്കാർക്കും ഓഫീസർമാർക്കും നഗരം വിട്ടുപോകുന്നതിനുള്ള പാസ്പോർട്ട് നല്കി. ബൊളിവാർ കരാക്കസിലെത്തുമ്പോഴേക്കും പട്ടാളക്കാരും ഓഫീസർമാരും ഉൾപ്പെടെ സ്വയം തെറ്റുകാരാണെന്ന് ബോദ്ധ്യപ്പെട്ട 6000 ത്തോളം പേർ ലാഗുഐയിറയിലേക്ക് രക്ഷപ്പെട്ടിരുന്നു. മൊന്തെവെർദെ ചെയ്തതിനെല്ലാമുള്ള പ്രതികാരമായി അതേ ക്രൂരതകൾ ബൊളിവാറും കൈക്കൊള്ളും എന്ന ആശങ്കയിലായിരുന്നു അവർ. ബൊളിവാറുടെ കരാക്കസിലേക്കുള്ള പ്രവേശനം 6-8-1813 ന് അടയാളപ്പെടുത്തി. വെറും അഞ്ഞൂറ് പേരോട് കൂടി ആരംഭിച്ച ആ യുദ്ധയാത്രയ്ക്കിടയിൽ ആറ് നേർക്കുനേർ യുദ്ധങ്ങൾ നടത്തി, 12000 കിലോമീറ്റർ യാത്ര ചെയ്തു. അഞ്ച് ശത്രുസൈന്യങ്ങളെ പാടെ നശിപ്പിച്ചുകൊണ്ടും യുദ്ധസാമഗ്രികളുടെയും ആയുധങ്ങളുടെയും വൻ ശേഖരം പിടിച്ചെടുത്തുകൊണ്ടുമാണ് യാത്ര മുന്നേറിയത്. വെനസ്വേലയുടെ പടിഞ്ഞാറ് ഭാഗം കീഴടക്കിക്കൊണ്ട് ബൊളിവാറും കിഴക്കൻ പ്രദേശം കീഴടക്കിക്കൊണ്ട് മരിനോവും 90 ദിവസങ്ങൾക്കിടയിലാണ് ഇതൊക്കെ സാധിച്ചത്. ചരിത്രത്തിൽ സമാനതകളില്ലാത്ത ജനറൽ എന്ന ഖ്യാതി ബൊളിവാറിന് സിദ്ധിച്ചു.

കരാക്കസ് ഉന്നതമായ ബഹുമതികളോടെയാണ് ബൊളിവാറിനെ സ്വീകരിച്ചത്. അതിസുന്ദരികളായ യുവതികൾ തൂവെള്ള വസ്ത്രം ധരിച്ച് കൈയിൽ പൂക്കളുമായി വിമോചകനെ സ്വീകരിക്കുവാനായി അണിനിരന്നു. എന്നാൽ ഈ സ്വീകരണങ്ങളൊന്നും ബൊളിവാറുടെ ശ്രദ്ധയെ വ്യതിചലിപ്പിച്ചില്ല. അദ്ദേഹം തന്റെ സ്വാഭാവികമായ ഊർജ്ജസ്വലതയോടെ ക്രമസമാധാനം പുനഃസ്ഥാപിക്കുന്നതിനും ലാഗുഐയിറയിലേക്കുള്ള തുടർസൈനിക നീക്കങ്ങൾക്കുള്ള തയ്യാറെടുപ്പിലും മുഴുകി. വെനസ്വേലിയൻ റിപ്പബ്ലിക് പുനർജ്ജീവിച്ചതായി പ്രഖ്യാപിച്ചു. ഈ ലക്ഷ്യം സാധിതപ്രായമാക്കുന്നതിന് വഴി തെളിയിച്ച നെവഗ്രനാദയോട് നന്ദി പ്രകാശിപ്പിച്ചു. വാർ ടു ഡത്ത് എന്ന പ്രഖ്യാപനത്തിന്റെ പ്രായോഗിക നടപടികൾ ഒഴിവാക്കുന്നതിനുവേണ്ടി പ്യൂർട്ടോകബേലിയിലുള്ള മൊന്തെവെർദെയുടെ അടുത്തേക്ക് പ്രതിനിധികളെ അയച്ചു. കരാക്കാസിൽ നിന്നും പിടിക്കപ്പെട്ട എല്ലാ സ്പെയിൻകാർക്കും മാപ്പു നല്കിക്കൊണ്ടുള്ള സമ്മതപത്രത്തിൽ ഒരു യോഗത്തിൽവെച്ച് ഒപ്പുവെക്കാം എന്ന നിബന്ധന മുന്നോട്ടുവെച്ചു. എന്നാൽ വിഘടനവാദികളുമായി ഒരു ചർച്ചയ്ക്കും തയ്യാറല്ല എന്നു പറഞ്ഞുകൊണ്ട് അയാൾ ഈ നിർദ്ദേശ

ങ്ങൾ നിരാകരിച്ചു.

ഭരണപരമായ അടിയന്തര കടമകൾ പൂർത്തിയാക്കിയതിനുശേഷം ബൊളിവാർ ഡീഗോമരിനോയെ ഹാർദ്ദവമായി അഭിനന്ദിച്ചു. പ്യൂർട്ടോകബേലി പിടിച്ചടക്കുന്നതിനുവേണ്ടി പുതിയൊരു യുദ്ധയാത്ര ആരംഭിച്ചു. ബൊളിവാറുടെ ഖ്യാതി നാടെങ്ങും പ്രചരിച്ചുകൊണ്ടിരിക്കുന്ന കാലത്ത് താൻ സ്വന്തമായി ഒന്നും ആഗ്രഹിക്കുന്നില്ല എന്നൊരു പൊതു പ്രസ്താവന നടത്തി. അദ്ദേഹം തന്റെ യൗവനകാലത്ത് എല്ലാ സുഖ സൗകര്യങ്ങളും ആഡംബരങ്ങളും ആസ്വദിച്ചുകൊണ്ടാണ് ജീവിച്ചത്. വെനസ്വേലയുടെ വിവിധ ഭാഗങ്ങളിൽ വിശാലമായ തോട്ടങ്ങളും ധാരാളം അടിമകളും ഉണ്ടായിരുന്നു. ഈ അടിമകളെയെല്ലാം അദ്ദേഹം സ്വത ന്ത്രരാക്കി. വ്യക്തിപരമായ എല്ലാ ഉടമസ്ഥാവകാശവും ഉപേക്ഷിച്ചു. രാജ്യ സേവനത്തിനായി എല്ലാം ത്യജിക്കുന്നതായി പരസ്യമായി പ്രസ്താവി ച്ചു. തന്നിൽ അർപ്പിക്കപ്പെട്ട സ്ഥാനമാനങ്ങളെല്ലാം അദ്ദേഹം ഉപേക്ഷി ച്ചു. രാജ്യത്തിന്റെ മോചനത്തിനായി നിലകൊള്ളുന്ന പട്ടാളക്കാരുടെ തല വൻ എന്ന അപകടകരമായ സ്ഥാനമൊഴിച്ച് എല്ലാം. തന്റെ ജീവിതാവ സാനംവരെ അദ്ദേഹം ഈ വാക്കുകളിൽ ഉറച്ചുനിന്നു.

വിമോചനയുദ്ധങ്ങളുടെ വേലിയേറ്റവും വേലിയിറക്കവും

മൊന്തെവെർദെ ഒരുപാട് ദേശാഭിമാനികളായ പോരാളികളെ പ്യൂർട്ടോകബേലി ജയിലിൽ അടച്ചിരുന്നു. തടവുകാരെ പരസ്പരം കൈമാറാം എന്നൊരു നിർദ്ദേശം ബൊളിവാർ മുന്നോട്ടുവെച്ചെങ്കിലും സ്പെയിൻകാർ അത് അംഗീകരിക്കാൻ തയ്യാറായില്ല. പ്യൂർട്ടോകബേലി പിടിച്ചെടുക്കുക എന്നത് അത്ര എളുപ്പമായിരുന്നില്ല. ആ നഗരം കടലി ലേക്ക് തുറന്നുകിടക്കുകയാണ്. അതിനാൽ സ്പെയിൻകാർക്ക് എളുപ്പ ത്തിൽ പോഷകസേനയെ എത്തിക്കാൻ കഴിയും. ഡോൺജോസ് സലോ മോൻ എന്നയാളുടെ നേതൃത്വത്തിൻ കീഴിൽ ഒരു വലിയ സൈനിക വ്യൂഹം സ്പെയിനിൽ നിന്ന് മൊന്തെവെർദെയെ സഹായിക്കുവാൻ എത്തുകയുംചെയ്തു. മൊന്തെവെർദെയെ എങ്ങനെയെങ്കിലും നഗര ത്തിൽനിന്ന് പുറത്തു കടക്കുവാൻ പ്രേരിപ്പിച്ച് ഒരു തുറന്ന യുദ്ധത്തി ലൂടെ മാത്രമേ പ്യൂർട്ടോ കബേല പിടിച്ചെടുക്കുവാൻ കഴിയുകയുള്ളൂ എന്ന് ബൊളിവാർ മനസ്സിലാക്കി. പെട്ടെന്നുതന്നെ പ്യൂർട്ടോകബേലിക്ക് നേരെ പുറപ്പെട്ട സൈനികവ്യൂഹങ്ങളോട് പിൻവാങ്ങാൻ ആവശ്യപ്പെട്ടു. പ്രതീക്ഷിച്ചതുപോലെ സെപ്തംബർ 30 ന് മൊന്തെവെർദെ നഗരത്തിന് പുറത്തിറങ്ങി. മിന്നൽവേഗത്തിൽ മുന്നു സ്വതന്ത്രസൈനികവ്യൂഹങ്ങൾ അയാളുടെ സൈന്യത്തെ ആക്രമിച്ചു. അവരെ നിശ്ശേഷം പരാജയപ്പെ ടുത്തി. ഈ യുദ്ധത്തിനിടയിൽ വിമോചനസൈന്യത്തിന് കേണൽ ജിറാദോതിനെ നഷ്ടമായി. അദ്ദേഹത്തിന്റെ മരണം എല്ലാവർക്കും വലി യൊരു ആഘാതമായി. താൻ കീഴടക്കിയ ഒരു സൈനിക ആസ്ഥാനത്ത് സ്വതന്ത്ര വെനസ്വേലയുടെ പതാക ഉയർത്തുമ്പോൾ നെറ്റിയിൽ ഒരു വെടിയുണ്ട വന്നു പതിക്കുകയായിരുന്നു. ബൊളിവാർ ജിറാദോവിന് മര ണാനന്തരം പരമോന്നത ബഹുമതിതന്നെ നല്കി ആദരിച്ചു. ആ യുവ

സേനാനായകന്റെ ശവശരീരം ആദരാഞ്ജലികൾ അർപ്പിക്കുന്നതിന് വേണ്ടി കരാക്കാസിലേക്ക് കൊണ്ടുവരപ്പെട്ടു. ജിറാദോവിന്റെ സഹസൈനികരും അനുയായികളും ആ കൊലപാതകത്തിന് പകരം ചെയ്യുവാൻ അനുവദിക്കണമെന്ന് ആവശ്യപ്പെട്ടു. ബൊളിവാർ അവരുടെ ആവശ്യം അംഗീകരിച്ചു. മൊന്തെവെർദെ അത്യന്തം സുരക്ഷിതമായ ഒരു സ്ഥലത്തായിരുന്നു അഭയം തേടിയിരുന്നത്. പക്ഷേ, പ്രതികാരത്തിനുവേണ്ടി ദാഹിക്കുന്ന ജിറാദോവിന്റെ സഖാക്കൾക്ക് മുമ്പിൽ അയാളുടെ കോട്ടകൊത്തളങ്ങൾ തകർന്നുവീണു. അയാൾക്ക് പ്യൂർട്ടോ കബേലിയുടെ കുറേക്കൂടി സുരക്ഷിതമായ ഒരിടത്തേക്ക് ഓടി രക്ഷപ്പെടേണ്ടി വന്നു. അവിടെ അദ്ദേഹത്തിന്റെ സഹപ്രവർത്തകർ അദ്ദേഹത്തെ വിചാരണ ചെയ്ത് സ്ഥാനഭ്രഷ്ടനാക്കി. അയാളുടെ സ്ഥാനത്ത് സ്പെയിനിൽനിന്ന് പുതിയതായി എത്തിയ സലോമോൻ അവരോധിക്കപ്പെട്ടു. ഇയാൾ തടവുകാരെ കൈമാറുക എന്ന ബൊളിവാറുടെ നിർദ്ദേശം അംഗീകരിച്ചു. പ്യൂർട്ടോ കബേലി തുറമുഖം പിടിച്ചെടുക്കുവാൻ തന്റെ കീഴിലുള്ള സൈനിക വ്യൂഹങ്ങളെ നിയോഗിച്ച ശേഷം ബൊളിവാർ പുതുതായി ഉയർന്നുവന്ന ചില വെല്ലുവിളികൾ ഏറ്റെടുക്കുന്നതിനുവേണ്ടി കരാക്കസിലേക്ക് തിരിച്ചു.

മരക്കൈബോയിൽ നിന്നും അയച്ച സ്പാനിഷ് പട്ടാളവ്യൂഹങ്ങൾ നെവഗ്രനാദയുമായുള്ള വാർത്താവിനിമയ ബന്ധം ആകെ തകർത്തിരുന്നു. കുകൂടയിൽ റോയലിസ്റ്റുകൾ എല്ലാവിധ കൊടുംക്രൂരതകളും തുടർന്നുകൊണ്ടിരുന്നു. പന്തയംവെച്ച് ആളുകളെ കൊന്നൊടുക്കുക പോലുമുണ്ടായി. യാതൊരു കാരണവുമില്ലാതെ കൊച്ചുകുട്ടികളുടെപോലും കൈപ്പത്തികൾ വെട്ടിമാറ്റപ്പെട്ടു. ഒറനോക്കി സമതലത്തിലും ഇല്ലാനോസിലും ബോവേസ് അയാളുടെ ലഫ്റ്റനന്റ് മൊറാലിസുമായി ചേർന്ന് സങ്കല്പിക്കാൻ കൂടി പറ്റാത്ത രക്തദാഹവുമായി നടപടികൾ തുടർന്നു. സ്വതന്ത്രമാക്കപ്പെട്ട ചില പ്രദേശങ്ങൾ പാടെ തകർന്നു. മതഭ്രാന്തന്മാരായ ചില പുരോഹിതന്മാർ സ്വാതന്ത്ര്യസമരത്തോട് അനുഭാവം പുലർത്തിയിരുന്നവരെ രാജാവ് ദൈവത്തിന്റെ പ്രതിപുരുഷനാണെന്ന ഉദ്ഘോഷത്തോടെ പിന്തിരിപ്പിച്ചുകൊണ്ടിരുന്നു. ബൊളിവാർ കത്തോലിക്കാ പള്ളിക്കും രാജാവിനും ഒരുപോലെ എതിരായിരുന്നു. ജനങ്ങൾക്കുമേൽ അധിനിവേശം അടിച്ചേല്പിക്കുന്ന ശക്തികൾ, അത് പള്ളിയായാലും രാജാവായാലും, അദ്ദേഹം എതിർത്തു. കുറേ പുരോഹിതന്മാർ സ്പെയിൻകാരുടെ ഭാഗത്തുണ്ടായിരുന്നു. ചിലർ ബൊളിവാറുടെ ഭാഗത്തും. സ്പെയിൻകാരുടെ പക്ഷത്തുള്ളവർ അധിനിവേശം ദൈവഹിതമാണെന്നു പ്രചരിപ്പിച്ചു. ബൊളിവാറുടെ പക്ഷത്തുള്ള പുരോഹിതന്മാർ അധിനിവേശ ശക്തികളിൽ നിന്നുള്ള അമേരിക്കയുടെ മോചനമാണ് ദൈവഹിതമെന്നു പ്രചരിപ്പിച്ചു. ഇങ്ങനെയുള്ള പള്ളികളോടും പട്ടക്കാരോടും ബൊളിവാർ തികഞ്ഞ ബഹുമാനത്തോടെയായിരുന്നു പെരുമാ

റിയിരുന്നത്. എന്നാൽ മതഭ്രാന്തന്മാരും അജ്ഞാനികളുമായ ചില പുരോഹിതന്മാർ ജനങ്ങളുടെ അജ്ഞത മുതലെടുത്ത് അവരെ സ്വാതന്ത്ര്യ യുദ്ധത്തിന്റെ എതിർചേരിയിലാക്കി. ഇവർ സ്വാതന്ത്ര്യത്തിന് വേണ്ടിയുള്ള അമേരിക്കൻ ജനതയുടെ ധീരോദാത്തമായ സമരം വെറും ആഭ്യന്തര യുദ്ധമാണെന്ന് പ്രചരിപ്പിച്ച് അതിനെ താഴ്ത്തിക്കെട്ടുകയും ചെയ്തു.

ബൊളിവാർ ബ്രിഗേഡിയർ ജനറൽ ഉറഡാനെറ്റയെ – ഇദ്ദേഹം നേരത്തെയുള്ള യുദ്ധങ്ങളിൽ അത്രയൊന്നും അറിയപ്പെടാതെ മറഞ്ഞു കിടന്നിരുന്ന ഒരാളായിരുന്നു – പടിഞ്ഞാറൻ ഭാഗത്തുള്ള സൈന്യത്തിന്റെ മേധാവിയായി നിയമിച്ചു. കാനോ ഏലിയാസ് എന്നൊരു വിശ്വസ്തനായ ആഫീസറെ സമതലത്തിലെ സൈന്യത്തിന്റെ തലവനുമാക്കി. ബൊളിവാർ സ്വയം കരാക്കസിലേക്ക് പോയി. ജിറാദോവിന് അന്ത്യപ്രണാമമർപ്പിക്കുന്നതിനുള്ളൊരു പടനീക്കം നടത്തുവാൻ. ആ പട്ടാള നടപടിയിലൂടെ ജിറാദോവിന് അന്തിമോപചാരമർപ്പിക്കുക മാത്രമല്ല അദ്ദേഹം ചെയ്തത്. നെവഗ്രനാദയിൽ നിന്ന് തന്റെ ലക്ഷ്യത്തിനും ഉദ്യമങ്ങൾക്കും ലഭിച്ച സഹായസഹകരണത്തിന് നന്ദി പ്രകടിപ്പിക്കുക കൂടിയായിരുന്നു. കരാക്കാസിൽ വെച്ച് ബൊളിവാറിന് ആദ്യമായി രാജ്യത്തിന്റെ രക്ഷകൻ; വെനസ്വേലയുടെ വിമോചകൻ എന്നൊരു ബിരുദം നല്കുകയുണ്ടായി. ഈ ബിരുദങ്ങളുടെ വിജ്ഞാപനം സ്വീകരിച്ചുകൊണ്ട് അദ്ദേഹം പറഞ്ഞു:

> എനിക്ക് ഏറ്റവും മഹത്തായി തോന്നുന്നതും സംതൃപ്തി നല്കുന്നതുമായ ബിരുദം എന്റെ മാതൃരാജ്യമായ വെനസ്വേലയുടെ വിമോചകൻ എന്നതാണ്. ലോകത്തിലെ മറ്റേത് സാമ്രാജ്യത്തിന്റെ അധിപനാക്കപ്പെടുന്നതിനേക്കാളും ഞാനിതിന് വിലകല്പിക്കുന്നു. എന്നാൽ ഞാനല്ല യഥാർത്ഥ വിമോചകൻ. വിമോചകൻ എന്ന ബിരുദത്തിന് എന്നെക്കാൾ അർഹർ നെവാഗ്രനാദയിലെ ഭരണ സമിതി (കോൺഗ്രസ്) യും റിബാസ്, ജിറാദോവ് തുടങ്ങിയവരും, ഈ സമരങ്ങളിലുടനീളം എന്നോടൊപ്പം നിന്ന മറ്റുയോദ്ധാക്കളുമാണ്.

രാജ്യത്തുടനീളം അലയടിച്ചുകൊണ്ടിരിക്കുന്ന അസംതൃപ്തിയെക്കുറിച്ച് ബൊളിവാർ പ്രത്യേകം ശ്രദ്ധിച്ചിരുന്നു. അത് തന്റെ പരിശ്രമങ്ങളത്രയും നിഷ്ഫലമാക്കിക്കളയും എന്നദ്ദേഹത്തിന് അറിയാമായിരുന്നു. ആദ്യഘട്ടത്തിൽ പൊതുജനങ്ങളുടെ പിന്തുണ ഏറെയൊന്നും ലഭിച്ചിരുന്നില്ല. അവരുടെ വൈകാരിക ക്ഷോഭങ്ങൾ, തുടർന്നുവരുന്ന ജീവിതശീലങ്ങൾ, മന്ത്രവാദങ്ങൾ, അന്ധവിശ്വാസങ്ങൾ, എന്നിവയിലെല്ലാം അഭിരമിച്ചിരുന്ന ഒരു ആൾക്കൂട്ടമായിരുന്നു അന്നത്തെ പൊതുജനങ്ങൾ. കൊള്ളമുതലിന്റെ പങ്ക് ഉറപ്പിക്കുന്ന ഏതൊരു യുദ്ധപ്രഭുവിനേയും അവർ ആദരിക്കുകയും അനുസരിക്കുകയും ചെയ്തിരുന്നു. ഇവ

രെയെല്ലാം വിദഗ്ദ്ധമായി കൈകാര്യം ചെയ്തുകൊണ്ട് മുപ്പത് വയസ്സാകുമ്പോഴേക്കും നല്ലൊരു യോദ്ധാവ് മാത്രമല്ല നല്ലൊരു രാഷ്ട്രതന്ത്രജ്ഞൻ കൂടിയാണ് താനെന്ന് തെളിയിച്ചു ബൊളിവാർ. ഭരണതലത്തിലും സമൂഹത്തിലും ഒരു സംഘടിത ഗവൺമെന്റിന്റെ സാന്നിദ്ധ്യം ഉറപ്പുവരുത്തി. ദേശാഭിമാനികളായ പോരാളികളുടെ സ്വാഭാവികമായ അഭിമാനബോധത്തെ തൃപ്തിപ്പെടുത്താനും അദ്ദേഹം പ്രത്യേകം ശ്രദ്ധിച്ചിരുന്നു.

വെനസ്വേലയുടെ മോചനം അപ്പോഴൊന്നും പൂർണ്ണമായിരുന്നില്ല. ചില പ്രദേശങ്ങളെല്ലാം അപ്പോഴും ശത്രുവിന്റെ അധീനതയിലും ആക്രമണഭീഷണിയുടെ നിഴലിലുമായിരുന്നു. ഖോറോയിലെ ഗവർണ്ണർ 1300 പേരടങ്ങുന്ന ഒരു സൈനിക സംഘവുമായി വന്ന് വിമോചന സൈനികരുടെ ഒരു ദളം തകർത്തു. ഇത് വലെൻഷിയയിൽ നേടിയെടുത്ത വിജയത്തിനും പ്യൂർട്ടോകബേലി പിടിച്ചെടുക്കുവാൻ നിയുക്തരായ വിമോചന സൈനികർക്കും ഒരു ഭീഷണിയായി നിലകൊണ്ടു. 2500 ലധികം സൈനികരുടെ തലവനായ യാനെസ് മറ്റൊരു വിമോചന സൈനികദളത്തെ നശിപ്പിക്കുകയും വിമോചിത നഗരമായ ബതനാസ് പിടിച്ചെടുക്കുകയും ചെയ്തു. അവർ കടന്നുപോയ വഴിയിലുടനീളം ശവശരീരങ്ങൾ ചിതറിക്കിടന്നു. രക്തച്ചാലുകൾ ഒഴുകിക്കൊണ്ടിരുന്നു.

ഉർഡനെറ്റ താൻ അപകടത്തിലാണെന്ന ഒരു സന്ദേശം ബൊളിവാർക്കയച്ചു. ഉടൻതന്നെ അദ്ദേഹം അങ്ങോട്ടു കുതിച്ചു. ബാർക്യൂസിമന്റെയിൽ ചെന്നു ഖോറോയിലെ ഗവർണ്ണറുടെ പട്ടാളത്തെ തുരത്തി. എന്നാൽ തെറ്റായ ഒരു ബ്യൂഗിൾ ഓർഡർ കാരണം ഒരു റജിമെന്റ് പിൻവാങ്ങി. ഇത് ഒരു തിരിച്ചടിയായി അനുഭവപ്പെട്ടു. ഉർഡനെറ്റയെ അവിടുത്തെ വിമോചന സൈന്യത്തെ പുനഃസംഘടിപ്പിക്കുന്നതിനു ചുമതലപ്പെടുത്തി ബൊളിവാർ വാലെൻഷിയയിലേക്ക് സൈനിക ശാക്തീകരണത്തിനുവേണ്ടി പോയി. ഈ സമയത്ത് ഖോറോയിലെ ഗവർണർ യാനിസുമായി ബന്ധപ്പെടുകയും പ്യൂർട്ടോകബേലിയിലെ ഗവർണറുമായി ച്ചേർന്ന് ഒരു സംയുക്ത ആക്രമണത്തിന് ഒരുക്കം കൂട്ടുകയും ചെയ്തു. ബൊളിവാർ അപ്പോൾ കരാക്കാസ്സിലായിരുന്നു. റിബാസിനോട് കിട്ടാവുന്ന എല്ലാ സന്നാഹങ്ങളോടും കൂടി രക്ഷാപ്രവർത്തനത്തിനു എത്തിച്ചേരാൻ ആവശ്യപ്പെട്ടു. പ്യൂർട്ടോകബേലിയിലെ കമാന്ററായ സലോമോൻ വാലെൻഷിയയിൽനിന്നു കരാക്കസിലേക്കുള്ള റോഡുവഴി മുന്നേറി. അയാളെ ബൊളിവാറും റിബാസും ചേർന്ന് ആക്രമിച്ചു. മൂന്നു ദിവസം നീണ്ടുനിന്ന തുടർയുദ്ധത്തിനൊടുവിൽ സലോമോന് തുറമുഖത്തേക്ക് തന്നെ പിന്തിരിയേണ്ടിവന്നു. വമ്പിച്ച നാശനഷ്ടങ്ങൾ ഏറ്റുവാങ്ങിക്കൊണ്ട്. ബൊളിവാർ കിട്ടാവുന്ന എല്ലാ സൈനിക സജ്ജീകരണങ്ങളും ഒരുക്കൂട്ടി സാൻകാർലോസിലേക്ക് മുന്നേറി. അവിടെ ബൊളിവാർക്കു വേണ്ടി യുദ്ധം ചെയ്യാൻ 3000 ത്തോളം ആളുകൾ സായുധരായി കാത്തുനില്ക്കുന്നുണ്ടായിരുന്നു. ഇവരെല്ലാം ഒരുമിച്ച് അറോറയിലേക്കു നീങ്ങി.

അവിടെവെച്ച് റോയലിസ്റ്റ് ഭടന്മാരുമായി ഡിസംബർ 5 ന് ഒരു ഘോര യുദ്ധം നടന്നു. തുടക്കത്തിൽ ബൊളിവാർക്ക് മിടുക്കരായ ധാരാളം കാലാൾപ്പടയെ നഷ്ടമായി. എന്നാൽ വിമോചകന്റെ സാന്നിദ്ധ്യം – അദ്ദേഹം എല്ലായിടത്തും പാഞ്ഞെത്തി ഓരോരുത്തർക്കും നിർദ്ദേശം നല്കുകയും ധൈര്യം പകർന്നുകൊടുക്കുകയും ചെയ്തുകൊണ്ടിരുന്നു – മൊത്തം സൈന്യത്തെ പരാജയത്തിൽ നിന്നു വിജയത്തിലേക്ക് കുതിക്കുവാൻ സഹായിച്ചു. റോയലിസ്റ്റ് സൈന്യത്തിലെ ആയിരത്തോളം പേർക്ക് ജീവൻ നഷ്ടപ്പെട്ടു. ഒടുവിൽ അവർ ആയുധമുപേക്ഷിച്ച് പിൻവാങ്ങി. സെബല്ലോസിനും യാനേസിനും തെക്കുഭാഗത്തുള്ള ദറിനോ താഴ്വരയിലേക്ക് ഓടിരക്ഷപ്പെടേണ്ടിവന്നു.

ഈ യുദ്ധം ബൊളിവാറുടെ ആത്മവിശ്വാസം ഇരട്ടിപ്പിച്ചു. തെറ്റായ ഒരു നീക്കത്തിലൂടെ തുടക്കത്തിൽ പിൻവാങ്ങിയ റജിമെന്റിനു ശിക്ഷയായി അവരുടെ പേരും കൊടിയും എടുത്തുമാറ്റി. അവരോട് ആറൗറിയിലെ വിമോചന സൈനിക കേന്ദ്രത്തിലേക്ക് പൊയ്ക്കൊള്ളുവാൻ നിർദ്ദേശവും കൊടുത്തു. നേരത്തെ വരുത്തിയ തെറ്റിനു പ്രായശ്ചിത്തമായി അവർ പത്ത് മിനിട്ടിനുള്ളിൽ ശത്രുസൈന്യത്തിനിടയിലേക്ക് അപകടകരമാം വിധം തുളച്ചുകയറി ശത്രുവിന്റെ കൊടി പിടിച്ചെടുത്തു. അതിനുശേഷം ആ റജിമെന്റിന് അറൗറ കീഴടക്കിയവർ എന്നൊരു പുതിയ പേരുകിട്ടി. അറൗറയിലെ ഈ വിജയം വെനസ്വേലയെ പീഡിപ്പിച്ചുകൊണ്ടിരുന്ന ശത്രുസൈന്യത്തെ ഒറ്റദിവസംകൊണ്ട് നശിപ്പിച്ചു. വിജയത്തിന്റെ വർഷമായിരുന്ന 1813 ലെ അവസാനത്തെ വിജയമായി ഇത് എഴുതിച്ചേർക്കപ്പെട്ടു. ബെളിവാർക്കുമേൽ അഭിനന്ദനങ്ങൾ ചൊരിഞ്ഞ സഹപ്രവർത്തകരോട് നന്ദി പ്രകാശിപ്പിക്കുന്നതിനിടയിൽ അദ്ദേഹം പറഞ്ഞു:

> വെനസ്വേലയ്ക്കുവേണ്ടി നമ്മൾ പകരംവീട്ടി എന്നതു ശരിതന്നെ. നമ്മളെ അടിമപ്പെടുത്തിയവരുടെ വൻസൈന്യത്തെ യുദ്ധക്കളത്തിൽ നാം പരാജയപ്പെടുത്തിയിരിക്കുന്നു. നമ്മുടെ മാതൃരാജ്യം പൂർണ്ണമായും സ്വതന്ത്രമായിക്കഴിഞ്ഞാൽ അമേരിക്കയുടെ ഏതു ഭാഗത്തുമുള്ള സ്പാനിഷ് അധിനിവേശത്തിനെതിരെയും നമ്മൾ പോരാടും. അവരെ നിശ്ശേഷം കടലിന്റെ ആഴങ്ങളിലേക്കെറിയും വരെ. നമ്മുടെ വാളുകളാണ് നമ്മുടെ സ്വാതന്ത്ര്യത്തിന്റെ സംരക്ഷകൻ.

എന്നാൽ ബൊളിവാറുടെ ആശങ്കകളും പെരുകിക്കൊണ്ടേയിരുന്നു. പൊതുജനങ്ങളുടെ പിന്തുണ പൂർണ്ണമായും നേടിയെടുക്കാൻ പറ്റിയിട്ടില്ലെന്ന് അയാൾക്കറിയാമായിരുന്നു. സമതലത്തിലെ തികച്ചും പ്രാകൃതരായ ഒരു വിഭാഗം ജനങ്ങൾ ബൊളിവാർക്ക് വളരെയധികം പ്രശ്നങ്ങൾ ഉണ്ടാക്കിക്കൊണ്ടിരുന്നു. യാനിറോകൾ എന്ന വിഭാഗത്തിലാണവർ

ഉൾപ്പെടുന്നത്. ഇവരുടെ ലോകത്ത് വികസിതമായ ഒരു സമൂഹത്തെ കുറിച്ചുള്ള സങ്കല്പങ്ങൾ ഇനിയും എത്തിച്ചേർന്നിരുന്നില്ല. ആധുനിക സമൂഹത്തിലെ അംഗങ്ങൾ ഇവരെ അപരിഷ്കൃതർ, അതിസാഹസികർ, ബുദ്ധിശൂന്യർ, ക്രൂരന്മാർ എന്നിങ്ങനെയുള്ള വാക്കുകൾകൊണ്ടാണ് വിശേഷിപ്പിക്കാറുള്ളത്. ഓടിപ്പോയ റോയലിസ്റ്റ് സൈന്യവും ആ ഭാഗത്തു തന്നെയാണ് അഭയം കണ്ടെത്തിയത്. നെവഗ്രനാദയിലെ ഭരണാധികാരികൾക്ക് അദ്ദേഹം ഒരു ദീർഘസന്ദേശം അയച്ചു. പടിഞ്ഞാറ് ഭാഗത്ത് നേടിയ വിജയങ്ങളെക്കുറിച്ചും സമതലത്തിൽ ഇനി നടക്കാൻ പോകുന്ന യുദ്ധത്തിന്റെ തയ്യാറെടുപ്പുകളെപ്പറ്റി വിശദീകരിച്ചും തന്നിൽ നിക്ഷിപ്തമായ അധികാരത്തെക്കുറിച്ച് തനിക്കുള്ള അഭിപ്രായം ഒന്നുകൂടി വ്യക്തമാക്കിക്കൊണ്ടും. പരമാധികാരം കൈയാളുന്നത് മറ്റു വൻകരകളിലെ അധിപന്മാരെ സംബന്ധിച്ചിടത്തോളം ആഹ്ലാദകരമാണെങ്കിലും സ്വാതന്ത്ര്യത്തിന്റെ യഥാർത്ഥമൂല്യം അറിയാവുന്നവരെ സംബന്ധിച്ചിടത്തോളം അത് ഭാരമുള്ളതും മാനസിക സംഘർഷം ഉളവാക്കുന്നതുമാണ്. “അധികാരത്തിന്റെ ഒരു തരിമ്പുപോലും ഞാനാഗ്രഹിക്കുന്നില്ല. ജനങ്ങൾ എത്രമാത്രം അത് എന്റെമേൽ അടിച്ചേല്പിച്ചാലും.” ബൊളിവാർ ഉറപ്പിച്ചു പറഞ്ഞു.

ബൊളിവാറുടെ ജീവിതത്തിലെ സുപ്രധാനമായ ഒരു രേഖയാണ് ഡിസംബർ 31-ാം തീയതിയിലെ സന്ദേശം. ഈ പടയോട്ടത്തിന്റെ തുടക്കത്തിൽ അദ്ദേഹം നടത്തിയ പ്രഖ്യാപനത്തിനൊപ്പം ഔന്നത്യമുള്ളതാണ് ഈ രേഖയും. തന്റെ വിദേശകാര്യ സെക്രട്ടറി മുഖാന്തിരം അയച്ച ഈ റിപ്പോർട്ടിൽ വെനസ്വേലയും നെവഗ്രനാദയും ഒന്നിച്ചുചേരണമെന്ന തന്റെ ആശയംകൂടി അദ്ദേഹം പ്രകാശിപ്പിച്ചു:

> ഒരു ആത്മഭാഷണം പോലെ തോന്നിച്ചു അത്. അനുഭവത്തിന്റെ പാഠങ്ങൾ നമുക്കൊരിക്കലും നഷ്ടപ്പെടാൻ പാടില്ല. യൂറോപ്പ് നമുക്ക് നല്കിയ അനുഭവങ്ങൾ രക്തത്തിൽ കുതിർന്നതും നിരന്തരം മാറിക്കൊണ്ടിരിക്കുന്നതുമായ ഒരു സന്തുലനത്തിന്റേതായിരുന്നു. രക്തം അനാവശ്യമായി ചൊരിയേണ്ടിവരുന്ന അപകടങ്ങളിൽ നിന്നും ഒഴിവാകുവാനും അതൊരു പാഠമാണ്. വൻകരകളിലെ അധികാരത്തിന്റെ സന്തുലനമാണ് യൂറോപ്പിന്റെ ലക്ഷ്യം. യുദ്ധത്തിനും ദുരിതങ്ങൾക്കുമിടയിൽ നമ്മളെ ബാധിക്കുന്ന മറ്റൊരു സന്തുലിതാവസ്ഥയുണ്ട്. പ്രാപഞ്ചിക സന്തുലനം. യൂറോപ്യൻ രാജ്യങ്ങളുടെ ദുരാഗ്രഹം ലോകത്തിലെ മറ്റു രാജ്യങ്ങളിലെ ജനങ്ങളെയൊന്നാകെ തങ്ങളുടെ അടിമകളാക്കണമെന്നാണ്. അതുകൊണ്ടുതന്നെ യൂറോപ്യൻ രാജ്യങ്ങളുടെ മുൻകൈ ഇല്ലാതാക്കുവാൻ മറ്റു രാജ്യങ്ങൾ അവർക്കിടയിൽത്തന്നെ ഒരു സന്തുലിതാവസ്ഥ കൈവരിക്കുവാൻ പ്രയത്നിക്കണം. ഞാൻ ഇതിനെ

ആഗോള സന്തുലിതാവസ്ഥ എന്ന് വിളിക്കുന്നു. അത് അമേരിക്കൻ രാഷ്ട്രീയ വിചാരങ്ങളിലേക്കും വിചിന്തനങ്ങളിലേക്കും കടന്നു ചെല്ലണം. യൂറോപ്പിന്റെ അധിനിവേശ ദുരാഗ്രഹങ്ങളെ ചെറുക്കുവാൻ നമ്മുടെ രാജ്യം വേണ്ടത്ര ശക്തി ആർജ്ജിക്കേണ്ടതുണ്ട്. തെക്കെ അമേരിക്കയിലെ മുഴുവൻ രാജ്യങ്ങളുടെയും ഐക്യത്തിനല്ലാതെ – ഒരു ദേശീയ സംഘടനാ രൂപം – മറ്റൊരു ശക്തിക്കും ഇത്രയും വലിയ രാക്ഷസീയ ശക്തിയെ നേരിടുവാൻ പറ്റുകയില്ല. ചെറിയ ഒരു ഗവൺമെന്റ് അതിന്റെ പരിമിതമായ ലക്ഷ്യത്തിനുവേണ്ടി അതിന്റെ ഊർജ്ജമത്രയും ചെലവാക്കേണ്ടി വരും. മുഴുവൻ രാജ്യങ്ങളും ഐക്യപ്പെട്ട് ഒരൊറ്റ സംഘടനയ്ക്ക് കീഴിൽ വരുമ്പോൾ അതിന്റെ സാദ്ധ്യതകൾ അനന്തമാണ്. അതിനു വൻശക്തികളുടെ അധിനിവേശങ്ങൾ ചെറുക്കുവാൻ സാധിക്കും എന്നതിന് പുറമെ ഓരോ രാജ്യത്തിന്റെയും ആഭ്യന്തര വളർച്ചയെയും ഈ പരസ്പര സഹായം മുന്നോട്ടു നയിക്കുകയും സമൃദ്ധിയുടെ ഔന്നത്യത്തിൽ എത്തിക്കുകയും ചെയ്യും.

ലാറ്റിനമേരിക്കൻ മനസ്സുകളിലേക്ക് ഇന്ന് ഇരുന്നൂറ് വർഷങ്ങൾക്കിപ്പുറത്തും വെളിച്ചവും പ്രത്യാശയുമായി കടന്നുവരുന്നത് രണ്ടു നൂറ്റാണ്ടുകൾക്ക് മുമ്പുണ്ടായ ഈ ചിന്തയാണ്. യൂറോപ്യൻ രാക്ഷസീയ ശക്തി എന്നത് യു എസ് എ എന്ന രാക്ഷസീയ ശക്തി എന്നായി മാറിയിട്ടുണ്ടെന്നു മാത്രം.

മൊന്തെവെർദെയെ സ്ഥാനഭ്രഷ്ടനാക്കിയതിനുശേഷം പ്യൂർട്ടോകബേലിയിലെ സൈന്യം ഖോറോവിലേക്ക് പോയി. അതാകട്ടെ അവരുടെ സർവ്വനാശത്തിലേക്കുള്ള വഴിയുമായി. കുറേ റോയലിസ്റ്റുകൾ തെക്കൻ ഭാഗത്തേക്ക് രക്ഷപ്പെട്ടു. കാരബോബൊ നഗരത്തിൽ വെച്ച് അവർ അവിടെ തമ്പടിച്ചിരുന്ന വിമോചന സൈനികരെ നേരിട്ടു നശിപ്പിച്ചു. അവരുടെ കമാന്റർ അമേരിക്കയിൽ ജീവിച്ചിരുന്നവരിൽവെച്ച് ഏറ്റവും നികൃഷ്ടനായ ഒരാളായിരുന്നു. യോസെ തോമസ് റോഡ്രിഗ്സ് ഒരു മുൻ കടൽക്കൊള്ളക്കാരനും പ്യൂർട്ടോകബേലി ജയിലിലെ മുൻതടവുകാരനുമായിരുന്നു. ശിക്ഷാകാലാവധി കുറച്ചുകിട്ടാൻവേണ്ടി ജയിലിലുണ്ടായിരുന്ന ധാരാളം സ്പെയിൻകാർ അപേക്ഷ സമർപ്പിച്ചിരുന്നു. അക്കൂട്ടത്തിൽ ഇയാൾക്കും കിട്ടി ശിക്ഷയിൽ ഇളവ്. അങ്ങനെ പുറത്തുവന്ന ഇയാൾക്ക് കാരബൊബൊ നഗരത്തിൽ താമസിക്കുവാൻ അനുവാദവും കിട്ടി. വിപ്ലവത്തിന്റെ ആദ്യകാലത്ത് കാരബോബൊയിൽ ജോലി ചെയ്യുകയായിരുന്നു. ബൊവേസ് എന്ന പുതിയ പേരു സ്വീകരിച്ചുകൊണ്ട് ഇയാൾ വിമോചനസേനയിൽ ചേർന്നു. എന്തോ പെരുമാറ്റദൂഷ്യംകൊണ്ട് 1810 ൽ ജയിലിലടയ്ക്കപ്പെട്ടു. പിന്നീട് റോയലിസ്റ്റുകളാണ് ഇയാളെ മോചിപ്പിക്കുന്നത്. വിപ്ലവകാരികളോട് പ്രതികാരം ചെയ്യുമെന്ന് പ്രതിജ്ഞയെ

ടുത്ത ഇയാൾ കുറച്ചു പട്ടാളക്കാരെ ചേർത്ത് ഒരു കലാപം സംഘടിപ്പിച്ചു. എത്തിച്ചേർന്ന ഇടങ്ങളിലെല്ലാം കുപ്രസിദ്ധങ്ങളായ പല ക്രൂരതകളും ഇയാൾ നടത്തിക്കൊണ്ടിരുന്നു. എങ്കിലും യുദ്ധരംഗത്ത് സമർത്ഥനും ചങ്കൂറ്റമുള്ളവനുമായതിനാൽ ചില വിജയങ്ങൾ നേടി. ധാർമ്മികമായ കാര്യങ്ങളിൽ തികച്ചും മൃഗതുല്യനായ ഇയാൾ ലഫ്റ്റനന്റ് ഫ്രാൻസിസ്കോ മൊറാലിസിന്റെ സഹായത്തോടെ ഒറിനോക്കിയ തീരപ്രദേശം കൈവശപ്പെടുത്തി. ബൊവേസിനു പറ്റിയ കൂട്ടുകാരനായിരുന്നു മൊറാലിസ്. ബൊവേസിനു തന്നെ ഇയാളെ അതി നിഷ്ഠുരൻ എന്ന് വിശേഷിപ്പിക്കേണ്ടിവന്നിട്ടുണ്ട്. ബൊവേസ് അമേരിക്കക്കാരെ കൊന്നുതള്ളിയത് അയാൾക്ക് വിജയിക്കാൻ വേണ്ടിയും വിപ്ലവകാരികളോടുള്ള പ്രതികാരം തീർക്കാൻ വേണ്ടിയുമായിരുന്നു. എന്നാൽ മൊറാലിസ് അമേരിക്കക്കാരെ കൊന്നുതള്ളിയത് കൊല അയാൾക്കൊരു ലഹരിയായതുകൊണ്ടു മാത്രമായിരുന്നു – കൊല കൊലയ്ക്കുവേണ്ടി. റോയലിസ്റ്റുകൾക്ക് തന്റെ നടപടികൾ ഗുണം ചെയ്യുന്നുണ്ടോ ഇല്ലയോ എന്നൊന്നും ആലോചിക്കാതെയായിരുന്നു ഇയാളുടെ നരഹത്യകൾ. മുമ്പ് ഇയാളൊരു പരിചാരകനായിരുന്നു. പിടിവാശിക്കാരനായ ഇയാൾ ക്രമേണ ബൊവേസിന്റെ സൈന്യത്തിലെ രണ്ടാമനായിത്തീർന്നു. 4000 യാനിറോകൾ ഉൾക്കൊള്ളുന്ന സൈന്യത്തിലെ രണ്ടാമനാകുക എന്നത് ഒരു ചില്ലറക്കാര്യമല്ല. കാരബോബെ നഗരം പിടിച്ചെടുക്കുന്നതിൽ ഇയാൾ വലിയ പങ്കുവഹിച്ചു.

1814 - ന്റെ തുടക്കത്തിൽ ബൊവേസിന്റെയും മൊറാലിസിന്റെയും പ്രത്യാക്രമണത്താൽ ബൊളിവാർ വല്ലാത്തൊരു പ്രതിസന്ധിയിലായി. ഈ അവസരത്തിൽ കിഴക്കൻ മേഖലയുടെ കമാന്റർ ആയിരുന്ന മെരിനോവിനോട് സഹായം അഭ്യർത്ഥിച്ചു. ഒരുപക്ഷേ, മെരിനോവിന് ബൊളിവാറേക്കാൾ ഉയർന്ന പദവിയിലെത്താൻ ആഗ്രഹമുള്ളതിനാലാകാം. അല്ലെങ്കിൽ മറ്റെന്തെങ്കിലും കാരണത്താലാകാം അയാൾ രക്ഷാപ്രവർത്തനത്തിനെത്തിയില്ല.

ഇതിനിടയിൽ ബറിനാസ് നഗരം ഗ്യാനേസിന്റെ കൈകളിൽ അമർന്നുപോയി. ഗ്യാനേസും രക്തദാഹികളായ അയാളുടെ അനുയായികളും ചേർന്ന് പുറകിലായിപ്പോയ എൺപതോളം വിമോചന സൈനികരുടെ തലകൊയ്തു. കണ്ണിൽക്കണ്ട സ്ത്രീകളെയും പുരുഷന്മാരെയും കുട്ടികളെപ്പോലും ക്രൂരമായി അരിഞ്ഞുവീഴ്ത്തി. നഗരത്തെ പാടെ ചുട്ടെരിച്ചു. കുറച്ച് ദിവസങ്ങൾക്കുശേഷം ഒരു ചെറിയ സംഘട്ടനത്തിനിടയിൽ ഗ്യാനേസ് കൊല്ലപ്പെട്ടു. ക്രൂരകൃത്യങ്ങൾക്ക് കുപ്രസിദ്ധരായ ബൊവേസിന്റെയും മൊറാലിസിന്റെയും ഗണത്തിൽപ്പെടുത്താവുന്ന ഈ നരാധമന്റെ കഥ അങ്ങനെ കഴിഞ്ഞു. രാജ്യത്തിന്റെ മറ്റ് ഭാഗങ്ങളിൽ റോയലിസ്റ്റുകൾ ഗറില്ലാ യുദ്ധമുറ സ്വീകരിച്ച് വിമോചന സേനയുടെ പുനരേകീകരണം തടസ്സപ്പെടുത്തി. റോയലിസ്റ്റുകളുടെ സൈനികമേധാവികളെല്ലാം

ക്രൂരതയുടെ കാര്യത്തിൽ ഒന്നിനൊന്ന് മെച്ചപ്പെട്ടവരായിരുന്നു. അക്കൂട്ടത്തിൽ ചേർക്കാവുന്നവരാണ് ഗ്യാനേസിന്റെ പിൻഗാമിയായി വന്ന കത്സാദയും റോസറ്റിയും. ഇവർ രക്തച്ചൊരിച്ചിലിന്റെ കാര്യത്തിൽ പരസ്പരം മത്സരിക്കുകയായിരുന്നു. സമതലത്തിലെ കുതിരപ്പട്ടാളത്തിന്റെ തലവനായിത്തീർന്ന ബൊവേസ് ലാപുവർട്ടയിൽ വെച്ച് കോമ്പോ ഏലിയാസിന്റെ മേൽ വലിയൊരു വിജയം നേടി. ഈ വിജയത്തെത്തുടർന്ന് വലെൻഷിയയുടെ താഴ്വാരത്തിൽ അയാൾ എത്തി. കരാക്കസ് നഗരത്തിനുനേരെ തിരിഞ്ഞു. ഒക്കുമാറെ നഗരം പിടിച്ചെടുത്ത റോസിറ്റി കണ്ണിൽ കണ്ടവരെയെല്ലാം — പള്ളിയിൽ പ്രാർത്ഥിച്ചുകൊണ്ടിരിക്കുന്നവരെപ്പോലും കൊന്നുതള്ളിക്കൊണ്ട് മുന്നേറി.

പെട്ടെന്നുണ്ടായ ഈ അനുകൂലമായ സാഹചര്യം മുതലെടുത്ത് ചടുലമായ നീക്കങ്ങളിലൂടെ ബൊവേസ് ലാവിക്ടോറിയ നഗരത്തിലേക്ക് മുന്നേറി. വലെൻഷിയയിൽ നിന്ന് കരാക്കാസിലേക്കുള്ള പ്രധാന പാതയിലൂടെ. ഈ രക്തദാഹികളെ തടയുവാൻവേണ്ടി റിബാസ് നിലയുറപ്പിച്ചിരുന്നതും ഇതേ പാതയിൽ തന്നെയായിരുന്നു. 12-12-1814 ന് ബോസ് നഗരം ആക്രമിച്ച് നഗരാന്തർ ഭാഗത്തേക്ക് മുന്നേറാനും ബൊവേസിനു പറ്റി. റിബാസിന്റെ ധീരതയുടെയും പ്രത്യുല്പന്നമതിത്വത്തിന്റെയും ഫലമായി ഒരാൾക്ക് നാലുപേരുടെ ശക്തി സ്വയം നേടിയെടുത്ത് ദേശാഭിമാനികൾ ചെറുത്തുനിന്നു. നാശനഷ്ടങ്ങൾ ഏറെയായിരുന്നു. തന്റെ ധീരരായ സൈനിക മേധാവികൾ പലരും തനിക്കുചുറ്റും വീണുകിടക്കുന്നത് അയാൾക്ക് കാണേണ്ടിവന്നു. അദ്ദേഹത്തിന്റെ തന്നെ മൂന്നു കുതിരകൾ ചത്തുവീണു. ഉച്ച കഴിഞ്ഞിട്ടും ഈ പോരാട്ടത്തിന്റെ അന്തിമവിധി തീരുമാനിക്കപ്പെട്ടിരുന്നില്ല. അവിചാരിതമായി റിബാസിന് ചില സഹായങ്ങൾ ലഭിച്ചു. റിബാസ് നഗരത്തിൽനിന്നും പുറത്തേക്ക് കുതിച്ചു. വഴിയിൽ കണ്ട ശത്രുക്കളെയെല്ലാം നശിപ്പിച്ചു. ബൊവേസ് പിൻവാങ്ങിക്കൊണ്ട് പ്രാന്തപ്രദേശങ്ങളിൽ നിലയുറപ്പിച്ചു. അടുത്ത ദിവസം അയാൾ വീണ്ടും ആക്രമിക്കപ്പെട്ടു. ഈ ആക്രമണത്തിൽ ചിതറിപ്പോയ ബൊവേസിന്റെ സംഘം പിന്തിരിഞ്ഞോടി. റിബാസിന്റെ നേതൃപാടവത്തിന്റെ ഏറ്റവും മഹത്തായ വിജയമായിരുന്നു ലാവിക്ടോറിയായിലെ പോരാട്ടം. വെനസ്വേലയുടെ വിമോചന യുദ്ധത്തിൽ ത്യാഗോജ്ജ്വലവും ധീരോദാത്തവുമായ ഒരു വിജയമായി ഇതു കണക്കാക്കപ്പെടുന്നു.

വിജയികളെ ബൊളിവാർ ഉചിതമായ രീതിയിൽ പ്രകീർത്തിച്ചു. ഈ വിജയത്തിന്റെ മഹത്ത്വത്തെക്കുറിച്ച് കരാക്കസ്സിനോടും ലോകത്തോടു തന്നെയും ഉറക്കെ പ്രഖ്യാപിച്ചു. യുദ്ധത്തിൽ മരിച്ചുവീണവർക്കും ജീവിച്ചിരിക്കുന്നവർക്കും പ്രത്യേകം പ്രത്യേകം ആദരവുകൾ നല്കി. റിബാസിനു മുമ്പിൽ എല്ലാ പ്രതികൂലസാഹചര്യങ്ങളും ശക്തിഹീനമായി തീർന്നു എന്ന് ബൊളിവാർ വിശേഷിപ്പിച്ചു. ബൊളിവാർ മറ്റുള്ളവർക്ക് നല്കിയ കലവറയില്ലാത്ത പ്രശംസ അദ്ദേഹത്തിന്റെ കീർത്തിക്ക് ഒരി

ത്തിരിയും മങ്ങലേല്പിച്ചില്ല. ലാവിക്ടോറിയയിലെ വിജയത്തിനു ശേഷം ലിബാസ് ഒക്യൂമാറയിലേക്ക് നീങ്ങി. റോസിറ്റിയുടെ ക്രൂരകൃത്യങ്ങളുടെ ഫലം അവിടെ ദർശിക്കാനായി. പാതയോരങ്ങളിലും തെരുവുകളിലും മരിച്ചുവീണവരും, മരണത്തിലേക്ക് നീങ്ങിക്കൊണ്ടിരിക്കുന്നവരുമായ ആബാലവൃദ്ധം ജനങ്ങൾ. റോസിറ്റിയുടെ ക്രൂരതക്കിരയായ ആ ജനസഞ്ചയത്തെ ലിബാസ് നിസ്സഹായനായി നോക്കിനിന്നു. എവിടെ നോക്കിയാലും ശവശരീരങ്ങളും അംഗഭംഗം വന്ന ഇരകളും. ഈ കാഴ്ചകൾ ബൊളിവാറുടെ മരണത്തിലേക്കുള്ള യുദ്ധം – വാർ റ്റു ഡത്ത് – എന്ന മുദ്രാവാക്യത്തിന്റെ പ്രസക്തി ഊന്നിപ്പറയുന്നവയായിരുന്നു. ദേശസ്നേഹികളുടെ മുഖത്ത് ചാപ്പകുത്തുവാനുള്ള പി ആകൃതിയിലുള്ള ഒരു ഇരുമ്പ് ദണ്ഡ് അവിടെനിന്നും ലിബാസ് കണ്ടെടുത്തു.

ശത്രുക്കളുടെ ഭാഗത്തുനിന്നും തുടരെത്തുടരെ ക്രൂരമായ നടപടികൾ ഉണ്ടായിട്ടുകൂടി ബൊളിവാർ മടിയോടുകൂടിയാണ് വാർ റ്റു ഡത്ത് എന്ന പ്രഖ്യാപനം നടപ്പിലാക്കിയത്. ബൊവേസും, റോസിറ്റിയും, മൊറാലിസും ചേർന്ന് റോയലിസ്റ്റുകളുടെ ഭാഗത്തുനിന്നും കാട്ടിക്കൂട്ടിയ കൊടുംക്രൂരതകൾ കാരണം ബൊളിവാർ ആത്മാർത്ഥമായിത്തന്നെ കടുത്ത പ്രതികാര നടപടികളിലേക്ക് തിരിയാൻ നിർബ്ബന്ധിക്കപ്പെട്ടു. വിമോചകർ തടവിലാക്കിയവരാകട്ടെ നിരന്തരമായി ഗൂഢാലോചനയിൽ ഏർപ്പെട്ട് ജയിൽകലാപത്തിന് വട്ടംകൂട്ടിക്കൊണ്ടിരുന്നു. ലാഗുവാരയിലെ ജയിലിന് വലുപ്പക്കുറവും തടവുകാരുടെ എണ്ണം കൂടുതലുമായിരുന്നു. ലാഗുവാരയിലെ കമാന്റർ ഈ തടവുകാരെ എന്തുചെയ്യണമെന്ന് ചോദിച്ചപ്പോൾ ബൊളിവാർ ഇങ്ങനെയാണ് മറുപടി പറഞ്ഞത്. “ഞാൻ നിങ്ങളോട് ആജ്ഞാപിക്കുന്നു.” തടവറയിലും ആശുപത്രിയിലുമുള്ള സ്പെയിൻകാരെ ഒന്നടങ്കം കൊന്നുകളയുക. കരാക്കസ്സിലെ അധികൃതർക്കും അതേ രീതിയിലുള്ള ഉത്തരവുകൾ തന്നെ നല്കി. തൽഫലമായി 886 ലധികം സ്പെയിൻകാരും കാനറി ദ്വീപുകാരും ഉടൻ കൊല്ലപ്പെട്ടു. പിന്നീടുള്ള വർഷങ്ങളിൽ ഇക്കാരണത്താൽ ബൊളിവാർക്ക് ധാരാളം വിമർശനങ്ങളും കുറ്റപ്പെടുത്തലുകളും ഏറ്റുവാങ്ങേണ്ടിവന്നു. ഇത്തരം നടപടികൾ സ്വീകരിക്കുവാൻ ബൊളിവാറിനെ പ്രേരിപ്പിക്കുന്നതിൽ റോയലിസ്റ്റ് പട്ടാളക്കാരുടെ ക്രൂരതകൾക്കുപുറമേ മറ്റുചില ഘടകങ്ങൾ കൂടി ഉണ്ടായിരുന്നു. ആശുപത്രിയിൽ പ്രവേശിപ്പിക്കപ്പെട്ട വിമോചന സൈനികരെ വിഷം നല്കി ഇഞ്ചിഞ്ചായി കൊന്നുകളഞ്ഞിരുന്നു. ബൊളിവാറുടെ യൂണിഫോമിൽ ചിത്രത്തയ്യൽ നടത്തി എന്ന കുറ്റത്തിന് ആ തയ്യൽക്കാരി സ്ത്രീയെ വധിച്ചു. റോയലിസ്റ്റുകൾ അധീനതയിലാക്കിയ സ്ഥലങ്ങളിലെ നിരപരാധികളായ ജനങ്ങളോട് കാണിച്ച ക്രൂരതകളും ഇത്തരുണത്തിൽ കണക്കിലെടുക്കേണ്ടതാണ്. അത്തരം സംഭവങ്ങൾ ആവർത്തിക്കപ്പെടാതിരിക്കാനുള്ള മുൻകരുതലായും ഈ തീരുമാനം പരിഗണിക്കാവുന്നതാണ്. ശത്രുവിന്റെ നീക്കങ്ങൾ എപ്പോഴും പ്രവചനാതീതമായിരുന്നു. പിന്തി

രിഞ്ഞു പോകേണ്ടിവരുമ്പോൾ പിന്നിൽ അവശേഷിക്കുന്ന ശത്രുക്കളുടെ ഉയർത്തെഴുന്നേല്പിന് അവസരം ഇല്ലാതാക്കുക എന്നൊരു ലക്ഷ്യം കൂടി ഈ തീരുമാനത്തിന് പിറകിലുണ്ടായിരുന്നു. ഈ അവസരത്തിൽ ബൊളിവാർ ഒട്ടും ദയാലുവായിരുന്നില്ല. എന്നാൽ സ്വന്തം മനസ്സാക്ഷി ആവശ്യപ്പെട്ടപ്പോഴെല്ലാം അദ്ദേഹം വിശാലഹൃദയനായിരുന്നു. യുദ്ധത്തിനിടയിൽ അയാൾ കാണിച്ച ദയാദാക്ഷിണ്യങ്ങൾ ഒരിക്കലും തള്ളിക്കളയാൻ പറ്റില്ല. അദ്ദേഹം ചെയ്ത പ്രതികാര നടപടികളേക്കാൾ എത്രയോ മേലെയായിരുന്നു അത്. ബെറാൾട്ട് എന്ന ചരിത്രകാരൻ ഇങ്ങനെ രേഖപ്പെടുത്തിയതായി കാണാം. പുണ്യവാളന്മാരുടെ ക്ഷമയ്ക്കുപോലും റോയലിസ്റ്റ് നേതാക്കളുടെ കുറ്റകൃത്യങ്ങളെ ന്യായീകരിക്കുവാനോ ക്ഷമിക്കുവാനോ പറ്റുകയില്ല. അതത് സമയത്തുണ്ടാകുന്ന പുതിയ പുതിയ ആക്രമണങ്ങൾ വിവരിക്കാനാവാത്ത തലത്തിലേക്ക് ദേഷ്യത്തെയും ശത്രുതയെയും എത്തിക്കുകയും ചെയ്തു.

1814 ആരംഭിച്ചത് കരാക്കസ്സിൽ ജനപ്രതിനിധികളുടെ യോഗം (കോൺഗ്രസ്) ചേരുന്നതിനുള്ള നടപടികൾക്ക് തുടക്കം കുറിച്ചുകൊണ്ടാണ്. ജനങ്ങളുടെ പരമാധികാരത്തിന്റെ ശക്തിയെക്കുറിച്ചും, പ്രായോഗികതയെക്കുറിച്ചും ഒരു റിപ്പോർട്ട് ബൊളിവാർ ഈ യോഗത്തിന്റെ മുമ്പാകെ സമർപ്പിച്ചു. അതിനൊരു മുഖവുരയായി ബൊളിവാർ ജനങ്ങളോട് മനസ്സുതുറന്നു.

> നിങ്ങളെ അരാജകത്വത്തിൽ നിന്ന് രക്ഷപ്പെടുത്തുവാൻ വേണ്ടിയാണ് ജനങ്ങളുടെ പരമാധികാര ഗവൺമെന്റ് പുനഃസ്ഥാപിച്ചത്. അടിച്ചമർത്തലിന്റെ വഴി സ്വീകരിച്ച ശത്രുവിനെ നശിപ്പിക്കാനും കൂടിയാണത്. ഞാൻ നിങ്ങൾക്ക് നിയമവാഴ്ച തന്നു. നീതിനിർവ്വഹണത്തിനും പൊതുഭരണത്തിനുമുള്ള സംവിധാനങ്ങൾ ഏർപ്പെടുത്തി. അന്തിമമായി ഞാൻ നിങ്ങൾക്ക് നിങ്ങളുടെ തന്നെയായ ഒരു ഭരണകൂടത്തെ തന്നു..... സഹപൗരന്മാരേ.... പരമാധികാരം എന്റെ കൈവശമല്ല ഉള്ളത്. നിങ്ങൾക്കുവേണ്ടിയുള്ള നിയമവ്യവസ്ഥകൾ നിങ്ങളുടെ പ്രതിനിധികൾ തന്നെ ഉണ്ടാക്കണം. ദേശീയ ഖജനാവ് ഭരണകൂടത്തിന്റേതല്ല. നിങ്ങളുടെ സമ്പത്തിന്റെ കാവല്ക്കാർ മാത്രമാണവർ. അത് എങ്ങനെയൊക്കെയാണ് ചെലവഴിച്ചതെന്ന് ബോദ്ധ്യപ്പെടുത്തേണ്ട ചുമതല ഭരണകൂടത്തിനുണ്ട്. നിങ്ങളാൽ നിയുക്തരാക്കപ്പെട്ട പ്രതിനിധികൾക്ക് ഈ അധികാരം കൈമാറാൻ എനിക്ക് തിടുക്കമുണ്ട്. ഈ ഉത്തരവാദിത്വത്തിൽ നിന്ന് എന്നെ ഒഴിവാക്കിത്തരണമെന്ന് ഞാൻ അഭ്യർത്ഥിക്കുന്നു. ഈ ചുമതല നിങ്ങളിൽ ഒരാൾക്ക് അയാളുടെ യോഗ്യതപോലെ ഏറ്റെടുക്കാവുന്നതാണ്. നമ്മുടെ ശത്രുക്കളോട് നിരന്തരമായി പോരാടി എല്ലാ തലത്തിലും അർത്ഥത്തിലും നമ്മുടെ സ്വാതന്ത്ര്യം

> സുരക്ഷിതമാക്കപ്പെട്ടാൽ മാത്രമേ ഞാൻ എന്റെ വാൾ ഉറയിലിടുകയുള്ളൂ. ഈയൊരു ഉത്തരവാദിത്വം മാത്രം എനിക്ക് നല്കുക. ഞാനത് ഒരു ബഹുമതിയായി സ്വീകരിക്കും.

കരാക്കസിലെ ഗവർണർ അവരുടെ സ്വന്തം വിമോചകന് നല്കിയ മറുപടിയിൽ അദ്ദേഹത്തിന്റെ ധീരമായ യുദ്ധതന്ത്രങ്ങളെയും സ്വാതന്ത്ര്യ സമരത്തിനായുള്ള പ്രചരണരീതികളെയും പുകഴ്ത്തുകയും അദ്ദേഹം സ്വന്തം പ്രതിഭയാൽ നേടിയെടുത്ത വിജയങ്ങളെ ആദരിക്കുകയും ചെയ്തു. നെവഗ്രനാദയിൽ അദ്ദേഹം ചെയ്ത ധീരകൃത്യങ്ങൾ ചുരുക്കി വിവരിച്ചുകൊണ്ട് ഗവർണർ പറഞ്ഞു. ഒരു മനുഷ്യന്റെ ഏറ്റവും വലിയ ഗുണം അദ്ദേഹത്തിൽ അർപ്പിതമായ അധികാരം കൈയാളുന്നതിലും തക്കസമയത്ത് അത് കൈമാറുന്നതിലും ആണ്. ഇദ്ദേഹത്തിൽനിന്നും ഇത്തരുണത്തിൽ അധികാരം എടുത്തുമാറ്റുകയാണെങ്കിൽ രാജ്യം നാശത്തിലേക്കായിരിക്കും ചെന്നെത്തുക എന്നത് അദ്ദേഹത്തിന്റെ യുക്തി ഉപയോഗിച്ചു തന്നെ നമുക്ക് ബോദ്ധ്യമായിട്ടുണ്ട്. അതിനാൽ താല്ക്കാലികമായെങ്കിലും പരമാധികാരം ബൊളിവാറിൽ തന്നെ തുടരണം. തുടരുമെന്ന വിശ്വാസവും അദ്ദേഹം പ്രകടിപ്പിച്ചു. ഇതിന് മറുപടിയായി തന്റെ സമരസഖാക്കൾക്ക് അവരർഹിക്കുന്ന ആദരവുകൾ നല്കിക്കൊണ്ട് വിമോചകൻ ഇങ്ങനെ പ്രഖ്യാപിച്ചു:

> ഞാൻ വിജയശ്രീലാളിതനായി വന്നിരിക്കുന്നത് നിങ്ങളെ അടിച്ചമർത്തുവാനല്ല. നിയമവിധേയമായ ഒരു ഭരണകൂടം നിങ്ങൾക്കു നല്കുവാനാണ് ഞാൻ വന്നിരിക്കുന്നത്. നിങ്ങളുടെ പരിപാവനമായ അവകാശങ്ങൾ സംരക്ഷിക്കപ്പെടുക എന്ന ഉദ്ദേശ്യത്തോടുകൂടിയാണ് ഞാൻ വന്നിരിക്കുന്നത്. പട്ടാള ഭരണത്തിന്റെ അടിച്ചമർത്തലിന് ജനങ്ങളുടെ സ്വാതന്ത്ര്യവാഞ്ഛ വർദ്ധിപ്പിക്കുവാൻ പറ്റും. എന്നാൽ എന്നിൽ നിങ്ങൾ അർപ്പിച്ചിരിക്കുന്ന അധികാരം ജനങ്ങൾക്ക് ചുരുങ്ങിയ കാലത്തേക്ക് മാത്രമേ പ്രയോജനപ്പെടുകയുള്ളൂ. വിജയിച്ചുകഴിഞ്ഞ ഒരു പട്ടാളക്കാരന് അദ്ദേഹത്തിന്റെ രാജ്യത്തെ നയിക്കുവാനുള്ള അധികാരം ആവശ്യമില്ല. അദ്ദേഹം ഒരിക്കലും നിയമത്തിന്റെയും ഭരണത്തിന്റെയും ഇടനിലക്കാരനല്ല. അയാൾ സ്വാതന്ത്ര്യത്തിന്റെ സംരക്ഷകനായിരിക്കും. അവന്റെ ഉന്നതമായ ലക്ഷ്യങ്ങൾ സ്വതന്ത്രരാഷ്ട്രത്തിന്റെ ഉന്നതലക്ഷ്യങ്ങൾ തന്നെ ആയിരിക്കണം. അവനും അവന്റെ രാജ്യത്തിനും ഇത് സന്തോഷപ്രദം ആവുകയാണെങ്കിൽ അവന്റെ അഭിലാഷ പൂർത്തീകരണവും അത് തന്നെയായിരിക്കും. നിങ്ങൾ നിങ്ങളുടെ പ്രതിനിധികളെ തിരഞ്ഞെടുക്കുക. നീതിബോധത്തിൽ അധിഷ്ഠിതമായ ഒരു ഭരണകൂടത്തെ തിരഞ്ഞെടുക്കുക. സ്വാതന്ത്ര്യം നേടി

ത്തന്ന സൈന്യം വെനസ്വേലയുടെ സ്വാതന്ത്ര്യവും ദേശീയ ഉന്ന മനവും തുടർന്നും സംരക്ഷിക്കും എന്നുറപ്പാക്കുക.

ബൊളിവാർ എത്രമാത്രം ഒഴിഞ്ഞുമാറാൻ ശ്രമിച്ചെങ്കിലും അദ്ദേഹ ത്തിന്റെ സംരക്ഷണത്തിലും നേതൃത്വത്തിലുമായിരിക്കണം രാജ്യം എന്ന തീരുമാനത്തിന് വിധേയനാകാൻ കോൺഗ്രസിന്റെ ഐക്യകണ്ഠ്യേന യുള്ള തീരുമാനത്താൽ അദ്ദേഹം നിർബ്ബന്ധിക്കപ്പെട്ടു. ഗവൺമെന്റിന്റെ ദൈനംദിന കാര്യങ്ങളുമായി അദ്ദേഹം ഏറെക്കാലം മുന്നോട്ടുപോയില്ല. യുദ്ധം തുടർന്നു നടത്തിക്കൊണ്ടുപോകുന്നതിൽ മുഴുകുവാനായിരുന്നു അദ്ദേഹത്തിന് താല്പര്യം. അടുത്ത ശ്രദ്ധ സൈനികശക്തി ശുഷ്കിച്ചു കഴിഞ്ഞ പ്യൂർട്ടോകബേലിയുടെ നേരെയായി. ആ പ്രവിശ്യയെ കടൽ വഴിയും കരവഴിയും ആക്രമിച്ചുകൊണ്ട് ഒരു പര്യവസാനം ഉണ്ടാക്കാൻ അദ്ദേഹം പദ്ധതിയിട്ടു. പക്ഷേ, മാരിനോയുടെ ഒരു തെറ്റിദ്ധാരണമൂലം ബൊളിവാറുടെ പദ്ധതി വിജയകരമായി നടപ്പിലാക്കുവാൻ പറ്റിയില്ല.

തിരിച്ചടികളുടെയും മുന്നേറ്റങ്ങളുടെയും തുടർക്കഥ

ലാ വിക്ടോറിയയിൽനിന്നും പിന്തിരിഞ്ഞെങ്കിലും തന്റെ സൈന്യത്തെ പുനഃസംഘടിപ്പിച്ചുകൊണ്ട് ബൊവേസ് വീണ്ടും ആക്രമണത്തിന് തയ്യാറായി. ബൊളിവാറിന്റെ കൂടെ അപ്പോൾ വളരെ കുറച്ച് സൈനികർ മാത്രമേ ഉണ്ടായിരുന്നുള്ളൂ. രാജ്യത്തിന്റെ നിലനില്പുതന്നെ ഒരു സന്ദിഗ്ദ്ധ ഘട്ടത്തിൽ എത്തിച്ചേർന്നിരിക്കുകയുമാണ്. എങ്കിലും ബൊവേസിന്റെ പടപ്പുറപ്പാടിനെക്കുറിച്ച് അറിഞ്ഞപ്പോൾ സാൻമാറ്റിയോവിൽ ബൊളിവാർ ആ ഭീകരനായ റോയലിസ്റ്റിനെ നേരിടുവാൻ കാത്തുനിന്നു. അദ്ദേഹത്തിന്റേതിനേക്കാൾ നാലിരട്ടി അംഗബലമുള്ള ഒരു സൈന്യം കുതിച്ചെത്തി. അവിടെ ഒരു മുൻകൈ ബൊളിവാറിനുണ്ടായിരുന്നു. ശത്രുക്കളുടെ കുതിരപ്പടയ്ക്ക് എളുപ്പത്തിൽ മറികടക്കാൻ പറ്റാത്ത ഒരു കുന്നിൻപുറമായിരുന്നു അദ്ദേഹം ഏറ്റുമുട്ടലിനായി തെരഞ്ഞെടുത്തത്. ഫെബ്രുവരി 28 ന് യുദ്ധം തുടങ്ങി. പത്തരമണിക്കൂർ നേരത്തെ തുടർയുദ്ധത്തിന് ശേഷം സാഹചര്യം ബൊളിവാറുടെ അധീനതയിലായി. എങ്കിലും മിടുക്കരായ സൈനികരിൽ ചിലരുടെ നഷ്ടം വലിയൊരു ആഘാതമായി. വീണവരിൽ മുൻ യുദ്ധങ്ങളിൽ ബൊളിവാറിന്റെ പതാക വാഹകനായിരുന്ന കേമ്പേ ഏലിയാസും ഉൾപ്പെട്ടിരുന്നു.

മുറിവേറ്റ് ബൊവേസ് തല്ക്കാലം പിൻവാങ്ങി. പോഷകസൈന്യങ്ങൾക്കുവേണ്ടി അയാൾ കാത്തുനിന്നു. പെട്ടെന്നുതന്നെ സമതലത്തിൽ നിന്നും വലിയൊരു സൈനിക ശക്തി അയാൾക്ക് സംഘടിപ്പിക്കുവാൻ പറ്റി. ബൊളിവാറാകട്ടെ തന്റെ കൂടെയുള്ളവരിൽ നിന്ന് കുറച്ചുപേരെ കരാക്കാസ്സ് സംരക്ഷിക്കുവാനായി അയക്കുവാൻ നിർബ്ബന്ധിതനാവുകയും ചെയ്തു. കരാക്കാസ് അതിന്റെ തെക്കുകിഴക്കൻ ഭാഗത്തുനിന്നും റോസറ്റിയുടെ ഭീഷണി നേരിട്ടുകൊണ്ടിരിക്കുകയുമായിരുന്നു. ഇത് ബൊളിവാറിന്റെ പ്രതിരോധത്തെ ഒട്ടൊന്നു ദുർബ്ബലപ്പെടുത്തിയിരുന്നു

വെങ്കിലും ബൊവേസിന്റെ ആക്രമണം ശക്തമായി പ്രതിരോധിക്കുവാനും ഒടുവിൽ തുരത്തുവാനും പറ്റി. ഓക്കുമാറയിൽ വെച്ച് വിമോചന പോരാളികൾ റോസറ്റിയെ പരാജയപ്പെടുത്തി എന്ന വാർത്തയും ബൊളിവാറിനെ സഹായിക്കാൻ വേണ്ടി മരിനോ പുറപ്പെട്ടിട്ടുണ്ട് എന്ന വാർത്തയും ഒന്നിച്ചാണ് എത്തിയത്. അപ്പോഴേക്കും സാൻമാറ്റിയോ കൈയടക്കുവാൻ വേണ്ടി ബൊവേസ് ഒരു ശ്രമവുംകൂടി നടത്തി. മാർച്ച് 25 നായിരുന്നു ആ മൂന്നാമത്തെ ശ്രമം.

കുന്നിൻപുറത്തുള്ള ഒരു വീടാണ് വിമോചനക സൈന്യം വെടിമരുന്ന് സൂക്ഷിക്കാനും ആശുപത്രിയായും ഉപയോഗിച്ചിരുന്നത്. സാൻമറ്റിയോവിലെ ഒരു പാടശേഖരത്തിൽ വെച്ചായിരുന്നു അപ്പോൾ യുദ്ധം നടന്നുകൊണ്ടിരുന്നത്. ആ പാടശേഖരത്തിന്റെ ഉടമസ്ഥൻ ബൊളിവാർ തന്നെയായിരുന്നു. യുദ്ധം നടന്നുകൊണ്ടിരിക്കെ ശത്രുസൈന്യത്തിന്റെ വലിയൊരു സംഘത്തെ ഈ വീട് പിടിച്ചെടുക്കാൻ വേണ്ടി ബൊവേസ് അയച്ചു. നെവഗ്രനാദക്കാരനായ അന്റോണിയോ റിക്കാർദോ ആയിരുന്നു കുന്നിൻപുറത്തെ ആ വീട്ടിന്റെ കമാന്റർ. കുന്നിന്റെ മറപറ്റി ശത്രുക്കൾ അങ്ങോട്ട് നീങ്ങുന്നത് ബൊളിവാർ കണ്ടെങ്കിലും ആ സന്ദർഭത്തിൽ ഒന്നും ചെയ്യാൻ പറ്റുമായിരുന്നില്ല. ആ വീടും വെടിക്കോപ്പുകളും നഷ്ടപ്പെട്ടുവെന്നുതന്നെ എല്ലാവരും കരുതി. ശത്രുക്കൾ പ്രതിരോധിക്കാൻ പറ്റാത്തത്രയും അടുത്തെത്തിയപ്പോഴാണ് അന്റോണിയോവിന്റെ ശ്രദ്ധയിലും ആ നീക്കം പെട്ടത്. തന്റെ കൂടെയുള്ള ചുരുക്കം ചില സഹായികളെക്കൊണ്ട് ശത്രുക്കളെ ഈ അവസരത്തിൽ പ്രതിരോധിക്കുവാൻ കഴിയുകയില്ല എന്നയാൾക്ക് മനസ്സിലായി. ഉടൻതന്നെ തന്റെ സഹായികളോട് ആശുപത്രിയിൽ കിടക്കുന്ന മുറിവേറ്റ സൈനികരെയെല്ലാം പെട്ടെന്നുതന്നെ താഴ്വാരത്തിലേക്ക് മാറ്റാൻ നിർദ്ദേശിച്ചു. അന്റോണിയോ തനിച്ച് ആ വീട്ടിൽ നിലയുറപ്പിച്ചു. ശത്രുസൈന്യം മുന്നേറി ആ വീട്ടിലേക്ക് ഇരച്ചുകയറി. ഉടൻതന്നെ ഒരു ഭരങ്കര പൊട്ടിത്തെറിയുടെ ശബ്ദം അവിടെനിന്നും കേട്ടു. പുക മാറിയപ്പോൾ ആ വീട് ഭാഗികമായി തകർന്നിരിക്കുന്നു. അന്റോണിയോ റിക്കാർദോവും ഒപ്പം ശത്രുസൈന്യത്തിലെ മുഴുവൻ ആളുകളും ആ പൊട്ടിത്തെറിയിൽ ചിതറിത്തെറിച്ചു. അന്റോണിയോ റിക്കാർദോവിന്റെ ആത്മത്യാഗംമൂലം ബൊളിവാറിന്റെ സൈന്യം അവിടെ സംരക്ഷിക്കപ്പെട്ടു. ബൊവേസിന് ആയിരത്തോളം മൃതദേഹങ്ങളെ യുദ്ധരംഗത്ത് ഉപേക്ഷിച്ച് പെട്ടെന്ന് പിന്തിരിയേണ്ടിവന്നു. മുപ്പതിലധികം ആക്രമണങ്ങൾ ബൊവേസ് ബൊളിവാറിനെതിരെ നടത്തിയിരുന്നു. ആ യുദ്ധങ്ങളിൽ വിമോചന സൈന്യത്തിനേറ്റ ആഘാതം റോയലിസ്റ്റ് സൈന്യത്തിനേറ്റ ആഘാതത്തിന് തുല്യമോ കൂടുതലോ ആയിരിക്കാം. എന്നാൽ വിജയം എപ്പോഴും വിമോചനസേനയ്ക്കായിരുന്നു. കാരണം വിമോചന സേനയിലെ അംഗങ്ങൾ അന്റോണിയോ റിക്കാർദോവിനെപ്പോലെ തന്ത്രപ്രധാനമായ നീക്കങ്ങൾക്കുവേണ്ടി ജീവൻ ബലികഴിക്കാൻ പോലും തയ്യാറാകുന്നവരാണ് എന്നതുതന്നെ.

ഖോറോയിലെ ഗവർണറായിരുന്ന ബെല്ലബസ്സിന്റെ നേതൃത്വത്തിൽ അവിചാരിതമായ ഒരു പ്രത്യാക്രമണം വിമോചന സേനയ്ക്ക് നേരിടേണ്ടിവന്നു. അവർ വലെൻഷിയയിലേക്ക് പിൻവാങ്ങി. അവിടെവെച്ച് നേരത്തെ മരിനോവിനോട് ഏറ്റുമുട്ടി പരാജയപ്പെട്ട് പിൻവാങ്ങിയ ബൊവേസിന്റെ സൈന്യവും ബെല്ലബസ്സിന്റെ സൈന്യവും ഒന്നിച്ച് വിമോചന സേനയെ വളഞ്ഞു. എന്നിട്ടും വിമോചന സേന ആ സംയുക്ത സൈന്യത്തെ നേരിട്ട് പരാജയപ്പെടുത്തി. ശത്രുവിന്റെ സൈനികശക്തി ഗണ്യമായി കുറയ്ക്കുവാൻ ഈ പോരാട്ടം ഇടവരുത്തി. ലാവിക്ടോറിയയിൽ വെച്ച് മരിനോവും ബൊളിവാറും സന്ധിച്ചു. ബൊളിവാർ നല്കിയ സൈനികരുടെയും സ്വന്തമായി സംഘടിപ്പിച്ച സൈനികരുടെയും പിൻബലത്തോടെ മരിനോ പടിഞ്ഞാറൻ ഭാഗത്തേക്ക് ബെല്ലബസ്സിനെ തുരത്തുവാൻ വേണ്ടി പുറപ്പെട്ടു. അതേസമയം തന്നെ പ്യൂർട്ടോകബേല പിടിച്ചെടുക്കുവാൻ ഒരു കൊടുങ്കാറ്റിന്റെ ആർജ്ജവത്തോടെ ബൊളിവാർ പുറപ്പെട്ടു. കരുതലില്ലാത്ത ഒരു നീക്കം കാരണം മരിനോവിന് അയാളുടേതിനേക്കാൾ പലവിധത്തിലും ശക്തിയേറിയ ഒരു സൈന്യവുമായി ഏറ്റുമുട്ടി പരാജയപ്പെട്ട് വലെൻഷിയയിലേക്ക് പിന്മാറേണ്ടിവന്നു. മരിനോവിനെ സഹായിക്കുവാൻ വേണ്ടി പ്യൂർട്ടോകബേലി ഒരിക്കൽക്കൂടി ഉപേക്ഷിച്ച് ബൊളിവാറിന് മടങ്ങേണ്ടിയും വന്നു. അവിടെവെച്ചാണ് ബൊളിവാറിന് സംഭവങ്ങളുടെ കിടപ്പ് മനസ്സിലായത്. ബെല്ലാബസ് തന്റെ സൈനികശക്തി വർദ്ധിപ്പിച്ചുകൊണ്ടിരിക്കുകയാണ്. അയാളെ നേരിടണമെങ്കിൽ അടിയന്തരമായി വിമോചന സൈനികരുടെ എണ്ണവും വർദ്ധിപ്പിക്കേണ്ടതുണ്ട്. അതിനുവേണ്ടി ബൊളിവാർ കരാക്കസിലേക്ക് തിരിച്ചു. പക്ഷേ, കരാക്കസ് അതിനകം തന്നെ തുടർച്ചയായ യുദ്ധംകൊണ്ട് ക്ഷീണത്തിന്റെ പാരമ്യതയിലായിരുന്നു. എങ്കിലും അയാൾക്ക് കുറച്ചു പേരെ സംഘടിപ്പിക്കുവാൻ പറ്റി. റിബാസിന്റെ നേതൃത്വത്തിൽ അവരെ വലെൻഷിയയിലേക്കയച്ചു. തന്റെ വ്യക്തിപരമായ മേൽനോട്ടം ഉണ്ടായിരിക്കുന്നതിനു വേണ്ടി ബൊളിവാറും അങ്ങോട്ടേക്ക് തിരിച്ചു.

കാരബോബൊ സമതലത്തിൽ വെച്ച് ഇവർ ബൊവേസിന്റെ സൈന്യവുമായി ഏറ്റുമുട്ടി. വിമോചകരുടെ സൈന്യത്തെ അപേക്ഷിച്ച് ശത്രുപക്ഷത്തായിരുന്നു ആൾബലവും ആയുധബലവും കൂടുതൽ. മാത്രമല്ല മറ്റൊരു ഗുരുതരമായ വിപത്തും വിമോചന സൈന്യത്തിന് അഭിമുഖീകരിക്കേണ്ടിവന്നു. അംഗങ്ങൾ പൊഴിഞ്ഞുപോകുന്നത് പതിവായി. ഇത് ബൊളിവാർ ഒരിക്കലും പ്രതീക്ഷിക്കാത്ത ഒരു വിപത്തായിരുന്നു. അയാൾ വല്ലാത്തൊരു ആശങ്കയിലായി. ഒപ്പം തന്നെ വമ്പിച്ചൊരു കുതിരപ്പട്ടാളവുമായി ബൊവേസ് മുന്നേറിക്കൊണ്ടിരിക്കുന്ന വിവരവും എത്തി. മരിനോയുടെയും റിബാസിന്റെയും സഹകരണത്തോടെ തന്റെ വിശ്വസ്തരായ സൈനിക മേധാവികൾക്കൊപ്പം ബൊളിവാർ ഇവരെ നേരിടുവാൻ തന്നെ തീരുമാനിച്ചു. സ്പാനിഷ് സൈന്യത്തെ അപ്പോൾ നിയന്ത്രിച്ചിരുന്നത് ഫീൽഡ് മാർഷ്യൽ ഡി ജൂവാൻ മാനുവൽ എന്ന ആളായി

രുന്നു. മെയ് 28-ാം തീയതി കാരബോബൊയിൽ വെച്ച് നടന്ന ഈ യുദ്ധമായിരുന്നു വിമോചനസേനയ്ക്ക് ഏറ്റവും വേഗത്തിലുള്ളതും പൂർണ്ണവുമായ ഒരു വിജയം സമ്മാനിച്ചത്. മൂന്ന് മണിക്കൂർ കൊണ്ട് ബൊവേസിന്റെ സൈന്യത്തെ പരാജയപ്പെടുത്തുവാനും സൈന്യാധിപനെ അവശേഷിക്കുന്നവരുമായി തെക്കുപടിഞ്ഞാറൻ ഭാഗത്തേക്ക് ഓടിക്കുവാനും കഴിഞ്ഞു. ധാരാളം ഉയർന്ന റാങ്കിലുള്ള സൈനികർ ശത്രുപക്ഷത്ത് കൊല്ലപ്പെട്ടു. കുതിരപ്പടയുടെ വലിയൊരുഭാഗം കീഴടങ്ങി. നാലായിരത്തോളം കുതിരകളും വലിയൊരു കൂമ്പാരം യുദ്ധോപകരണങ്ങളും ഭക്ഷണസാധനങ്ങളും മറ്റ് രേഖകളും പിടിച്ചെടുത്തു. എന്നാൽ ഈ യുദ്ധം നിർണ്ണായകമായിരുന്നില്ല. ബൊവേസ് പ്രതികാരം ചെയ്യുവാൻ വേണ്ടി തിരിച്ചുവരുന്നുണ്ടായിരുന്നു. പല സ്ഥലങ്ങളിലായി സൈനികരെ വിന്യസിച്ചുകൊണ്ട് ബൊളിവാർ പുതിയൊരു യുദ്ധതന്ത്രം പരീക്ഷിച്ചു. ബൊവേസിനെതിരായി മരിനോ മുന്നേറി. ബൊളിവാറും ലിബാസും കരാക്കസിലേക്ക് കൂടുതൽ യുദ്ധസന്നാഹങ്ങൾ ഒരുക്കുന്നതിനുള്ള പദ്ധതിയുമായി ആവേശത്തോടുകൂടി പോയി. കാരബോബൊ വിജയത്തിൽ അഭിനന്ദിച്ചപ്പോൾ ബൊളിവാറുടെ മറുപടി ഇതായിരുന്നു:

> നമ്മൾ വിജയലഹരിയിൽ ഉന്മത്തരാകരുത്. ഇനിയും വലിയ യുദ്ധങ്ങൾക്കുവേണ്ടി നമ്മൾ തയ്യാറെടുപ്പ് നടത്തേണ്ടതുണ്ട്. ഏത് പരിതസ്ഥിതിയിലും അത് അനുകൂലമായാലും പ്രതികൂലമായാലും നമ്മൾ നമ്മുടെ എല്ലാ കഴിവുകളും ഉപയോഗിച്ച് പ്രവർത്തിക്കുക. എന്തെങ്കിലും ചെയ്യുവാൻ ബാക്കിയുണ്ടെങ്കിൽ, നമ്മൾ ഒന്നും പൂർത്തിയാക്കിയിട്ടില്ല എന്ന തത്ത്വത്തിന്റെ അടിസ്ഥാനത്തിലാണ് ഞാനിത് പറയുന്നത്. നമുക്ക് ഇനിയും ഒരുപാട് കാര്യങ്ങൾ ചെയ്യേണ്ടതുണ്ട്.

മരിനോ ലാ പ്യൂവർട്ടയിൽ കേന്ദ്രീകരിച്ചു. അത് ദേശസ്നേഹികളെ സംബന്ധിച്ചിടത്തോളം ലക്ഷണംകെട്ട ഒരു സ്ഥലമാണ്. യുദ്ധത്തിന് സഹായകരമല്ലാത്തൊരു സ്ഥാനത്തായിരുന്നു അയാൾ. ബൊളിവാർ എത്തി ചുമതല ഏറ്റെടുക്കുമ്പോഴേക്കും ഈ സ്ഥലത്തുനിന്നു മാറാൻ പറ്റാത്ത ഒരവസ്ഥ സംജാതമായിക്കഴിഞ്ഞിരുന്നു. കാരണം ഇവരേക്കാൾ മൂന്നുമടങ്ങ് സൈനികശക്തിയോടെ ബൊവേസ് മുന്നിലെത്തിക്കഴിഞ്ഞിരുന്നു. യുദ്ധം ചെയ്യുകയല്ലാതെ നിവൃത്തിയില്ല. ശത്രുവിനെ കീഴടക്കുവാനോ ഒട്ടും പറ്റുകയുമില്ല. എല്ലാം അവസാനിച്ചു എന്നു തോന്നി വിമോചനസേനയിലെ ഒരു ജനറൽ ആത്മഹത്യ ചെയ്യുക പോലുമുണ്ടായി. തുടക്കത്തിലേ ബൊളിവാറിനൊപ്പമുണ്ടായിരുന്നവരും പല ഉജ്ജ്വല വിജയങ്ങളിലും നിസ്തുല പങ്കുവഹിച്ചവരുമായ ചില ആഫീസർമാർ ഈ യുദ്ധക്കളത്തിൽ മരിച്ചുവീണു. ബൊവേസിന്റെ കൈയിൽ അകപ്പെട്ടവരെയെല്ലാം — മുറിവേറ്റവരെയും തടവുകാരെയും ഉൾപ്പെടെ — നിഷ്ക

രുണം കൊന്നുതള്ളി. തടവുകാരനായ ഒരു കേണലിനെ അയാൾ അത്താഴവിരുന്നിന് ക്ഷണിച്ചു. ഭക്ഷണം വിളമ്പിയതിന് ശേഷം അയാളെ തൂക്കിക്കൊന്നു. തല അറുത്തെടുത്ത് കാരബോബൊയിലെ അയാളുടെ സുഹൃത്തുക്കൾക്കയച്ചുകൊടുത്തു. മരിനോ ഒരു ഭാഗത്തേക്ക് പിന്മാറി രക്ഷപ്പെട്ടു. ബൊളിവാറും റിബാസും ബൊവേസിന്റെ മുന്നേറ്റത്തിനു തടയിടാൻ പറ്റുന്ന കാര്യങ്ങളെല്ലാം ചെയ്തുകൊണ്ട് കരാക്കസിലേക്ക് പോയി. ബൊളിവാർ അപ്പോഴും ഉത്സാഹഭരിതനായിരുന്നു. അയാൾ എപ്പോഴും പറഞ്ഞുകൊണ്ടിരുന്ന ഒരു വാചകം, പരാജയങ്ങളിൽ നിന്നാണ് കീഴടക്കുന്നതിന്റെ സർഗ്ഗാത്മകത അഭ്യസിക്കുവാൻ പറ്റുക എന്നതായിരുന്നു.

1814 ജൂൺ 15 നാണ് ലാപ്യൂവർട്ടായിലെ യുദ്ധം നടന്നത്. ബൊവേസ് ലാവിക്ടോറിയ നഗരത്തിലേക്ക് കടന്നു. തുടർന്ന് വലെൻഷിയ നഗരം വളഞ്ഞു. വലെൻഷിയക്കാർ പ്രതിരോധത്തിന്റെ അവസാനത്തെ ഉപാധിയും നഷ്ടപ്പെടുന്നതുവരെ ചെറുത്തുനിന്നു. വിശപ്പും ദാഹവും കൊണ്ട് കാവൽഭടന്മാർ മരിച്ചുവീഴുന്നതുവരെ. അവശേഷിച്ചവരോട് കീഴടങ്ങുവാൻ നിർദ്ദേശിച്ചു. അത് അംഗീകരിക്കപ്പെട്ടു. കാരാറിൽ നഗരവാസികളെല്ലാവരുടെയും – പട്ടാളക്കാരും പൊതുസമൂഹവുമുൾപ്പെടെ – ജീവിക്കുവാനുള്ള അവകാശം അംഗീകരിക്കപ്പെട്ടിരുന്നു. ഈയൊരു കരാർ ലംഘിക്കുകയില്ലെന്ന് ബൊവേസ് വാക്കുകൊടുത്തിരുന്നുവെങ്കിലും അദ്ദേഹത്തിന്റെ അധിനിവേശം നഗരത്തിൽ യാഥാർത്ഥ്യമായപ്പോൾ കരാറിലെ നിബന്ധനകളെല്ലാം കാറ്റിൽപ്പറത്തി. അയാളുടെ തനതായ ക്രൂരത അരങ്ങുഭരിച്ചു. അവിടുത്തെ ഗവർണറെയും നൂറുകണക്കിന് പട്ടാളക്കാരെയും തൊണ്ണൂറോളം പൗരപ്രമുഖരെയും തന്റെ വാളിനിരയാക്കി. കൊല്ലപ്പെട്ടവരുടെ കുടുംബങ്ങളിലെ യുവതികളോട് ബൊവേസിന്റെ ബഹുമാനാർത്ഥം ഒരു സ്വീകരണം ഏർപ്പാടാക്കാൻ ആജ്ഞാപിച്ചു.

ഇതിനിടയിൽ കരാക്കസിലെ തന്റെ അനുയായികളുടെ ആവേശം അണയാതെ സൂക്ഷിക്കുവാനുള്ള ശ്രമത്തിലായിരുന്നു ബൊളിവാർ. ശത്രുവിന്റെ മുന്നോട്ടുള്ള നീക്കം ചെറുക്കുവാൻ കൂടി അയാൾ ആഗ്രഹിച്ചിരുന്നു. എന്നാൽ നഗരത്തെ പ്രതിരോധിക്കുന്നത് അനാവശ്യമായ ഒരു ത്യാഗമായിരിക്കുമെന്ന് മനസ്സിലാക്കിയതിനാൽ ആ നഗരം ഉപേക്ഷിച്ച് ബാഴ്സിലോണയുടെ കിഴക്കൻ ഭാഗത്തേക്ക് രക്ഷപ്പെടുവാൻ തീരുമാനിച്ചു. ബൊവേസിന്റെ രാക്ഷസീയ പ്രകൃതം മനസ്സിലാക്കിയ കരാക്കസ് നിവാസികൾ തങ്ങളുടെ വീടുകൾ ഉപേക്ഷിച്ച് വേദനാജനകമായ ഒരു നീണ്ട തീർത്ഥയാത്രയ്ക്കൊരുങ്ങി. കരാക്കസിൽ നിന്നുള്ള ഈ അഭയാർത്ഥിപ്രവാഹം സ്വാതന്ത്ര്യയുദ്ധ ചരിത്രത്തിലെ ഏറ്റവും വേദനാജനകമായ സംഭവങ്ങളിലൊന്നായി മാറി. അഭയാർത്ഥികളിൽ കിഴക്കോട്ട് പോയവരിൽ പലരും യാത്രാമദ്ധ്യേ മരിച്ചുവീണു. ബൊവേസിന്റെ ക്രൂരതകൾക്കിരയാകുന്നതിനേക്കാൾ അവർക്ക് അഭികാമ്യമായി തോന്നിയത് മരണമായിരുന്നു. ബൊവേസിന്റെ ചെയ്തികളിൽ സഹികെട്ട് അയാളുടെ ഒരു സഹപ്രവർത്തകൻ സ്പെയ്നിലെ ഭരണാധികാരികളോട് പരാ

തിപ്പെട്ടു. അയാൾക്കു കിട്ടിയ മറുപടി ബൊവേസിന്റെ ചെയ്തികളെയെല്ലാം മാഡ്രിഡ് അംഗീകരിക്കുന്നു എന്നാണ്. അതിനുപുറമെ ബൊവേസിന്റെ ധീരകൃത്യങ്ങളെയും നേട്ടങ്ങളെയുമെല്ലാം മാഡ്രിഡ് അഭിനന്ദിക്കുന്നു എന്നും. കരാക്കസിന്റെ നിയന്ത്രണം തന്റെ ലെഫ്റ്റനന്റ് ക്യൂറോവിനെ ഏല്പിച്ച് ബൊവേസ് ബൊളിവാറിനെ പിന്തുടർന്ന് പോയി. ക്യൂറോ ഒരു അമേരിക്കൻ വംശജനായിരുന്നുവെങ്കിലും ബോവേസിനെക്കാൾ ഹൃദയശൂന്യനായിരുന്നു.

കരാക്കസിൽവെച്ച് സംഘടിപ്പിച്ച കുറച്ചു പേരോടൊപ്പം ബൊളിവാറുടെ ചെറുസൈന്യം കൂടിയൊഴിഞ്ഞു പോയവരുടെ സംരക്ഷണം ഏറ്റെടുത്തു. ബാഴ്സലോണയിൽ നിന്ന് യൂറോപ്പിലേക്ക് തന്റെ നയതന്ത്ര പ്രതിനിധികളെ അയയ്ക്കുവാൻ അദ്ദേഹം തീരുമാനിച്ചു. താൻ സ്വീകരിച്ചിരിക്കുന്ന ആശയത്തിന്റെ അന്തിമവിജയത്തിൽ അദ്ദേഹത്തിനുണ്ടായിരുന്ന അചഞ്ചലമായ വിശ്വാസം അപ്പോഴും നിലനിന്നു.

ബാഴ്സിലോണയിൽ പിടിച്ചുനില്ക്കുവാൻ പറ്റില്ലെന്നായപ്പോൾ അദ്ദേഹം ജനറൽമാരായ ലിബാസിനോടും മാനുവൽ പിയറിനോടുമൊപ്പം കമാനിയ എന്ന നഗരത്തിലേക്ക് നീങ്ങി. പിയർ ധീരനും സാങ്കേതിക വിദ്യയിൽ ചതുരനുമായ ഒരു യോദ്ധാവായിരുന്നു. അവിടെനിന്നും ബൊളിവാർ മരിനോയോടൊപ്പം കടൽമാർഗ്ഗം കർതഹെനയിലേക്ക് പോവുകയും ചെയ്തു. തന്റെ സഹപ്രവർത്തകരായ റിബാസ്, പിയർ എന്നിവരിൽനിന്നുപോലും ബൊളിവാർക്ക് വിമർശനങ്ങളും ഭർത്സനങ്ങളും ഏറ്റുവാങ്ങേണ്ടിവന്നു. താനതുവരെ നേടിയ സൽപ്പേരും വിജയങ്ങളുമെല്ലാം തന്നെ കൈവിടുന്നതായി അദ്ദേഹത്തിന് അനുഭവപ്പെട്ടു. വെനസ്വേല വിടുന്നതിനുമുമ്പ് ജനങ്ങളുടെ ഈ വിമോചകൻ ജനങ്ങളോടായി ഒരു പ്രഖ്യാപനം നടത്തി. അന്തിമവിജയത്തിനായി പൊതുജനാഭിപ്രായം സംഘടിപ്പിക്കുന്നതിന് ഇത്തരം പ്രഖ്യാപനങ്ങൾ ആവശ്യമാണെന്ന് അദ്ദേഹത്തിന് അറിയാമായിരുന്നു. അദ്ദേഹം ഉറപ്പിച്ചുപറഞ്ഞു: "ഞാൻ നെവാഗ്രനാദയിലേക്ക് പോയി അവിടത്തെ ജനങ്ങളുടെ നിഷ്പക്ഷമായ ഒരു വിധി ലഭിക്കുന്നതിനുവേണ്ടി ഇതുവരെയുണ്ടായ സംഭവവികാസങ്ങളെപ്പറ്റി ഒരു വിശദീകരണം നല്കുവാൻ ആഗ്രഹിക്കുന്നു." നെവഗ്രനാദയിലെ ജനങ്ങളിൽ ബൊളിവാർക്കുണ്ടായിരുന്ന വിശ്വാസം അപ്പോഴും നശിച്ചുപോയിരുന്നില്ല. സ്വാതന്ത്ര്യത്തിനുവേണ്ടി ഇനിയും അവർ നമ്മളോടൊപ്പം നിലകൊള്ളുമെന്നുള്ള ഉറച്ച വിശ്വാസവും അദ്ദേഹം തന്റെ പ്രസ്താവനയിൽ ഉൾക്കൊള്ളിച്ചിരുന്നു.

വെനസ്വേലയുടെ കിഴക്കൻ ഭാഗവും അതിവേഗം സ്പെയിൻകാരാൽ കീഴടക്കപ്പെട്ടു. അങ്ങനെ ഒരിക്കൽക്കൂടി വെനസ്വേല സ്പെയിൻകാരുടെ നുകത്തിൻ കീഴിലായി. പിയർ, റിബാസ്, മറ്റൊരു ധീരനായ ജനറൽ ബെർമുദോസ് എന്നിവർ ഒത്തുചേരുകയും അധികം താമസിയാതെ അവരവരുടെ വഴിക്ക് പോവുകയും ചെയ്തു. ഈ കാലയളവിൽ സംഭവിച്ച നല്ലൊരു കാര്യം 1814 ഡിസംബറിൽ നടന്ന ഒരു യുദ്ധത്തിൽ

ബൊവേസ് കൊല്ലപ്പെട്ടു എന്നതാണ്. വെനസ്വേലയുടെ ശാപമായ് മൊറാലിസ് അപ്പോഴും ബാക്കി കിടക്കുന്നു. റിബാസ് ഒരു പാരാജയത്തിന് ശേഷം രണ്ട് ഓഫീസർമാരുടെ കൂടെ യാത്ര ചെയ്യുകയായിരുന്നു. രോഗാതുരനും ദു:ഖിതനുമായി യാത്ര ചെയ്തിരുന്ന അയാളെ കൂടെയുണ്ടായിരുന്ന ഒരു പരിചാരകൻ ഒറ്റുകൊടുത്തു. തടവുകാരനാക്കപ്പെട്ട അദ്ദേഹം ഹീനമായി അപമാനിക്കപ്പെടുകയും നിന്ദിക്കപ്പെടുകയും ചെയ്തു. ഒടുവിൽ കൊല്ലപ്പെട്ടു. തല വെട്ടിയെടുത്ത് കരാക്കസിൽ കൊണ്ടുവന്ന് ഒരു ഇരുമ്പു കൂട്ടിലടച്ച് നഗരകവാടത്തിൽ പ്രദർശിപ്പിച്ചു. റിബാസിന്റെ ഭാര്യ – ബൊളിവാറുടെ വകയിൽ ഒരു അമ്മായിയായിരുന്നു അവർ – ഈ വിവരമറിഞ്ഞപ്പോൾ ഒരു മുറിയിൽ കയറി വാതിലടച്ചു. വെനസ്വേലയ്ക്ക് സ്വാതന്ത്ര്യം കിട്ടുന്നതുവരെ പുറത്തിറങ്ങുകയില്ലെന്ന് പ്രതിജ്ഞ ചെയ്തു. അവരാ പ്രതിജ്ഞ പാലിക്കുകയും ചെയ്തു.

ബൊളിവാറും മെരിനോവും 1814 സെപ്തംബർ 25 ന് കർതഹെനയിലെത്തി. വെനസ്വേല വിട്ട ഉറഡാനെറ്റയുടെ – ഇദ്ദേഹത്തെ നേരത്തെ ബൊളിവാർ പടിഞ്ഞാറൻ ഭാഗത്തുള്ള സൈനികമേധാവിയാക്കിയിരുന്നു. — സൈന്യം നെവഗ്രനാദയിൽ ബൊളിവാറിൽനിന്നുള്ള പുതിയ ഉത്തരവ് ലഭിക്കുന്നതിനുവേണ്ടി കാത്തിരിക്കുകയായിരുന്നു. നെവഗ്രനാദയിലെ ഗവൺമെന്റിന്റെ സംരക്ഷണം അവർക്ക് ലഭിച്ചിരുന്നു. അവിടെ അത്യുത്സാഹത്തോടുകൂടി അദ്ദേഹം സ്വീകരിക്കപ്പെട്ടു. അവിടെ നിന്നും അദ്ദേഹം തുഞ്ചയിലേക്ക് പുറപ്പെട്ടു. അവിടെ ഭരണസമിതിയുടെ ഊഷ്മള സ്വീകരണമാണ് ലഭിച്ചത്. തന്റെ നാളിതുവരെയുള്ള പ്രവർത്തനങ്ങൾ വിലയിരുത്തി നിഷ്പക്ഷമായ ഒരു വിധി കല്പിക്കണമെന്ന് ഭരണസമിതിയോട് അപേക്ഷിച്ചു. അതിനുള്ള മറുപടിയായി ഭരണസമിതിയുടെ പ്രതിനിധി ബൊളിവാറിനോട് പറഞ്ഞു:

> ജനറൽ താങ്കൾ വാൾ ഉയർത്തിപ്പിടിക്കുന്നേടിത്തോളം കാലം താങ്കളുടെ രാജ്യം അപ്രത്യക്ഷ്യമാവുകയില്ല. ഈ വാളുകൊണ്ടു തന്നെ നിങ്ങൾ മാതൃരാജ്യത്തെ വീണ്ടെടുത്ത് സംരക്ഷിക്കും. നെവഗ്രനാദയിലെ ഭരണസമിതി അതിനാലാകുന്ന മുഴുവൻ സംരക്ഷണവും താങ്കൾക്ക് ലഭ്യമാക്കും. കാരണം താങ്കളുടെ പ്രവൃത്തിയിൽ ഞങ്ങൾ സംതൃപ്തരാണ്. താങ്കൾ നിർഭാഗ്യവാനായൊരു ജനറലായിരിക്കാം എന്നാൽ മഹാനായ ഒരു വ്യക്തിയാണ്.

പിന്നീടവർ ബൊളിവാറിന് നെവാഗ്രനാദയുടെ ഭാഗമായ സാന്തഫെന(ബഗോട്ട) സ്വതന്ത്രമാക്കുവാൻ ഉത്തരവുകൊടുത്തു. ഈ സ്ഥലം നെവാഗ്രനാദയിൽ നിന്ന് വേർപെടുത്തപ്പെട്ടുകിടക്കുകയായിരുന്നു. ബൊളിവാർ തന്റെ സ്വതസിദ്ധമായ ഊർജ്ജസ്വലതയോടെ ബഗോട്ടയിലേക്ക് പോയി. നഗരത്തിന്റെ പ്രാന്തപ്രദേശങ്ങളിൽ എത്തി ജനങ്ങളോട് സംസാരിച്ചു. ജനങ്ങളുടെ ജീവനും സ്വത്തും സാമൂഹ്യ അന്തസ്സും സുരക്ഷിതമായിരിക്കും എന്ന് ഉറപ്പു നല്കി. പിന്നീട് അവിടുത്തെ സൈന്യ

ത്തോട് കീഴടങ്ങുവാൻ നിർദ്ദേശിച്ചു. കമാന്റർ അത് നിരസിച്ചു. ഉടൻ തന്നെ ശത്രുവിനെ ആക്രമിച്ചു കീഴടക്കി. നെവഗ്രനാദ ബൊളിവാറിന് കോൺഫെഡറേഷൻ മിലിഷ്യയുടെ (ഏകീകൃതസൈന്യം) ജനറൽ എന്നൊരു ബിരുദം നല്കി. തലസ്ഥാനം തൂഞ്ചയിൽ നിന്ന് സാന്താഫെ നയിലേക്ക് മാറ്റുകയും ചെയ്തു. നെവഗ്രനാദയെ റോയലിസ്റ്റുകളിൽ നിന്ന് സംരക്ഷിച്ചു നിർത്തുവാനുള്ള പ്രചരണ പ്രവർത്തനങ്ങളുടെ ഉത്ത രവാദിത്വം അദ്ദേഹത്തെ ഏല്പിച്ചു. സ്പെയിൻകാരുടെ കൈയിൽത്തന്നെ അപ്പോഴും കിടക്കുന്ന ഒരേ ഒരു പ്രദേശമായ സാന്തമാർത്ത പിടിച്ചെടു ക്കുവാൻ ബൊളിവാർ തീരുമാനിച്ചു. അതിനുശേഷം അദ്ദേഹം ഒരി ക്കൽക്കൂടി വെനസ്വേലയുടെ മോചനത്തിനായുള്ള പദ്ധതികൾ ആവി ഷ്കരിക്കാൻ തുടങ്ങി. നെവാഗ്രനാദയിലെ ഭരണസമിതി അദ്ദേഹത്തിന് അവരുടെ ഔദ്യോഗിക ബഹുമതിയായ സമാധാന സംരക്ഷകൻ എന്ന ബിരുദം നല്കി. പിന്നീട് പലപ്പോഴും ഇദ്ദേഹം വിശേഷിപ്പിക്കപ്പെട്ടിരു ന്നത് ഈ പേരിലായിരുന്നു.

കർതഹെനയിലെ സൈനിക ഘടകങ്ങളിൽ ചിലത് വിശ്വസിക്കാൻ കൊള്ളാത്തവയാണെന്ന് ബൊളിവാർ മനസ്സിലാക്കിയിരുന്നു. കാസിലോ വിന്റെ നേതൃത്വത്തിലുള്ളതായിരുന്നു അവയിലൊന്ന്. കാസിലോ തികഞ്ഞ ഒരു അസൂയാലുവായിരുന്നു. ബൊളിവാറുമായി ഇയാൾക്ക് ശക്തമായ അഭിപ്രായ വ്യത്യാസമുണ്ടായിരുന്നു. ഇയാളുടെ ചില ഇട പെടലുകൾ സാന്തമാർത്തയിലേക്കുള്ള മുന്നേറ്റത്തിന് കാലവിളംബം വരുത്തുകയും ധാരാളം നാശനഷ്ടങ്ങൾ ഉണ്ടാക്കുകയും ചെയ്തു. അതി നിടെ വസൂരി പടർന്നു പിടിച്ചതിനാൽ സൈനികരിൽ ചിലർക്ക് ജീവ ഹാനി സംഭവിച്ചിരുന്നു. തന്റെ സൈന്യത്തെ അനാവശ്യകാര്യങ്ങൾക്ക് ഉപയോഗിക്കുന്നതിൽ നിന്ന് ബൊളിവാർ മാറിനിന്നു. തന്റെ രാജി സന്ന ദ്ധത പ്രകടിപ്പിക്കുകയും ചെയ്തു. തന്റെ സൈന്യത്തിലുണ്ടാകുന്ന അഭി പ്രായ വ്യത്യാസങ്ങൾ മുതലെടുക്കുവാൻ റോയലിസ്റ്റുകൾക്ക് അവസരം നല്കാതിരിക്കാനായിരുന്നു ഈ അടവ്. പക്ഷേ, ഒടുവിൽ നഗരം പിടി ച്ചെടുക്കുവാനുള്ള ഒരുക്കങ്ങൾ അദ്ദേഹത്തിനു തന്നെ ചെയ്യേണ്ടിവന്നു. ഈ നഗരം വളയുവാൻ പോകുമ്പോഴാണ് സ്പാനിഷ് പട്ടാളത്തിന്റെ വലിയൊരു വ്യൂഹം വെനസ്വേലയിൽ എത്തിയ വിവരം അറിയുന്നത്. കാർതാഹെനയിലേക്കുള്ള നീക്കത്തിലുണ്ടായ കാലതാമസം റോയലിസ്റ്റ് സൈന്യത്തിന് നെവാഗ്രനാദയിലെ ചില നഗരങ്ങൾ പിടിച്ചെടുക്കുവാൻ അവസരമുണ്ടാക്കി. ഇത് ആളുകളുടെയും ആയുധശേഖരങ്ങളുടെയും വൻ നഷ്ടത്തിനിടയാക്കി. ബൊളിവാർക്ക് ആയിരം ആളുകളെയും നൂറ് ആർട്ടിലറി തോക്കുകളും മറ്റു യുദ്ധോപകരണങ്ങളും നഷ്ടപ്പെട്ടു. സാന്ത മാർത്ത പിടിച്ചെടുക്കുവാൻ ശേഖരിച്ചുവെച്ച ചില ബോട്ടുകളും നഷ്ട പ്പെട്ടു. ഈ പരിതഃസ്ഥിതിയിൽ മറ്റൊരു മാർഗ്ഗവും കാണാതെ ബൊളി വാർ രാജിവെക്കുവാൻ തന്നെ തീരുമാനിച്ചു. അദ്ദേഹം ഓഫീസർമാരുടെ ഒരു യോഗം വിളിച്ചുകൂട്ടി. ആ യോഗത്തിൽ വെച്ച് രാജിക്കത്ത് സ്വീകരി

ക്കപ്പെട്ടു. അദ്ദേഹം ജമൈക്കയിലേക്ക് കപ്പൽ കയറി. അതിനുമുമ്പ് ദേശസ്നേഹികൾക്കിടയിലെ വിഭാഗീയതകൾക്കും അനൈക്യത്തിനും എതിരായി ഒരു സന്ദേശം നല്കി. നിങ്ങളുടെ ആയുധങ്ങൾകൊണ്ട് ഒരു ഏകാധിപതിയും ഇല്ലാതാക്കപ്പെട്ടില്ല. രണ്ടു യുദ്ധങ്ങളിലും നിങ്ങളുടെ ആയുധങ്ങളിൽ പുരണ്ടത് നിങ്ങളുടെ സഹോദരങ്ങളുടെ തന്നെ രക്തക്കറയാണ്. ഇത് നമുക്ക് സമ്മാനിച്ചത് തുല്യ അളവിലുള്ള ദുഃഖമാണ്. ബൊളിവാറുടെ കൈയൊഴിയൽ കുറ്റകരമാണെന്ന് അവിടത്തെ സ്വാതന്ത്ര്യ സമരസേനാനികൾ അധിക്ഷേപിച്ചുവെങ്കിലും അദ്ദേഹം ജമൈക്കയിലേക്ക് പുറപ്പെടുകതന്നെ ചെയ്തു.

ബൊളിവാറിന്റെ സ്വപ്നങ്ങളുടെ സാന്ദ്രത

ആ സമയത്ത് യൂറോപ്പിൽ നെപ്പോളിയന്റെ ഭാഗ്യതാരകത്തിന് ചെറിയൊരു മങ്ങലേറ്റു. 1808 മുതൽ സ്പെയിനിലെ രാജാവായ ഫെർണാണ്ടോ ഏഴാമൻ നെപ്പോളിയന്റെ തടവിലായിരുന്നു. എന്നാൽ ഇപ്പോൾ സംജാതമായ പ്രത്യേക സാഹചര്യത്തിൽ ഫെർണാണ്ടോ ഏഴാമനെ തടവിൽ നിന്ന് മോചിപ്പിക്കുവാൻ നെപ്പോളിയൻ നിർബ്ബന്ധിതനായി. ഫെർണാണ്ടോ ദേശീയ ഭരണഘടനയേയും കൂടുതൽ സ്വാതന്ത്ര്യത്തിനുവേണ്ടിയുള്ള ജനങ്ങളുടെ പ്രക്ഷോഭങ്ങളെയും അവഗണിച്ചുകൊണ്ട് സ്വേച്ഛാധിപതിയായി വാഴാൻ തുടങ്ങി. പുതിയ ലോകത്തിൽ തന്റെ അധികാരം വ്യാപിപ്പിക്കുവാൻ അദ്ദേഹം തീരുമാനിച്ചു. ഈ ഉദ്ദേശത്തോടെ ഏതു വിദേശ സൈന്യത്തോടും കിടപിടിക്കുന്ന ഒരു സൈന്യത്തെ വാർത്തെടുക്കുവാനുള്ള ശ്രമം ആരംഭിച്ചു. നാവികർ ഒഴികെയുള്ള അതിന്റെ സൈനിക അംഗബലം ആയിരത്തോളം വരും. ഏതു കോട്ടയും ആക്രമിച്ച് തകർക്കുവാനുതകുന്ന മികച്ച യുദ്ധോപകരണങ്ങൾ അവർക്ക് നല്കി. വിപുലമായ തയ്യാറെടുപ്പുകൾ നടത്തി. ഈ സൈന്യത്തിന്റെ നേതൃത്വം മോറില്ലോ എന്ന ജനറലിനായിരുന്നു. അയാളുടെ കൈവശം നിരവധി യുദ്ധക്കപ്പലുകളും ഗതാഗതത്തിനുള്ള മറ്റ് സൗകര്യങ്ങളും ഉണ്ടായിരുന്നു. ഈ സൈന്യത്തിലുണ്ടായിരുന്ന പലരും യൂറോപ്യൻ യുദ്ധത്തിൽ പരിചയം നേടിയവരായിരുന്നു. ഏറക്കുറെ നെപ്പോളിയന്റെ സൈന്യത്തോട് കിടപിടിക്കുന്നതായിരുന്നു ഇതിന്റെ ഘടന. ഇവരുടെ ഉദ്ദേശ്യം നെവഗ്രാനാദയും വെനസ്വേലയും പിടിച്ചടക്കി തെക്കോട്ട് പെറുവിലേക്കും അവിടുന്ന് ബ്യൂനസ് അയേഴ്സിലേക്കും (അർജന്റീന) മുന്നേറുക എന്നതായിരുന്നു.

തുടക്കത്തിൽ മാർഗരിറ്റ ദ്വീപിൽ ഇറങ്ങാനായിരുന്നു മൊമോറില്ലോ

പരിപാടി ഇട്ടിരുന്നത്. മാർഗരിറ്റ ദ്വീപിലെ നിവാസികൾ സ്വാതന്ത്ര്യപോരാട്ടത്തിന്റെ ഭാഗമായ നീണ്ട യുദ്ധത്തിൽ ധീരസാഹസികതയ്ക്ക് പേരുകേട്ടവരായിരുന്നു. ഇവർ അവരുടെ രാജ്യത്തെ സ്വതന്ത്രമാക്കുകയും അതിന് ന്യൂ സ്പാർട്ട എന്ന് പുനർനാമകരണം ചെയ്യുകയും ചെയ്തു. അരിസിമെൻഡി, ബർമുദോസ് എന്നിങ്ങനെ രണ്ട് ധീരരായ നായകന്മാരുടെ കീഴിലായി നാന്നൂറിൽപ്പരം സൈനികബലം അവർക്കുണ്ടായിരുന്നു. മോറില്ലോവിന്റെ അംഗബലം 5000 ത്തിനും 6000 ത്തിനുമിടയിലായി വർദ്ധിപ്പിച്ചിരുന്നു. 32 ബോട്ടുകളിൽ 12 എണ്ണം ആയുധ സജ്ജവുമായിരുന്നു. മോറില്ലോ വരുന്ന വാർത്തകേട്ട് അറിസീമൻഡി കീഴടങ്ങുവാൻ തീരുമാനിച്ചു. പക്ഷേ, ബർമുഡസ് തയ്യാറായില്ല. അനിതര സാധാരണമായ ധീരതയോടെ അയാൾ ഒരു ചെറിയ ബോട്ടിൽ കയറി മോറില്ലോവിന്റെ സൈന്യത്തിന്റെ വലിയ ബോട്ടുകൾക്കിടയിലൂടെ അതിലെ സൈനികരെ പരിഹസിച്ചുകൊണ്ട് രക്ഷപ്പെട്ട് കർതഹെനയിലെ ദേശാഭിമാനികൾക്കൊപ്പം ചേർന്നു.

സമർത്ഥനായ ഒരു സൈനികമേധാവി ആയിരുന്നു മോറില്ലോ. അക്കാലത്തെ സൈനിക വിദഗ്ദ്ധന്മാരാൽ പ്രകീർത്തിക്കപ്പെട്ട ഒരാൾ. ബുദ്ധിമാനായിരുന്നു. എന്നാൽ മനുഷ്യസഹജമായ ഒരു ഗുണവും ആ ബുദ്ധിയിലുണ്ടായിരുന്നില്ല യുദ്ധമൊഴിച്ച്. ഒരു സർവ്വനാശത്തിനായുള്ള യുദ്ധത്തിൽ ഏർപ്പെടുവാൻ അദ്ദേഹത്തിന് ഒരു മടിയും ഉണ്ടായിരുന്നില്ല. മോറില്ലോ അമേരിക്കൻ വൻകരയിൽ എത്തിയപ്പോഴേക്കും വെനസ്വേല വീണ്ടും സ്പെയിനിന്റെ അധീനതയിലായിക്കഴിഞ്ഞിരുന്നു. സ്വാതന്ത്ര്യപോരാളികളെ സംബന്ധിച്ചിടത്തോളം 1814 അവസാനം അപകടകരമായ ഒരു കാലഘട്ടമായിരുന്നു. മോറില്ലോയുടെ സ്പാനിഷ് ആർമിക്ക് ന്യൂസ്പെയിനിന് തെക്കോട്ട് എങ്ങും ശ്മശാന മൂകതയായിരുന്നു അനുഭവപ്പെട്ടത്. ശത്രുസൈന്യങ്ങളുടെ പൊടിപോലും കണ്ടെത്താനായില്ല. നാട്ടിലുടനീളം അരാജകത്വമാണ് നടമാടിയിരുന്നത്. പണത്തിനും പ്രതികാരത്തിനും വേണ്ടിയുള്ള വ്യഗ്രതയായിരുന്നു പ്രാദേശിക മാടമ്പികളുടെ ഒരേ ഒരു പ്രത്യയശാസ്ത്രം. തന്റെ സൈന്യത്തെ മാർഗരിറ്റയിലും കുമാനയിലും വിട്ട് മോറില്ലോ കരാക്കസിലേക്ക് പോയി. അവിടുത്തെ ക്യാപ്റ്റൻ ജനറലായി സ്ഥാനം ഏറ്റെടുത്തു. ഉടൻ തന്നെ ഒരു ഉത്തരവിറക്കി. അദ്ദേഹം തന്റെ സൈനികരോടൊപ്പം നെവഗ്രാനാദയിലേക്ക് പോവുകയാണ്. അതിനുള്ള സാമ്പത്തിക ചെലവുകൾ കരാക്കസിലെ പൗരന്മാർ വഹിക്കണമെന്ന് ആ ഉത്തരവിൽ ഭീഷണി കലർന്ന സ്വരത്തിൽ വ്യക്തമാക്കി. അത് ജനങ്ങളിൽ നിന്ന് സാദ്ധ്യമായ രീതിയിലെല്ലാം പിടിച്ചെടുത്തു. 8500 സൈനികരോടുകൂടി കപ്പൽ കർതാഹെനയിലേക്ക് നീങ്ങി. മോറില്ലോ 3500 സൈനികരുമായി കരമാർഗ്ഗവും നഗരത്തിലേക്ക് നീങ്ങി.

കർതാഹെന ഈ വൻ പട്ടാളത്തെ ചെറുത്തുനിന്നു. മറ്റൊരു നഗരവും കാണിക്കാത്ത ചങ്കൂറ്റത്തോടെ. അക്രമികളായ മോറില്ലോവിന്റെ

പട്ടാളത്തിന് എല്ലാവിധ യുദ്ധോപകരണങ്ങളും ഉണ്ടായിരുന്നു. കർതാഹെനയിലെ ജനങ്ങൾക്ക് അതൊന്നുമുണ്ടായിരുന്നില്ല. എന്നാലും അവർ 106 ദിവസം തുടർച്ചയായി യുദ്ധം ചെയ്തു. ജനങ്ങൾ ഗട്ടറുകളിൽ പട്ടിണി കിടക്കുകയായിരുന്നു. പട്ടാളക്കാരും സിവിലിയൻമാരും പട്ടിണി കൊണ്ട് മരിച്ചുവീണു. മോറില്ലോ നഗരത്തിലെത്തിയപ്പോൾ അത് ഏതാണ്ട് വിജനമായിരുന്നു. അവശേഷിച്ച ഏതാനും പേർക്കുമേൽ അയാളുടെ സങ്കല്പത്തിലുള്ള എല്ലാവിധ പീഡനങ്ങളും അഴിച്ചുവിട്ടു. ഒരുവിധം എഴുന്നേറ്റ് നില്ക്കാൻ കഴിയുന്നവരെല്ലാം അതിനകം കടൽമാർഗ്ഗം രക്ഷപ്പെട്ടുകഴിഞ്ഞിരുന്നു.

ഇങ്ങനെയുള്ള തുടർവിജയങ്ങളിലൂടെ നെവഗ്രെനാദ മോറില്ലോവിന്റെ ഭരണത്തിൻ കീഴിലായി. കോൺഗ്രസ് പിരിച്ചുവിട്ടു. സ്പെയിൻകാരുടെ നഗരപ്രവേശനം ആഘോഷിക്കുവാൻ വേണ്ടി 600ലധികം ആളുകൾക്ക് വധശിക്ഷ വിധിച്ചു. അവരിൽ പൗരപ്രധാനികളും സമൂഹത്തിന്റെ ഉന്നത ശ്രേണിയിലുള്ളവരും ഉണ്ടായിരുന്നു. അതോടെ ദക്ഷിണഅമേരിക്കയുടെ സ്വാതന്ത്ര്യസങ്കല്പങ്ങളെല്ലാം ഒരിക്കൽക്കൂടി തട്ടിത്തകർക്കപ്പെട്ടു.

1815 മെയ്മാസത്തിൽ ബൊളിവാർ ജമൈക്കയിലെ കിങ്സ്റ്റണിൽ എത്തിച്ചേർന്നു. അദ്ദേഹത്തിന് ഗവർണ്ണർ വ്യക്തിപരമായി നല്ല സ്വീകരണം നല്കി. പക്ഷേ, വൻകരയിലേക്ക് ഒരു സൈനികമുന്നേറ്റം നടത്താനുള്ള സഹായമൊന്നും നേടിയെടുക്കാൻ കഴിഞ്ഞില്ല. സ്വാതന്ത്ര്യവാഞ്ഛക്കെതിരെ വ്യാപകമായ പ്രചരണം എല്ലായിടത്തും നടക്കുന്നുണ്ടായിരുന്നു. ബൊളിവാർ തന്റെ തൂലികകൊണ്ട് അതിനെതിരെ ശക്തമായ പ്രതിരോധം തീർത്തുകൊണ്ടിരുന്നു. അദ്ദേഹത്തിന്റെ സുപ്രസിദ്ധമായ ജമൈക്കൻകത്ത് ഈ അവസരത്തിലാണ് എഴുതപ്പെടുന്നത്. അമേരിക്കക്കാരുടെ പരാജയത്തിന്റെ കാരണങ്ങൾ വിശകലനം ചെയ്തുകൊണ്ട് സ്വാതന്ത്ര്യവാഞ്ഛയുടെ അന്തിമവിജയം എന്തുകൊണ്ട് സാദ്ധ്യമാണെന്ന് അദ്ദേഹം അതിൽ വ്യക്തമാക്കി. ഒന്നാമതായി സ്പെയിൻകാർ അമേരിക്കയിൽ ചെയ്തുകൂട്ടിയ അക്രമങ്ങളും നിയമലംഘനങ്ങളും അദ്ദേഹം പരിശോധനയ്ക്ക് വിധേയമാക്കി. അമേരിക്കൻ സൈനികരുടെ താല്ക്കാലിക വിജയങ്ങളും യുദ്ധത്തിന്റെ വളർച്ചയും അദ്ദേഹം വിശകലനം ചെയ്തു. അമേരിക്കയിലുടനീളം, ന്യൂസ്പെയിൻ മുതൽ പ്ലാറ്റനദിക്കരയിലും ചിലിയിലുമെല്ലാം യുദ്ധത്തിനുവേണ്ടി സ്വാതന്ത്ര്യസമരസേനാനികളും ജനങ്ങളും വഹിച്ച അസംഖ്യം ത്യാഗങ്ങളെ അദ്ദേഹം എടുത്തുപറഞ്ഞു. അമേരിക്കയെ മൃഗീയമായി അടിച്ചമർത്തിക്കൊണ്ടിരിക്കുന്ന ഒരു ഗവൺമെന്റിൽ നിന്ന് അതിനെ രക്ഷപ്പെടുത്തുവാൻ വിമുഖത കാണിച്ച യൂറോപ്യൻ ശക്തികളെ അദ്ദേഹം അപലപിച്ചു. ഈ മർദ്ദകഭരണകൂടത്തെ എതിർക്കുന്നതും അമേരിക്കൻ രാജ്യങ്ങളുടെ സ്വാതന്ത്ര്യപ്രാപ്തിയും യൂറോപ്യൻ ഭരണകൂടങ്ങൾക്ക് എന്തുമാത്രം നന്മയായിത്തീരും എന്നും അദ്ദേഹം ശക്തമായി സമർത്ഥിച്ചു. സമുദ്രത്തിന്റെ

മറുകരയിലെ രാജ്യങ്ങളുടെ സ്വാതന്ത്ര്യം ലോകത്തിന്റെ സന്തുലനത്തെയും വാണിജ്യരംഗത്തെയും എത്രമാത്രം സഹായിക്കും എന്നദ്ദേഹം കൃത്യമായി വിശദീകരിച്ചു.

അമേരിക്കൻ നിവാസികൾ, അവർ ആദിമനിവാസികളായാലും യൂറോപ്യൻ വംശജരായാലും കറുത്ത വർഗ്ഗക്കാരായാലും, എല്ലാവരും അമേരിക്കയിൽ ജനിച്ചുവളർന്ന അമേരിക്കൻ പൗരന്മാരാണ്. അമേരിക്ക അവരുടെയൊക്കെ ജന്മദേശം തന്നെയാണ്. യൂറോപ്യന്മാർക്ക് അവരവരുടെ രാജ്യമെന്നതുപോലെ. എന്നാൽ അധിനിവേശം സ്ഥാപിച്ച് അമേരിക്കക്കാരെ ക്രൂരമായി മർദ്ദിച്ചുകൊണ്ടിരിക്കുന്ന സ്പെയിൻകാരുടെ പക്ഷത്ത് ന്യായത്തിന്റെ തരിമ്പുപോലുമില്ലെന്നും അവർ എല്ലാ അർത്ഥത്തിലും അധിനിവേശ ശക്തികളാണെന്നും ബൊളിവാർ വ്യക്തമാക്കി. ഇന്ന് അമേരിക്കക്കാരെ മുഴുവൻ സ്പെയിൻകാർ അടിമകളാക്കിയിരിക്കുകയാണ്. സ്പെയിൻകാർക്ക് എല്ലാ സ്വാതന്ത്ര്യവുമുണ്ട്, അധികാരങ്ങളുമുണ്ട്. ഫാക്ടറികൾ സ്ഥാപിക്കാൻ, കൃഷിയിടങ്ങൾ സ്ഥാപിക്കാൻ വ്യാപാരങ്ങളിൽ ഏർപ്പെടാൻ എല്ലാം. എന്നാൽ അമേരിക്കക്കാരുടെ അദ്ധ്വാനശേഷിക്കനുസരിച്ച് അവരെ സ്പെയിൻകാർ അടിമകളാക്കി ഉപയോഗപ്പെടുത്തിക്കൊണ്ടിരിക്കുകയാണ്. യാതൊരു അന്തസ്സും അഭിമാനവും അമേരിക്കക്കാരിൽ അവശേഷിപ്പിക്കാത്തവിധം അവരെ മൃഗങ്ങളെപ്പോലെ ജീവിക്കുവാനും അന്ധകാരത്തിലേക്ക് തള്ളിവിടാനുമാണ് സ്പെയിൻകാർ അവരുടെ ഓരോ ചെയ്തികളിലൂടെയും ശ്രമിച്ചുകൊണ്ടിരുന്നത്.

അദ്ദേഹത്തിന്റെ ഈ മുഖ്യരേഖ ഒരു രാഷ്ട്രീയ നിരീക്ഷകൻ എന്ന നിലയിലുള്ള അദ്ദേഹത്തിന്റെ സംഭാവനകളിൽ വളരെയധികം പ്രാധാന്യമർഹിക്കുന്ന ഒന്നാണ്. സ്പെയിനിന്റെ അധിനിവേശത്തിൽ നിന്നും മോചിതമായി തെക്കെ അമേരിക്കയിലെ മുഴുവൻ രാജ്യങ്ങളും ഒന്നിച്ചു നില്ക്കുന്നതിനെക്കുറിച്ചും ഒരൊറ്റലക്ഷ്യത്തോടെ ലോകത്തിലെ മറ്റ് രാജ്യങ്ങളുമായി നയതന്ത്ര-വ്യാപാര ബന്ധം സ്ഥാപിക്കുന്നതിനെക്കുറിച്ചുമുള്ള പ്രത്യാശയോടെയാണ് അത് അവസാനിക്കുന്നത്. ഒരു വിദേശ രാജ്യത്ത്, ഒറ്റപ്പെട്ട് ദരിദ്രനായി സുഹൃത്തുക്കളാലെല്ലാം കുറ്റപ്പെടുത്തപ്പെട്ടുകഴിയുകയായിരുന്നു ബൊളിവാർ. ശത്രുക്കളുടെ പകയും പ്രതികാരദാഹവുമെല്ലാം ഏറ്റുവാങ്ങിക്കൊണ്ട് കഴിയുമ്പോഴും അമേരിക്കയൊന്നാകെ അതിന്റെ ദുർദ്ദശയിൽ തേങ്ങിക്കൊണ്ടിരിക്കുമ്പോഴും അദ്ദേഹത്തിന്റെ മനസ്സിൽ ഒരു സ്വപ്നം നിറപ്പകിട്ടോടുകൂടി നിലകൊണ്ടു. കൊളംബിയ സ്വതന്ത്രമാക്കുക, ചിലിയെ സുസ്ഥിരമാക്കുക, അർജന്റീന ഒന്നുകൂടി വികസിപ്പിക്കുക, മെക്സിക്കോയും പെറുവും വിമോചിപ്പിക്കുക, പനാമ ആശയവിനിമയങ്ങളുടെ ഒരു കേന്ദ്രമാക്കുക. മനുഷ്യസാദ്ധ്യമായ എല്ലാ കാര്യങ്ങളുടെയും ഒരു തലസ്ഥാനമാക്കുക. തെക്കെ അമേരിക്കയിലെ രാജ്യങ്ങളെല്ലാം ദേശീയ സ്വയംനിർണ്ണയാവകാശങ്ങളുള്ള പ്രത്യേകം പ്രത്യേകം ദേശീയതകളുടെ ശക്തമായ രാജ്യങ്ങളായി നില

കൊള്ളുക. അടിമത്തം തട്ടിമാറ്റി സ്വാതന്ത്ര്യത്തിന് വേണ്ടിയുള്ള യുദ്ധങ്ങളിലൂടെ സ്വന്തമായ വ്യക്തിത്വം നേടിയെടുക്കുന്ന രാജ്യങ്ങൾ, വാളിൽനിന്നും സംസ്കാര സമ്പന്നമായ ഒരു രാഷ്ട്രീയ സംവിധാനത്തിലേക്ക്, ഭരണസംവിധാനത്തിലേക്ക് വളർന്നെത്തുന്ന രാജ്യങ്ങളുടെ പരസ്പരപൂരകമായ ഒരു സമുച്ചയം, അതൊക്കെയായിരുന്നു ബൊളിവാറുടെ സ്വപ്നങ്ങൾ.

ബൊളിവാറിന്റെ സ്വപ്നങ്ങൾക്ക് ചിറക് മുളയ്ക്കുന്നു

ജമൈക്കയിൽ ബൊളിവാർ വെറുതെ ഇരിക്കുകയായിരുന്നില്ല. വെനസ്വേലയിലെപ്പോലെ അദ്ദേഹം അവിടെയും സജീവമായിരുന്നു. തന്റെ തൂലികയുടെ ശക്തികൊണ്ട് ലോകത്തെ തെക്കെ അമേരിക്കൻ വിപ്ലവത്തിന്റെ അർത്ഥമെന്താണെന്ന് പഠിപ്പിച്ചു. സ്വാതന്ത്ര്യ യുദ്ധത്തിനുവേണ്ടി സുഹൃത്തുക്കളെ സമ്പാദിച്ചുകൊണ്ടിരുന്നു. ജമൈക്കൻ ദ്വീപിലും വെസ്റ്റ് ഇന്റീസിന്റെ മറ്റ് ഭാഗങ്ങളിലും അമേരിക്കൻ വൻകരയിലേക്ക് ഒരു വിമോചന യാത്രയ്ക്കുള്ള തയ്യാറെടുപ്പുകൾ സജീവമാക്കി നിലനിർത്തി. ലൂയിസ് ബ്രിയോൺ എന്ന സമ്പന്നനായ ഒരു കച്ചവടക്കാരൻ—അദ്ദേഹം കുറാക്കാവോക്കാരനാണ് – ബൊളിവാറെ വളരെയധികം സഹായിച്ചു. സ്വാതന്ത്ര്യത്തിനുവേണ്ടി തന്റെ സമ്പാദ്യങ്ങളെല്ലാം ചെലവഴിക്കാനുള്ള സന്നദ്ധത അയാൾ പ്രഖ്യാപിച്ചു.

അക്കാലത്ത് യൂറോപ്യൻ രാജ്യങ്ങൾ തമ്മിൽ നിലനിന്നിരുന്ന വിശുദ്ധ സഖ്യത്തിന് ജമൈക്കൻ അധികാരികളുടെ മേൽ ചെറിയൊരു സ്വാധീനമുണ്ടായിരുന്നു. അത് ബൊളിവാറുടെ ആയുധ ശേഖരണത്തിന് ചെറിയ ചെറിയ തടസ്സങ്ങളുണ്ടാക്കി. അതിനാൽ അദ്ദേഹം ഹെയ്ത്തി റിപ്പബ്ലിക്കിലേക്ക് പോകുവാൻ തീരുമാനിച്ചു. ഹെയ്ത്തിയിലേക്ക് പോകുന്നതിനുമുമ്പ് ഒരു കൊലപാതക ശ്രമത്തിൽനിന്നും അദ്ദേഹം അത്ഭുതകരമായി രക്ഷപ്പെട്ടു. ബൊളിവാർ സാധാരണയായി വിശ്രമിച്ചിരുന്ന തൂക്കുമഞ്ചത്തിൽ തൽക്കാലത്തേക്ക് കയറിക്കിടന്ന ഒരാളെ ബൊളിവാറാണെന്ന് തെറ്റിദ്ധരിച്ച് കുത്തിക്കൊല്ലുകയായിരുന്നു. ബൊളിവാർ സ്വതന്ത്രനാക്കിയ ഒരു അടിമ തന്നെയായിരുന്നു കൊലപാതകി.

ഹെയ്ത്തിയിലേക്കുള്ള വഴിയിൽ വെച്ചാണ് അയാൾ കർതഹെനയുടെ പതനത്തിന്റെ കഥ അറിയുന്നത്. ഹെയ്ത്തിയുടെ പ്രസിഡണ്ട് അലക്സാണ്ടർ പെഷർ ബൊളിവാറിനെ അടുത്ത സുഹൃത്തിനെയെ

ന്നപോലെ സ്വീകരിച്ചു. വൻകരയിലേക്കുള്ള യുദ്ധസന്നാഹത്തിന് മികച്ച സഹായങ്ങൾ ചെയ്തുകൊടുത്തു. കർതഹെനയിൽ നിന്ന് രക്ഷപ്പെട്ട് എത്തിയവരെയും പെഷർ നന്നായി സ്വീകരിച്ചു. അവർക്ക് ആവശ്യമായ സംരക്ഷണങ്ങളെല്ലാം ചെയ്തുകൊടുത്തു. അക്കൂട്ടത്തിൽ ബൊളിവാറിനോട് വ്യക്തിപരമായി ശത്രുതയുള്ള ചിലരുമുണ്ടായിരുന്നു. ബൊളിവാർ വൻകരയിലേക്കുള്ള സൈനികനീക്കത്തിന്റെ നേതാവായി തെരഞ്ഞെടുക്കപ്പെട്ടു. മരിനോ ആ സൈന്യത്തിന്റെ മേജർ ജനറലായും ബ്രിയോൺ അഡ്മിറൽ ആയും നിയമിക്കപ്പെട്ടു. അവർ ഏതാണ്ട് 250 ആളുകളായിരുന്നു ഉണ്ടായിരുന്നത്. പക്ഷേ, അവർ 6000 ആളുകൾക്ക് ആവശ്യമായ പടക്കോപ്പുകൾ കരുതിയിരുന്നു. വൻകരയിലെത്തിയാൽ കൂടെച്ചേരാൻ സാദ്ധ്യതയുള്ളവർക്ക് വേണ്ടിയായിരുന്നു ഇത്. അസാദ്ധ്യമായതും ദുർഘടം പിടിച്ചതുമായ ഒരു ദൗത്യമാണ് ബൊളിവാറിന് നിർവ്വഹിക്കാനുള്ളത്. എന്നാൽ അദ്ദേഹത്തിന്റെ ആത്മവിശ്വാസവും ഉള്ളിൽ അലയടിക്കുന്ന അദമ്യമായ സ്വാതന്ത്ര്യവാഞ്ഛയും അവരുടെ മുന്നോട്ടുള്ള കാൽവെപ്പുകൾ ഉറച്ചതാക്കി. ശത്രുക്കളുമായി താരതമ്യം ചെയ്യുമ്പോൾ അവരുടെ സൈന്യം ശത്രുവിന്റെ സൈനികശക്തിയുടെ നൂറിലൊന്നേവരൂ. മാത്രമല്ല പൊതുജനാഭിപ്രായം ബൊളിവാറിന് അത്ര അനുകൂലവുമല്ലായിരുന്നു. പക്ഷേ, ബൊളിവാർ അമേരിക്കൻ സ്വാതന്ത്ര്യത്തിന്റെ പ്രതീകമായി അതിനകം മാറിക്കഴിഞ്ഞിരുന്നു. ആശയപ്രചരണത്തിലൂടെ ഇദ്ദേഹം നേടിയെടുത്ത ഈ ആയുധം മറ്റൊന്നിനും പകരം വെക്കാൻ പറ്റില്ല.

ബൊളിവാർ ആദ്യം ചെന്നത് മാർഗരീറ്റ ദ്വീപിലായിരുന്നു. അവിടെ സ്പാനിഷ് കമാണ്ടർ ജനങ്ങളുടെ സമ്പത്തുകൾ നശിപ്പിക്കുകയോ പിടിച്ചെടുക്കുകയോ ചെയ്യുക, കുടുംബങ്ങളെ അപമാനിക്കുക തുടങ്ങിയ കാര്യങ്ങൾ വ്യവസ്ഥാപിതമായ രീതിയിൽ ചെയ്തുകൊണ്ടിരിക്കുകയായിരുന്നു. 1815 നവംബറിൽ അരീസിമെൻഡി എന്നയാൾ – ഇയാൾ ആദ്യം മോറില്ലോവിന് കീഴടങ്ങിയിരുന്നുവെങ്കിലും വീണ്ടും സ്വാതന്ത്ര്യം പ്രഖ്യാപിച്ച് – ഗദകളും മറ്റ് കാർഷികോപകരണങ്ങളും ആയുധങ്ങളാക്കി പോരാട്ടമാരംഭിച്ചു. ഗവർണർ കോപംകൊണ്ട് വിറച്ചു. ആ ദ്വീപിലെ മുഴുവൻ ജനങ്ങളെയും നശിപ്പിക്കുവാൻ തന്നെ തീരുമാനിച്ചു. ആദ്യം അരീസിമെൻഡിയുടെ ഭാര്യയുടെ മേലാണ് ഗവർണറുടെ കോപം ചെന്ന് പതിച്ചത്. എന്നാലും അരീസിമെൻഡി സമരം തുടരുകതന്നെ ചെയ്തു. ഈ വിവരം അറിഞ്ഞ ബൊളിവാർ വൻകരയിലേക്ക് പോകാതെ മാർഗരിറ്റാ ദ്വീപിലേക്ക് തന്റെ യാത്ര തിരിച്ചുവിടുകയായിരുന്നു. ഈ ദ്വീപിലെത്തിയ ബൊളിവാർ അതിനെ ഒരു റിപ്പബ്ലിക്കായി പ്രഖ്യാപിച്ചു. യുദ്ധങ്ങൾക്കും യുദ്ധങ്ങൾക്കുമിടയിൽ ഇത് മൂന്നാമത്തെ തവണയാണ് മർഗരീറ്റദ്വീപ് ഒരു റിപ്പബ്ലിക്കാകുന്നത്. അതിന്റെ തലവനായി ബൊളിവാർ ചാർജ്ജെടുത്തു. മരിനോ രണ്ടാമനായും. ഉടൻ തന്നെ അവർ ഭരണം നടത്താനുള്ള ഡെപ്യൂട്ടിമാരുടെ തിരഞ്ഞെടുപ്പ് പ്രഖ്യാപിച്ചു. വാർ ടു ഡത്ത്

എന്ന പ്രതികാര നടപടി ഉപേക്ഷിക്കുന്നതായി വിളംബരം ചെയ്തു. പക്ഷേ, സ്പെയിൻകാർ ജനങ്ങൾക്കെതിരെ നിർദ്ദയമായ മർദ്ദനനടപടികൾ കൈക്കൊള്ളുന്നത് നിർത്തണം. അനാവശ്യമായ യുദ്ധം അടിച്ചേല്പിക്കുന്നത് നിർത്തണം. സ്പാനിഷ് ജനറൽ ഇതിന് മറുപടിയായി ബൊളിവാർ, മരിനോ, ബ്രിയോണ, അരിസ്മെൻഡി എന്നിവരുടെയെല്ലാം തലകൾക്ക് വലിയൊരു തുക വീതം വിലകെട്ടിക്കൊണ്ട് വിളംബരം പുറപ്പെടുവിച്ചു. അതൊന്നും വകവെക്കാതെ നിർഭയനായി വിമോചകൻ മാർഗരിറ്റയിൽനിന്നും വൻകരയിലേക്ക് തിരിച്ചു. കരുപ്പാനോ എന്ന സ്ഥലത്ത് കരയ്ക്കിറങ്ങി. അവിടെനിന്നും തന്റെ മുൻവിജയങ്ങളുടെ വിളഭൂമിയായ കിഴക്കൻ ഭാഗത്തേക്ക് – അവിടെ ബൊളിവാർ വളരെ പ്രശസ്തനായിരുന്നു. അദ്ദേഹത്തോട് സ്നേഹവും ബഹുമാനവും ഉള്ള ധാരാളം ജനങ്ങളുമുണ്ടായിരുന്നു – മരിനോയെ അയച്ചു. പിന്നെ തന്റെ കൂട്ടത്തിലുള്ള ഓഫീസർമാരെ യുദ്ധതന്ത്രങ്ങൾ പഠിപ്പിക്കുവാൻ വേണ്ടി ഒരു സൈനിക് സ്കൂൾ സ്ഥാപിച്ചു. പട്ടാളത്തിലേക്ക് ആളുകളെ ചേർക്കുന്നതിനുവേണ്ടിയുള്ള പ്രചരണപരിപാടികൾ ആരംഭിക്കുകയും ചെയ്തു. നഗരത്തിലെ ജനപ്രതിനിധികളെയെല്ലാം വിളിച്ചുചേർത്തു. അവർ ആ യോഗത്തിൽവെച്ച് ബൊളിവാറിനെ സർവ്വസൈന്യാധിപനായി പ്രഖ്യാപിച്ചു. ഇത് മരിനോയ്ക്ക് അത്ര ഇഷ്ടമായിരുന്നില്ല. അയാളും പിയറും ചേർന്ന് ഗൂഢാലോചന നടത്തി വിമോചകന്റെ ചില ആജ്ഞകൾ ധിക്കരിക്കുവാൻ തുടങ്ങി. ഇവരുടെ വിഘടിതനീക്കംമൂലം ബൊളിവാറിന് ചില ഭാഗിക പരാജയങ്ങൾ സംഭവിച്ചു. അതൊന്നും വകവെക്കാതെ ബൊളിവാർ പെട്ടെന്നു കിഴക്കോട്ടുള്ള നീക്കം ഉപേക്ഷിച്ച് പടിഞ്ഞാറോട്ട് നീങ്ങി. ബൊളിവാറുടെ അനുഭവ സമ്പന്നതയുടെ ഔന്നത്യം വിഘടിതനീക്കം നടത്തുന്നവർക്ക് ഊഹിക്കാൻ പറ്റുമായിരുന്നില്ല. അയാൾ പടിഞ്ഞാറു ഭാഗത്തുള്ള യുദ്ധങ്ങളിൽ വ്യാപൃതനായി. ജൂലൈ 6–ാം തീയതി ബൊളിവാറുടെ സൈന്യം വലെൻഷിയയ്ക്ക് തെക്കുവടക്കായി കിടക്കുന്ന ഓക്കുമാറെ ഡിലാ കോസ്റ്റാ തുറമുഖത്ത് ഇറങ്ങി. വാർ ടു ഡത്ത് പദ്ധതി നിർത്തിയതായും കീഴങ്ങുവാൻ തയ്യാറാകുന്ന എല്ലാവർക്കും അവർ സ്പെയിൻകാരായാൽപ്പോലും മാപ്പ് നല്കുന്നതാണെന്നും പ്രഖ്യാപിച്ചു. രാജ്യത്തെ എല്ലാ അടിമകളെയും സ്വതന്ത്രരാക്കുന്നതായും പ്രഖ്യാപിച്ചു. ഇതിലൂടെ ബൊളിവാർ ഹെയ്ത്തിയിലെ പ്രസിഡന്റിന് നല്കിയ ഒരു വാഗ്ദാനം പാലിക്കുകകൂടിയായിരുന്നു. ഇനി മുതൽ വെനസ്വേലയിൽ ഒരു വിഭാഗം ജനങ്ങൾ മാത്രമേ ഉണ്ടാവുകയുള്ളൂ. പൗരന്മാർ എല്ലാവരും വെനസ്വേലിയൻ പൗരന്മാർ മാത്രം.

പിന്നീട് ബൊളിവാർ സ്വീകരിച്ച ഒരു നടപടി സ്പെയിൻകാരുടെ കടൽമാർഗ്ഗമുള്ള കച്ചവടത്തിന് തടയിടുകയായിരുന്നു. അതിനായി ബ്രിയോണിനെ നിയമിച്ചു. യു എസ് എ യിലെ ജോർജ്ജ് വാഷിങ്ടണിന്റെ ഗവൺമെന്റുമായും മെക്സിക്കോയിലെ ദേശാഭിമാനികളുടെ പ്രതിനിധികളുമായും ബന്ധപ്പെട്ടു. ഇതിനിടയിൽ റോയലിസ്റ്റുകൾ

ബൊളിവാറിനെ നേരിടാനായി പരിചയസമ്പന്നരായ പട്ടാളക്കാരുടെ ഒരു സൈന്യം രൂപീകരിച്ചു. ഒട്ടും പരിചയസമ്പത്തില്ലാത്ത ,തന്റെ സൈനികരുമായി ഈ സൈന്യത്തോട് പിടിച്ചുനില്ക്കാൻ ആവില്ലെന്ന് മനസ്സിലാക്കിയ ബൊളിവർ ഓക്കുമാറയിൽനിന്ന് പിൻവാങ്ങി.

ബൊളിവാറിന് മാഗ്ഗ്രിഗോർ എന്നൊരു ചെറുപ്പക്കാരനായ അനുയായി ഉണ്ടായിരുന്നു. ഗറില്ലാസമരത്തിൽ അയാൾക്കുള്ള വൈദഗ്ദ്ധ്യം മനസ്സിലാക്കിയ ബൊളിവാർ ഗ്രാമപ്രദേശങ്ങളിൽ റോയലിസ്റ്റുകളോട് ഗറില്ലാ രീതിയിൽ പൊരുതിക്കൊണ്ടിരുന്ന ദേശാഭിമാനികളുടെ സംഘങ്ങളെ സഹായിക്കാൻ വേണ്ടി അയാളെ അങ്ങോട്ടയച്ചു. അയാളുടെ ധീരമായ നടപടികൾ വിജയിച്ചു. അയാളും ചെറുസംഘം അനുയായികളും ചേർന്ന് റോയലിസ്റ്റുകളെ കടന്നാക്രമിച്ചുകൊണ്ടും റോയലിസ്റ്റുകൾ ശക്തരായിരിക്കുമ്പോൾ ധൃതഗതിയിൽ പിന്മാറിക്കൊണ്ടും മുന്നേറി. അങ്ങനെ അവർ 400 മൈലുകൾ പിന്നിട്ട് അവസാനം ഒറിനോക്കിയിൽ പൊരുതിക്കൊണ്ടിരുന്ന സൈനികരോടൊപ്പം ചേർന്നു.

ഇതിനിടയിൽ ജനപ്രതിനിധികളുടെ സഭ യോഗം ചേർന്ന് ബൊളിവാറിനെ നേതൃസ്ഥാനത്ത് നിന്നും മാറ്റി. മരിനോവിനെയും ബെർമുഡസിനെയും യഥാക്രമം ഒന്നും രണ്ടും സ്ഥാനത്ത് അവരോധിക്കുകയും ചെയ്തു. പെട്ടെന്നുള്ള ഈ തീരുമാനം ബൊളിവറുടെ ആത്മാഭിമാനത്തിന് ക്ഷതമേല്പിച്ചു. അപമാനിതനായ ബൊളിവാറിന് ഹെയ്ത്തിയിലേക്ക് തിരികെ പോകേണ്ടിവന്നു. ഗ്രാമപ്രദേശങ്ങളിൽ റോയലിസ്റ്റുകൾക്കെതിരെ പൊരുതിക്കൊണ്ടിരിക്കുന്ന ഗറില്ലാ പോരാളികൾക്ക് ബൊളിവാറിനെ തരംതാഴ്ത്തിയ നടപടി ഒട്ടും ഇഷ്ടമായിരുന്നില്ല. എന്നാൽ ഇങ്ങനെയുള്ള പ്രതികൂല നടപടികളൊന്നും ഒരിക്കലും ബൊളിവാറിന്റെ ആവേശം തണുപ്പിച്ചിരുന്നില്ല. വെനസ്വേലയിൽ പൊരുതിക്കൊണ്ടിരിക്കുന്നവർക്ക് സഹായമെത്തിക്കാനുള്ള പരിശ്രമങ്ങളെ കുറിച്ചായിരുന്നു. അപ്പോൾ അദ്ദേഹത്തിന്റെ ശ്രദ്ധമുഴുവനും.

ഹെയ്ത്തിയിലെ പ്രസിഡന്റ് അലക്സാണ്ടർ പെഷർ ഇത്തവണയും തന്റെ സഹായ ഹസ്തങ്ങൾ ബൊളിവാറിനുനേരെ നീട്ടി. മെക്സിക്കോയിലെ ന്യൂസ്പെയിനിൽ നടക്കുന്ന സ്വാതന്ത്ര്യയുദ്ധത്തിൽ സഹകരിക്കുന്നതിനുവേണ്ടി ബൊളിവാർ ക്ഷണിക്കപ്പെട്ടു. എന്നാൽ ആ ക്ഷണം സ്വീകരിക്കുവാൻ ബൊളിവാർ തയ്യാറായില്ല. അയാളുടെ മനസ്സിൽ നിറയെ സ്വന്തം രാജ്യത്തിന്റെ വിമോചനത്തെക്കുറിച്ചുള്ള സ്വപ്നങ്ങളായിരുന്നു.

അപ്പോൾ വെനസ്വേലയിൽ യുദ്ധം ചെയ്തുകൊണ്ടിരിക്കുന്ന നേതാക്കൾക്ക് ഭാഗികമായ ചില വിജയങ്ങൾ നേടാൻ പറ്റിയെങ്കിലും ബൊളിവാറിന്റെ അഭാവം അവർക്ക് വല്ലാതെ അനുഭവപ്പെട്ടു. ബൊളിവാറുടെ നേതൃത്വത്തിന്റെ അനിവാര്യത അവർക്ക് ബോദ്ധ്യപ്പെട്ടു. അവരെല്ലാം ചേർന്ന് അരിസ്മെൻഡി മുഖേന ബൊളിവാറിനെ തിരിച്ച് വിളിക്കുവാൻ തീരുമാനിച്ചു. അരിസ്മെൻഡിക്കും ബൊളിവാറുടെ സാന്നിദ്ധ്യം ആവ

ശ്യമാണെന്ന് ബോദ്ധ്യപ്പെട്ടു. ബൊളിവാറിനെ വെനസ്വേലയിലേക്ക് തിരിച്ചുവരുന്നതിനുവേണ്ടി പ്രേരിപ്പിക്കുവാൻ അഡ്മിറൽ ബ്രിയോണയെ ചുമതലപ്പെടുത്തി. അദ്ദേഹത്തിന്റെ സ്നേഹപൂർവ്വമായ നിർബ്ബന്ധത്തിന്റെ ഫലമായി ബൊളിവാർ തിരിച്ചുവരുവാൻ തയ്യാറായി. ഡിസംബർ അവസാനം അയാൾ മാർഗരീറ്റയിൽ തിരിച്ചെത്തി. വെനസ്വേലയിൽ നിന്ന് ഓടിപ്പോകേണ്ടിവന്ന ചിലരെയും ഒപ്പം കൂട്ടിയിരുന്നു. അവിടെ എത്തിയ ഉടനെ ബൊളിവാർ ഒരു വിജ്ഞാപനം പുറപ്പെടുവിച്ചു. ജനപ്രതിനിധികളുടെ അസംബ്ലി വിളിച്ചുകൂട്ടി അതിന്റെ അംഗീകാരത്തോടുകൂടി സൈന്യത്തെ സിവിൽ ഗവൺമെന്റിന്റെ കീഴിലേക്ക് കൊണ്ടുവരികയും ചെയ്യുകയാണ് എന്ന്. ഇത് ബൊളിവാർ ചിരകാലമായി മനസ്സിൽ കൊണ്ടുനടന്ന ഒരു ആശയമായിരുന്നു.

1817 ജനുവരി ഒന്നാം തീയതി ബൊളിവാർ ഒരിക്കൽക്കൂടി വൻകരയിൽ കാലുകുത്തി. ഇത്തവണ എന്നെന്നേക്കുമായി അവിടെ നിലകൊള്ളുമെന്ന ദൃഢനിശ്ചയത്തോടെ. നാളിതുവരെയുള്ള പരാജയങ്ങൾ അദ്ദേഹം ഒരു പാഠപുസ്തകമായി ഉപയോഗപ്പെടുത്താൻ തീരുമാനിച്ചു. ഒപ്പം അദ്ദേഹത്തിന്റെ മനസ്സിൽ പുതിയ പുതിയ പദ്ധതികൾ അവിരാമം രൂപപ്പെട്ടുകൊണ്ടുമിരുന്നു. വെനസ്വേലയുടെ മാത്രമല്ല മുഴുവൻ അമേരിക്കയുടെയും മോചനമായിരുന്നു ആ മനസ്സിൽ. നെവഗ്രനാദയുടെയും പെറുവിന്റെയും മോചനത്തിനായുള്ള പദ്ധതികൾ ആ മനസ്സ് ആവിഷ്കരിക്കാൻ തുടങ്ങി. ഈ പദ്ധതികളൊക്കെ ആവിഷ്കരിക്കാൻ തുടങ്ങുമ്പോൾ അദ്ദേഹത്തിന്റെ കൂടെ അരിസ്മെൻഡിയോടൊപ്പമുള്ള 400 സൈനികർ മാത്രമാണുണ്ടായിരുന്നത്. 300 പേർ പിന്നെയും പല സ്ഥലത്തുനിന്നുമായി വന്നുചേർന്നു. അദ്ദേഹം കരാക്കസിലേക്ക് മുന്നേറി. എന്നാൽ പരാജയപ്പെട്ട് ബാർസിലോണയിലേക്ക് തിരിച്ചുപോരേണ്ടിവന്നു. കൈവശമുണ്ടായിരുന്ന യുദ്ധസാമഗ്രികളെല്ലാം ശത്രുക്കൾ പിടിച്ചെടുക്കുകയും ചെയ്തു. ഇനിയും 600 പേർ മാത്രമേ അദ്ദേഹത്തിന്റെ കൂടെ അവശേഷിച്ചിരുന്നുള്ളൂ. അദ്ദേഹത്തിനറിയാമായിരുന്നു 5000 പേരടങ്ങിയ റോയലിസ്റ്റ് സൈന്യമാണ് തന്റെ നേർക്കു കുതിച്ചുകൊണ്ടിരിക്കുന്നത് എന്ന്. ആ സൈന്യത്തെ തെക്കുഭാഗത്തുണ്ടായിരുന്ന മെറിനോയുടെ സഹായത്തോടെ ചെറുത്തു നില്ക്കാമെന്ന് അദ്ദേഹം കരുതി. മരിനോയും ബെഹ്മുദോയും ബാഴ്സലോണയിൽ പ്രവേശിച്ചു. ബൊളിവാർ ആഹ്ലാദത്തോടെ അവരെ സ്വീകരിച്ചു. അവർക്ക് ഇനിയും അധിക സമയം ആ നഗരത്തിൽ കഴിയാൻ പറ്റില്ലെന്ന് ബൊളിവാർക്കു മനസ്സിലായി. റോയലിസ്റ്റ് സൈന്യത്തെ വ്യത്യസ്ത സ്ഥലങ്ങളിൽവെച്ച് അപ്രതീക്ഷിതമായി ആക്രമിക്കുന്നതായിരിക്കും നല്ലതെന്ന് അദ്ദേഹം തീരുമാനിച്ചു. അവസാനം അദ്ദേഹം ബാഴ്സിലോണ വിട്ട് ഒറിനോക്കോവിലേക്കും വെനസ്വേലയിലെ ഗുവാവാന പ്രവിശ്യയിലേക്കുമുള്ള മാർഗ്ഗം തെരഞ്ഞെടുത്തു. അദ്ദേഹത്തിന്റെ നിരവധി ഓഫീസർമാർ ഇതിനെതിരെ ശക്തമായി വാദിച്ചു. ഒടുവിൽ കുറച്ചുപേരെ നഗരസംരക്ഷണത്തിന്

വേണ്ടി നിർത്തിയ ശേഷം ബാക്കിയുള്ളവരെ മരിനോവിന്റെ നേതൃത്വത്തിൽ ഗുവാവാനയിലേക്ക് അയക്കേണ്ടതായും വന്നു.

ഏപ്രിലിൽ ബൊളിവാർ ഒറിനോക്കോ മുറിച്ച് കടന്ന് ഒടുവിൽ പിയറുമായി സന്ധിച്ചു. അയാളപ്പോൾ അങ്കോസ് തുറമുഖനഗരം പ്രതിരോധിച്ചുകൊണ്ടിരിക്കുകയായിരുന്നു. 1816 അവസാനം വരെ ചില്ലറ വിജയങ്ങളോടെയും പിന്മാറ്റങ്ങളോടെയും പിയർ അവിടെ പൊരുതിക്കൊണ്ട് പിടിച്ചുനില്ക്കുകയായിരുന്നു. മരിനോ ഒരിക്കൽക്കൂടി അയാളുടെ തനിനിറം കാണിച്ചു. ബെഹ്മുദോവും മറ്റ് ആഫീസർമാരും നിർബ്ബന്ധിച്ചെങ്കിലും ബാഴ്സിലോണയെ സഹായിക്കാൻ കിട്ടിയ അവസരം അയാൾ ഉപയോഗിച്ചില്ല. ബൊളിവാറുമായി സഹകരിക്കുന്നതിന് പകരം അയാൾ സ്വന്തമായ ചില വ്യാമോഹങ്ങളിൽ മുഴുകി. വിചാരിച്ച സമയത്ത് സഹായം ലഭിക്കാത്തതിനാൽ ബൊളിവാർ വിഷമം പിടിച്ചൊരു സാഹചര്യത്തിലായി. അപ്പോൾ സ്വന്തം പ്രതിഭയ്ക്ക് അയാളെ രക്ഷിക്കുവാൻ കഴിയുമായിരുന്നില്ല. പോഷകസൈന്യത്തിന്റെ സഹായത്തിന് മാത്രമേ അയാളെ അപ്പോൾ രക്ഷിക്കാൻ കഴിയുമായിരുന്നുള്ളൂ. നെവഗ്രനാദയുടെ അധിപനായി മാറിയ മോറില്ലോ സാന്താഫിയിൽനിന്ന് കുതിച്ചെത്തി ബൊളിവാറുടെ കരുതൽ സൈന്യത്തെ തകർത്തു. മാത്രമല്ല അപ്പോഴേക്കും അയാൾക്ക് സ്പെയിനിൽ നിന്നും കൂടുതൽ പോഷകസേനയെ ലഭിക്കുകയും ചെയ്തു. മനഃസ്ഥൈര്യം ഒന്നിന്റെ മാത്രം പിൻബലത്തോടെ ബൊളിവാർ എങ്ങനെയെല്ലാമോ തന്റെ ജോലി മുന്നോട്ട് കൊണ്ടുപോയി. നമ്മൾ അവരെ കീഴടക്കും. അമേരിക്കയെ സ്വതന്ത്രമാക്കും, അയാൾ എപ്പോഴും ഒരു മന്ത്രംപോലെ ഉരുവിട്ടുകൊണ്ടേയിരുന്നു. ആ സമയത്ത് ബൊളിവാറിന് പിന്തുണ നല്കുവാൻ തയ്യാറായത് ജനറൽ പിയറും സംഘവും മാത്രമായിരുന്നു.

ബൊളിവാറിനെ കബളിപ്പിക്കുവാൻ വേണ്ടി മരിനോ ഒരു സമ്മേളനം വിളിച്ചുകൂട്ടി. പത്ത് അംഗങ്ങൾ മാത്രം പങ്കെടുത്ത ആ സമ്മേളനം ഒരു തമാശ നാടകം പോലെ തോന്നിച്ചു. മരിനോ സ്വയം അയാളുടെ രണ്ടാം സ്ഥാനം രാജിവെച്ചു. ബൊളിവാർക്കുവേണ്ടിയാണ് ഈ രാജിയെന്ന് വരുത്തിത്തീർത്തു. എന്നാൽ ഇതിനൊന്നും നേതൃത്വത്തിന്റെ അംഗീകാരമില്ലായിരുന്നു. കോൺഗ്രസ് മരിനോയെ സുപ്രീം കമാണ്ടന്റ് ആയി നിയമിച്ചു. റിപ്പബ്ലിക്കിന്റെ തലസ്ഥാനം മാർഗരീറ്റയിലേക്ക് മാറ്റാനും തീരുമാനിച്ചു. എന്നാൽ സൈന്യത്തിലെ മറ്റ് തലവന്മാർ ഈ തട്ടിപ്പുകാരനെ അംഗീകരിച്ചില്ല. പലരും പ്രത്യേകിച്ച്, കേണൽ അന്റോണിയോ ജോസ് സ്യൂക്കർ. അവർ അവരുടെ യഥാർത്ഥ നേതാവിന്റെകൂടെ ചേരാൻവേണ്ടി ഗുവവാനയിലേക്ക് ചെന്നു. ഒടുവിൽ നിരാശനായ മരിനോയ്ക്ക് കോൺഗ്രസ് പിരിച്ചുവിടേണ്ടിവന്നു. ബൊളിവാർ തന്റെ സ്വതസിദ്ധമായ വിവേചന ബുദ്ധികൊണ്ട് ഇതൊന്നും ശ്രദ്ധിക്കാൻ പോയില്ല. പകരം തനിക്ക് ചെയ്തുവന്ന സേവനത്തിന്റെ പേരിൽ ജനറൽ പിയറിനെ പ്രശംസിച്ചു. എല്ലാം അറിഞ്ഞുകൊണ്ടുതന്നെ.

ശത്രുസൈന്യത്തെ വളഞ്ഞാക്രമിക്കുന്ന നടപടി തുടരുമ്പോൾ തന്നെ ഭരണപരമായ മറ്റുനടപടികൾ മുന്നോട്ടുകൊണ്ടുപോകാനും പ്രത്യേകം ശ്രദ്ധിച്ചു. അദ്ദേഹം സൈനികനിയമ നിർവ്വഹണത്തിന് ഒരു പ്രത്യേക സമ്പ്രദായം ഏർപ്പെടുത്തി. ഇത് സൈനിക നേതാക്കൾ അവർക്ക് തോന്നിയപോലെ നീതി നടപ്പാക്കുന്നത് ഇല്ലാതാക്കി. മരിനോവിന്റെ ഗൂഢാലോചനകളെ പിയർ നിസ്സാരവല്ക്കരിച്ച കാര്യം മനസ്സിലുണ്ടായിരുന്നതുകൊണ്ടാണ് അത് ചെയ്തത്. ഇത്തരം കള്ളത്തരങ്ങൾ ആത്യന്തികമായി ഏറ്റവും മോശമായ ഒരവസ്ഥയിലേക്ക് നമ്മെ തള്ളി നീക്കുമെന്ന് അയാൾക്ക് ബോദ്ധ്യമായി.

അംഗോസ്ത്തുറയുടെമേലുള്ള ഉപരോധം വിജയിപ്പിക്കുന്നതിന് വേണ്ടി അഡ്മിറൽ ബ്രിയോൺ അദ്ദേഹത്തിന്റെ ബോട്ടുകളുമായെത്തി. അയാൾ നദിയിലൂടെ എത്തിയപ്പോൾ റോയലിസ്റ്റുകൾ നഗരം ഉപേക്ഷിച്ചുപോയി. അങ്ങനെ ആ നഗരം വിമോചന പോരാളികൾക്കു സിദ്ധിച്ചു. ഈ സ്ഥലം പിടിച്ചെടുത്തപ്പോൾ ബൊളിവാറിന് ധാരാളം കന്നുകാലികളെയും കുതിരകളെയും ലഭിച്ചു. മാത്രമല്ല അദ്ദേഹത്തിന് അപുരാ താഴ്വരയിലെ ജനങ്ങളുടെ സഹകരണവും ലഭിച്ചു. ഈ താഴ്വരയിലെ ജനങ്ങൾ മുമ്പ് ബൊവേസിന്റെ അനുയായികളായിരുന്നു. എന്നാൽ ഇപ്പോളവർ ജോസ് അന്റോണിയോ പായസ് എന്ന ആളുടെ അനുയായികളാണ്. യാനിറോ (പ്രാകൃതർ) വിഭാഗത്തിൽപ്പെടുന്ന ഇവരുടെ നേതാവ് പായസ് വ്യക്തിസ്വാതന്ത്ര്യത്തിൽ വിശ്വസിക്കുന്ന ആളും സ്പെയിൻകാരുടെ ഭരണത്തിന്റെ കടുത്ത ശത്രുവുമായിരുന്നു.

പായസിന്റെ സഹകരണവും വെനസ്വേലയുടെ സ്വാതന്ത്ര്യ പ്രഖ്യാപനവും

തന്നോട് വ്യക്തിപരമായി ശത്രുതയുള്ളവരോട് മഹാമനസ്കത കാണിക്കുക എന്നത് ബൊളിവാറിന്റെ സ്ഥിരം സ്വഭാവമായിരുന്നു. മാടമ്പിമാർ തമ്മിൽ പരസ്പരം ശത്രുതയുണ്ടെങ്കിലും സ്വാതന്ത്ര്യത്തിന് വേണ്ടിയുള്ള പോരാട്ടത്തിൽ അവർ ഒന്നിക്കണമെന്ന് അദ്ദേഹം നിരന്തരം അഭ്യർത്ഥിച്ചു. എങ്കിലും ഇക്കാര്യത്തിൽ ബൊളിവാറിന് വലിയ വിജയങ്ങളൊന്നും നേടാൻ പറ്റിയില്ല. അതിനാൽ സൈനിക അച്ചടക്കം നിലനിർത്താൻ അദ്ദേഹത്തിന് ചില കഠിനമായ നടപടികൾ സ്വീകരിക്കേണ്ടിവന്നു. ബൊളിവാറുടെ സ്വാധീനം പരിമിതപ്പെടുത്തുവാൻ വേണ്ടി പിയർ ചില ഓഫീസർമാരെ പ്രലോഭിപ്പിച്ചു. ഇതിനെ തടയുവാനുള്ള ബൊളിവാറുടെ ശ്രമങ്ങളെല്ലാം പരാജയപ്പെട്ടു. ഒടുവിൽ പിയർ ബൊളിവാറുടെ സൈന്യം ഉപേക്ഷിക്കുവാൻ തീരുമാനിച്ചു. തനിക്ക് അസുഖമാണെന്നും അതുകൊണ്ട് കരീബിയൻ ദ്വീപുകളിലേക്ക് പോകുവാൻ അനുവദിക്കണമെന്നും അപേക്ഷിച്ചു. അത് അനുവദിക്കപ്പെട്ടു. അവധിയിൽ പ്രവേശിച്ച പിയർ ബൊളിവാറുമായി തുറന്ന ശത്രുത പ്രഖ്യാപിച്ചു. കുറച്ചുകാലം വെനസ്വേലയിൽനിന്ന ശേഷം അംഗോസ്തുറയിലേക്ക് തിരിച്ചെത്തി ചില പ്രമാണിമാരുമായി ഗൂഢാലോചന നടത്തി. ബർമുഡേസിന്റെ സഹായത്തോടെ ബൊളിവാറുടെ നേതൃസ്ഥാനം എങ്ങനെയെങ്കിലും നഷ്ടപ്പെടുത്തണമെന്ന് തീരുമാനിച്ചു. സമാധാന മാർഗ്ഗങ്ങളിലൂടെ പിയറിന്റെ സ്നേഹവും സൗഹൃദവും സമ്പാദിക്കുവാനുള്ള ശ്രമങ്ങളെല്ലാം പരാജയപ്പെട്ടതിനാൽ ബൊളിവാർ പിയറിനെ അറസ്റ്റ് ചെയ്യുവാൻ ഉത്തരവിട്ടു. പിയർ മരിനോവിന്റെയടുത്ത് അഭയം പ്രാപിച്ചു. ചെറുത്തുനില്പിനായി സൈനികരെ സജ്ജരാക്കാൻ തുടങ്ങി. പിയർ പേരുകേട്ട ഒരു പോരാളിയായിരുന്നു. തനതായ വ്യക്തിത്വത്തിലൂടെ

ആരെയും ആകർഷിക്കുവാനുള്ള കഴിവുമുണ്ടായിരുന്നു. അതിനാൽ തന്റെ ഓഫീസർമാരുമായെല്ലാം ചർച്ചചെയ്ത ശേഷം അവരുടെയെല്ലാം സമ്മതത്തോടെയാണ് പിയറിന്റെ അറസ്റ്റിന് ബൊളിവാർ ഉത്തരവിട്ടത്. പിയറിന്റെ സ്വന്തം അനുയായികൾ തന്നെ അയാളെ ഉപേക്ഷിക്കുകയും ഒടുവിൽ അയാൾ ബൊളിവാറുടെ കൈയിൽ അകപ്പെടുകയും ചെയ്തു. അയാളെ സൈനിക കുറ്റവിചാരണ നടത്തി. സൈനികക്കോടതി അയാൾക്ക് വധശിക്ഷ വിധിക്കുകയും ചെയ്തു. യുദ്ധമുഖത്ത് അയാൾ കാണിച്ചിരുന്ന ധൈര്യത്തോടെയും ശാന്തതയോടെയും അയാൾ മരണം വരിച്ചു. ധീരനായിരുന്ന ഈ പട്ടാളക്കാരന്റെ ദുർവ്വിധിയെ ബൊളിവാർ അപലപിച്ചു. നേരത്തെ കാണിച്ച ഔദാര്യത്തിൽ നിന്ന് കിട്ടിയതിനേക്കാൾ ആദരവും അനുസരണവും ബൊളിവാറിന് ഈ നടപടികൊണ്ട് നേടുവാൻ കഴിഞ്ഞു.

1817 സെപ്തംബർ 3-ാം തീയതി ബൊളിവാർ ഒരു വിജ്ഞാപനത്തിലൂടെ ദേശീയ സമ്പത്തിൽനിന്നും ഒരു വിഹിതം തന്റെ സൈനികർക്ക് യുദ്ധത്തിൽ പങ്കെടുക്കുന്നതിനുള്ള പാരിതോഷികമെന്ന നിലയിൽ നീതിയുക്തമായി വിതരണം ചെയ്യുവാൻ നടപടി സ്വീകരിച്ചു. ഇത് ബുദ്ധിപൂർവ്വമായ തീരുമാനമായിരുന്നു. തുടർന്ന് ഒരു ഭരണസമിതി രൂപീകരിച്ചു. ഈ ഭരണ സമിതിയുടെ മുമ്പാകെ തന്റെ പ്രവർത്തനങ്ങളുടേയും, ദേശീയ രാഷ്ട്രീയ കാലാവസ്ഥയുടേയും അവലോകനവും സമർപ്പിച്ചു. അദ്ദേഹത്തിന്റെ പ്രസംഗത്തിൽ അധികാര വികേന്ദ്രീകരണം എങ്ങനെയാണ് നടപ്പിലാക്കുന്നതെന്ന് വിശദീകരിച്ചു. തന്റെ ചെറുത്തുനില്പിന് സഹകരിച്ച ജനറൽമാർക്കെല്ലാം നിർലോഭം പ്രശംസ നല്കി. അപുരാ താഴ്‌വരയിലെ യാനിറോകളുടെ മുഖ്യനായ പായസിന്റെ സേവനം പ്രത്യേകം എടുത്തുപറഞ്ഞു. ഇവരുടെ സഹകരണം റോയലിസ്റ്റുകളെ സംബന്ധിച്ചിടത്തോളം ഭീതിജനകവും ബൊളിവാറിനെ സംബന്ധിച്ചിടത്തോളം പരമപ്രധാനവുമായിരുന്നു. കരാക്കസ് റോയലിസ്റ്റുകളുടെ കൈയിൽ നിന്നും വീണ്ടെടുക്കുന്നതുവരെ വെനസ്വേലയുടെ താല്ക്കാലിക തലസ്ഥാനമായി അംഗോസ്തുറയെ പ്രഖ്യാപിച്ചു. തുടർന്നദ്ദേഹം ഭരണസംവിധാനത്തെ മൂന്ന് തട്ടുകളായി വിഭജിച്ചു. രാജ്യത്തിന്റെ സാമ്പത്തികമായ സ്രോതസ്സുകളുടെ പരിപാലനവും ചെലവുകളും, യുദ്ധവും നാവിക സൈന്യവും, ആഭ്യന്തരകാര്യങ്ങളും നീതിന്യായവ്യവസ്ഥയും എന്നിങ്ങനെ. ഇതിന്റെ ഓരോന്നിന്റെയും തലവന്മാരായി അതത് കാര്യങ്ങളിൽ ഏറ്റവും വിദഗ്ദ്ധന്മാരായവരെ കണ്ടെത്തി നിയമിക്കുകയും ചെയ്തു.

ബൊളിവാർ കരാക്കസിലേക്ക് മുന്നേറുവാൻ തീരുമാനിച്ചു. അതിനുള്ള മുന്നൊരുക്കങ്ങളുടെ ഭാഗമായി ആദ്യം പായസിന്റെ സഹായം ഉറപ്പ് വരുത്തി. പക്ഷേ, ഒരു നിബന്ധന മുന്നോട്ടുവെക്കാൻ പായസ് മടിച്ചില്ല. താൻ പിടിച്ചെടുക്കുന്ന ഭൂവിഭാഗങ്ങളിൽ തനിക്ക് തികച്ചും സ്വതന്ത്രമായ നിയന്ത്രണം ഉണ്ടായിരിക്കണമെന്നതായിരുന്നു അത്. പിന്നീടുള്ള

കാലങ്ങളിൽ ഒരുപാട് പ്രശ്നങ്ങൾക്ക് കാരണക്കാരനാകുന്ന പായസ്സിനെക്കുറിച്ച് ചില കാര്യങ്ങൾ ഇവിടെ പറയേണ്ടതുണ്ട്. രാജ്യസ്നേഹികളെ സഹായിക്കാൻ മുന്നോട്ടുവന്ന പ്രധാനപ്പെട്ട വ്യക്തിത്വങ്ങളിൽ ഒരാളായിരുന്നു പായസ്. സുന്ദരനും ധീരനുമായ പായസ് അടിമുടി യോദ്ധാവായിരുന്നു. സമതലത്തിലെ യാനിറോകൾ അഥവാ പ്രാകൃതർ എന്ന് വിളിക്കപ്പെടുന്ന ഒരു ജനവിഭാഗത്തിലെ അംഗമായിരുന്നു അയാൾ. തന്റെ സഹജീവികൾക്കൊപ്പം അവരിലൊരാളായി ജീവിച്ചുപോരുകയായിരുന്നു. കുതിരകൾ ആ ജനവിഭാഗത്തിന്റെ അവിഭാജ്യഘടകമാണ്. കുതിരകളെ സ്നേഹിച്ച് കുതിരകളോടൊപ്പം ജീവിക്കുന്നവർ. അവരിൽ ഒരാളായിരിക്കുമ്പോൾ തന്നെ അവരിൽ നിന്നും മാറിനില്ക്കുന്ന ഒരു വ്യക്തിത്വവും അയാൾക്കുണ്ടായിരുന്നു. അവസരം കിട്ടുമ്പോഴെല്ലാം പോരാട്ടത്തിൽ ഏർപ്പെട്ടുകൊണ്ടിരുന്ന ഒരു പരിചയ സമ്പന്നൻ. ചിട്ടകൾക്കൊന്നും വഴങ്ങാത്ത ഒരു പ്രകൃതം. അച്ചടക്കത്തെക്കുറിച്ച് അയാളോട് പറഞ്ഞിട്ടും കാര്യമില്ലായിരുന്നു. അയാളുടെ അനുചരന്മാരാകട്ടെ അച്ചടക്കം എന്ന വാക്കിനെക്കുറിച്ചും അതിന്റെ നിബന്ധനകളെക്കുറിച്ചും ആവശ്യകതയെക്കുറിച്ചും തികച്ചും അജ്ഞരുമായിരുന്നു. തങ്ങളുടെ കൂടെയുള്ള ഒരാളായതിനാൽ മാത്രമായിരുന്നു അവർ പായസിനെ പിന്തുടരുകയും അനുസരിക്കുകയും ചെയ്യുന്നത്. ബോവേസിന്റെ അനുയായികളെപ്പോലെ തന്നെ ഇവരും ലോകത്തിന്റെ വലുപ്പത്തെക്കുറിച്ച് അജ്ഞരും മുൻപിൻ നോക്കാത്തവരുമായിരുന്നു. ബൊവേസ് തന്റെ കുതിരപ്പട്ടാളത്തോട് കർക്കശനിലപാടെടുത്തു. പായസും അങ്ങനെതന്നെ. പക്ഷേ, ബൊവേസിനെപ്പോലെ പായസ് ഒരിക്കലും ജനങ്ങളുടെമേൽ ക്രൂരമായ മർദ്ദനം അഴിച്ചുവിട്ട് തന്റെ പേര് കളങ്കപ്പെടുത്തിയിരുന്നില്ല. വെനസ്വേലയുടെ തെക്ക് പടിഞ്ഞാറൻ ഭാഗത്ത് ഇയാളുടെ പേര് അത്യധികം ആദരവോടെയായിരുന്നു ഉച്ചരിക്കപ്പെട്ടത്. ബൊളിവാറിന്റെ സന്ദേശം കിട്ടിയ ഉടനെതന്നെ മോറില്ലോവിന്റെ സൈന്യത്തെ നേരിടുവാൻ അയാൾ തയ്യാറാവുകയും ചെയ്തു.

സമതലത്തിന്റെ കേന്ദ്രമായ ഖലാബോസിലായിരുന്നു മോറില്ലോ ശ്രദ്ധ കേന്ദ്രീകരിച്ചത്. പായസിനേയും വിമോചനസേനയേയും ആക്രമിച്ച് തുരത്തുക എന്ന ലക്ഷ്യത്തോടെ. പായസിനെ സഹായിക്കുവാൻ വേണ്ടി ബൊളിവാർ ജനറൽ പദ്രോലിയോൺ ടോറസ്സിനെ അങ്ങോട്ടേക്ക് അയച്ചു. എന്നാൽ ലാഹോഗാസിൽ വെച്ച് ഒരു രക്തരൂഷിതമായ യുദ്ധത്തിൽ അവർ തോല്പിക്കപ്പെട്ടു. ലാഹോഗാസിലെ പരാജയത്തെ അവഗണിച്ചുകൊണ്ട് ബൊളിവാർ തികഞ്ഞ ആത്മവിശ്വാസത്തോടെ പായസിനോട് ചേരുവാനുള്ള നീക്കങ്ങൾ ആരംഭിച്ചു. 1818 ഈ വർഷം വെനസ്വേലയിലെ സ്പാനിഷ് അധിനിവേശത്തിന്റെ അന്ത്യമായിരിക്കുമെന്ന് പറയാൻ ബൊളിവാർ വെമ്പൽ കൊള്ളുകയായിരുന്നു. സ്പാനിഷ് ഗവൺമെന്റിന്റെ സുസംഘടിതവും ശക്തവുമായ സൈന്യത്തെ തന്റെ നിസ്സാരമായ സൈന്യത്തെ ഉപയോഗിച്ച് നേരിടുന്നതിനുള്ള തൂണുകൾ

ബൊളിവാർ പടുത്തുയർത്തിയത് തന്റെ ഉറച്ച ആത്മവിശ്വാസത്തിന്റെ അടിത്തറയിൻമേലായിരുന്നു. ക്രമേണ പൊതുജനാഭിപ്രായം ബൊളിവാറിന് അനുകൂലമായി മാറുവാൻ തുടങ്ങി.

വിസ്മയാവഹമായിരുന്നു ബൊളിവാറിന്റെ പ്രവർത്തനങ്ങൾ. ഒന്നരമാസംകൊണ്ട് 900 മൈൽ സഞ്ചരിച്ച് അയാൾ പായസിന്റെകൂടെ എത്തിച്ചേർന്നു. അതിനോടൊപ്പം അദ്ദേഹത്തിന്റെ സൈന്യം കൂടുതൽ കൂടുതൽ അച്ചടക്കമുള്ളവരും സുസംഘടിതരുമായി. തങ്ങളുടെ യുദ്ധം ചെയ്യാനുള്ള പാടവം ഉയർത്തിക്കൊണ്ടുമിരുന്നു. തന്റെ അനിതരസാധാരണമായ വ്യക്തിത്വവും അവിശ്വസനീയമായ ധൈര്യവും കാരണം പായസ് ബൊളിവാർക്കൊരു വിലമതിക്കാനാവാത്ത സമ്പത്തായി മാറി. ഒരിക്കൽ പായസ് ബൊളിവാർക്ക് ഒരു നിശ്ചിത സ്ഥലത്തുവെച്ച് അപൂർ നദി കടക്കുവാനാവശ്യമായ ബോട്ടുകൾ നല്കിക്കൊള്ളാമെന്ന് വാഗ്ദാനം ചെയ്തു. എന്നാൽ ബോട്ടിന്റെ ആവശ്യം വന്നപ്പോൾ ബോട്ടുകളൊന്നും തയ്യാറായിരുന്നില്ല. പായസിനോട് ബോട്ടുകൾ എവിടെ എന്ന് ചോദിച്ചപ്പോൾ പായസ് പറഞ്ഞു: "അതേ സർ, ഞാൻ ബോട്ടുകളുടെ എണ്ണം എടുത്തുകൊണ്ടിരിക്കുകയാണ്. എവിടെയാണവ ഉള്ളത്." ബൊളിവാർ അത്ഭുതംകൂറി. റോയലിസ്റ്റുകളുടെ ബോട്ടുകളും കപ്പലുകളും ചൂണ്ടിക്കാട്ടിക്കൊണ്ട് പായസ് പറഞ്ഞു. "അത് ഇപ്പോൾ നമ്മുടെ ശത്രുക്കളുടെ കൈയിലാണുള്ളത്." ഈ ഉത്തരം കേട്ട് ബൊളിവാർ അന്തം വിട്ട് നിന്നപ്പോൾ പായസ് തന്റെ അമ്പത് കുതിരപ്പടയാളികളെ വിളിച്ചുവരുത്തി. കുതിരകളുടെ കടിഞ്ഞാൺ അഴിച്ചുകളഞ്ഞു. അവരെല്ലാവരും കുതിരകളോടൊപ്പം നദിയിലേക്ക് എടുത്തുചാടി കൂടെ പായസും. അവർ ധൃതഗതിയിൽ ശത്രുക്കളുടെ പാളയത്തിലെത്തി നിഷ്പ്രയാസം ശത്രുവിനെ കീഴടക്കി ബോട്ടുകളും കപ്പലുകളുമത്രയും പിടിച്ചെടുത്ത് ബൊളിവാറുടെ മുമ്പാകെ ഹാജരാക്കി.

അങ്ങനെയാണ് ബൊളിവാറിനും വിമോചന സേനയ്ക്കും നദികടക്കാനും കാലാബോസയിലേക്ക് കുതിച്ചെത്താനും പറ്റിയത്. ബൊളിവാറുടെ സൈന്യം എത്തിക്കഴിഞ്ഞതിന് ശേഷം മാത്രമേ മോറില്ലോയ്ക്ക് ശത്രുക്കളുടെ സാന്നിദ്ധ്യം അനുഭവപ്പെട്ടുള്ളൂ. സ്പാനിഷ് സൈന്യത്തെ പൂർണ്ണമായും പരാജയപ്പെടുത്തി. മോറില്ലോ തടവുകാരനാക്കപ്പെടാതെ കഷ്ടിച്ച് രക്ഷപ്പെട്ടു. ഇവരെ പിന്തുടർന്ന് പൂർണ്ണമായും നശിപ്പിക്കണമെന്നായിരുന്നു ബൊളിവാർ ആഗ്രഹിച്ചത്. എന്നാൽ പായസും കൂട്ടാളികളും അതിൽനിന്നും ബൊളിവാറിനെ പിന്തിരിപ്പിച്ചു. അവരുടെ നിർബ്ബന്ധത്തിന് ബൊളിവാർ വഴങ്ങി. ഇത് കഴിഞ്ഞ ഉടനെ കരാക്കസിനും വലെൻഷിയയ്ക്കും ഇടയിലുള്ള ലാവിക്ടോറിയയിലേക്ക് അവർ എത്തി. സമ്പന്നമായ അമുഗാ താഴ്‌വര പിടിച്ചെടുത്തു. ഒരു കാലത്ത് അവിടെ ബൊളിവാർ ധനവാനായ ഒരു യുവാവ് എന്ന നിലയിൽ കുറേക്കാലം ചെലവഴിച്ചിരുന്നു. വർഷങ്ങളുടെ സഹനത്തിലൂടെ അയാൾ വീണ്ടും അവിടെ എത്തിച്ചേർന്നു. പുതിയൊരു നിയോഗവുമായി. റിപ്പബ്ലിക്കിനെ

സേവിക്കാനും സംരക്ഷിക്കാനും ബൊളിവാർ ദേശവാസികളോട് അഭ്യർത്ഥിച്ചു. അതിനായി കുതിരകളും ആയുധങ്ങളും സമാഹരിക്കാൻ അവിടത്തെ ആളുകൾ തയ്യാറായി. അടിമകളായിരുന്നവരോട് അവർക്ക് പുതുതായി കിട്ടിയ സ്വാതന്ത്ര്യം സ്വയം സംരക്ഷിക്കുവാൻ ആവശ്യപ്പെട്ടു. ആയുധങ്ങൾ നിർമ്മിച്ചുനല്കുവാനും കേടായവ നന്നാക്കുവാനും അവർ സഹകരിച്ചു.

ബൊളിവാറുടെ സ്ഥാനം അത്ര സുരക്ഷിതമായിരുന്നില്ല. കാരണം മോറില്ലോ വലെൻഷിയയിൽ ഉണ്ടായിരുന്നു. ലാഹോഗാസയിൽവെച്ച് വിമോചന സൈന്യത്തെ പരാജയപ്പെടുത്തിയ ഡോൺമിഗ്വിൽ ഡിലാറ്റോറെ കരാക്കസിലും. വലെൻഷിയയ്ക്കടുത്തുണ്ടായിരുന്ന വിമോചന സൈന്യത്തിൻമേൽ മോറില്ലോ നേടിയ വിജയംമൂലം ലാവിക്ടോറിയയിൽ നിന്ന് പിൻവാങ്ങാൻ ബൊളിവാർ നിർബ്ബന്ധിതനായി. ബൊളിവാർ പിന്മാറാൻ തുടങ്ങുന്നതറിഞ്ഞ മോറില്ലോ കുതിച്ചെത്തി ലാപ്യൂവർട്ടാ എന്ന സ്ഥലത്ത് വെച്ച് ബൊളിവാറിനെ ആക്രമിച്ചു. അവിടെവെച്ചാണ് തന്റെ ജീവിതത്തിലെ ഏറ്റവും വലിയ പരാജയം ബൊളിവാറിന് ഏല്ക്കേണ്ടിവന്നത്. 15-3-1818 നായിരുന്നു അത്. സൈന്യത്തിന് വൻനാശനഷ്ടമുണ്ടായി. ബൊളിവാറിന് കാര്യമായ പരിക്കുകളേറ്റു. ഈ പതനത്തിൽ നിന്ന് ഇനിയൊരിക്കലും ബൊളിവാർ തിരിച്ചുവരില്ലെന്ന്, വരാനാകില്ലെന്ന് സ്പാനിഷ് അധികൃതർ കരുതി. എന്നാൽ ആ വീഴ്ചയിലൊന്നും പതറാതെ വിമോചകൻ റോയലിസ്റ്റുകൾക്കെതിരെ വീണ്ടും യുദ്ധരംഗത്തെത്തി. ലാപ്യൂവർട്ടയിൽവെച്ച് തന്നെ തനിക്കേറ്റ പരാജയത്തിന് ബൊളിവാർ പകരംവീട്ടി. ലാപ്യൂവെർട്ടയിൽ റോയലിസ്റ്റുകൾക്കേറ്റ പരാജയത്തിന് അവർ വലിയ വില കൊടുക്കേണ്ടിവന്നു. അതിനാൽത്തന്നെ ആ സ്ഥലം തിരിച്ചുപിടിക്കാനുള്ള ധൈര്യം അവരിൽ ശേഷിച്ചിരുന്നില്ല. എന്നിരുന്നാലും മോറില്ലോയ്ക്ക് മാർക്വിസ് ഓഫ് ലാപ്യൂവെർട്ടാ എന്ന ബഹുമതി പ്രഖ്യാപിച്ചുകൊണ്ട് സ്പെയിൻകാർ മുഖം രക്ഷിച്ചു. കരാക്കസിലെയും ലാറ്റോറയിലേയും സ്പാനിഷ് കമാന്റർമാരിൽനിന്നും സഹായം കിട്ടുമെന്നുള്ള പ്രതീക്ഷയോടെ മോറില്ലോ കാത്തിരുന്നു. ഒരിക്കലും നിരാശനായിട്ടില്ലാത്ത ബൊളിവാർ പുതിയ സമരമുഖത്തേക്ക് കുതിക്കാൻ ഒരുങ്ങിനിന്നു. തന്റെ സഹായത്തിനായി പായസിനെ വിളിച്ചു വരുത്തി. കാലബോസയുടെ സംരക്ഷണത്തിനായി തയ്യാറെടുത്തു. ലാറ്റോറയിലെ കമാന്റർ മോറില്ലോയുടെ സഹായത്തിന് എത്തുമ്പോഴേക്കും സുസജ്ജമായ ഒരു സൈന്യവുമായി തയ്യാറെടുത്തു നില്ക്കുന്ന ബൊളിവാറിനെയാണ് കണ്ടത്. അയാൾ പിൻവാങ്ങി. ബൊളിവാർ അയാളെ പിന്തുടർന്നാക്രമിച്ചു തുരത്തി.

കരാക്കസ് പെട്ടെന്ന് പിടിച്ചെടുക്കുവാൻ പറ്റുകയില്ലെന്ന് മനസ്സിലാക്കിയ ബൊളിവാർ അയാളുടെ ശക്തി പടിഞ്ഞാറൻ ഭാഗത്ത് കേന്ദ്രീകരിക്കുവാൻ തീരുമാനിക്കുകയും സാൻ കാർലോസ് പട്ടണത്തിലേക്ക് സൈന്യത്തെ അയക്കുകയും ചെയ്തു. തന്റെ പ്രവർത്തനം കാരാ

ബോംബൊയിൽ കേന്ദ്രീകരിച്ചു. മറ്റുസ്ഥലങ്ങളിലെല്ലാം തന്റെ പടനായകന്മാർ മുഖേന സൈനികശക്തി വർദ്ധിപ്പിക്കാനുള്ള ശ്രമം തുടർന്നു. പിന്നെ പായസുമായി ചേർന്ന് ഒരു സംയുക്ത ആക്രമണം നടത്തുവാൻ തീരുമാനിച്ചു. വഴിക്കുവെച്ച് ബൊളിവാറിന് അവിചാരിതമായി ഒരു തിരിച്ചടിയുണ്ടായി. ബൊളിവാറുടെ ജീവൻപോലും അപകടത്തിലായി. പായസിനും മറ്റ് ആഫീസർമാർക്കും കാര്യമായ നാശനഷ്ടങ്ങളുണ്ടായി. അതിനാൽ മേയ്മാസം അവസാനത്തോടെ വിമോചന ശക്തികൾ മിക്കവാറും നാശത്തെ അഭിമുഖീകരിച്ചു. കുപ്രസിദ്ധനായ രക്തദാഹി മൊറാലിസ് കാരബോംബൊ പിടിച്ചെടുത്തുകഴിഞ്ഞു. കിഴക്കും സ്വാതന്ത്ര്യ പോരാളികൾക്ക് വിധി എതിരായിരുന്നു. മരിനോയുടെ ബലഹീനതകൊണ്ട് കുമാനോ നഷ്ടപ്പെട്ടു. മറ്റുഭാഗങ്ങളിൽ സൈനികർ ബൊളിവാറുടെ അധികാരത്തിനെതിരെ കലാപമുയർത്തി. പരസ്പരം കലഹിക്കാൻ തുടങ്ങി. പഴയ കഥകൾ ഒരിക്കൽക്കൂടി ആവർത്തിക്കപ്പെട്ടു. ഇതൊന്നും ബൊളിവാറുടെ സ്ഥിരോത്സാഹത്തെയും ആത്മവിശ്വാസത്തെയും തരിമ്പും ഉലച്ചില്ല. പ്ലാറ്റോ നദിക്കരയിലെ (നെവഗ്രനാദ) ദേശങ്ങളുടെ പരമാധികാരിക്ക് അദ്ദേഹം ഇങ്ങനെ എഴുതി:

'വെനസ്വേല വിലപിക്കുകയാണ്. പക്ഷേ, നാളെ അവളെ അപമാനിച്ച അവസാനത്തെ ദേശദ്രോഹിയെയും വേരോടെ പിഴുതെറിഞ്ഞതിനുള്ള അഭിനന്ദനം അവളുടെ മേൽ ചൊരിയപ്പെടും. അപ്പോൾ അവൾ നിങ്ങളെ ഒരുമിച്ച് ഒരൊറ്റ രാജ്യമാകാൻ ക്ഷണിക്കും. നമ്മുടെ ലക്ഷ്യം മുഴുവൻ തെക്കെ അമേരിക്കയുടെയും ഐക്യമാണ്. എല്ലാ അമേരിക്കൻ രാജ്യങ്ങളെയും ചേർത്ത് ഒരൊറ്റ രാജ്യം എന്ന ലക്ഷ്യം നാം കൈവരിക്കും.

തന്റെ അചഞ്ചലമായ മനോധൈര്യവുമായി അദ്ദേഹം അംഗോസ്ത്തുറയിലേക്ക് തിരിച്ചെത്തി. തന്റെ സൈനികർക്ക് നവോന്മേഷം പകർന്നു നല്കി അവരെ പുനഃസംഘടിപ്പിക്കാനുള്ള ശ്രമം ആരംഭിച്ചു. ഗവൺമെന്റിന്റെ പരമോന്നതസമിതി പുനഃസംഘടിപ്പിച്ചു. കൗൺസിലർമാരിൽനിന്നും ഭരണം — അദ്ദേഹം യുദ്ധരംഗത്തായിരുന്നപ്പോൾ ഇവരുടെ കയ്യിലായിരുന്നു ഭരണം — തിരിച്ചെടുത്തു പുനഃസംഘടിപ്പിച്ചു. പുതിയ സെക്രട്ടറിമാരെ നിയമിച്ചു. പുതിയ നിയമങ്ങളും പരിഷ്കാരങ്ങളും അപ്പപ്പോൾ ജനങ്ങളെ അറിയിക്കാൻവേണ്ടി ഒരു ആഴ്ചപ്പത്രം പ്രസിദ്ധീകരിക്കാൻ തുടങ്ങി. കുമാനോ പ്രവിശ്യയുടെ നിയന്ത്രണം മരിനോയെ ഏല്പിച്ചു. അച്ചടക്കരാഹിത്യം നിർദ്ദാക്ഷിണ്യം ഒതുക്കാനുള്ള നടപടികൾ സ്വീകരിച്ചു. പല സൈനിക നടപടികൾക്കും തുടക്കമിട്ടു. വിഭവങ്ങൾ പരിമിതമായപ്പോഴൊക്കെ അദ്ദേഹത്തിന്റെ ചിന്തകൾ അപരിമേയമായ മേഖലകളിലേക്ക് പടർന്നുവികസിച്ചുകൊണ്ടേയിരുന്നു. വെനസ്വേലയുടെ സ്വാതന്ത്ര്യം അനിശ്ചിതത്വത്തിലായിരുന്നുവെങ്കിലും നെവഗ്രനാദയുടെ സ്വാതന്ത്ര്യം ഉറപ്പിക്കുന്നതിനുള്ള ആലോചനയിലായിരുന്നു അദ്ദേഹം. നെവഗ്രാനാദയിലെ നിവാസികൾക്കായി ഒരു

വിളംബരം നല്കുകയും തന്റെ ജനറൽമാരിൽ ഒരാളെ നെവഗ്രനാദ പിടിച്ചെടുക്കുന്നതിനായി ചുമതലപ്പെടുത്തുകയുംചെയ്തു. അമേരിക്കയുടെ ദിവസം വന്നിരിക്കുന്നു. ദൈവഹിതത്താൽ നിയന്ത്രിക്കപ്പെടുന്ന പ്രകൃതി ശക്തിയെ ആർക്കും തടുക്കാനാവില്ല. നിങ്ങളുടെ സഹോദരന്മാരുമായി നിങ്ങളുടെ പരിശ്രമങ്ങൾ കൂട്ടിച്ചേർക്കുക. വെനസ്വേല എന്നോടൊപ്പം നിങ്ങളെ സ്വതന്ത്രരാക്കാൻ വേണ്ടി വരികയാണ്. നിങ്ങൾ നേരത്തേ ഞങ്ങൾക്കു സ്വാതന്ത്ര്യം ലഭ്യമാക്കുവാൻ വേണ്ടി ചെയ്ത ഫലവത്തായ ശ്രമങ്ങൾ പോലെ. നിങ്ങളുടെ രാജ്യത്തിന്റെ മൊത്തം സ്വാതന്ത്ര്യത്തിന് വേണ്ടിയുള്ള അൾത്താരയിൽ സമർപ്പിക്കപ്പെടാതെ ഈ സൂര്യൻ അസ്തമിക്കുകയില്ല.

ബൊളിവാറുടെ വാഗ്ദാനം സഫലീകരിക്കപ്പെട്ടു. ഈ മഹത്തായ ലക്ഷ്യം ഏറ്റെടുക്കുന്നതിനുമുമ്പായി 1-1-1819 ൽ ഒരു ദേശീയ അസംബ്ലി വിളിച്ചുകൂട്ടി. ജനപ്രതിനിധികളോടുള്ള തന്റെ ദീർഘമായ പ്രഖ്യാപനത്തിൽ താൻ അതുവരെചെയ്ത പ്രവർത്തനങ്ങളുടെ രത്നച്ചുരുക്കം അവതരിപ്പിച്ചു. അതത് സ്ഥാനത്തേക്ക് അനുയോജ്യരായ പൗരന്മാരെ തിരഞ്ഞെടുക്കുവാൻ ആവശ്യപ്പെട്ടു:

> അക്കാര്യത്തിൽ നിങ്ങൾ പരിഗണിക്കുന്ന വ്യക്തികൾ സ്വാതന്ത്ര്യത്തിന് വേണ്ടിയുള്ള പട്ടാള നീക്കത്തിൽ പങ്കെടുത്തുവോ ഇല്ലയോ എന്നൊന്നും നോക്കേണ്ടതില്ല. ഭയരഹിതമായ ഒരു വെനസ്വേലയ്ക്കു വേണ്ടിയുള്ള യുദ്ധം അവസാനിക്കുമ്പോൾ നിങ്ങൾ എന്നിൽ അർപ്പിച്ച അധികാരം ഞാൻ എന്നെന്നേക്കുമായി ത്യജിക്കുന്നതാണ്. ഒരു സാധാരണ പട്ടാളക്കാരന് കിട്ടുന്ന ആദരവല്ലാതെ മറ്റൊന്നും എനിക്കാവശ്യമില്ല. സമാധാനത്തിന്റെ ആദ്യ ദിവസമായിരിക്കും എന്റെ ഭരണനേതൃത്വത്തിന്റെ അവസാനദിവസം. വെനസ്വേലയ്ക്ക് അതിന്റെ വലിയൊരളവ് രക്തം ഒഴുക്കിക്കളയേണ്ടി വന്നിട്ടുണ്ട്. നാശങ്ങളുടെ ഒരുകൂമ്പാരമായി അത് മാറിപ്പോയിരിക്കുന്നു. പുതിയ വമ്പിച്ച ഉത്തരവാദിത്വങ്ങൾ ഏറ്റെടുക്കുവാൻ വെനസ്വേല സന്നദ്ധയായിക്കൊണ്ടിരിക്കയാണ്.

ഈ പ്രഖ്യാപനത്തിനുശേഷം അദ്ദേഹം കുമാനയിലേക്ക് പുറപ്പെട്ടു. മരിനോ പരാജയപ്പെട്ടു എന്നറിഞ്ഞപ്പോൾ അയാളെ ബാഴ്സിലോണയിലേക്ക് അയച്ചു. സ്വയം അംഗോസ്ത്തുറയിലേക്ക് പോയി പുതിയതായി സൈന്യത്തെ സംഘടിപ്പിക്കുവാൻ ആരംഭിച്ചു. സ്പെയിൻ അമേരിക്കൻ കോളനികളുടെ മേൽ അധീശത്വം ഉറപ്പിക്കുന്നതിനു വേണ്ടി മറ്റ് യൂറോപ്യൻ രാജ്യങ്ങളുടെ സഹായം തേടുന്നതായി ബൊളിവാർ മനസ്സിലാക്കി. ഇത്തരുണത്തിൽ പെട്ടെന്നുതന്നെ വെനസ്വേലക്കാരുടെ മാതൃരാജ്യവുമായുള്ള ബന്ധം പുറംലോകത്തെ ബോദ്ധ്യപ്പെടുത്തേണ്ടതുണ്ടെന്ന് ബൊളിവാർക്ക് മനസ്സിലായി. 1818 നവംബർ 20 ന് അദ്ദേഹം ഒരു ഉത്തരവിറക്കി. സ്വാതന്ത്ര്യത്തെക്കുറിച്ചുള്ള തന്റെ തത്ത്വസംഹിതകൾ അതിൽ

ഒരിക്കൽക്കൂടി ആവർത്തിച്ചു. 1811 ജൂലൈ 5 ന് പ്രഖ്യാപിച്ച സ്വാതന്ത്ര്യത്തിന്റെ തത്തങ്ങൾക്ക് ഒന്നുകൂടി അടിവരയിടുകയാണ് ഇപ്പോൾ ചെയ്തിരിക്കുന്നത്. ഇത് മൂന്ന് ഭാഷകളിലേക്ക് മൊഴിമാറ്റി ലോകം മുഴുവൻ പ്രചരിപ്പിച്ചു. അതിൽ ഈ പ്രസിദ്ധീകരണത്തിന്റെ കാരണങ്ങൾ വിശദീകരിച്ചശേഷം വെനസ്വേല ഒരു സ്വതന്ത്ര രാഷ്ട്രമാണെന്നും ഇനിമുതൽ സ്പെയിൻകാർക്ക് അതിന്റെ കാര്യത്തിൽ യാതൊരു അവകാശവുമില്ലെന്നും പ്രഖ്യാപിച്ചു. തുല്യശക്തികൾ എന്ന നിലയ്ക്കല്ലാതെ വെനസ്വേല സ്പെയിനുമായി യാതൊരു ഇടപാടിനും ഇനി തയ്യാറല്ല എന്ന് ഉറപ്പിച്ചു പറഞ്ഞു. യുദ്ധത്തിലായാലും സമാധാനത്തിലായും മറ്റ് രാജ്യങ്ങൾ പരസ്പരം നയതന്ത്രബന്ധത്തിൽ ഏർപ്പെടുന്നതുപോലെയല്ലാതെ ഒരു വിധേയത്വവും ഇനി ഉണ്ടായിക്കൂടെന്ന തന്റെയും തന്റെ അനുയായികളുടെയും നിലപാടും വ്യക്തമാക്കിക്കൊണ്ടാണ് ആ പ്രഖ്യാപനം അവസാനിപ്പിച്ചത്. 19-4-1810 മുതൽ വെനസ്വേല അതിന്റെ അവകാശങ്ങൾക്കുവേണ്ടി പോരാടിക്കൊണ്ടിരിക്കുകയാണ്.

വെനസ്വേലയുടെ മക്കളുടെ ഒരുപാട് രക്തം ഇതിനകംതന്നെ ഒഴുക്കപ്പെട്ടിട്ടുണ്ട്. സ്വന്തം യുവത്വം അതിനായി ആ രാജ്യം ബലിയർപ്പിച്ചു കഴിഞ്ഞു. അതിന്റെ എല്ലാ സന്തോഷങ്ങളും അതിന് ഇഷ്ടപ്പെട്ടതും പരിപാവനവുമായ എല്ലാംതന്നെ സ്വാതന്ത്ര്യത്തിനു വേണ്ടിയും പരമാധികാരം വീണ്ടെടുക്കുന്നതിന് വേണ്ടിയും സമഗ്രത കാത്തുസൂക്ഷിക്കുന്നതിനു വേണ്ടിയുമുള്ള പോരാട്ടത്തിൽ ബലികഴിക്കേണ്ടിവന്നു. അതിന് സത്യത്തിൽ ലഭിക്കേണ്ടിയിരുന്ന അവകാശങ്ങൾക്ക് വേണ്ടിത്തന്നെ. സ്പെയിനും യൂറോപ്പും ലോകത്തിലെ മറ്റ് രാഷ്ട്രങ്ങളും വെനസ്വേലയെ സ്പാനിഷ് നുകത്തിൻകീഴിൽ തുടർന്നുപോകാൻ നിർബ്ബന്ധിക്കുകയാണെങ്കിൽ വെനസ്വേലക്കാർ മാതൃരാജ്യത്തിന്റെ അവശിഷ്ടങ്ങൾക്കിടയിൽ സ്വയം കുഴിച്ചുമൂടപ്പെടാനാണ് ഇഷ്ടപ്പെടുക.

പെട്ടെന്നുതന്നെ ബൊളിവാർക്ക് പടിഞ്ഞാറൻ ദിശയിലേക്ക് പോകേണ്ടിവന്നു. ചില വിമതന്മാർ പായസിനെ അവിടുത്തെ റിപ്പബ്ലിക്കിന്റെ പരമാധികാരിയായി പ്രഖ്യാപിച്ചിരുന്നു. ബൊളിവാർ സ്വകാര്യമായി പായസുമായി സംസാരിച്ചു. അയാളെ സമാധാനത്തിനും അച്ചടക്കത്തിനും അനുസരണയ്ക്കും വഴിപ്പെടുവാൻ പ്രേരിപ്പിച്ചു. ഒരു സ്വതന്ത്ര കുതിരപ്പടയുടെ ചുമതലയുള്ള മേജർ ജനറലായി അവരോധിച്ചു. നെവഗ്രാനാദയുടെ വിമോചനത്തിനുള്ള ഒരുക്കങ്ങൾക്കായി ഒരു ദേശീയ സമ്മേളനം വിളിച്ചുകൂട്ടാൻ വേണ്ടി അദ്ദേഹം തിരിച്ചുപോയി.

നെവാഗ്രനാദയുടെ വിമോചനം യാഥാർത്ഥ്യമാകുന്നു

അവിചാരിതമായ കാരണങ്ങളാൽ പ്രതിനിധികൾ എത്തിച്ചേരാൻ വൈകി. അതിനാൽ 16-2-1819 നേ യോഗം ആരംഭിക്കുവാൻ കഴിഞ്ഞുള്ളൂ. ആ യോഗത്തിന്റെ രണ്ടാം ദിവസം ബൊളിവാർ പ്രൗഢഗംഭീരമായ ഒരു പ്രസംഗം നടത്തി. ആ പ്രസംഗത്തിൽ സ്വാതന്ത്ര്യത്തെക്കുറിച്ചുള്ള ആശയങ്ങൾ സംശയലേശമില്ലാതെ അദ്ദേഹം വിശദീകരിച്ചു. ആ കാലഘട്ടത്തിന് യോജിച്ച രീതിയിലുള്ള ആശയപ്രകാശന സമ്പ്രദായമായിരുന്നു അദ്ദേഹം സ്വീകരിച്ചത്. അക്കാലത്തെ സ്പാനിഷ്, ഫ്രഞ്ച് എഴുത്തുകാരോടെല്ലാം കിടപിടിക്കുന്നൊരു ഭാഷാശൈലിയായിരുന്നു അദ്ദേഹത്തിന്റേത്. അദ്ദേഹം പറഞ്ഞു: "അധികാരം ഒരിക്കലും എന്നെ ഉന്മത്തനാക്കുന്നില്ല. അത് നിങ്ങളിലേക്ക്..... അതിന്റെ യഥാർത്ഥ ഉടമസ്ഥരിലേക്ക് പകരുമ്പോഴാണ് എനിക്ക് ആശ്വാസം ലഭിക്കുന്നത്. ഏറ്റവും നിർഭാഗ്യകരമായ അവസരങ്ങളിൽപ്പോലും എന്റെ ലക്ഷ്യം അതുതന്നെയാണ്." കോൺഗ്രസിന്റെ തുടക്കത്തിൽത്തന്നെ ഇരുപത്തിനാല് ഡെപ്യൂട്ടികൾ അടങ്ങുന്ന ഒരു സമിതി രൂപീകരിക്കപ്പെട്ടിരുന്നു. മറ്റുചില പ്രോവിൻസുകളുടെ കൂടി പ്രാതിനിധ്യം ഉറപ്പാക്കുന്നതിനുവേണ്ടി അംഗസംഖ്യ ഇരുപത്തിനാലിൽ നിന്ന് ഇരുപത്തി ഒമ്പതാക്കി ഉയർത്തി. അതായത് സ്പാനിഷ് അധിനിവേശത്തിൽനിന്ന് ക്രമേണ ഇനിയും മോചിതരാകുന്ന പ്രവിശ്യകളെക്കൂടി ഉൾക്കൊള്ളുവാൻ ഈ സമിതിയെ പ്രാപ്തമാക്കുന്നതിനു വേണ്ടിയായിരുന്നു ഇത്. അതിനുശേഷം തന്നിൽ നിക്ഷിപ്തമായ ഭരണഘടനാപരമായ അധികാരങ്ങൾ അദ്ദേഹം കോൺഗ്രസിനു കൈമാറി. സൈന്യത്തിന്റെ കമാന്റർ സ്ഥാനം രാജിവെച്ചു. ഒപ്പംതന്നെ സൈന്യത്തിൽ ഏതു സ്ഥാനവും വഹിക്കുവാൻ തയ്യാറാണെന്ന ഉറപ്പും കൊടുത്തു. എന്നാൽ കോൺഗ്രസ് സൈന്യത്തിന്റെ എല്ലാ നിയന്ത്രണാ

ധികാരവും ബൊളിവാറിനു തന്നെ നല്കി. അദ്ദേഹത്തെ റിപ്പബ്ലിക്കിന്റെ പ്രസിഡന്റായി തിരഞ്ഞെടുക്കുകയും ചെയ്തു. പ്രസിഡന്റ് തുടർ യുദ്ധത്തിനുവേണ്ടി പോകുമ്പോൾ ഗവൺമെന്റിന്റെ ഉത്തരവാദിത്വം ഏറ്റെടുത്തു നടത്തുവാൻ പ്രാപ്തനായ ഒരു വൈസ് പ്രസിഡന്റിനെയും നിയമിച്ചു. ഗവൺമെന്റിനെ സുസജ്ജമാക്കുവാൻ വേണ്ടി ക്യാബിനറ്റിലേക്ക് പ്രാപ്തരും വിദഗ്ദ്ധരുമായ അംഗങ്ങളെ കണ്ടെത്തി നിയമിച്ചു. ഭരണസമിതിയുടെ രൂപീകരണം രാജ്യത്തിനകത്തും പുറത്തും വലിയ മതിപ്പുണ്ടാക്കി. സ്പാനിഷുകാരുടെ ശക്തമായ ആക്രമണങ്ങളും പരിഹാസങ്ങളും അതിജീവിച്ചുകൊണ്ടാണ് ഈ മതിപ്പ് ഉണ്ടാക്കുവാൻ കഴിഞ്ഞത്. വിശാല കൊളംബിയ രൂപംകൊള്ളുന്ന മഹത്തായ ദിവസത്തെക്കുറിച്ച് അദ്ദേഹം സ്വപ്നം കണ്ടുകൊണ്ടിരുന്നു. അംഗോസ്തുറയിലെ കാര്യങ്ങളെല്ലാം പൗരമുഖ്യന്മാരും ഉദ്യോഗസ്ഥന്മാരും ജനപ്രതിനിധികളും കൂട്ടായിരുന്ന് ചർച്ച ചെയ്ത് തീരുമാനിക്കണമെന്ന് അദ്ദേഹം നിർബ്ബന്ധം പിടിച്ചു. ഏകാധിപത്യത്തിലേക്കും വ്യക്തിപരമായ ഇഷ്ടാനിഷ്ടങ്ങളുടെ മേല്ക്കോയ്മയിലേക്കും ഭരണകൂടം നീങ്ങാതിരിക്കാൻ എപ്പോഴും ജാഗ്രത പാലിക്കണമെന്ന് തന്റെ ഉദ്ബോധനങ്ങളിലെല്ലാം അദ്ദേഹം ഊന്നിപ്പറഞ്ഞു. തന്റെ സഹപ്രവർത്തകരിലും വൈസ് പ്രസിഡന്റായി നിയമിക്കപ്പെട്ട ഫ്രാൻസിസ്കോ അന്റോണിയോവിലും വിശ്വാസമർപ്പിച്ചുകൊണ്ട് പടിഞ്ഞാറൻ ഭാഗത്ത് ക്യാമ്പ് ചെയ്തിരുന്ന സൈന്യത്തോടൊപ്പം ചേരുന്നതിനുവേണ്ടി അങ്ങോട്ടു പോയി.

അംഗോസ്തുറയിൽ നിലകൊള്ളുമ്പോഴും തുടർന്നും അദ്ദേഹത്തിന് വിദേശ സഹായങ്ങൾ കിട്ടിക്കൊണ്ടിരുന്നു. പ്രത്യേകിച്ചും ഇംഗ്ലണ്ടിൽ നിന്ന് സ്വാതന്ത്ര്യയുദ്ധത്തിനുവേണ്ടി വിദേശ സഹായം ലഭ്യമാക്കാൻ ഒരു പ്രത്യേക വിഭാഗത്തെ ബൊളിവാർ സജ്ജമാക്കിയിരുന്നു. അവരുടെ പ്രവർത്തനം ബൊളിവാറുടെ മുന്നേറ്റങ്ങളിൽ നിർണ്ണായകമായ ഒരു പങ്കു വഹിച്ചു. അതോടൊപ്പംതന്നെ പായസ്, ബർമുഡോ, മാരിനോ തുടങ്ങിയ പ്രതിഭകളുടെ മുൻകൈയും മേൽനോട്ടവും അന്തിമവിജയം കൈവരിക്കുന്നതിന് ബൊളിവാറിന് പ്രാപ്തി നല്കി.

ധൃതഗതിയിൽ മുന്നേറിക്കൊണ്ട് ബൊളിവാർ പായസിനൊപ്പം ചേർന്നു. സമതലപ്രദേശത്ത് തുടർയുദ്ധങ്ങളിൽ ഏർപ്പെട്ടു. ഇത് റോയലിസ്റ്റുകളുടെ ആത്മവിശ്വാസത്തെ തളർത്തി. അവർക്ക് പറ്റാവുന്ന പരിക്കുകളെല്ലാം ഏല്പിക്കുവാൻ ബൊളിവാറിനും പായസിനും സാധിച്ചു. കാലാവസ്ഥയും അദ്ദേഹത്തിന്റെ മുന്നേറ്റത്തിന് തികച്ചും സഹായകമായിരുന്നു. പൊതുവെ ബൊളിവാർ തിടുക്കക്കാരനായിരുന്നെങ്കിലും ഇവിടെ ശത്രുവിന്റെ ശക്തിയെ പടിപടിയായി പതുക്കെ ഉന്മൂലനം ചെയ്യുക എന്നൊരു തന്ത്രമാണ് പ്രയോഗിച്ചത്. അപ്രതീക്ഷിത മുന്നേറ്റത്തിലൂടെയും പിന്മാറ്റങ്ങളിലൂടെയും ശത്രുവിന്റെ ജാഗ്രതയെ പരിക്ഷീണമാക്കി. ശത്രുവിന്റെ പടകുടീരങ്ങൾ കത്തിച്ചും കന്നുകാലികളെ ഒന്നാകെ ആട്ടിത്തെളിച്ചകറ്റിയും മൊറില്ലോവിനെ ആകെ അങ്കലാപ്പിലാ

ക്കുവാൻ അവർക്ക് പറ്റി.

സമതലത്തിലെ അർദ്ധപ്രാകൃതരായ (യാനിറോകൾ) സാധാരണ ക്കാരുടെ ജീവിതശൈലിതന്നെയായിരുന്നു ബൊളിവാറും സ്വീകരിച്ചിരുന്നത്. വെറും കുതിരപ്പുറത്ത് ജീനിപോലുമില്ലാതെ സഞ്ചരിക്കുവാൻ അദ്ദേഹത്തിന് സാധിച്ചു. സീമകളില്ലാത്ത സമതലത്തിലൂടെ മിന്നൽവേഗത്തിൽ കുതിരയോടിക്കുന്നതിലുള്ള ആഹ്ലാദം ആസ്വദിക്കുവാനും, ശത്രുവിന് അവിചാരിതമായ പ്രഹരങ്ങളേല്പിക്കുവാനും അദ്ദേഹത്തിനു പറ്റി. അവിടത്തെ ജനങ്ങളിൽനിന്നും ബൊളിവാർ നന്നായി പരിശീലനം നേടി. നദിയിൽ നീന്തിയും ചതുപ്പുനിലങ്ങളിൽ അനായാസം സഞ്ചരിച്ചും വെറും നിലത്ത് ഉറങ്ങിയും, തീകുണ്ഡത്തിന് ചുറ്റുമിരുന്ന് സഹസൈനികരുമായി സംവദിച്ചുകൊണ്ടുമായിരുന്നു അവർ മുന്നേറിയിരുന്നത്.

ഈ ഘട്ടത്തിൽ പായസ് അതിസാഹസികമായ ധൈര്യ പ്രകടനങ്ങളിലൂടെ തന്റെ യുദ്ധചാതുര്യം പ്രകടമാക്കിക്കൊണ്ടിരുന്നു. അരോക്കാനദിയിലൂടെ കടന്നുചെന്ന് റോയലിസ്റ്റുകളുടെ നേർക്ക് അതിവേഗത്തിൽ മുന്നേറി പെട്ടെന്നു പിന്തിരിയുന്നതായി ഭാവിച്ചു. ഈ പിന്തിരിയുന്ന പായസിന്റെ സംഘത്തെ എളുപ്പത്തിൽ നശിപ്പിച്ചുകളയാമെന്ന് കരുതി കുതിരപ്പടയാളികളടക്കമുള്ള 1200 പേരടങ്ങുന്ന ഒരു സംഘത്തെ പായസിനെ പിന്തുടർന്നാക്രമിക്കുവാനയച്ചു. അവർ പ്രധാന സൈനികകേന്ദ്രത്തിൽ നിന്നും വളരെ അകലെയായിക്കഴിഞ്ഞു എന്നു ബോദ്ധ്യമായപ്പോൾ പായസിന്റെ സംഘം പെട്ടെന്ന് തിരിച്ചെത്തി തങ്ങളെ പിന്തുടർന്നാക്രമിക്കുവാൻ വന്ന മൊറാലിസിന്റെ പടയാളികളെ നിനച്ചിരിക്കാതെ ആക്രമിച്ചു. അവരെ നിശ്ശേഷം തോല്പിച്ചു. ദയനീയമായി തോല്പിക്കപ്പെട്ട റോയലിസ്റ്റുകൾ അവരുടെ പാളയത്തിലേക്ക് തിരിച്ചെത്തി. അന്നു രാത്രി തന്നെ മൊറില്ലോ അവിടെനിന്ന് പിൻവാങ്ങുവാൻ തീരുമാനിച്ചു. 3-4-1819 നാണ് ഈ സംഭവം നടന്നത്. ലാറ്റിനമേരിക്കയുടെ വിമോചന ചരിത്രത്തിൽ കൃത്യമായി രേഖപ്പെടുത്തപ്പെട്ട ഒരു യുദ്ധവിജയമായിരുന്നു ഇത്. ഈ യുദ്ധം പായസിന്റെ കീർത്തി വർദ്ധിപ്പിക്കുകയും മൊറില്ലോയുടെ സൈന്യത്തലവൻ എന്ന സ്ഥാനത്തെ തകർത്തുകളയുകയും ചെയ്തു. പായസിന്റെ വിജയത്തിലും അയാളുടെ ആസൂത്രണ പാടവത്തിലും ബൊളിവാർ വളരെ അധികം സന്തോഷിച്ചു. അവർക്കു നല്കാവുന്ന എല്ലാ പ്രശംസകളും ആദരവും നല്കി.

മെയ് മുതൽ ഒക്ടോബർ വരെയുള്ള വർഷകാലത്ത് സമതലങ്ങളിൽ വെള്ളപ്പൊക്കമായിരുന്നു. ഒറിനോക്കോ താഴ്വരയുടെ ചില ഭാഗങ്ങൾ കരകൾക്കുള്ളിലെ കടൽപോലെ കാണപ്പെട്ടു. വേനല്ക്കാലത്ത് കന്നുകാലികളും കുതിരകളും മേഞ്ഞുനടന്ന് നിഷ്പ്രയാസം കടന്നുപോയിരുന്ന ഈ പ്രദേശത്തുകൂടെ വർഷകാലത്ത് ചെറുതോണികളുപയോഗിച്ചു മാത്രമേ ഗ്രാമീണർക്ക് വീടുകളിലേക്കും അടുത്ത ഗ്രാമങ്ങളിലേക്കും യാത്രചെയ്യുവാൻ പറ്റിയിരുന്നുള്ളൂ. തട്ടുതട്ടുകളായിട്ടാണ് ഗ്രാമങ്ങൾ സ്ഥിതിചെയ്തിരുന്നത്. വർഷകാലത്ത് കുതിരകൾക്ക് അതിലേ സഞ്ച

രിക്കുവാൻ പ്രയാസമായിരുന്നു. പറ്റുന്ന സ്ഥലത്ത് കുതിരപ്പുറത്തും, അല്ലാത്തപ്പോൾ നീന്തിയുമൊക്കെയാണ് ബൊളിവാറും സഹസൈനികരും സഞ്ചരിച്ചിരുന്നത്. ഒപ്പം കന്നുകാലികളെയും തെളിച്ചുകൊണ്ടുപോകുന്നു. യാത്രയ്ക്കിടയിലെ ഭക്ഷണത്തിനായി അവയെ ഉപയോഗപ്പെടുത്തുന്നു. സമതലത്തിലെ നിവാസികളായ യാനിറോകൾക്ക് ഈ യാത്ര ഒരു പതിവ് ശീലമായിരുന്നു. എല്ലാ സൗകര്യങ്ങളോടും കൂടി ആഡംബര ജീവിതം നയിച്ചിരുന്ന ബൊളിവാർ എല്ലാവരെയും അത്ഭുതപ്പെടുത്തിക്കൊണ്ട് അതിവേഗം ഈ ജീവിതശൈലി സ്വായത്തമാക്കി.

ബറിനാസിലേക്ക് മുന്നേറണമെങ്കിൽ പ്രത്യേകതരം പുതിയ കുതിരകളെ ആവശ്യമായിരുന്നു. പായസിന്റെ സഹായത്തോടുകൂടി അത്തരം കുതിരകളെ സംഘടിപ്പിച്ചു. നവഗ്രനാദയിൽ സന്റാന്റർ എന്നുപേരുള്ള ഒരു കമാന്ററുടെ നേതൃത്വത്തിലുള്ള സൈന്യം റോയലിസ്റ്റുകളെ പല സ്ഥലത്തുവെച്ചും പരാജയപ്പെടുത്തിക്കൊണ്ട് മുന്നേറി. ബൊളിവാർ ഈ സൈന്യവുമായി ബന്ധം സ്ഥാപിച്ചു. അദ്ദേഹം നെവഗ്രനാദയ്ക്ക് നല്കിയ വാഗ്ദാനം നടപ്പിലാക്കുവാൻ വേണ്ടി താൻ വളരെക്കാലമായി മനസ്സിൽ കണക്കുകൂട്ടിവെച്ച ഒരു പദ്ധതി നടപ്പിലാക്കുവാൻ തന്നെ തീരുമാനിച്ചു. വെള്ളം കയറിയ പ്രദേശങ്ങൾ മുറിച്ചുകടന്ന് സ്പാനിഷ് വൈസ്രോയിയുടെ ഭരണത്തിലായിരുന്ന നെവഗ്രനാദ മോചിപ്പിക്കുക. അതിനുശേഷം വെനസ്വേലയെ മോചിപ്പിക്കുവാനായി തിരിച്ചെത്തുക. മൊറില്ലോയുടെ സാദ്ധ്യതകളും സമ്പന്നതയും കൃത്യമായി ചർച്ചചെയ്തുറപ്പിച്ചു. യുദ്ധത്തിൽ മുൻകൈ നേടിയെടുക്കാൻ ചെയ്യേണ്ട നടപടികൾ വിലയിരുത്തി. അതെല്ലാം തന്റെ മനസ്സിൽ കുറിച്ചിട്ടു. അസാദ്ധ്യമെന്ന് മറ്റുള്ളവർക്ക് തോന്നുന്ന തന്റെ സ്വപ്നങ്ങൾ യാഥാർത്ഥ്യമാക്കുവാൻ തന്നെ തീരുമാനിച്ചു.

ഹാനിബാളിനേക്കാളും (റോമിനെതിരെ കാർത്തേജ് നടത്തിയ രണ്ടാം പ്യൂണിക്ക് യുദ്ധത്തിന്റെ വിഖ്യാത നായകൻ) നെപ്പോളിയനേക്കാളും പ്രയാസമേറിയ ഒരു ദൗത്യമായിരുന്നു അദ്ദേഹത്തിന്റെ മനസ്സിൽ. തന്റെ ഓഫീസർമാരെയെല്ലാം വിളിച്ചുവരുത്തി തന്റെ പദ്ധതിയുടെ പ്രായോഗികത വിശദീകരിച്ചു. മൊറില്ലോയുടെ ശ്രദ്ധ വ്യതിചലിപ്പിക്കുവാൻ വേണ്ടി കുറച്ചുപേരെ അവിടെത്തന്നെ നിലനിർത്തുക. മറ്റുള്ളവർ പെട്ടെന്ന് നെവഗ്രനാദയിലേക്ക് മാർച്ച് ചെയ്ത് ആ രാജ്യത്തെ സ്വതന്ത്രരാക്കുക. മൊറില്ലോയുടെ ശ്രദ്ധ വ്യതിചലിപ്പിക്കുന്നതിനു വേണ്ടി അവിടെ തന്നെ നില്ക്കാൻ പായസിനെത്തന്നെയാണ് ഉത്തരവാദപ്പെടുത്തിയത്. പായസും സംഘവും അൻഡീസ് പർവ്വതനിര സാഹസികമായി മറികടക്കുക എന്ന ദൗത്യത്തിൽ പിന്തുടരുവാനുള്ള വിസമ്മതം നേരത്തെ അറിയിച്ചിരുന്നു. ഈ യാത്രയിൽ സമതലത്തിലെ ഈ കൂട്ടുകാരുടെ അഭാവം ബൊളിവാർക്ക് വല്ലാതെ അനുഭവപ്പെട്ടു. എന്നാൽ അദ്ദേഹത്തെ സഹായിക്കുവാൻ ബ്രിട്ടീഷുകാരനായ ഒരു മുൻ പട്ടാളക്കാരൻ മുന്നോട്ടുവന്നു. കേണൽ റൂക്ക്. അദ്ദേഹവും സംഘവും ബൊളിവാറിനെ ഈ സാഹ

സിക ദൗത്യത്തിൽ പിന്തുടരുവാൻ തീരുമാനിച്ചു.

അതികഠിനമായിരുന്നു ഒരു മാസം നീണ്ടുനിന്ന ആ യാത്ര. പ്രളയ ബാധിതമായ പ്രദേശങ്ങളും ചെങ്കുത്തായതും വഴുക്കൽകൊണ്ട് പ്രയാണം അതീവ ദുഷ്കരവുമായ ആൻഡിസ് താഴ്വരയും ദൈർഘ്യ മേറിയ ചതുപ്പുനിലങ്ങളും, കൊടും വിഷമുള്ള ഇഴജന്തുക്കളെയുമെല്ലാം അവർക്ക് മറികടക്കേണ്ടതുണ്ടായിരുന്നു. ഇടയ്ക്കിടെ സംഭവിക്കുന്ന കാലാവസ്ഥാ വ്യതിയാനങ്ങൾക്കു മുമ്പിൽ പിടിച്ചുനില്ക്കാനാവാതെ പലരും ആ യാത്രയിൽ മരിച്ചുവീണു. അവശേഷിക്കുന്നവരെ തന്നിലുള്ള വിശ്വാസം ഒന്നുകൊണ്ടുമാത്രം അദ്ദേഹം താങ്ങിനിർത്തി. ബൊളിവാർ സ്വയം ആ ദുരിതങ്ങളെല്ലാം സഹിച്ചു. തളർന്നുപോയെങ്കിലും അവരുടെ വഴി മുന്നോട്ടുതന്നെയായിരുന്നു. ഒടുവിൽ വിശന്നുതളർന്നു കീറിപ്പറിഞ്ഞ അല്പവസ്ത്രധാരികളായി, നഗ്നപാദരായി അവർ ലക്ഷ്യത്തിലെത്തി ച്ചേർന്നു. പരസ്പരം തിരിച്ചറിയുക എന്നതുപോലും ദുഷ്കരമായിരുന്നു. ലക്ഷ്യത്തിലെത്തിച്ചേർന്നപ്പോൾ അവർ അവരുടെ അവശതകളെല്ലാം മറന്നു. നവഗ്രനാദയുടെ മോചനത്തിനുവേണ്ടിയുള്ള യുദ്ധസന്നാഹങ്ങൾ ആരംഭിച്ചു. കുതിരകളോ യുദ്ധോപകരണങ്ങളോ ആവശ്യത്തിനില്ല. കനത്ത അച്ചടക്കത്തിനു വിധേയരായി സുസജ്ജരായ 5000 പേരടങ്ങുന്ന റോയലിസ്റ്റ് സൈന്യമായിരുന്നു അവർക്കു നേരെ മാർച്ചു ചെയ്തുകൊണ്ട് വരുന്നത്. തയ്യാറെടുപ്പിനും പ്രതിരോധപ്രവർത്തനങ്ങൾക്കുമായി മൂന്നു ദിവസമേ അവശേഷിക്കുന്നുള്ളൂ. പക്ഷേ, ഒരു മാന്ത്രികനെപ്പോലെ ആ സമയ പരിധിക്കുള്ളിൽ ബൊളിവാർ കുതിരകളേയും ആയുധങ്ങളും സംഘടിപ്പിച്ചു. അംഗസംഖ്യയിലും ആയുധബലത്തിലും മുൻപന്തിയി ലായിരുന്ന ശത്രുസൈന്യത്തെ ആദ്യം ഗറില്ലാരീതിയിൽ പതിയിരുന്നാ ക്രമിച്ചു. പിന്നീടത് ക്രമേണ സാധാരണഗതിയിലുള്ള നേരിട്ടുള്ള യുദ്ധ മായി മാറി. തന്റെ സൈന്യത്തിന്റെ പരാധീനതകൾ അദ്ദേഹം യുദ്ധ നൈപുണ്യവും ആസൂത്രണ മികവുംകൊണ്ട് മറികടന്നു. ഒടുവിൽ വിജ യശ്രീലാളിതരായി ബൊളിവാറും സംഘവും നഗരത്തിലേക്ക് പ്രവേശി ച്ചു. ജനങ്ങൾ ആഹ്ലാദാരവങ്ങളോടെ അദ്ദേഹത്തെ എതിരേറ്റു. എങ്ങും വിമോചകൻ വിമോചകൻ എന്ന ആക്രോശങ്ങൾ നിറഞ്ഞു. എല്ലാ ഭാഗത്തുനിന്നും ബൊളിവാറുടെ സൈന്യത്തിലേക്ക് യുവാക്കൾ വന്നു ചേർന്നുകൊണ്ടേയിരുന്നു.

ചരിത്രത്തിൽ സമാനതകളില്ലാത്ത ഒരു യുദ്ധമായിരുന്നു ഇത്. എല്ലാം നശിച്ച് അവശരും നിസ്സാഹായരുമായ ഒരു സൈന്യം തങ്ങളുടെ നേതാവിലുള്ള അചഞ്ചലമായ വിശ്വാസം കൊണ്ടും ലക്ഷ്യത്തെക്കുറി ച്ചുള്ള അടിയുറച്ച അവബോധം കൊണ്ടും മാത്രം വലിയൊരു സൈന്യത്തെ നേരിട്ടു ജയിച്ചു എന്നത് തികച്ചും അവിശ്വസനീയമായി രുന്നു. അവിശ്വസനീയമായത് യാഥാർത്ഥ്യമാക്കുക സൈമൺ ബൊളി വാറിന് മാത്രം വശമുള്ള ഒരു യുദ്ധതന്ത്രമായിരുന്നു. ആ യുദ്ധതന്ത്ര ത്തിന് മുമ്പിൽ ശത്രുക്കൾ മാനസികമായിത്തന്നെ തകർന്നു പോകുമാ

യിരുന്നു.

പരാജയപ്പെട്ടു പിന്മാറിയ റോയലിസ്റ്റുകൾ ബയൊാക്ക എന്ന സ്ഥലത്ത് താവളമടിച്ചു. ബറീറോയുടെ നേതൃത്വത്തിൽ ഒരു മുന്നണിപ്പട രൂപീകരിച്ച് വൈസ്രോയി സമാറോവിന്റെ സൈന്യത്തിന് മുന്നിലായി നിലകൊണ്ടു. എന്നാൽ ബൊളിവാർ ഇവരെ അപേക്ഷിച്ച് മൂന്നിലൊന്ന് മാത്രം അംഗബലമുള്ള ഒരു സൈന്യവുമായി ചെന്ന് ഇവരെ ആക്രമിച്ച് തോല്പിച്ചു. ഈ യുദ്ധവിജയത്തിൽ നിർണ്ണായകമായ പങ്കുവഹിച്ച ഒരു യോദ്ധാവുണ്ടായിരുന്നു. മേജർ ജനറൽ അന്റോണിയോ ആൻസോഗാട്ടിഗു. ശത്രുവിന്റെ ചെറുത്തുനില്പിന്റെ നട്ടെല്ലൊടിച്ചത് ഇദ്ദേഹത്തിന്റെ ബുദ്ധിപൂർവ്വമായ നീക്കങ്ങളായിരുന്നു. ചുറ്റും മരണം വിതച്ച് മുന്നേറിയ ഈ ധീരയോദ്ധാവ് പക്ഷേ, കുറച്ച് ദിവസങ്ങൾക്കുശേഷം രോഗബാധിതനായി മരിച്ചു. മുപ്പത് വയസ്സേ അദ്ദേഹത്തിനപ്പോൾ പ്രായമുണ്ടായിരുന്നുള്ളൂ. സാമൂഹ്യമായി ഉയർന്ന ഒരു കുടുംബത്തിൽ പിറന്ന ഇദ്ദേഹം തന്റെ സംസ്കാര സമ്പന്നമായ പെരുമാറ്റംകൊണ്ടും ആർക്കും കീഴടക്കുവാൻ പറ്റാത്ത രാജ്യസ്നേഹം കൊണ്ടും പ്രത്യേകം ശ്രദ്ധേയനായിരുന്നു. അദ്ദേഹത്തിന്റെ മരണം തന്റെ സൈന്യത്തിനേറ്റ വലിയൊരാഘാതമായാണ് ബൊളിവാർ കണ്ടത്. 1819 ആഗസ്ത് 19 ന് ലഭിച്ച ഈ യുദ്ധവിജയത്തിൽ റോയലിസ്റ്റ് കമാണ്ടർ ബറീറിയോവിനെ ബൊളിവാറുടെ സൈന്യം തടവിലാക്കി. നെവഗ്രാനാദയിലെ സ്പാനിഷ് ഭരണം പ്രായോഗിക തലത്തിൽ അവസാനിപ്പിക്കുവാൻ ഈ യുദ്ധത്തിന് കഴിഞ്ഞു. ഇത് സ്വാതന്ത്ര്യ സമരസേനാനികൾ നേടിയ ഒരു പരിപൂർണ്ണ വിജയവുമായിരുന്നു.

അക്കാലത്തെ വലിയൊരു ഉറുഗ്വേയൻ ചിന്തകൻ ഈ വിജയത്തെ കുറിച്ച് പറഞ്ഞതിങ്ങനെയാണ്:

> പർവ്വതങ്ങളെ മറികടന്നുള്ള ഈ യുദ്ധവിജയം, മറ്റ് യുദ്ധമാർഗ്ഗങ്ങളെ അപേക്ഷിച്ച് ഐതിഹാസികവും ധിക്കാരപൂർവ്വവും വീരോചിതവുമായ ഒരു മറികടക്കലാണ്. 25000 ത്തോളം ആളുകൾ ആൻഡീസ് പർവ്വതനിരയുടെ ചെങ്കുത്തായ കിഴക്കൻ ചെരിവുകൾ വഴി കയറുക. കുറച്ചുപേർ മാത്രം മറുപുറത്തെത്താൻ അവശേഷിക്കുക. ശരിക്കും കരുത്തരായവർ മാത്രമായിരിക്കും അവശേഷിച്ചിരിക്കുക. പ്രാണവായുവിന്റെ അഭാവം വല്ലാതെ അനുഭവപ്പെടുന്ന ഉയരങ്ങളും തണുപ്പും, ചെളിയും സർവ്വോപരി പട്ടിണിയും ഒരുപാടുപേരെ നശിപ്പിച്ചു. ഈ അതിസാഹസികമായ യാത്ര പൂർത്തിയാക്കിയ യോദ്ധാക്കളെ ഏതൊരു ശക്തിക്കാണ് ഇനി തടഞ്ഞുനിർത്താൻ കഴിയുക!

വിശാലകൊളംബിയയുടെ രൂപീകരണം പ്രഖ്യാപിക്കപ്പെടുന്നു

വിശാല കൊളംബിയ പടുത്തുയർത്തുന്നതിന് അവശ്യം ആവശ്യമായ ഒന്നായിരുന്നു നെവഗ്രനാദയുടെ മോചനം. അത് ബൊയാക്കാ വിജയത്തോടെ നേടിയെടുത്തു. പിന്നീടദ്ദേഹം ബൊഗോട്ടയിലേക്ക് മുന്നേറി. അവിടെയും അദ്ദേഹത്തിന്മേൽ സൗഹൃദവും സ്നേഹവും അംഗീകാരവും നിർലോഭം ചൊരിയപ്പെട്ടു. ബൊയാക്കാ വിജയത്തിന് ശേഷം തന്റെ സൈന്യത്തെ ബൊളിവാർ നെവഗ്രാനാദയുടെ വിവിധ ഭാഗങ്ങളിലേക്ക് അയച്ചു വിമോചനം പൂർണ്ണമാക്കി. താൻ ആദ്യമായി വെനസ്വേലയെ മോചിപ്പിക്കാൻ പുറപ്പെട്ടപ്പോൾ അതിനായി ശക്തമായ ഒരു സൈന്യത്തെ കൂടെ അയച്ചുതന്ന് സഹായിച്ച നെവഗ്രാനാദയോടുള്ള അകൈതവമായ നന്ദി പ്രകടിപ്പിക്കുകയായിരുന്നു അദ്ദേഹം.

ബൊഗോട്ടയിൽ വെച്ച് ബൊളിവാർ വെനസ്വേലയെ വിമോചിപ്പിക്കുവാനുള്ള രണ്ടാം വിമോചന യുദ്ധം തുടർന്ന് നടത്തുന്നതിനായുള്ള ധനസമാഹരണവും വിഭവ സമാഹരണവും ആരംഭിച്ചു. ബൊളിവാറുടെ അസാധാരണ പ്രതിഭ യുദ്ധരംഗത്തും ഭരണരംഗത്തും ഒരുപോലെ പ്രകടമായി. നെവഗ്രാനാദയിലെ പൗരപ്രമുഖന്മാർ ഉൾപ്പെടെയുള്ളവരുടെ ഒരു യോഗത്തിൽ വെച്ച് ബൊളിവാറിനും സഹസൈനികർക്കും ഒരു സ്വീകരണം നല്കുകയും ബൊയാക്കാ കുരിശു എന്ന പേരു വിളിച്ച ഓരോ ക്രൂശിത രൂപങ്ങൾ സമ്മാനമായി നല്കുകയും ചെയ്തു.

ബൊയാക്കോ വിജയത്തിന് ശേഷം ബൊളിവാറുടെ നടപടികളും വളരെ ധൃതഗതിയിലായിരുന്നു. തന്റെ കഴിഞ്ഞകാല യുദ്ധവിജയങ്ങളിൽനിന്നും പിന്മാറ്റങ്ങളിൽനിന്നും പരാജയങ്ങളിൽനിന്നും പഠിച്ച പാഠങ്ങളിലൂടെ ബൊളിവാർ അനുഭവസമ്പത്തിന്റെ ഒരു സർവ്വകലാശാലയായി മാറിക്കഴിഞ്ഞിരുന്നു. അദ്ദേഹത്തിന്റെ ശത്രുക്കൾ അദ്ദേഹത്തെ

വിഘടനവാദികളുടെ നേതാവ്, കൊള്ളക്കാരൻ എന്നോക്കെയായിരുന്നു വിശേഷിപ്പിച്ചിരുന്നത്. എന്നാൽ ആ വിശേഷണങ്ങളെല്ലാം ഉപേക്ഷിച്ച് അദ്ദേഹത്തെ സമശീർഷനായ ഒരു ശക്തിസ്രോതസ്സായി തന്നെ അവർക്ക് കണക്കാക്കേണ്ടി വന്നു. എന്നാൽ തന്റെ വാക്കുകളിലൂടെയും നടപടികളിലൂടെയും ബൊളിവാർ ലോകത്തിന് മുമ്പിൽ വെളിപ്പെടുത്തിയത് താൻ ശത്രുക്കൾക്ക് തുല്യനല്ല. അവരിൽ നിന്നെല്ലാം ഒരുപാട് പിന്നെയും ഉയരത്തിലാണെന്നാണ്. വിജയം നമ്മുടെ യാഥാർത്ഥ്യമാണ്. ആൻഡീസ് പർവ്വതനിരയെപ്പോലെ അത് ഉയർന്നുയർന്നുകൊണ്ടേയിരിക്കും. കൊടുമുടികളിൽ നിന്ന് കൊടുമുടികളിലേക്ക് ...... ഓരോ പർവ്വത ശിഖരവും നമുക്ക് ഓരോ നാഴികക്കല്ലാണ്.

റോയലിസ്റ്റുകൾക്ക് ബഗോട്ടയിൽ നിന്ന് ധൃതഗതിയിൽ പിൻവാങ്ങേണ്ടിവന്നു. അവരുടെ സൈന്യാധിപൻ കാർതഹെനയിലേക്ക് ഒളിച്ചു കടന്നു. സാന്റാൻഡറുടെ കൈകളിൽ നെവഗ്രാനാദ സുരക്ഷിതമാണെന്ന ഉറച്ചവിശ്വാസത്തോടെ ബൊളിവാർ വെനസ്വേലയിലേക്ക് തിരിച്ചു. ഒരു കാര്യം മാത്രമേ പോകുമ്പോൾ ബൊളിവാറിന് സാന്റാർഡറോട് പറയാനുണ്ടായിരുന്നുള്ളൂ. എല്ലാ പൗരന്മാരുടെയും അവകാശങ്ങളെ നാം ആദരവോടെ കാണണം. എന്തെന്നാൽ തുല്യനീതിയാണ് ഒരു ജനാധിപത്യത്തിന്റെ ആണിക്കല്ല്.

അപ്പോഴേക്കും വംശീയതയും മറ്റ് ചില പ്രാദേശിക പ്രശ്നങ്ങളും ആംഗോസ്തുറയിൽ തലപൊക്കാൻ തുടങ്ങി. വൈസ് പ്രസിഡന്റിനെതിരെയും എന്തിന്, ബൊളിവാറിന് എതിരായിപ്പോലും ആരോപണങ്ങൾ ഉയർന്നു തുടങ്ങിയിരുന്നു. വൈസ് പ്രസിഡന്റ് രാജിവെക്കാൻ നിർബ്ബന്ധിതനായി. പകരക്കാരനായി വന്നത് അരിസ്മാൻഡിയാണ്. അയാളുടെ ആദ്യത്തെ നടപടി കിഴക്കൻ പ്രവിശ്യകളുടെ തലവനായി മരിനോയെ നിയമിക്കുക എന്നതായിരുന്നു. ഒരു സൈനികമേധാവിയെ ജനകീയ ഭരണാധികാരിക്ക് പകരം നിയമിക്കുക എന്നത് സ്പാനിഷ് അമേരിക്കൻ രാജ്യങ്ങളിൽ പതിവായിരുന്നു. ബൊയാക്കയിലെ വിജയവാർത്ത ആംഗോസ്തുറയിലെത്തിച്ചേരുമ്പോൾ അരിസ്മാൻഡി ഒരു നല്ല വൈസ് പ്രസിഡന്റ് എന്ന നിലയിൽ വിജയിച്ചുനില്ക്കുകയായിരുന്നു. ബൊളിവാറിനാൽ നിയമിക്കപ്പെട്ട മന്ത്രിസഭയെ അദ്ദേഹം തന്റെ വരുതിയിലാക്കുകയും ചെയ്തിരുന്നു.

വെനസ്വേലയിലേക്കുള്ള യാത്രാമദ്ധ്യേയാണ് ആംഗോസ്തുറയിലെ പ്രശ്നങ്ങളെക്കുറിച്ചറിഞ്ഞത്. ഒപ്പംതന്നെ സാന്റാൻഡർ ബാറിറോയ്ക്കും മറ്റ് യുദ്ധത്തടവുകാർക്കും വധശിക്ഷ വിധിച്ചതും ധൃതിയിൽ അതു നടപ്പിലാക്കിയതുമായ വാർത്തയും വന്നു. യുദ്ധത്തടവുകാരെ പരസ്പരം കൈമാറുന്നതിനെക്കുറിച്ച് സ്പാനിഷ് വൈസ്രോയിക്ക് ഒരു കത്ത് അയച്ച് മറുപടി കാത്തിരിക്കുകയായിരുന്നു ബൊളിവാർ. എന്നാൽ വൈസ്രോയി ഇക്കാര്യത്തെക്കുറിച്ച് പ്രതികരിക്കാൻ തയ്യാറായിരുന്നില്ല. സ്വാതന്ത്ര്യത്തിന്റെ നടവഴികളിൽ ശത്രുതടവുകാരുടെ രക്തം അനാവശ്യമായി

ഒഴുക്കി അശുദ്ധമാക്കാൻ ബൊളിവാർ ഒട്ടും ആഗ്രഹിച്ചിരുന്നില്ല. പ്രത്യേക പരിതസ്ഥിതിയിൽ – പ്രത്യേകിച്ച് യുദ്ധം മരണത്തിന് എന്ന തീരുമാനം നിലനിന്നിരുന്ന കാലത്ത് – മാത്രമേ ശത്രുത്തടവുകാരെ കൊല്ലുന്നതിനോട് ബൊളിവാർ യോജിച്ചിരുന്നുള്ളൂ. ചില സമയത്ത് ബൊളിവാറിന്റെ സഖാക്കളായ ചില ഉന്നതസ്ഥാനീയർ സ്പാനിഷ്കാരുടേതിന് തുല്യമായ ക്രൂരതകളും അതിക്രമങ്ങളും കാണിച്ചിരുന്നു. ഇത്തരം നടപടികളെ അദ്ദേഹം കണ്ടില്ലെന്ന് നടിച്ചു. തന്റെ അനുയായികളെ അനാവശ്യമായി വെറുപ്പിക്കേണ്ട എന്നു കരുതിയിരിക്കണം. എന്നാൽ സാദ്ധ്യമായപ്പോഴെല്ലാം ബൊളിവാർ അത്തരം അതിക്രമങ്ങൾ തടഞ്ഞിരുന്നു. സന്റാൻഡർ തന്റെ നടപടികൾ രാജ്യസ്നേഹത്തിന് നിദാനമാണെന്നും, വലിയ വിജയങ്ങൾ നേടിയ ജനറൽ എന്ന തന്റെ ഖ്യാതി നിലനിർത്താൻ അത് ആവശ്യമാണെന്നുമാണ് ധരിച്ചിരുന്നത്.

ഡിസംബർ 14 ന് ബൊളിവാർ ഭരണസമിതിയുടെ മുമ്പാകെ ഹാജരായി ഒരു വിശദീകരണം നല്കി. ആദ്യം തന്റെ നെവഗ്രനാദയിലെ വിജയത്തെക്കുറിച്ച് ചുരുക്കം വാക്കുകളിൽ വിവരിച്ചു. അതിനുശേഷം ഉറച്ച ശബ്ദത്തിൽ വെനസ്വേലയുടെയും നെവഗ്രനാദയുടെയും ഏകീകരണത്തിലൂടെ കൊളംബിയ റിപ്പബ്ലിക്ക് എന്ന സംയുക്ത ലാറ്റിനമേരിക്കയുടെ രൂപീകരണത്തെക്കുറിച്ച് സംശയരഹിതമായി സംസാരിക്കുകയും ചെയ്തു.

> നെവഗ്രനാദയുടെ പ്രവിശ്യകൾ വെനസ്വേലയുടെ പ്രവിശ്യകളുമായി ചേർന്ന് ഒരൊറ്റ രാജ്യമായിത്തീരുക എന്നത് എല്ലാവരും യോജിച്ചെടുത്ത തീരുമാനമാണ്. ഈ രണ്ട് ജനതയും ഒന്നായിത്തീർന്ന് ഒരൊറ്റ റിപ്പബ്ലിക്കായിത്തീരുന്നത് രണ്ട് രാജ്യത്തെ ജനങ്ങളുടെയും പുരോഗതിക്കും വികസനത്തിനും അവരെ സമ്പന്നതയിലേക്ക് നയിക്കുന്നതിനും തീർച്ചയായും ഉതകും. ഈ രണ്ട് രാജ്യങ്ങളും അതിലെ ജനങ്ങളും ഒന്നായിത്തീർന്നാൽ മൊത്തം ദക്ഷിണ അമേരിക്കയുടെ സ്വാതന്ത്ര്യത്തിനും അത് വലിയൊരു പ്രേരണയായിത്തീരും. എന്റെ ആദ്യകാലയുദ്ധങ്ങളിൽ നിന്നുതന്നെ എനിക്കത് ബോദ്ധ്യപ്പെട്ടിട്ടുണ്ട്. ഈ മഹത്തായ നിർദ്ദേശം മൊത്തം രാജ്യങ്ങളുടെ ഘടനയെപ്പറ്റിയും ജനങ്ങളുടെ കൂട്ടായ്മയെപ്പറ്റിയുമുള്ള നിങ്ങളുടെ അവബോധത്തെ ഉയർന്നൊരു തലത്തിലേക്കെത്തിക്കും. അതായിരിക്കും എന്റെ നാളിതുവരെയുള്ള പ്രവർത്തനങ്ങൾക്ക് ലഭിക്കുന്ന ഏറ്റവും വലിയ പാരിതോഷികവും.

വൈസ്പ്രസിഡന്റ് കേണൽ മരിയാനോ വിജയശ്രീലാളിതനായെത്തിയ തന്റെ പ്രസിഡന്റിനെയും അദ്ദേഹത്തിന്റെ പടയാളികളേയും അഭിനന്ദിക്കുന്നതിനിടയിൽ ബൊളിവാറുടെ ഈ വാക്കുകൾക്ക് അടിവരയിട്ടു. മുമ്പ് ബൊളിവാറിനോട് ശത്രുത പുലർത്തിയിരുന്ന പലരും അദ്ദേഹത്തിന്റെ വിശദീകരണത്തിന്റെ ആകർഷണീയതയുടെ ഫലമായി അനു

കൂലമായ നിലപാടെടുത്തു. ഇവരുടെയെല്ലാം ഒന്നിക്കൽ ബൊളിവാറുടെ ആശയത്തിന് കൂടുതൽ ശക്തിപകർന്നു. 1819 ഡിസംബർ 17 ന് ഭരണ സമിതി വെനസ്വേല, നെവഗ്രനാദ, ക്വീതെ എന്നിവയെല്ലാം ചേർത്ത് ഒരൊറ്റ റിപ്പബ്ലിക്കായി പ്രഖ്യാപിച്ചു. ബൊളിവാറിനെ അതിന്റെ പ്രസിഡന്റായും പ്രഖ്യാപിച്ചു. ദോൺ അന്റോണിയ സിയയെ വെനസ്വേലയുടെയും, സന്റാൻഡറെ നെവഗ്രാനാദയുടെയും വൈസ് പ്രസിഡന്റുമാരായി പ്രഖ്യാപിച്ചു. ക്വിതെയ്ക്ക് വൈസ് പ്രസിഡന്റ് ഉണ്ടായിരുന്നില്ല. കാരണം, വിമോചനസേന പ്രവേശിക്കുന്നതുവരെ അവിടെ അഭിപ്രായ ഐക്യം ഉണ്ടാക്കാനായില്ല.

അങ്ങനെ ബൊളിവാറുടെ സ്വപ്നം ഒരിക്കൽക്കൂടി യാഥാർത്ഥ്യമായി. അദ്ദേഹം 1815 ൽ ജമൈക്കയിൽ വെച്ച് നടത്തിയ പ്രവചനങ്ങളാണ് ഇവിടെ ഇപ്പോൾ യാഥാർത്ഥ്യമായിത്തീർന്നത്.

സമാധാന കരാർ നിലവിൽവരുന്നു

ഈ കാലഘട്ടത്തിൽ സ്പെയിനിൽ വലിയൊരു തയ്യാറെടുപ്പ് നടക്കുകയായിരുന്നു. ദക്ഷിണ അമേരിക്കയിലേക്ക് മറില്ലോയുടെ കീഴിൽ അയക്കപ്പെട്ട സൈന്യത്തെപ്പോലും നിസ്സാരമാക്കുന്ന തരത്തിലുള്ള ഒരു തയ്യാറെടുപ്പ്. ഫെർണാണ്ടോ ഏഴാമൻ അദ്ദേഹത്തിന്റെ പരമാധികാരം സ്പെയിനിൽ മാത്രമല്ല അമേരിക്കയിലെ അതിന്റെ കോളനികളിലും കൂടി പുനഃസ്ഥാപിക്കുവാൻ തീരുമാനിച്ചു കഴിഞ്ഞിരുന്നു. വെനസ്വേലയിലെ തന്റെ സൈന്യത്തെ ശാക്തീകരിക്കുവാൻ വേണ്ടി മൊറില്ലോ സഹായം അഭ്യർത്ഥിച്ചുകൊണ്ടിരുന്നു. ഈ സൈനിക നീക്കത്തിന് ഫെർണാണ്ടോ ഏഴാമൻ സന്തോഷത്തോടെ അനുവാദം നല്കി. അയാൾക്കിഷ്ടമല്ലാത്ത സ്വതന്ത്ര ആശയക്കാരായ ചില ഓഫീസർമാരെ രാജ്യത്തുനിന്ന് ഒഴിവാക്കാനുള്ള ഒരവസരമായി അദ്ദേഹം ഇതിനെക്കണ്ടു. സൈന്യം കാഡിസിൽ ഒത്തുചേർന്നു. എന്നാൽ ആഭ്യന്തര സംഘർഷം കാരണം ഈ സൈന്യത്തിന്റെ ഊർജ്ജം ചോർന്നുപോയിരുന്നു. 1820 ലെ പുതുവർഷപ്പുലരിയിൽ അമേരിക്കയിലേക്ക് പുറപ്പെടുവാൻ തീരുമാനിച്ചിരുന്ന ഇവർക്കിടയിൽ ഭരണഘടനാസ്വാതന്ത്ര്യത്തിന്റെ പേരിൽ കലാപം പൊട്ടിപുറപ്പെട്ടു. അമേരിക്കയിലേക്കുള്ള യാത്ര റദ്ദാക്കി. ഫെർണാണ്ടോ ഏഴാമന് വിമതന്മാർ ആവശ്യപ്പെട്ട ഭരണഘടനാപരമായ മാറ്റങ്ങൾ അംഗീകരിക്കേണ്ടതായും വന്നു. ഈ സംഭവവികാസങ്ങളുടെ ഗൗരവം മൊറില്ലോവിന് ബോദ്ധ്യപ്പെട്ടില്ല. എന്നാൽ ബൊളിവാറിനാകട്ടെ വൈകിയെത്തിയ ഈ വാർത്ത കൂടുതൽ പ്രതീക്ഷ നല്കി. കാരണം സ്പാനിഷ് പട്ടാളക്കാർ തങ്ങൾക്കെതിരെ യുദ്ധം ചെയ്യാൻ പെട്ടെന്ന് തയ്യാറാകില്ല എന്ന് അദ്ദേഹത്തിന് മനസ്സിലായി. 1820 ജനുവരിയിൽ കൊളംബിയൻ റിപ്പബ്ലിക്കിനെ സംബന്ധിച്ച നിയമവ്യവസ്ഥകൾ പ്രസിദ്ധീകരിക്കുന്നതിന് വേണ്ടി ബൊളിവാർ പായസിന്റെ നേതൃത്വത്തിലുള്ള സമതലം കടന്ന്

ബൊഗോട്ടയിലേക്ക് യാത്രചെയ്തു. അതിന്റെ എല്ലാ ബഹുമാനത്തോടുംകൂടി സാന്റാൻഡർ ആ നിയമവ്യവസ്ഥകൾ പ്രഖ്യാപിച്ചു. ഈ കാര്യം ബൊളിവാറിനെ അറിയിക്കുന്ന സന്ദേശത്തിൽ ബൊളിവാറിനെ വാനോളം പുകഴ്ത്തിക്കൊണ്ട് അദ്ദേഹം പറഞ്ഞു: “അനശ്വരനായ ബൊളിവാറിന്റെ ഒരു മാനസപുത്രനാണ് കൊളംബിയ.” മാർച്ചിൽ ബഗോട്ടയിൽ താവളമടിച്ചുകൊണ്ട് വടക്കും തെക്കുമുള്ള ദേശങ്ങളിലെ സൈനികനീക്കങ്ങൾ സംബന്ധിച്ച് അന്തിമ ഉത്തരവുകൾ പുറപ്പെടുവിച്ചു. ബൊളിവാർ സ്ഥലത്തില്ലാതിരുന്ന സമയത്ത് ഭരണസമിതി അദ്ദേഹം വഹിക്കുന്ന പ്രസിഡന്റ് എന്ന സ്ഥാനപ്പേരിന് മുമ്പേ വിമോചകൻ എന്ന ബിരുദം കൂട്ടിച്ചേർക്കേണ്ടതാണെന്നും ഈ ബിരുദം അദ്ദേഹത്തിന്റെ ജീവിതകാലത്തുടനീളം അദ്ദേഹത്തിന് മാത്രമുള്ളതായിരിക്കും എന്നും ഉത്തരവിറക്കി. ഇത് കൂടാതെ മറ്റ് പല ബഹുമതികളും ബൊളിവാറിനും അദ്ദേഹത്തിന്റെ സഹസൈനികർക്കും നല്കപ്പെട്ടിരുന്നു. ഇവരോടുള്ള കടപ്പാട് മനസ്സിലൊതുക്കിക്കൊണ്ട് അദ്ദേഹം തന്റെ ശ്രദ്ധ രാജ്യത്തിന്റെ ഭരണം കെട്ടുറപ്പുള്ളതാക്കുന്നതിനുള്ള ക്ലേശകരമായ പരിശ്രമങ്ങളിൽ മുഴുകി. സ്പെയിനിൽനിന്നും കൂടുതൽ സൈനിക സഹായം കിട്ടിയില്ലെങ്കിലും തന്റെ സൈനികരെ സമതല പ്രദേശങ്ങളിലും തെക്ക് പടിഞ്ഞാറൻ പ്രദേശത്തും വിന്യസിച്ചു. തരംകിട്ടുമ്പോഴൊക്കെ ബൊളിവാറിനെ ആക്രമിക്കുവാൻ മൊറില്ലോയ്ക്ക് പദ്ധതി ഉണ്ടായിരുന്നു. മൊറില്ലോയുടെ കീഴിൽ അപ്പോഴും 15000 ൽപ്പരം സൈനികരുണ്ടായിരുന്നു. ഇതിനുപുറമെ നെവഗ്രാനാദയിലെ കാർതഹെന തുടങ്ങിയ ചെറുപ്രദേശങ്ങൾ പിടിച്ചെടുത്ത ചില ചെറുസംഘങ്ങളുമുണ്ടായിരുന്നു. ബൊളിവാർ ഈ സൈനികശക്തിയെ നേരിടുവാൻ പ്രാപ്തിയുള്ള ഒരു സൈനിക ശക്തി സംഘടിപ്പിച്ചു തയ്യാറായി നിന്നു.

സ്പെയിനിൽ ഇതിനിടയിൽ നടന്ന മാറ്റങ്ങളുടെ ഫലമായി മൊറില്ലോവിന് അദ്ദേഹം കൈവശം വെച്ചുവരുന്ന അമേരിക്കയിലെ പ്രവിശ്യകൾ സ്പാനിഷ് ഭരണഘടനയ്ക്ക് അനുസൃതമായി ഭരിച്ചുകൊള്ളാമെന്ന് പ്രഖ്യാപിക്കേണ്ടതായും പ്രതിജ്ഞയെടുക്കേണ്ടതായും വന്നു. ഇത് പ്രകടമായ ഒരു വ്യതിയാനം തമ്മിൽ തമ്മിൽ മത്സരിച്ചുകൊണ്ടിരുന്ന സ്പാനിഷ് പട്ടാളക്കാർക്കിടയിൽ സൃഷ്ടിച്ചു. പ്രോവിൻസുകൾക്ക് ചില അവകാശങ്ങൾ അനുവദിച്ചുകൊടുത്തു. സ്പെയിനിലെ മാറ്റങ്ങൾ നല്ല രീതിയിൽ പരിണമിക്കും എന്നൊരു പ്രതീക്ഷ സ്പാനിഷ് പട്ടാളക്കാർക്കിടയിലുണ്ടായി. അതിന്റെ ഫലമായി അമേരിക്കൻ കോളനികൾക്ക് ചില പ്രത്യേക അവകാശങ്ങൾ സിദ്ധിച്ചേക്കുമെന്ന ധാരണ പരന്നു. സ്പാനിഷ് ഗവൺമെന്റ് സ്വാതന്ത്ര്യപ്പോരാളികളുമായി സമാധാന സംഭാഷണം നടത്തുന്നതിനുവേണ്ടി തുടക്കമിടുകയും അതിനുള്ള കമീഷന്റെ പ്രസിഡന്റായി മൊറില്ലോവിനെ നിയമിക്കുകയും ചെയ്തു. 1821 ൽ ഈ കമീഷൻ കൊളംബിയൻ വിപ്ലവകാരികളുടെ നേതാക്കന്മാരുമായി സംസാരിക്കാൻ പോയി. സമാധാനം സ്ഥാപിക്കുന്നതിന് വേണ്ടിയുള്ള ഒരു

സമ്മേളനം മൊറില്ലോ ഹുൻഡാസ് ഫാസിഫിക്കേഡോറ എന്ന പേരിൽ കരാക്കസിൽ ഒരുക്കി. ഒരു മാസത്തേക്ക് സൈനിക നടപടികൾ നിർത്തി വെക്കുവാൻ തന്റെ സൈനികമേധാവികൾക്ക് സന്ദേശമയച്ചു. അതോടൊപ്പം തന്നെ ഒത്തുതീർപ്പ് വ്യവസ്ഥകളുമായി പ്രതിനിധികൾ ബൊളിവാറിനെ സമീപിക്കുകയും ചെയ്തു. ഈ അവസരത്തിൽ *ഹിസ് എക്സലൻസി ദ പ്രസിഡന്റ് ഓഫ് റിപ്പബ്ലിക്ക* എന്നായിരുന്നു സ്പാനിഷുകാർ അദ്ദേഹത്തെ സംബോധന ചെയ്തിരുന്നത്. എന്നാൽ ഈ അഭിനയങ്ങൾകൊണ്ടൊന്നും ബൊളിവാറിനെ പറ്റിക്കുവാൻ കഴിയുമായിരുന്നില്ല. അദ്ദേഹം തന്റെ സഹആഫീസർമാർക്ക് നിർദ്ദേശം കൊടുത്തു; കൊളംബിയയുടെ സ്വാതന്ത്ര്യം എന്ന അടിത്തറയിൽ നിന്നുകൊണ്ട് മാത്രമേ ഹുൻഡാസ് ഫാസിഫിക്കേഡോറയിൽ സംബന്ധിക്കാൻ പാടുള്ളൂ.

ഇതേത്തുടർന്ന് സമാധാന കമീഷനോട് ഭരണസമിതി അറിയിച്ചത് കൊളംബിയയിലെ പരമാധികാരിയായ ഭരണസമിതി ഏറെ സന്തോഷത്തോടെ സ്പാനിഷ് ഗവൺമെന്റിന്റെ നിർദ്ദേശങ്ങൾ കേൾക്കാൻ തയ്യാറാണ്. പക്ഷേ, കൊളംബിയയുടെ സ്വാതന്ത്ര്യവും പരമാധികാരവും അംഗീകരിക്കുകയാണെങ്കിൽ മാത്രം എന്നാണ്. തങ്ങളുടെ തത്ത്വങ്ങളിൽ നിന്നും അണുവിടപോലും വ്യതിചലിക്കുന്നതിന് ഭരണസമിതി തയ്യാറായിരുന്നില്ല. സ്പാനിഷ് സൈന്യത്തിലെ മാന്യനെന്ന് പേരുകേട്ട ആളായ ലാത്തോർ ബൊളിവാറിന് വ്യക്തിപരമായി കത്തയച്ചു. അതിൽ ഒരു ദിവസം നിങ്ങളെ സഹോദരനായി കരുതി പുണരുവാൻ കഴിയുമെന്ന് തനിക്കുറപ്പുണ്ടെന്ന പ്രത്യാശ അദ്ദേഹം പ്രകടിപ്പിച്ചു. താല്ക്കാലിക യുദ്ധവിരാമക്കരാറായി അത് സ്വീകരിച്ചുകൊണ്ട് അദ്ദേഹം പറഞ്ഞു: 'കൊളംബിയയുടെ സ്വാതന്ത്ര്യത്തെ അംഗീകരിച്ചുകൊണ്ടല്ലാത്ത ഒരു നിർദ്ദേശവും ഞങ്ങൾക്ക് സ്വീകാര്യമല്ല. എന്നാൽ മറുഭാഗത്ത് നിന്നുള്ള നിർദ്ദേശം സ്പാനിഷ് രാജാധികാരത്തിന്റെ രാഷ്ട്രീയ ഭരണഘടന ബൊളിവാറുടെ പ്രവിശ്യകൾ അംഗീകരിക്കണം എന്നായിരുന്നു.. അനിശ്ചിതകാലത്തേക്ക് ഇപ്പോഴത്തെ മുഖ്യന്മാർക്ക് അവരവരുടെ പ്രവിശ്യകളുടെ നിയന്ത്രണം തുടരാം. പക്ഷേ, അവർ സ്പാനിഷ് ഗവൺമെന്റിന്റെയോ സ്പാനിഷ് രാജാവിന്റെയോ കീഴിലാണ് തങ്ങളെന്ന സത്യം അംഗീകരിക്കണം. ബൊളിവാറുടെ പ്രതിനിധികൾ ഈ നിർദ്ദേശം അംഗീകരിക്കുവാൻ പറ്റുകയില്ലെന്ന് വ്യക്തമാക്കി. നീതിയുടെയും സ്വാതന്ത്ര്യത്തിന്റെയും വക്താക്കളായ ഞങ്ങൾ നിങ്ങളുടെ സീമാതീതമായ അധികാരവ്യാമോഹത്തിന് കീഴ്പ്പെടില്ല. എന്ന് മാത്രമല്ല, ഞങ്ങളെ ചൂഷണം ചെയ്യാനും അടിമകളാക്കാനും വന്ന സ്പാനിഷ് കമാന്റോകളുമായി ഞങ്ങളെ താരതമ്യപ്പെടുത്തിയതിനാൽ നിങ്ങൾ ഞങ്ങളെ അപമാനിച്ചിരിക്കുകയാണ്. സ്വന്തം രാജ്യത്തിന്റെ സ്വാതന്ത്ര്യത്തിനുവേണ്ടി പോരാടുന്നവരെ അടിച്ചമർത്തുവാനും ചൂഷണം ചെയ്യുവാനും വേണ്ടി വന്ന വിദേശശക്തികൾക്ക് തുല്യരാണെന്ന രീതിയിൽ താരതമ്യപ്പെടുത്തിയത് തന്നെയാണ് ആ അപമാനം.

ഇതിനിടിയിൽ കൊളംബിയയുടെ നയതന്ത്രപ്രതിനിധികൾ അവരുടെ രാജ്യത്തിന്റെ ആസ്തി ലണ്ടനിൽ ശക്തിപ്പെടുത്തിക്കൊണ്ടിരുന്നു. രാജ്യത്തിന്റെ മൊത്തം കടബാദ്ധ്യത നിർണ്ണയിക്കപ്പെടുകയും അത് തിരിച്ചടയ്ക്കുന്നതിന്റെ സാദ്ധ്യതകളും രീതിയും തീരുമാനിക്കപ്പെടുകയും ചെയ്തു. ലോകം അതുവരെ സ്വതന്ത്ര കൊളംബിയയെ അംഗീകരിച്ചിട്ടില്ലെങ്കിലും യൂറോപ്യൻ രാജ്യങ്ങളേക്കാളും മെച്ചപ്പെട്ട ആസ്തിയുള്ള ഒരു രാജ്യമായി ഇതിനകം കൊളംബിയ മാറി. എന്നാൽ യൂറോപ്പിൽ അനാരോഗ്യകരമായ ചില നയതന്ത്രനീക്കങ്ങൾ അക്കാലത്തുണ്ടായിരുന്നു. അമേരിക്കയിൽ രാജഭക്തന്മാരുടെ ഭരണസങ്കല്പം എപ്പോഴും ഒരു രാജാവിനെ കേന്ദ്രീകരിച്ചായിരിക്കും. അതിന് ആഴത്തിൽ വേരോട്ടമുണ്ടായിരുന്നു. അതിനാൽ പല യൂറോപ്യന്മാരും ചെറിയ ചെറിയ അധികാരസ്ഥാനങ്ങൾ നേടുന്നതിനുവേണ്ടിയുള്ള വെപ്രാളത്തിലായിരുന്നു. കാരണം അവിടെ ചെറിയ രാജ്യങ്ങളിൽ അമേരിക്കയിലെ രാജഭക്തന്മാരാൽ രാജാക്കന്മാരായി അവരോധിക്കപ്പെട്ടിരുന്നത് യൂറോപ്പിൽനിന്നുള്ള രാജകുമാരന്മാരെയായിരുന്നു. അത് ഒരു കീഴ്വഴക്കമായി തുടർന്നുപോന്നു. മെക്സിക്കോയ്ക്ക് ഒരു സ്പാനിഷ് രാജകുമാരൻ ഭരണത്തലവനായി വരണമെന്ന് അവിടത്തെ രാജഭക്തന്മാർ ആഗ്രഹിച്ചിരുന്നു. അവസാനം അവർ ഇറ്റൂർബൈഡിന്റെ കൈകളിലാണ് എത്തിച്ചേർന്നത്.

ബ്യൂണസ് അയേഴ്സിലേക്ക് (അർജന്റീന) ഇത്തരത്തിലുള്ള ഒരു ഭരണാധികാരിയെ തെരഞ്ഞുകൊണ്ടിരുന്നു. അർജന്റീനയുടെയും ചിലിയുടെയും ആരാധനാപുരുഷനായിരുന്ന സാൻമാർട്ടിൻ, രാജാധികാര ഭരണരീതിയുടെ വക്താവായിരുന്നു എന്ന കാര്യം പ്രസിദ്ധമാണ്. കൊളംബിയ മാത്രം ബൊളിവാറുടെ ജനാധിപത്യസമ്പ്രദായത്തിനുള്ള പിന്തുണ തുടർന്നുകൊണ്ടേയിരുന്നു. അമേരിക്കൻ രാജ്യങ്ങളിൽ തുടർന്നുവരുന്ന ഏകാധിപത്യഭരണ സമ്പ്രദായങ്ങളെയും അതുമൂലം സംജാതമാകുന്ന അരാജകാവസ്ഥയെയും വളരെ ശ്രദ്ധാപൂർവ്വം വിലയിരുത്തിക്കൊണ്ടാണ് ബൊളിവാർ തന്റെ നിലപാടുകളിൽ എത്തിച്ചേർന്നത്. അമേരിക്കൻ ഐക്യനാടുകളുടെ പ്രതിനിധി സഭയിൽ അദ്ദേഹം പറഞ്ഞത് കൊളംബിയയെ ഒരു സ്വതന്ത്ര രാജ്യമായി അംഗീകരിക്കണമെന്നാണ്. അക്കാലത്ത് തെക്കെ അമേരിക്കയിലെ സംഭവവികാസങ്ങൾ അമേരിക്കൻ ഐക്യനാടുകളിൽ ആരും അത്രയൊന്നും ശ്രദ്ധിച്ചിരുന്നില്ല. തെക്കെ അമേരിക്ക സാംസ്കാരികമായും ഭരണപരമായും ശ്രദ്ധ നേടുന്നതരത്തിൽ വളർന്നെത്തിയിട്ടുണ്ട് എന്ന് സൂചിപ്പിക്കുക കൂടിയായിരുന്നു ബൊളിവാർ ഈ പ്രസ്താവനയിലൂടെ ചെയ്തത്.

ബൊളിവാർ അദ്ദേഹത്തിന്റെ സൈനികശക്തി പരിശോധിച്ച് വിലയിരുത്തിയതിനുശേഷം മൊറില്ലോയ്ക്ക് ഒരു സന്ദേശം അയച്ചു. അതിൽ അയാളുമായി സംവദിക്കാൻ താൻ തയ്യാറാണെന്നുള്ള അറിയിപ്പിനായിരുന്നു പ്രാധാന്യം. മറ്റൊരു കത്തിൽ താൻ മുന്നോട്ടുവയ്ക്കുന്ന നിബന്ധനകൾ ബൊളിവാർ വ്യക്തമാക്കി:

നിങ്ങളുടെ സൈനികമേധാവികളോട് ഒരു ഉടമ്പടിയിലെത്താൻ പറയുക. നിലവിൽ എത്തിച്ചേർന്നിട്ടുള്ള സ്ഥിതി അംഗീകരിക്കുക, എല്ലാ യുദ്ധനിയമങ്ങളും കർശനമായി പാലിക്കുക, കൊളംബിയയെ കണ്ണീരിലും ചോരയിലും മുക്കിക്കൊണ്ട് അവർ ചെയ്തുകൂട്ടിയ കുറ്റകൃത്യങ്ങളെക്കുറിച്ച് ബോധവാന്മാരായിരിക്കണം. ആറുമാസത്തോളം നീണ്ടുനില്ക്കുന്ന ഒരു യുദ്ധവിരാമക്കരാർ രണ്ടുഭാഗത്തുമുള്ള നേതാക്കൾ ആദ്യത്തെ തീരുമാനമായി എടുക്കണം. ഈ കരാറിൽ മൊത്തം കൊളംബിയയെ ഉൾപ്പെടുത്തി ഇരു സൈന്യങ്ങളും എവിടെവിടെ നിലയുറപ്പിക്കണം എന്ന് നിശ്ചയിച്ചിരിക്കണം. പരിഷ്കൃത രാജ്യങ്ങളിൽ നടക്കുന്ന തരത്തിലുള്ള അന്താരാഷ്ട്രനിയമം അംഗീകരിച്ചുകൊണ്ടുള്ള ഒരു ഉടമ്പടിയായിരിക്കണം തയ്യാറാക്കേണ്ടത്.

കൊളംബിയൻ പ്രതിനിധികൾ ഉഭയകക്ഷി ചർച്ചയിൽ അവതരിപ്പിച്ച നിർദ്ദേശങ്ങളുടെ അടിസ്ഥാനവും ഒരു യുദ്ധതന്ത്രജ്ഞൻ എന്ന നിലയിലുള്ള ബൊളിവാറിന്റെ ബുദ്ധിതന്നെയായിരുന്നു. ഉഭയകക്ഷി ചർച്ചയിൽ ബൊളിവാറുടെ പ്രതിനിധികൾ വെച്ച നിർദ്ദേശങ്ങൾ ഇവയായിരുന്നു. സുരക്ഷ, പരസ്പരം നല്ല പെരുമാറ്റം, യുദ്ധത്തടവുകാരുടെ കൈമാറ്റം, പട്ടാളത്തിൽ നിന്ന് ഒഴിഞ്ഞു പോകുന്നവർക്കും കൂറുമാറുന്നവർക്കും വധശിക്ഷ ഒഴിവാക്കൽ. ഇരു സൈന്യങ്ങളും താല്ക്കാലികമായി അധീനപ്പെടുത്തിയ പ്രദേശങ്ങളിലെ ജനങ്ങളുടെ ജീവനും സ്വത്തിനും സംരക്ഷണം ഉറപ്പ് വരുത്തുക, യുദ്ധക്കളത്തിൽ മരിച്ചുവീഴുന്നവരുടെ ശവസംസ്കാരത്തിനുള്ള അവകാശം ഇരുകൂട്ടരും ഉറപ്പ് വരുത്തുക, നാളതുവരെ ഈ തരത്തിലുള്ള പുരോഗമനപരമായ നിബന്ധനകൾ ആരും ഉയർത്തിയിരുന്നില്ല. ഈ നിബന്ധനകളെക്കുറിച്ച് ബൊളിവാർ അഭിപ്രായപ്പെട്ടത്: “വെനസ്വേലക്കാർക്ക് ഒന്നും നഷ്ടപ്പെടാനില്ല. അവർക്ക് നഷ്ടപ്പെടേണ്ടതൊക്കെ നഷ്ടപ്പെട്ടുകഴിഞ്ഞു. എന്നാൽ പുതിയ ഉടമ്പടി ഇനിയും കൂടുതൽ ദുരിതങ്ങൾ ഒഴിവാക്കാനുതകും” എന്നാണ്.

കരാർ ഒപ്പിടുന്നതിന്റെ ഭാഗമായി മൊറില്ലോ ബൊളിവാറിനെ നേരിട്ടുകാണണമെന്ന ആഗ്രഹം പ്രകടിപ്പിച്ചു. ബൊളിവാറിനും അതിൽ വിയോജിപ്പില്ലായിരുന്നു. സാന്റാഅന എന്ന നഗരത്തിൽവെച്ച് വളരെ കുറച്ച് ആഫീസർമാരുടെ അകമ്പടിയോടെ അവർ സന്ധിച്ചു. ബൊളിവാറിനോട് കടുത്ത അതൃപ്തിയുണ്ടായിരുന്ന ആഫീസർമാരെയൊന്നും മൊറില്ലോ കൂടെക്കൂട്ടിയിരുന്നില്ല. ബൊളിവാറുടെ രാഷ്ട്രീയ ലക്ഷ്യത്തിന്റെ മഹത്വമാണ് ഇവരുടെ കൂടിക്കാഴ്ചയ്ക്ക് വഴിയൊരുക്കിയത് എന്ന് പ്രത്യേകം പറയേണ്ടതില്ലല്ലോ. നേരത്തെ പരസ്പരം അതികഠിനമായ യുദ്ധത്തിൽ ഏർപ്പെട്ടിരിക്കുകയായിരുന്നു എന്ന കാര്യം ഇരുവരും വിസ്മരിച്ചത് പോലെയാണ് പെരുമാറിയത്. മൊറില്ലോ ജനിച്ചത് ഒരു ഇടത്തരം

ദരിദ്രകുടുംബത്തിലായിരുന്നു. രാജാവിനോടുള്ള അചഞ്ചലമായ കൂറ് എപ്പോഴും പ്രകടിപ്പിച്ചതിനാൽ കഠിനാദ്ധ്വാനത്തിലൂടെ അദ്ദേഹം പടവുകളൊന്നൊന്നായി കയറി ഉന്നതസ്ഥാനത്തെത്തി. കർതഹെനയിലെ പ്രഭു, മാർകിസ് ഓഫ് ലാപ്യൂവർത്ത എന്നീ ബിരുദങ്ങൾ അദ്ദേഹം നേടി. ബൊളിവാറാകട്ടെ സമ്പന്നതയിൽ ജനിച്ചു വളർന്ന ഒരാൾ. രാജ്യത്തെ അധീനപ്പെടുത്തിയവരെ പ്രീണിപ്പിച്ചിരുന്നെങ്കിൽ എല്ലാ ബഹുമതിയും ആദരവും അയാളുടെ കാൽക്കീഴിൽ എത്തിയേനെ. എന്നാൽ എല്ലാം ത്യജിച്ച് തന്റെ അവസാനത്തെ നാണയംപോലും രാജ്യത്തിനുവേണ്ടി ചെലവഴിച്ചു. അവശ്യസൗകര്യങ്ങൾ പോലുമില്ലാതെ തന്റെ പട്ടാളക്കാരോടൊപ്പം എപ്പോഴും നിലയുറപ്പിച്ച ഒരാളായിരുന്നു അദ്ദേഹം. തന്റെ കൈയിൽ പണമുണ്ടായിരുന്നപ്പോൾ അദ്ദേഹം അത് ഇല്ലാത്തവർക്കു കൊടുത്തു. കൈയിൽ പണമില്ലാതിരുന്നപ്പോൾ തന്റെ ഭക്ഷണവും വസ്ത്രവും ദാനം ചെയ്തു. സീമാതീതമായിരുന്നു അദ്ദേഹത്തിന്റെ മഹാമനസ്കത. പണ്ട് മ്റിൻഡായുടെ നേതൃത്വത്തിൽ പാടെ പരാജയമടഞ്ഞ ഘട്ടത്തിൽ രാജ്യം വിടാൻ പാസ്പോർട്ട് സംഘടിപ്പിച്ചു കൊടുത്ത സ്നേഹിതൻ ഫ്രാൻസിസ്കോ ഇത്തൂർബാ പിന്നീടൊരിക്കൽ തടവിലാക്കപ്പെടുകയും അദ്ദേഹത്തിന്റെ സ്വത്ത് മുഴുവൻ കണ്ടുകെട്ടപ്പെടാൻ പോവുകയും ചെയ്യുന്നു എന്ന വിവരം അറിഞ്ഞപ്പോൾ അയാളുടെ സ്വത്തിന് പകരം തന്റെ സ്വത്തുക്കൾ കണ്ടുകെട്ടിക്കൊള്ളാൻ അനുമതിപത്രം നല്കാൻ ഒട്ടും മടിച്ചില്ല.

ബൊളിവാറും മൊറില്ലോയും അവരുടെ കീഴിലുള്ള മറ്റുള്ളവരെ അപേക്ഷിച്ച് എത്രയോ വലിയ മനസ്സുള്ളവരായിരുന്നു. രക്തദാഹിയായ ബോവേസ്, വകതിരിവില്ലാത്തവനായ പായസ് എന്നിവരെയെല്ലാം അപേക്ഷിച്ച് സ്പാനിഷ് അധികാരത്തിന്റെ ശ്രേഷ്ഠമായ മുഖത്തെയും അമേരിക്കയുടെ മഹത്തായ സ്വാതന്ത്ര്യദാഹത്തിന്റെയും പ്രതിനിധികളായിരുന്നു ഇവർ. ഇവരുടെ കൂടിക്കാഴ്ച ആവേശഭരിതമായിരുന്നു. രണ്ടുപേരും പരസ്പരം പുണർന്നു. കുറേനേരം സൗഹൃദസംഭാഷണം നടത്തിപ്പിരിയുമ്പോൾ രണ്ടുപേരുടെ മനസ്സിലും അവശേഷിച്ചിരുന്നത് പരസ്പര ബഹുമാനമായിരുന്നു. അവരുടെ കണ്ടുമുട്ടലിന്റെ പ്രാധാന്യത്തെക്കുറിക്കുവാൻ ഒരു സ്മാരകം പണിയണമെന്ന് അവർ തീരുമാനിച്ചു. ആ മുഹൂർത്തത്തിനോടുള്ള ആദരസൂചകമായി നടത്തിയ സൽക്കാരത്തിൽ തന്റെ പാനപാത്രം ഉയർത്തിക്കൊണ്ട് ബൊളിവാർ നടത്തിയ ചെറുപ്രസംഗം ഇനിവരും കാലങ്ങളിലെ യുദ്ധം എങ്ങനെ ആയിരിക്കണം എന്നുകൂടി വ്യക്തമാക്കുന്നതായിരുന്നു.

> ഇരു സൈന്യത്തിലേയും ധീരമായ നിലപാട് സ്വീകരിച്ചു പോരാടിയ യോദ്ധാക്കളേ.... നിങ്ങളുടെ അചഞ്ചലമായ പോരാട്ടവീര്യത്തേയും ത്യാഗസന്നദ്ധതയേയും അനുപമായ ധൈര്യത്തേയും ഞാൻ നമിക്കുന്നു. സ്വാതന്ത്ര്യത്തെ പിന്തുണയ്ക്കുകയും

> അതിനെ സംരക്ഷിക്കുവാൻ വേണ്ടി ജീവൻപോലും തൃണവൽഗണിച്ചുകൊണ്ട് പോരാടുകയും ചെയ്തവരേ..... അവരവരുടെ രാജ്യത്തെയും ഗവൺമെന്റിനെയും സംരക്ഷിക്കുവാൻ വേണ്ടി ധീരോദാത്തമായി പൊരുതി മരിച്ചവരേ...... ഇരു സൈന്യത്തിലേയും പരിക്കേറ്റപടയാളികളേ........ നിങ്ങൾ ഭയലേശമില്ലാതെ പോരാടിയവരും സ്വന്തം അഭിമാനവും സ്വഭാവശുദ്ധിയും കാത്തുസൂക്ഷിച്ചവരുമാണ്. നമ്മൾ ശാശ്വതമായ ശത്രുത സൂക്ഷിക്കുക രക്തദാഹികളോടും അനാവശ്യമായി രക്തച്ചൊരിച്ചൽ ഉണ്ടാക്കിയവരോടും മാത്രമായിരിക്കും.

മോറില്ലോ ഈ വാക്കുകൾക്ക് ഇങ്ങനെ പ്രതിവചിച്ചു. "നമ്മെ സജീവമാക്കുന്ന ഈ സൗഹൃദത്തിന്റെയും സമാധാനത്തിന്റെയും സന്ദേശം മനസ്സിലാക്കാതെ നാളെയെക്കുറിച്ചുള്ള സങ്കല്പങ്ങൾ പടുത്തുയർത്തുന്നവരുടെമേൽ ദൈവം ശാപം ചൊരിയട്ടെ."

ആ ദിവസം മുതൽ രണ്ടുപേരും തമ്മിലുള്ള ആശയവിനിമയം പരസ്പര ബഹുമാനത്തോടെയും സൗഹൃദത്തോടെയുമായിരുന്നു. സ്വാതന്ത്ര്യദാഹം ഇത്രമാത്രം രക്തത്തിൽ അലിയിച്ചുചേർത്ത ഈ രാജ്യസ്നേഹികളെ കീഴടക്കുവാനൊരിക്കലും സാദ്ധ്യമല്ലെന്ന് മൊറില്ലോയ്ക്ക് വ്യക്തമായിരുന്നു. അതുകൊണ്ട് വെനസ്വേലയിൽ താൻ നേടിയെടുത്ത ബഹുമാനാദരങ്ങൾ നഷ്ടപ്പെടുന്നതിനുമുമ്പ് സ്പെയിനിലേക്ക് തിരിച്ചുപോകുവാൻ അദ്ദേഹം ആഗ്രഹിച്ചു. തന്നെ തിരിച്ചുവിളിക്കണമെന്ന് സ്പാനിഷ് അധികാരികളോട് അദ്ദേഹം അപേക്ഷിച്ചു. 1820 ഡിസംബർ 20 ന് അധികാരം കൈമാറി സ്പെയിനിലേക്ക് തിരിച്ചുപോയി. മൊറില്ലോവിനോടൊപ്പം ബൊളിവാറുമായി സന്ധിസംഭാഷണത്തിനെത്തിയ ഡിമാനുവൽ ഡിലാറ്റോറിയായിരുന്നു ഇദ്ദേഹത്തിന്റെ പിൻഗാമിയായി സ്ഥാനമേറ്റത്. സമാധാന ചർച്ച തുടരുന്നതിനുവേണ്ടി പുതിയ കമീഷണർമാർ സ്പെയിനിൽനിന്നും എത്തി. ഈ അവസരത്തിൽ ബൊളിവാർ ലാറ്റോറിന് ഉപചാരപൂർവ്വം ഒരു കത്തെഴുതി. അദ്ദേഹത്തിന്റെ സൗഹൃദം തുളുമ്പുന്ന വാക്കുകൾ ഇങ്ങനെയായിരുന്നു:

> പ്രിയപ്പെട്ട ജനറൽ, എതിർ സൈന്യത്തിന്റെ തലപ്പത്ത് താങ്കളാണ് അവരോധിക്കപ്പെട്ടത് എന്നറിഞ്ഞതിൽ എനിക്ക് അതിയായ സന്തോഷമുണ്ട്. താങ്കൾ മറ്റാരും ചെയ്തതിനേക്കാൾ കുറഞ്ഞ ഉപദ്രവമാണ് ഞങ്ങളുടെ ജനങ്ങളോട് ചെയ്തത്. എത്രയും ശാന്തനായ അങ്ങയേക്കാൾ ഞങ്ങളുടെ ജനങ്ങൾക്ക് നന്മ ചെയ്ത മറ്റൊരാൾ ഇല്ലതന്നെ. താങ്കളുടെ അധികാരപരിധിയിലെ ജനങ്ങളുടെ മനസ്സിന്റെ മുറിവുണക്കാൻ താങ്കൾക്കാണ് അവസരം ലഭിച്ചിരിക്കുന്നത്. താങ്കൾ ഈ രാജ്യത്തെ ജനങ്ങളുടെ സംരക്ഷകനായി മാറുകയാണ്. താങ്കൾ എപ്പോഴും കുലീനയായ ഒരു ശത്രുവായിരുന്നു. അതേ സമയം വിശ്വസ്തനായ ഒരു സുഹൃത്തുകൂടിയാണ്.

സാധിക്കുമെങ്കിൽ കൊളംബിയയുടെ സ്വാതന്ത്ര്യത്തിന് സ്പെയിനിലെ രാജാവായ ഫർണാണ്ടോ ഏഴാമനിൽ നിന്ന് അംഗീകാരം കിട്ടട്ടെ എന്നുകരുതി അദ്ദേഹം സ്പെയിനിലേക്ക് ആദരവും സൗഹൃദവും നിറഞ്ഞ ഒരു കത്തുമായി നയതന്ത്ര പ്രതിനിധികളെ അയച്ചു. ഇനിയങ്ങോട്ടുള്ള രക്തച്ചൊരിച്ചിലും യുദ്ധവും പരമാവധി കുറയ്ക്കുവാൻ അദ്ദേഹം ആത്മാർത്ഥമായി ആഗ്രഹിച്ചിരുന്നു.

ബൊളിവാർ രാഷ്ട്രസമുച്ചയം എന്ന സങ്കല്പം മുന്നോട്ടുവെക്കുന്നു

തെക്കുഭാഗത്തുള്ള സൈന്യത്തിന്റെ കമാന്ററായി സ്യൂക്കർ നിയോഗിക്കപ്പെട്ടു. വയാകിൽ എന്ന സ്ഥലത്തേക്ക് മുന്നേറാനാണ് സ്യൂക്കർക്ക് ബൊളിവാർ നല്കിയ ആദ്യത്തെ നിർദ്ദേശം. യുദ്ധവിരാമക്കരാറിൽ ഉൾപ്പെടാത്ത ഒരു പ്രദേശമായിരുന്നു ഇത്. കൊളംബിയയുമായി ഈ പ്രവിശ്യ ഒട്ടും സഹകരിച്ചിരുന്നില്ല. ഈ നിസ്സഹകരണത്തെക്കുറിച്ച് സംസാരിക്കുവാനാണ് സ്യൂക്കറെ അങ്ങോട്ടയച്ചത്. പെറുവിലെ പ്രവർത്തനങ്ങൾക്ക് നേതൃത്വം കൊടുത്തിരുന്ന സാൻ മാർട്ടിൻ കിതോ പ്രവിശ്യ പെറുവിന്റെ ഭാഗമാക്കണമെന്ന് ആഗ്രഹിച്ചിരുന്നു. സാൻ മാർട്ടിന്റെ ആശയങ്ങൾ ബൊളിവാറിന്റേതുമായി ഒത്തുപോകുന്നവയല്ലായിരുന്നു. എന്നാൽ രണ്ടുപേർക്കും സ്വാതന്ത്ര്യത്തെക്കുറിച്ചും സ്പാനിഷ് അധിനിവേശത്തെക്കുറിച്ചും ഒരേ അഭിപ്രായമായിരുന്നു. അതുകൊണ്ടുതന്നെ സ്യൂക്കർക്ക് വളരെ ലഘുവായ ഒരു ദൗത്യമായിരുന്നു നിർവ്വഹിക്കാനുണ്ടായിരുന്നത്. അയാൾ ആദ്യംതന്നെ കടൽമാർഗ്ഗം വയാകിലേക്ക് പോയി. കിതോ കൈവശപ്പെടുത്തിയിരുന്ന റോയലിസ്റ്റുകൾ, വയാകിൽ കൈയടക്കുന്നത് തടയുക എന്നൊരു ലക്ഷ്യംകൂടി ഈ നീക്കത്തിനു പുറകിൽ ഉണ്ടായിരുന്നു.

ഇതിനിടയിൽ മറ്റൊരു സംഭവവികാസമുണ്ടായി. ഇതുവരെയും റോയലിസ്റ്റുകളുടെ നഗരമായി നിലകൊണ്ടിരുന്ന മരകൈബൊ സ്പെയിനിൽനിന്നു വിമോചിതരാവാൻ സ്വയം തീരുമാനിച്ചു. സ്പാനിഷ് തലവനായ ലാറ്റോറോ ഇതിന്റെ ഉത്തരവാദിത്വം ബൊളിവാറുടെ തലയിൽ കെട്ടിവെച്ചു. ബൊളിവാർ യുദ്ധവിരാമക്കരാർ ലംഘിച്ചതായി ലാറ്റോറോ ആരോപിച്ചു. ബൊളിവാർ മരകൈബൊയുടെ പ്രശ്നത്തിൽ ഇടപെട്ടിരുന്നില്ല. അതുകൊണ്ടുതന്നെ ഈ ആരോപണം അയാൾ നിഷേധിച്ചു. മനസ്സുകൊണ്ട് ബൊളിവാർ മരകൈബൊയിലെ സ്വാതന്ത്ര്യസമര സേനാ

നികൾക്കൊപ്പമായിരുന്നു. ഈ പ്രശ്നം ഹിതപരിശോധനയ്ക്ക് വിടണമെന്ന് ബൊളിവാർ വാദിച്ചു. എന്നാൽ ലാറ്റോറോ വഴങ്ങിയില്ല. പിന്നെ ശത്രുതാപരമായ നടപടികളിലേക്ക് തിരിച്ചുപോവുകയേ ബൊളിവാറിനും സാദ്ധ്യമായിരുന്നുള്ളൂ. അയാൾക്ക് ഒരു കാര്യം ബോദ്ധ്യമായി. സ്വാതന്ത്ര്യത്തിനുവേണ്ടിയുള്ള ഗൗരവപൂർവ്വമായ പ്രവർത്തനങ്ങൾ ഒരിക്കലും സ്പാനിഷ് ഗവൺമെന്റ് അനുവദിക്കുകയില്ല എന്ന്. അദ്ദേഹം തന്റെ സൈന്യത്തെ ശക്തിപ്പെടുത്തുന്നതിലേക്ക് ശ്രദ്ധ കേന്ദ്രീകരിച്ചു. മരാകൈബൊയിലേക്ക് കുതിരപ്പട്ടാളത്തോടൊപ്പം മുന്നേറാനും അതേസമയംതന്നെ കരാക്കസിലേക്ക് പോകാനും ഒരുക്കങ്ങൾ ആരംഭിച്ചു. സമതലത്തിൽനിന്ന് പായസും സംഘവും ഇവരോടൊപ്പം ചേർന്നു. ബൊളിവാറിന്റെ അധീനതയിലുള്ള സൈന്യങ്ങളെല്ലാം ഒത്തൊരുമിച്ച് ശത്രുനിരയിലേക്ക് കുതിച്ചു. തുടക്കത്തിൽത്തന്നെ ബൊളിവാർ ഒരു പ്രഖ്യാപനം നടത്തി. കീഴടങ്ങുന്ന എല്ലാ സ്പെയിൻകാർക്കും മാപ്പുനല്കുമെന്നും അവരെ അവരുടെ രാജ്യത്തേക്ക് തിരിച്ചയക്കുമെന്നും അതോടൊപ്പം നേരത്തെ ഉണ്ടാക്കിയ യുദ്ധവിരാമക്കരാറിലെ വ്യവസ്ഥകൾ നിർബ്ബന്ധമായും പാലിച്ചിരിക്കുമെന്നും ആ പ്രഖ്യാപനത്തിൽ ഉറപ്പു നല്കി. ആ സൈനിക ഉടമ്പടിയിലെ നിബന്ധനകളായിരിക്കണം നമ്മുടെ മാർഗ്ഗരേഖ എന്നു തന്റെ സൈനികരോടും അദ്ദേഹം ഉത്തരവു നല്കി.

നമ്മുടെ ഗവൺമെന്റ് നമുക്ക് നല്കിയിരിക്കുന്ന ജോലി യുദ്ധം ചെയ്യുക എന്നതാണ്. ധീരരായി യുദ്ധം ചെയ്യുന്നതോടൊപ്പം മറ്റു മനുഷ്യരോട് എത്രയും ദയവുള്ളവരുമായിരിക്കണം നാം. യുദ്ധത്തിൽ പാലിക്കപ്പെടേണ്ട ചട്ടങ്ങൾ ലംഘിക്കുന്നവർക്ക് മരണശിക്ഷ തന്നെ നല്കുന്നതാണ്. നമ്മുടെ ശത്രുക്കൾ അത് ലംഘിക്കുകയാണെങ്കിലും നാം അത് നിർബ്ബന്ധമായും പാലിക്കണം. കൊളംബിയയുടെ കീർത്തി രക്തക്കറ പുരണ്ടതാകാതിരിക്കാൻ നാം ഓരോരുത്തരും ശ്രദ്ധിക്കണം.

ബൊളിവാറുടെ ഇപ്പോഴത്തെ ശത്രുക്കൾ യാനെസിനെപ്പോലെയോ ബൊവേസിനെപ്പോലെയോ കൊലപാതകികൾ ആയിരുന്നില്ല. പുതിയ ശത്രുനിരയും ബൊളിവാറുടെ സൈന്യത്തിന്റെ ശ്രദ്ധാപൂർവ്വമായ പെരുമാറ്റംകൊണ്ട് ഏറെ മാറിയിട്ടുണ്ടായിരുന്നു. പുതിയ കൊളംബിയയുടെ ഭരണസമിതി കുക്കൂടയിൽ സമ്മേളിച്ചു. ആ സമ്മേളനം തെരഞ്ഞെടുക്കുന്ന വ്യക്തിക്ക് ഭരണസാരഥ്യം നല്കുന്നതിനുവേണ്ടി പതിവുപോലെ ബൊളിവാർ രാജിക്കത്ത് നല്കി. ആ സമ്മേളനത്തിൽ ബൊളിവാറിനെ ഇഷ്ടപ്പെടാത്ത ചിലരും ഉണ്ടായിരുന്നു. ഈ അവസരത്തിൽ സാധാരണ പറയാറുള്ള കാര്യങ്ങൾക്കു പുറമേതന്നെ ഏകാധിപതി എന്നു നിരന്തരം വിളിച്ച് ആക്ഷേപിക്കുന്നവർക്കെതിരെ ബൊളിവാർ തുറന്നടിച്ചു. ഇത്തരം ആക്ഷേപങ്ങൾ കേട്ട് എനിക്ക് മതിയായിരിക്കുന്നു. അതിനാൽ ഞാൻ പൂർണ്ണ സന്തുഷ്ടനായാണ് ഈ രാജി സമർപ്പിക്കുന്നത്. സമ്മേളനം ബൊളിവാറുടെ വാക്കുകൾക്ക് ആദരപൂർവ്വം മറുപടി പറയുകയും സമ്മേളനത്തിന് ബൊളിവാറിനോടുള്ള കടപ്പാട് വ്യക്തമാക്കുകയും

ചെയ്തു. അദ്ദേഹത്തിന്റെ പതറാത്ത മനഃസ്ഥൈര്യത്തിനും ധീരോദാത്തമായ നേതൃത്വത്തിനും നന്ദിപറഞ്ഞുകൊണ്ട് ആസ്ഥാനത്തുതന്നെ തുടരുവാൻ അപേക്ഷിച്ചു.

സ്പാനിഷ് ക്യാപ്റ്റൻ ലാറ്റോറോ വെനസ്വേലയിലെ പട്ടണമായ അറൗറയിലേക്ക് മുന്നേറുകയാണെന്ന വിവരം അറിഞ്ഞ ഉടനെ ബൊളിവാർ തന്റെ സൈന്യവുമായി തന്ത്രപ്രാധാന്യമുള്ള കാർലോപട്ടണത്തിലേക്ക് നീങ്ങി. അപ്പോഴേക്കും പ്രതീക്ഷിച്ചതുപോലെ പോഷകസൈന്യവും അവിടെ എത്തിച്ചേർന്നു. ലാറ്റോറോയ്ക്ക് വിവിധഭാഗങ്ങളിൽ നിന്നുള്ള വിമോചനസേനയുടെ ആക്രമണം നേരിടേണ്ടിവന്നു. അതിനാൽത്തന്നെ അയാളുടെ സൈനികബലം ഗണ്യമായ തോതിൽ വിഭജിക്കപ്പെട്ടു. ഒട്ടൊന്നു പിന്മാറി അദ്ദേഹം കാരബോബൊസമതലത്തിൽ തമ്പടിച്ചു. 1814 ൽ രണ്ട് പ്രഗത്ഭരായ റോയലിസ്റ്റ് നേതാക്കളെ ബൊളിവാർ ഇവിടെവെച്ച് പരാജയപ്പെടുത്തിയിരുന്നു. അതേസ്ഥലത്തുവെച്ച് ബൊളിവാർ ലാറ്റോറോയുമായി ഏറ്റുമുട്ടി. രാവിലെ 11 മണിക്ക് യുദ്ധം തുടങ്ങി. മിന്നൽവേഗത്തിൽ യുദ്ധം മുന്നേറിക്കൊണ്ടിരുന്നു. ഒരു മണിക്കൂർ സമയംകൊണ്ട് റോയലിസ്റ്റ് സൈന്യം പാടെ നശിപ്പിക്കപ്പെട്ടു. ഇരുഭാഗത്തും വൻ നാശനഷ്ടങ്ങളുണ്ടായി. ഈ ഒരു മണിക്കൂർ വെനസ്വേലാചരിത്രത്തിലെ നിർണ്ണായകമായ ഒരു മണിക്കൂറായിരുന്നു. ആ ഒരു മണിക്കൂർകൊണ്ട് നൂറ്റാണ്ടുകളായി തുടരുന്ന സ്പാനിഷ് ആധിപത്യം വെനസ്വേലയിൽ പൂർണ്ണമായും ഇല്ലാതായി. ഈ യുദ്ധത്തിൽ നിർണ്ണായകമായ പങ്കുവഹിച്ചത് വിമുക്തഭടന്മാരുടെ സംഘടനയായിരുന്നു. പിന്നെ പായസിന്റെ ധീരരായ അനുയായികളുടെ പങ്കും എടുത്തുപറയേണ്ടതാണ്.

ബൊയാക്കായുദ്ധത്തിലൂടെ പ്രായോഗികതലത്തിൽ നെവഗ്രനാദയുടെ വിമോചനം ഉറപ്പുവരുത്തിയതുപോലെ കാരബൊബൊ യുദ്ധം വെനസ്വേലയുടെ സ്വാതന്ത്ര്യം ഉറപ്പാക്കി. ബൊളിവാറിന്റെ നേതൃത്വത്തിൽ നാളതുവരെ നടന്ന യുദ്ധങ്ങളിൽ ബൊയാക്കായുദ്ധവും കാരബോബൊ യുദ്ധവുമാണ് അദ്ദേഹത്തിന് ശരിയായ അർത്ഥത്തിൽ കീർത്തി സമ്പാദിച്ചുകൊടുത്തത്. ബൊളിവാറുടെ പ്രവർത്തനം ഇവിടെ അവസാനിക്കുന്നില്ല. അമേരിക്കയിൽ കൂടുതൽ തിളക്കമാർന്ന കീർത്തിയും വിജയവും അദ്ദേഹത്തിനുവേണ്ടി കാലം കരുതിവെച്ചിട്ടുണ്ടായിരുന്നു. ഈ വിജയത്തെക്കുറിച്ച് അദ്ദേഹം ഭരണസമിതിക്കയച്ച സന്ദേശം ആരംഭിക്കുന്നത് ഇങ്ങനെയായിരുന്നു: "ഇന്നലെ ഞങ്ങൾ നേടിയ ഉജ്ജ്വലമായൊരു വിജയത്തോടുകൂടി കൊളംബിയൻ റിപ്പബ്ലിക്കിന്റെ രാഷ്ട്രീയമായ പിറവി ഉറപ്പിച്ചിരിക്കുന്നു." പിന്നെയദ്ദേഹം വിജയത്തിന്റെ മുഖ്യകാരണക്കാരനായ പായസിനെയും, വിമുക്തഭടന്മാരുടെ സംഘത്തെയും പ്രശംസിച്ചു. പായസിനു യുദ്ധത്തിന്റെ മുഴുവൻ ഉത്തരവാദിത്വമുള്ള ജനറലായി സ്ഥാനക്കയറ്റം നല്കണമെന്ന് ശുപാർശ ചെയ്തു. യുദ്ധത്തിനിടയിൽ മരിച്ചുവീണ ജനറൽ സെഡ്നോവിന് അന്ത്യ

പ്രണാമമർപ്പിച്ചു. അദ്ദേഹത്തെപ്പോലുള്ള ധീരനും ഗവൺമെന്റിനോട് കൂറുള്ളവനുമായ ഒരാളെ മറ്റെങ്ങും കണ്ടെത്താൻ കഴിയുകയില്ല. കൊളംബിയയുടെ യോദ്ധാക്കളെക്കുറിച്ചാലോചിക്കുമ്പോൾ ഏതൊരു ശത്രുവിന്റെ മനസ്സിലും കിടിലമുണ്ടാക്കുന്നതിനുതകുന്ന രീതിയിൽ പൊരുതിക്കൊണ്ടിരിക്കുന്നതിനിടയിലാണ് അദ്ദേഹം വീരമൃത്യു വരിച്ചത്.

19-4-1810 ന് കരാക്കസിലാണ് വെനസ്വേലയുടെ വിമോചനയുദ്ധം ആരംഭിച്ചത്. 24-6-1821 ൽ കാരബോബൊയിൽ അത് വിജയകരമായി പര്യവസാനിച്ചു. ഭരണസമിതി കാരബോബൊ യുദ്ധത്തിൽ പങ്കെടുത്തവർക്കെല്ലാം പരമോന്നതമായ ബഹുമതികൾ നല്കി. രാജ്യത്തുടനീളം ആഹ്ലാദപ്രകടനങ്ങൾ നടത്തുവാൻ ആഹ്വാനം ചെയ്തു. യുദ്ധക്കളത്തിൽ മരിച്ചുവീണവരുടെ അന്ത്യകർമ്മങ്ങൾ അടുത്തദിവസം എല്ലാ സൈനിക മര്യാദകളോടുംകൂടി നടത്തുമെന്നും പ്രഖ്യാപനമുണ്ടായി. കാരബോബൊ യുദ്ധത്തിനുശേഷം വെനസ്വേല മൂന്ന് സൈനികജില്ലകളായി വിഭജിക്കപ്പെട്ടു. ഇതിൽ ഓരോന്നിന്റെ നിയന്ത്രണാധികാരവും സ്ഥാനക്കയറ്റം കിട്ടിയ ജനറൽമാരായ പായസ്, മരിനോ ബെഹ്മുദോ എന്നിവർക്ക് നല്കി. ഇതിലൂടെ തന്റെ സൈനിക സഹപ്രവർത്തകരുടെ പിന്തുണ ബൊളിവാർ നേടിയെടുത്തു. കീഴടക്കിയ പ്രദേശങ്ങളൊക്കെ സ്വകാര്യസ്വത്താണെന്ന രീതിയിലുള്ള പഴയ ജനറൽമാരുടെ നിലപാടുകളെ മാറ്റിയെടുക്കുവാൻ അദ്ദേഹം ഇങ്ങനെയുള്ള ചില തീരുമാനങ്ങളിലൂടെ ശ്രമിച്ചുകൊണ്ടിരുന്നു. പായസിനെ സംബന്ധിച്ചേടത്തോളം ഈ ശ്രമം കുറേക്കൂടി കഠിനമായിരുന്നു. ബൊളിവാർ വളരെ തന്ത്രപൂർവ്വവും ബുദ്ധിപൂർവ്വവുമായിരുന്നു ഇവരെ കൈകാര്യം ചെയ്തിരുന്നത്. കാരണം ഇവരുടെ ഇടയിലെ അസ്വസ്ഥത രാജ്യത്തിന്റെ സുസ്ഥിരതയെത്തന്നെ അപകടപ്പെടുത്തിയേക്കുമെന്ന് അയാൾ ഭയപ്പെട്ടിരുന്നു. ഈ അവസ്ഥയെ ഒറ്റവാക്കിൽ അദ്ദേഹം വിശേഷിപ്പിച്ചത് ഇങ്ങനെയായിരുന്നു: "ഇവരെ സംബന്ധിച്ചിടത്തോളം യുദ്ധത്തേക്കാൾ എനിക്ക് പേടി സമാധാനകാലത്തെയാണ്."

ബൊളിവാർ തന്റെ ശ്രദ്ധ പിന്നീട് ദക്ഷിണഭാഗത്തേക്ക് തിരിച്ചു. സാൻ മാർട്ടിൻ റോയലിസ്റ്റുകളുമായി സന്ധിചെയ്യുവാൻ പോവുകയാണ് എന്നൊരു വാർത്ത ലഭിച്ചു. അങ്ങനെയൊരു സ്ഥിതിവിശേഷം ഒഴിവാക്കുവാൻ വേണ്ടി അദ്ദേഹം അങ്ങോട്ടേക്ക് തിടുക്കപ്പെട്ടു. മെക്സിക്കോയുടെ സ്വാതന്ത്ര്യം യാഥാർത്ഥ്യമാകുവാൻ പോവുകയാണെന്ന് അദ്ദേഹത്തിന് മനസ്സിലായി. അതുകൊണ്ടുതന്നെ കൊളംബിയയുടെ സ്വാതന്ത്ര്യം എത്രയും വേഗം അതിന്റെ പരിപൂർണ്ണതയിലെത്തിക്കേണ്ടതുണ്ട്. രണ്ടു വൻകരകളെയും ബന്ധിപ്പിക്കുന്ന പനാമ കഴുത്ത് മോചിപ്പിച്ചെടുക്കേണ്ടത് അനിവാര്യവുമാണ്. പനാമയെ അദ്ദേഹം വിശേഷിപ്പിച്ചിരുന്നത് പ്രപഞ്ചത്തിന്റെ മുഴുവൻ ഭാരവും ചുമക്കുന്നവർ എന്നായിരുന്നു.

വെനസ്വേലയും നെവഗ്രനാദയും ഐക്യപ്പെട്ടതിനുശേഷം കൊളം

ബിയയെയും ആ സംഘത്തിലേക്ക് നയിച്ചു. ബൊളിവാർ തന്നെയായിരുന്നു കൊളംബിയയിലും പ്രസിഡന്റായി അവരോധിക്കപ്പെട്ടത്. കുകുടയിലെ ഭരണസമിതിക്ക് അയച്ച സന്ദേശത്തിൽ ഈ പദവിയിൽനിന്നു ഒഴിവാകുന്നതിനുവേണ്ടിയുള്ള ആഗ്രഹം പ്രകടിപ്പിച്ചു. ശക്തമായി ത്തന്നെ ഈ കാര്യം ഭരണസമിതിക്കു മുമ്പാകെ അവതരിപ്പിച്ചു:

> എന്നെപ്പോലെയുള്ള ഒരാൾ ജനപ്രിയമായ ഒരു സർക്കാരിനെ സംബന്ധിച്ചിടത്തോളം അപകടകാരിയായിരിക്കും. അത്തരമൊരാൾ രാജ്യത്തിന്റെ പരമാധികാരത്തിനു പ്രഥമവും പ്രധാനവുമായ ഒരു ഭീഷണിയായിത്തീരും. എനിക്ക് സ്വന്തം സ്വാതന്ത്ര്യവും മറ്റുള്ളവരുടെ സ്വാതന്ത്ര്യവും ഉറപ്പുവരുത്താൻ പറ്റുന്ന ഒരു ഇരിപ്പിടമാണ് ആവശ്യം. വിമോചകൻ എന്നതിലുപരി ഒരു പൗരൻ എന്ന വിശേഷണമാണ് ഞാൻ ആഗ്രഹിക്കുന്നത്. കാരണം വിമോചകൻ എന്ന വാക്ക് യുദ്ധത്തിന്റെ സൃഷ്ടിയാണ്. പൗരൻ എന്ന വാക്ക് നിയമവാഴ്ചയുടെയും. എനിക്ക് നിങ്ങൾ നല്കിയ എല്ലാ വിശേഷണങ്ങളും ദയവായി ഒരു നല്ല പൗരൻ എന്നതാക്കി മാറ്റണം.

രാജ്യത്തിന്റെ ഭരണക്രമീകരണം എത്തിച്ചേർന്നിരിക്കുന്ന ഈ സന്ദിഗ്ദ്ധഘട്ടത്തിൽ അദ്ദേഹത്തിന്റെ രാജിയെപ്പറ്റി ആർക്കും ആലോചിക്കുവാൻ പറ്റുമായിരുന്നില്ല. ബൊളിവാറിന്റെ രാജിയും ഭരണസമിതി അത് നിരാകരിക്കുന്നതും നാം പലതവണ കണ്ടിട്ടുള്ളതാണ്. ഇദ്ദേഹത്തിന്റെ ശത്രുക്കൾ ഈ രാജികൾ ഒട്ടും ആത്മാർത്ഥതയില്ലാത്തതാണ് എന്നുപറഞ്ഞ് പരിഹസിക്കാറുമുണ്ടായിരുന്നു. അദ്ദേഹത്തിനു കൊളംബിയ അടക്കമുള്ള മുഴുവൻ ദക്ഷിണ അമേരിക്കയുടെയും അധികാരം കൈയാളാൻ വേണ്ടിയും അങ്ങനെ ചരിത്രത്തിൽ സമാനതകളില്ലാത്ത കീർത്തി നേടിയെടുക്കാനുമുള്ള അത്യാഗ്രഹമാണെന്നും അവർ പിറുപിറുത്തുകൊണ്ടിരുന്നു. എന്നാൽ അദ്ദേഹത്തിന്റെ പ്രഖ്യാപനങ്ങളെല്ലാം ലോകത്തിനുമുമ്പിൽ തികച്ചും സുതാര്യമായാണ് നടത്തിയിരുന്നത്. ഇപ്പോൾത്തന്നെ ദക്ഷിണ അമേരിക്ക മുഴുവൻ അദ്ദേഹത്തിന്റെ മഹത്വം അംഗീകരിച്ചുകഴിഞ്ഞിട്ടുമുണ്ട്. അദ്ദേഹം സൈന്യത്തിൽനിന്നു വിട്ടുപിരിഞ്ഞിട്ടുപോലും ആ കീർത്തി നിലനിന്നു. അദ്ദേഹത്തിന്റെ രാജിക്കത്ത് സ്വീകരിച്ചിരുന്നെങ്കിൽ തീർച്ചയായും സന്തോഷത്തോടെ അദ്ദേഹം അധികാരം ഒഴിഞ്ഞേനെ. ഒരു യോദ്ധാവെന്ന നിലയിലും ഒരു സംഘാടകനെന്ന നിലയിലും ത്യാഗസന്നദ്ധനായ ഒരു ദേശസ്നേഹി എന്ന നിലയിലുമുള്ള തന്റെ കീർത്തി നിലനിർത്തിക്കൊണ്ടുതന്നെ. അക്കാലത്ത് വടക്കെ അമേരിക്കയിലെ പത്രങ്ങളും ലോകത്തിന്റെ എല്ലാ ഭാഗത്തുമുള്ള ആളുകളും അദ്ദേഹം കൈവരിച്ച നേട്ടങ്ങളെ അംഗീകരിച്ചിരുന്നു. വടക്കെ അമേരിക്കയിലെ പത്രങ്ങൾ അദ്ദേഹത്തിന്റെ രാജിയെ എതിർക്കുക മാത്രമല്ല, അത് അനവസരത്തിലാണെന്ന് സ്ഥാപിക്കുകയും ചെയ്തു.

തന്റെ വാക്കുകളുമായി സമരസപ്പെട്ടുപോകുന്നതായിരുന്നു അദ്ദേ

ഹത്തിന്റെ ജീവിതം. അദ്ദേഹം അധികാരത്തിന്റെ വക്താവായിരുന്നു. സന്ദർഭം ആവശ്യപ്പെട്ടപ്പോഴെല്ലാം അദ്ദേഹത്തിന് ഒരു ഏകാധിപതിയുടെ ശൈലി സ്വീകരിക്കുവാൻ മടിയുണ്ടായിരുന്നില്ല. തന്റെ പാർട്ടിയിലെ പ്രശ്നകാരികളായ സഹപ്രവർത്തകരെ കൈകാര്യം ചെയ്യുമ്പോൾ ചില സന്ദർഭങ്ങളിൽ മാത്രം അദ്ദേഹം ദുർബ്ബലനായിപ്പോകുമായിരുന്നു. ഒഴിച്ചുകൂടാത്ത സന്ദർഭങ്ങളിൽ കഠിനമായ തീരുമാനങ്ങൾ എടുക്കുവാൻ അദ്ദേഹം മടികാണിച്ചില്ല. പിയറിന്റെ വധശിക്ഷ ഉദാഹരണം. നിയമത്തെ ശരിയായ വഴിയിലൂടെ നയിക്കുന്നതിന് വേണ്ടിയായിരുന്നു ഈ നടപടി.

നിയമാനുസൃതമായ കീർത്തിക്കുവേണ്ടി മാത്രമേ അദ്ദേഹം തല കുനിച്ചുകൊടുത്തിട്ടുള്ളൂ. സ്വത്ത് സമ്പാദിക്കുവാനോ സഹപൗരന്മാരെ അടിച്ചമർത്തി ഭരണം കൈയാളുവാനോ അദ്ദേഹം ഒരിക്കലും തയ്യാറായിരുന്നില്ല. യുദ്ധത്തിനുള്ള തയ്യാറെടുപ്പുകൾ നടത്തുമ്പോൾത്തന്നെ മറ്റു രാജ്യങ്ങളുമായുള്ള വെനസ്വേലയുടെ നയതന്ത്രബന്ധങ്ങൾ കാത്തുസൂക്ഷിക്കുന്നതിനും അദ്ദേഹം ശ്രദ്ധിച്ചിരുന്നു. സാമ്പത്തികമായ ഒരുക്കൂട്ടലുകളും ആഭ്യന്തര ഭരണകാര്യങ്ങളും അദ്ദേഹം വിസ്മരിച്ചിരുന്നില്ല. അമേരിക്കയുടെ ഐക്യത്തെക്കുറിച്ചുള്ള അദ്ദേഹത്തിന്റെ സ്വപ്നങ്ങൾ തുടർന്നും നിലനിർത്തി. ആ സ്വപ്നങ്ങൾ യാഥാർത്ഥ്യമാക്കുന്നതിൽ ബഹുകാതം പിന്നിലായിപ്പോയി അദ്ദേഹത്തിന്റെ സഹപ്രവർത്തകർ എന്നുമാത്രം. എന്നാൽ എപ്പോഴും അദ്ദേഹത്തിന്റെ രഥചക്രങ്ങളെ മുന്നോട്ട് നയിച്ചിരുന്നത് ഈ സ്വപ്നങ്ങളായിരുന്നു. അർജന്റീനയിലെയും ചിലിയിലെയും രാഷ്ട്രതന്ത്രജ്ഞന്മാരുമായി അദ്ദേഹം ഇക്കാര്യത്തിൽ ബന്ധം പുലർത്തിക്കൊണ്ടിരുന്നു. നെവഗ്ര നാദ നിവാസികൾക്കയച്ച ഒരു പ്രഖ്യാപനത്തിൽ അമേരിക്കയുടെ ഐക്യമാണ് തന്റെ ഏറ്റവും വലിയ സ്വപ്നവും ആഗ്രഹവുമെന്ന കാര്യം അദ്ദേഹം അടിവരയിട്ടുപറഞ്ഞു. പൂർണ്ണ അധികാരമുള്ള പ്രതിനിധികളെ മെക്സിക്കോ, പെറു, ചിലി, അർജന്റീന എന്നീ രാജ്യങ്ങളിലേക്കെല്ലാം അയച്ചു. അവർക്കുള്ള നിർദ്ദേശങ്ങളിൽ അദ്ദേഹം ഉപയോഗിച്ച വാക്കുകൾ, ഇന്നും — രണ്ടു നൂറ്റാണ്ടുകൾക്കുശേഷവും — പ്രസക്തവും പുതുമയുള്ളതുമായി അനുഭവപ്പെടുന്നുണ്ട്.

'മുമ്പ് പറഞ്ഞ പല കാര്യങ്ങളും ഞാൻ ആവർത്തിക്കുന്നു. എന്റെ പരമമായ ലക്ഷ്യം യഥാർത്ഥ അമേരിക്കക്കാരുടെ ഒരു സംഘടനയ്ക്ക് രൂപം കൊടുക്കുക എന്നുള്ളതാണ്. ഈ സന്ദർഭത്തിൽ മറ്റൊരു കാര്യത്തിനും അതിനേക്കാൾ പ്രാധാന്യമുള്ളതായി എനിക്ക് തോന്നുന്നില്ല. ഈ സംഘടന ആരെയെങ്കിലും ആക്രമിക്കുവാനോ പ്രതിരോധിക്കുവാനോ ഉള്ള ലക്ഷ്യത്തോടെ മാത്രമായിരിക്കരുത്. അമേരിക്കൻ രാഷ്ട്രങ്ങളുടെ ഈ സമുച്ചയം ഇതേകാരണത്തിനുവേണ്ടി ലോകത്തിന്റെ മറ്റു ഭാഗങ്ങളിൽ ഇതിനകം രൂപീകരിക്കപ്പെട്ട സംഘടനകളേക്കാളൊക്കെ ഇഴയടുപ്പമുള്ളതായിരിക്കണം. സഹോദരരാഷ്ട്രങ്ങളുടെ ഒരു സമൂഹമായിരിക്കണം നമ്മുടേത്. പരമാധികാരത്തിനുവേണ്ടി മാത്രമായിരിക്കണം രാഷ്ട്രങ്ങൾ എന്ന വിഭജനം. എന്നാൽ ഇവ തമ്മിൽ ശക്തവും യുക്ത

വുമായ ഐക്യമുണ്ടായിരിക്കണം. പരസ്പരം പിന്തുണയ്ക്കാനും, വിദേശ അധിനിവേശത്തിനും, ചൂഷണത്തിനും എതിരായുള്ള ഒരു ഐക്യപ്പെട ലായിരിക്കണം ഇത്. പൂർണ്ണ അധികാരമുള്ള പ്രതിനിധികളുടെ ഒരു അസംബ്ലി അധികം കാലവിളംബമില്ലാതെ സ്ഥാപിക്കപ്പെടേണ്ടതുണ്ട്. അമേരിക്കൻ ഭരണകൂടങ്ങളുടെ പൊതുതാല്പര്യങ്ങൾ സംരക്ഷിക്കു വാനും ഭാവിയിൽ ജനങ്ങൾക്കിടയിൽ ഉണ്ടാകാവുന്ന അഭിപ്രായവ്യത്യാ സങ്ങൾക്കെല്ലാം അതത് സമയത്ത് ശാശ്വത പരിഹാരം കാണുവാനും ഇത് ആവശ്യമാണ്. ഇത്തരം ഒരു അസംബ്ലിയുടെ അഭാവത്തിൽ, അപ ലപിക്കപ്പെടേണ്ടതും മറ്റ് രാജ്യങ്ങളിൽ ദൗർഭാഗ്യങ്ങൾ വിതയ്ക്കുന്നതു മായ യുദ്ധങ്ങളും ഇടപെടലുകളും ഇനിയും ഉണ്ടായിക്കൊണ്ടേയിരിക്കും.

ഈ പ്രതിനിധികൾ സമർപ്പിക്കേണ്ട ഉടമ്പടിയുടെ കരട് രേഖയിൽ ഈ കാര്യങ്ങൾകൂടി അദ്ദേഹം വ്യക്തമായി ഉൾക്കൊള്ളിച്ചു. ഉടമ്പടി പ്രകാരം ഐക്യപ്പെടുന്ന ഓരോ വിഭാഗവും പരസ്പരം ഒരു കാര്യത്തിൽ ഉറപ്പുനല്കേണ്ടതാണ്. ഓരോ രാജ്യത്തിന്റെയും ദേശീയോദ്ഗ്രഥന ത്തെയും യുദ്ധത്തിനുമുമ്പുണ്ടായിരുന്ന ദേശാതിർത്തികളെയും പരമാ ധികാരത്തെയും അംഗീകരിക്കുമെന്ന ഉറപ്പുനല്കണം. രണ്ടോ മൂന്നോ രാജ്യങ്ങൾ ചേർന്ന് ഒരൊറ്റ രാജ്യത്തിന്റെ ചട്ടക്കൂടിനുള്ളിൽ വരാൻ സമ്മ തിക്കുകയാണെങ്കിൽ ഈ പറഞ്ഞ ഉടമ്പടിയിൽ ആവശ്യമായി വരുന്ന മാറ്റങ്ങൾ സ്വീകരിക്കാവുന്നതാണ്. ഉദാഹരണത്തിന് റിപ്പബ്ലിക് ഓഫ് കൊളംബിയയും വെനസ്വേലയും നെവഗ്രനാദയും ചേർന്നുണ്ടാക്കിയ സമുച്ചയംതന്നെ എടുക്കാവുന്നതാണ്.

ഇത്തരം നിർദ്ദേശങ്ങൾ തന്നെയായിരുന്നു മെക്സിക്കോവിലേക്ക് അയക്കപ്പെട്ട പ്രതിനിധികൾക്ക് നല്കിയതും. പെറുവുമായി ഉണ്ടാക്കിയ കരാറും തുടർന്ന് ചിലിയുമായി ഉണ്ടാക്കിയ കരാറും ഒരേ നിബന്ധന കൾ ഉൾക്കൊള്ളുന്നവയാണ്. ഈ പറഞ്ഞ രണ്ട് ഉടമ്പടികളിലെയും നിബന്ധനകൾ ഇങ്ങനെ വായിക്കാം. സ്പെയിനിന്റെ അധീനതയിലു ണ്ടായിരുന്ന അമേരിക്കയുടെ ഭാഗങ്ങൾ എല്ലാം ചേർന്ന് ഓരോ രാജ്യ ങ്ങളുടെയും പ്രതിനിധികൾ ഉൾപ്പെടുന്ന ഒരു അസംബ്ലി രൂപീകരിക്കണം. ഈ സംഘടന സുസ്ഥിരമായ ഒരു രാഷ്ട്രസമുച്ചയമായി നിലനില്ക്കണം. പൂർണ്ണ അധികാരമുള്ള ഈ അസംബ്ലി രാഷ്ട്രങ്ങൾ തമ്മിൽ അടുത്ത ബന്ധം പുലർത്തുന്നതിനുള്ള അടിത്തറ സൃഷ്ടിച്ചെടുക്കണം. വലിയ സംഘർഷങ്ങൾ വരുമ്പോൾ ഇടപെടാനും, ദേശീയ വിപത്തുകൾ സംഭ വിക്കുമ്പോൾ ബന്ധപ്പെടുവാനുമുള്ള ഒരു വേദിയുമായിരിക്കണം. ഈ പൊതു ഉടമ്പടികളെ വിശ്വസ്തർക്ക് ആവശ്യം വരുമ്പോൾ നിഷ്പക്ഷ മായി വ്യാഖ്യാനിക്കുവാനും വിശ്വസ്തതയോടെ തീരുമാനങ്ങൾ എടു ക്കുവാനും പറ്റണം. അഭിപ്രായവ്യത്യാസങ്ങളും തർക്കങ്ങളും ഉണ്ടാവു മ്പോൾ ആധികാരികമായ ന്യായാധിപനാകാനും, അനുരഞ്ജനത്തിനുള്ള ഒരു സ്ഥാപനമായും വർത്തിക്കണം. കൊളംബിയൻ പ്രസിഡന്റ് എന്ന നിലയിൽ ബൊളിവാർ ആദ്യമായി നടപ്പിലാക്കിയ കാര്യങ്ങളുടെ അടി സ്ഥാനം ഈ ആശയങ്ങളായിരുന്നു.

സാൻമാർട്ടിൻ എന്ന പ്രതിഭാസം

ദക്ഷിണഭാഗത്തേക്കുള്ള യുദ്ധമുന്നേറ്റത്തിനിടയിൽ ബൊളിവാറിനു ചില നല്ല വാർത്തകൾ ലഭിച്ചു. പതിനാല് മാസത്തെ തുടർച്ചയായ ഉപരോധത്തിനുശേഷം കർതഹെന പൂർണ്ണമായും വിമോചിക്കപ്പെട്ടു. പനാമയിലെ വിപ്ലവമുന്നേറ്റം പനാമയെ സ്വതന്ത്രമാക്കുകയും കൊളംബിയയുടെ എട്ടാമത്തെ ഘടകമായി മാറ്റുകയും ചെയ്തിരിക്കുന്നു. പനാമയുടെ സ്വാതന്ത്ര്യത്തിന്റെ പ്രാധാന്യത്തെക്കുറിച്ച് ഏറെയൊന്നും പറയേണ്ടതില്ല. ബൊളിവാർ അതിനെ മഹത്തായൊരു നിമിഷമായി കരുതി. ലോകത്തിന്റെ മുഴുവൻ ഭാരവും ചുമക്കുന്ന രാജ്യം എന്ന പനാമയെക്കുറിച്ചുള്ള ബൊളിവാറുടെ പരാമർശം ഈ ഇരുപത്തിയൊന്നാം നൂറ്റാണ്ടിലും ശരിയാണെന്ന് ആരും സമ്മതിക്കും.

1822 ജനുവരിയിൽ കരമാർഗ്ഗം നീങ്ങി ക്വിതോ പിടിച്ചെടുക്കുവാനുള്ള സൈനിക തയ്യാറെടുപ്പ് ആരംഭിച്ചു. അതിദുഷ്കരമായ ഭൂപ്രകൃതി കാരണം ഏറ്റവും വിഷമം പിടിച്ചതായിരുന്നു ക്വിതോയിലേക്കുള്ള പടനീക്കം. ക്വിതോയ്ക്കും ബൊളിവാറുടെ സൈന്യത്തിനുമിടയിൽ ബുഡോഡിപാസ് എന്നുവിളിക്കപ്പെടുന്ന ആൻഡീസ് പർവ്വതനിരകളുടെ സിരാകേന്ദ്രം സ്ഥിതിചെയ്യുന്നു. നാളിതുവരെ ബൊളിവാറിനും സംഘത്തിനും ഏറ്റെടുക്കേണ്ടിവന്ന ക്ലേശകരമായ സൈനിക മുന്നേറ്റങ്ങളെല്ലാം ഈ മുന്നേറ്റവുമായി താരതമ്യപ്പെടുത്തുമ്പോൾ നിസ്സാരമായിത്തീരുന്നു. മിക്കവാറും മറികടക്കുവാൻ പറ്റുകയില്ല എന്നു തോന്നിപ്പിക്കുന്ന ഒരു വഴിത്താരയായിരുന്നു ഇപ്പോൾ ബൊളിവാറും സംഘവും തരണം ചെയ്യേണ്ടിവരുന്നത്. തെക്കൻയാത്രയിൽ ഭൂപ്രകൃതിതന്നെയാണ് ഏറ്റവും വലിയ പ്രതിരോധം തീർത്തിരിക്കുന്നത്. വൻകരയുടെ മറ്റൊരു ഭാഗത്തും ആൻഡിസ് പർവ്വതനിര ഇത്രയും ഭീകരമായൊരു ദുർഗ്ഗമായി അനുഭവ

പ്പെടില്ല. ഭീതിജനകമായ ഇടുങ്ങിയ നദികളും വെള്ളച്ചാട്ടങ്ങളും വല്ലാത്ത വഴുക്കലുള്ള പാറകൾ, എത്ര കയറിയാലും അവസാനിക്കാത്ത ചെങ്കുത്തായ കൊടുമുടികൾ. മറ്റൊരു വഴിയും കണ്ടെത്താൻ പറ്റാത്ത ഒരു പ്രദേശം. ഇതുമാത്രമല്ല, സ്വാതന്ത്ര്യപോരാളികളോട് കൊടിയ ശത്രുത പുലർത്തുന്ന പെസ്റ്റിസോസ് എന്ന അപൂർവ്വമായി മാത്രം കാണപ്പെടുന്നൊരു ജനവിഭാഗവും ഈ വഴിത്താരയുടെ സവിശേഷതയായിരുന്നു. പെസ്റ്റിസോസ് വിഭാഗത്തിൽപ്പെടുന്ന മുഴുവൻ ജനങ്ങളും ബൊളിവാറുടെ യുദ്ധയാത്ര തകർക്കാൻ ഏതറ്റംവരെയും പോകാൻ തയ്യാറുള്ളവരായിരുന്നു. ബൊയാക്കയിലും കാരബോബയിലും നേടിയ സല്പേര് ഈ ദുർഘടങ്ങളെല്ലാം ചേർന്ന് തകർത്തുകളയുമോ എന്നുപോലും തോന്നിപ്പോയി. എന്നാൽ തെക്കെ അമേരിക്കയുടെ സ്വാതന്ത്ര്യപ്രാപ്തിക്കുവേണ്ടി, കൊളംബിയയും ക്വിതോയും ഒന്നായിത്തീരാൻവേണ്ടി ഏതു കഠിനകാലത്തെയും നേരിടാൻ അവർ തയ്യാറായിരുന്നു.

മാർച്ച് 8-ാം തീയതിയാണ് ദക്ഷിണഭാഗത്തേക്കുള്ള യാത്ര തുടങ്ങിയത്. വഴിമദ്ധ്യേ ആയിരത്തോളം സൈനികരെ ആശുപത്രികളിൽ പ്രവേശിപ്പിക്കേണ്ടിവന്നു. ഒടുവിൽ ലക്ഷ്യത്തിലെത്തുമ്പോഴേക്കും രണ്ടായിരം പേർ മാത്രമേ ബൊളിവാറുടെ കൂടെ ഉണ്ടായിരുന്നുള്ളൂ. ഗുവയാക്കിൽ നിലയുറപ്പിച്ചിരുന്ന സ്യൂക്കർ സ്പാനിഷ് സൈന്യത്തിന്റെ ശ്രദ്ധ തിരിക്കാൻ വേണ്ടി പെട്ടെന്നൊരു മുന്നേറ്റം നടത്തിയത് ബൊളിവാറുടെ സംഘത്തിന് സഹായകമായി. രണ്ടായിരത്തോളം പട്ടാളക്കാർ ഇവരെ നേരിടുവാൻ പാസ്റ്റോ നഗരത്തിൽ കാത്തിരിക്കുന്നുണ്ടായിരുന്നു. ഇവർക്കാവട്ടെ നല്ല സ്ഥലപരിചയവും പ്രാദേശിക ജനവിഭാഗത്തിന്റെ പിന്തുണയുമുണ്ടായിരുന്നു. സ്പാനിഷ് കേണൽ ഡിബാസിലിയോ ഗാർസ്യയുടെ നേതൃത്വത്തിലുള്ള സൈന്യവും ബൊളിവാറുടെ സൈന്യവും ബൊംബാന എന്ന സ്ഥലത്തുവെച്ച് ഏറ്റുമുട്ടി. എല്ലാനിലയിലും അനുകൂലമായ അവസ്ഥയിൽ നില്ക്കുന്ന സ്പാനിഷ് സൈന്യവും ഭൂപ്രകൃതിയാലും പ്രാദേശിക ജനവിഭാഗത്തിന്റെ ഉപദ്രവത്താലും പരിക്ഷീണിതരായ ബൊളിവാറുടെ സൈന്യവും തമ്മിലാണ് ഏറ്റുമുട്ടുന്നത്. എന്നാൽ നാം കീഴടക്കണം, നാം കീഴടക്കണം എന്നുമാത്രം മന്ത്രിച്ചുകൊണ്ട് ബൊളിവാർ മുന്നേറി. ഏപ്രിൽ ഏഴാം തീയതിയാണ് ബൊംബാനയിലെ യുദ്ധം ആരംഭിച്ചത്. ഉച്ചയ്ക്കുശേഷവും പിന്നെ അർദ്ധരാത്രിയോളവും യുദ്ധം നീണ്ടുനിന്നു. ബൊളിവാറുടെ സൈന്യം അവസരത്തിനൊത്തുയരുകയും അത്ഭുതകരമായ രീതിയിൽ മുൻകൈ നേടിയെടുക്കുകയും ചെയ്തു. പാതിരാത്രിയിലെ നിലാവെളിച്ചം ശത്രുസൈന്യത്തിന്റെ പിൻവാങ്ങലിനു സാക്ഷ്യം വഹിച്ചു. ബൊയാക്കോവിലെയും കാരബോബൊയിലെയും വിജയങ്ങൾക്കൊപ്പം പ്രകീർത്തിക്കപ്പെടുന്ന ഒന്നായി ബൊംബാനയും ചരിത്രത്തിൽ സ്ഥാനം പിടിച്ചു.

യുദ്ധം ആരംഭിക്കുന്നതിനു തൊട്ടുമുമ്പ് പെദ്രോലിയോൺ തോറസ്

ബൊളിവാറുടെ ഒരു ആജ്ഞ മനസ്സിലാക്കുന്നതിൽ പിഴവ് വരുത്തി. ബൊളിവാർ തോറസിനോട് അയാളുടെ സൈന്യവുമായിച്ചെന്ന് മറ്റൊരു ജനറലിന്റെ മുമ്പാകെ കീഴടങ്ങുവാൻ ആവശ്യപ്പെട്ടു. തോറസ് ഒരു റൈഫിൾ കൈയിലെടുത്തുകൊണ്ട് വികാരാധീനനായി പറഞ്ഞു: "വിമോചകൻ ഒരു ജനറൽ എന്ന നിലയിൽ എന്റെ രാജ്യത്തെ ഇനി സേവിക്കാൻ ഞാൻ അർഹനല്ല. ഞാനൊരു ഗ്രാനേഡറായി (കൈബോംബെറിയുന്നവൻ) സേവനമനുഷ്ഠിച്ചോളാം." ബൊളിവാർ തന്റെ ആജ്ഞ ഒന്നുകൂടി ആവർത്തിച്ചു. എന്നാൽ ടോറസ് അത് വകവെക്കാതെ ശത്രുവിനുനേരെ മുന്നേറാൻ തന്റെ സൈന്യത്തിനു ആജ്ഞ നല്കി മുന്നോട്ടു കുതിച്ചു. ശത്രുസൈന്യത്തിന്റെ പ്രത്യാക്രമണത്തിൽ അയാൾ മുറിവേറ്റ് നിലംപതിച്ചു. തുടർന്നുള്ള യുദ്ധത്തിൽ മുന്നേറിയ ബൊളിവാർ സ്പാനിഷ് പടത്തലവനായ ബാസിലിയോ ഗാർസ്യയോട് കീഴടങ്ങുവാൻ ആവശ്യപ്പെട്ടു. തുടക്കത്തിൽ അയാൾ ആ ആവശ്യം നിരസിച്ചുവെങ്കിലും പിന്നീട് കീഴടങ്ങുകയല്ലാതെ മറ്റൊരു വഴിയും അയാൾക്കുമുന്നിൽ അവശേഷിച്ചില്ല. ബാസിലിയോ ഗാർസ്യ ഒരു ധീരനും സ്പാനിഷ് യുദ്ധത്തിന്റെ യഥാർത്ഥ പ്രതിനിധിയുമായിരുന്നു. പാസ്തോ നഗരത്തിലേക്ക് കടന്ന ബൊളിവാറിനു നഗരവാസികളുടെ കടുത്ത എതിർപ്പ് നേരിടേണ്ടിവന്നു. തന്റെ സുരക്ഷയ്ക്കായി കീഴടങ്ങിയ സൈനികരെത്തന്നെ നിയോഗിക്കേണ്ടിവന്നു. കീഴടങ്ങിയ പട്ടാളക്കാരാകട്ടെ കീഴടങ്ങലിന്റെ നിബന്ധനകളോട് ബഹുമാനവും കൂറും കാണിച്ചുകൊണ്ട് ബൊളിവാറിനു ആവശ്യമായ സംരക്ഷണം നല്കുകയും ചെയ്തു. ഈ യുദ്ധത്തിനിടയിൽ വിമോചനപ്പോരാളികൾക്ക് ആഹ്ലാദകരമായ ചില സംഭവങ്ങൾ നടന്നു. ബൊളിവാറിനെ സഹായിക്കാൻവേണ്ടി സ്വാതന്ത്ര്യസമര പ്രസ്ഥാനത്തിലെത്തിയ ജനറൽ സ്യൂക്കർ രണ്ടുമൂന്ന് നഗരങ്ങൾ പിടിച്ചെടുത്തുകൊണ്ട് ക്വിതോവിലേക്ക് മുന്നേറി. 24-5-22 നു പിചിൻച അഗ്നിപർവ്വതപ്രദേശത്ത് വെച്ച് അദ്ദേഹം നിർണ്ണായകമായ ഒരു യുദ്ധം നടത്തി. ക്വിതോയുടെ സ്വാതന്ത്ര്യം ഉറപ്പുവരുത്തിയത് ഈ യുദ്ധമായിരുന്നു. ഈ യുദ്ധവിജയം സ്യൂക്കറെ റിപ്പബ്ലിക്കൻ സൈന്യത്തിലെ മഹാനായ ജനറൽ രണ്ടാമൻ എന്ന വിശേഷണത്തിന് അർഹനാക്കി. ഒന്നാമൻ ബൊളിവാർ തന്നെ. ആ യുദ്ധത്തിൽ സ്യൂക്കർ 1200 ശത്രുസൈനികരെ യുദ്ധത്തടവുകാരാക്കി. നിരവധി യുദ്ധോപകരണങ്ങൾ, പ്രത്യേകിച്ചും തോക്കുകളും വെടിയുണ്ടകളും പിടിച്ചെടുത്തു. ഇത് പിന്നീടങ്ങോട്ടുള്ള യുദ്ധത്തിൽ ഏറെ സഹായകരമായി. സ്യൂക്കർ തടവിലാക്കിയ സൈനികരിൽ സ്പാനിഷ് കമാന്റർ അയ്മർച്ചും ഉൾപ്പെടുന്നു. സ്യൂക്കർ ക്വിതോ നഗരത്തിലേക്ക് മെയ് 25 നാണ് പ്രവേശിച്ചത്. അന്ന് സ്പാനിഷുകാർ ആ നഗരം കീഴടക്കിയതിന്റെ 218--ാം വാർഷികദിനം കൂടിയായിരുന്നു. സ്യൂക്കർ ക്വിതോയിലും ബൊളിവാർ പാസ്തോവിലും നിലയുറപ്പിച്ചതിനാൽ റോയലിസ്റ്റുകളുടെ നിരവധി ദളങ്ങൾ അവർക്കു മുമ്പിൽ ആയുധംവെച്ച് കീഴടങ്ങി.

തെക്കെ അമേരിക്കയിലെ സ്വതന്ത്രരായ രാജ്യങ്ങളെ അംഗീകരിക്കണമോ എന്ന പ്രശ്നം യു എസ് എ ഭരണസമിതിയുടെ മുമ്പാകെ വന്നു. ജെയിംസ് മൺറോ പ്രസിഡന്റും ജോൺ ക്വൻസി ആഡംസ് സ്റ്റേറ്റ് സെക്രട്ടറിയുമായിരുന്നു. അതിനുമുമ്പ് സ്റ്റേറ്റ് സെക്രട്ടറിയായിരുന്ന ഹെൻറി ക്ലേ നേരത്തെതന്നെ തെക്കെ അമേരിക്കയിലെ പുതുതായി സ്വാതന്ത്ര്യം നേടിയ രാജ്യങ്ങളെ അംഗീകരിക്കണം എന്ന അഭിപ്രായം രേഖപ്പെടുത്തിയിരുന്നു. ഇവരുടെയെല്ലാം അഭിപ്രായ ഐക്യത്തിന്റെ ഫലമായി തെക്കെ അമേരിക്കയിലെ രാജ്യങ്ങളെ യു എസ് എ അംഗീകരിച്ചു. അക്കാലത്തെ പ്രധാന പത്രങ്ങളുടെയെല്ലാം നിലപാടുകൾ സ്വാതന്ത്ര്യപ്പോരാളികൾക്ക് അനുകൂലമായിരുന്നു. യു എസ് എ ഗവൺമെന്റിന്റെ അംഗീകാരം കൂടി ലഭിച്ചപ്പോൾ അത് അക്കാലത്തെ ലോകജനതയുടെ അഭിപ്രായമായി മാറി. യു എസ് എ യുടെ ഭരണസമിതിയിൽ അവതരിപ്പിച്ച റിപ്പോർട്ടിൽ സ്പാനിഷ് അമേരിക്കയിലെ ജനങ്ങൾക്ക് സ്വാതന്ത്ര്യത്തിനുള്ള അവകാശം നിഷേധിക്കുകയെന്നാൽ നമ്മൾ നമ്മുടെ സ്വാതന്ത്ര്യത്തെ അപമാനിക്കുന്നതിനു തുല്യമായിരിക്കും എന്നാണ് അഭിപ്രായപ്പെട്ടത്. തെക്കെ അമേരിക്കയിലെ പുതുതായി സ്വാതന്ത്ര്യം നേടിയ രാജ്യങ്ങളെ യു എസ് എ യിലെ കോൺഗ്രസ് 160 ൽ 159 വോട്ട് നേടിക്കൊണ്ട് അംഗീകരിച്ചു. അതിനെ എതിർത്ത ആ ഒരാളെ എല്ലാവരും മറന്നു. എന്നാൽ സ്പെയിൻ ഈ രാജ്യങ്ങളെ ഒരിക്കലും അംഗീകരിച്ചിരുന്നില്ല.

(അമേരിക്ക വൻകരയുടെ (വടക്കേ അമേരിക്കയുടെയും തെക്കെ അമേരിക്കയുടെയും) രാഷ്ട്രീയചരിത്രത്തിൽ നിർണ്ണായകമായ പ്രാധാന്യം നേടിയ ഒരു നയരേഖ ഈ അവസരത്തിലാണ് ഉണ്ടാകുന്നത്. ഇത് മൺറോ സിദ്ധാന്തം എന്ന പേരിൽ പിന്നീട് അറിയപ്പെട്ടു. ഈ രേഖ പ്രകാരം യൂറോപ്യൻ രാജ്യങ്ങൾ ദക്ഷിണ ഉത്തര അമേരിക്കൻ രാജ്യങ്ങളെ കോളനികളാക്കുന്നത് ഒരു അധിനിവേശപ്രവർത്തനമായി കണക്കാക്കും. അതുകൊണ്ടുതന്നെ യു എസ് എയുടെ ഇടപെടൽ അവിടെ അനിവാര്യമായിത്തീരും. സ്പെയിനിന്റെയും പോർച്ചുഗലിന്റെയും ലാറ്റിനമേരിക്കൻ കോളനികൾ സ്വതന്ത്രരായിക്കൊണ്ടിരിക്കുന്ന അവസരത്തിലാണ് ഈ രേഖ പ്രാബല്യത്തിൽ വരുന്നത്. ലാറ്റിനമേരിക്കൻ രാജ്യങ്ങളിലേക്ക് യൂറോപ്യൻ ശക്തികളൊന്നും ഇനി കടന്നുവരില്ലെന്ന് ഈ രേഖയിലൂടെ യു എസ് എ ഉറപ്പുവരുത്തി.

യുണൈറ്റഡ് സ്റ്റേറ്റ് ഓഫ് അമേരിക്കൻ കോൺഗ്രസിലെ തന്റെ ഏഴാമത് അഭിസംബോധനയിലാണ് അമേരിക്കൻ പ്രസിഡന്റ് ജെയിംസ് മൺറോ ഈ രേഖ ആദ്യമായി പുറത്തുവിടുന്നത് (2-12-1823 ന്) പത്തൊമ്പതാം നൂറ്റാണ്ടിന്റെ അവസാനത്തോടെ ഈ രേഖ യു എസ് എയുടെ വിദേശനയത്തിന്റെ ഒരു പ്രധാന ഘടകമായി. തുടർന്നുവന്ന യു എസ് പ്രസിഡന്റുമാരായ റൂസ്വെൽറ്റ്, ജോൺ എഫ് കെന്നഡി, ലിയോൺ ബി ജോൺസൺ, റൊണാൾഡ് റീഗൻ, ജോർജ്ജ് ബുഷ് തുടങ്ങിയ

വർക്കെല്ലാം ഈ രേഖ മാർഗ്ഗദർശകമായി. മൺറോ സിദ്ധാന്തത്തിന്റെ പ്രധാന ലക്ഷ്യം പുതുതായി വിമോചിപ്പിക്കപ്പെട്ട ലാറ്റിനമേരിക്കൻ രാജ്യങ്ങളുടെമേൽ യൂറോപ്യൻ രാജ്യങ്ങളുടെ ഇടപെടൽ തടയുക എന്നതായിരുന്നു. പുതിയ ലോകത്തിൽ പഴയ ലോകശക്തികളുടെ ആധിപത്യം തുടച്ചുമാറ്റാൻ ഈ രേഖ ശ്രദ്ധിച്ചു. ഇനിയുള്ള കാലം തങ്ങളുടേതാണെന്ന ദീർഘവീക്ഷണത്തോടെ ലാറ്റിനമേരിക്കയിലെ രാജ്യങ്ങളുടെ ആഭ്യന്തര കാര്യങ്ങളിൽപ്പോലും അമേരിക്ക ഇടപെടാൻ തുടങ്ങിയത് ഈ രേഖയുടെ പിൻബലത്തിലാണ്. അക്കാലത്തുതന്നെ പുതുതായി സ്വതന്ത്രരായ ലാറ്റിനമേരിക്കൻ രാജ്യങ്ങൾ മൺറോ സിദ്ധാന്തത്തെ ശക്തമായി എതിർത്തിരുന്നു. യു എസ് എയുടെ അനാവശ്യമായ ഇടപെടലുകൾക്കും പുത്തൻ അധിനിവേശത്തിനും ഈ രേഖ അനുശാസിക്കുന്ന നയം കാരണമായേക്കുമെന്നായിരുന്നു അവരുടെ വിലയിരുത്തൽ. (അതു ശരിയായിരുന്നുവെന്ന് കാലം തെളിയിച്ചുകൊണ്ടേയിരിക്കുന്നു.) ബൊളിവാർ ലോസ്പാസ്റോസ് പിടിച്ചെടുക്കുവാൻ തീരുമാനിച്ചു. ഇവിടെ കലാപം ആരംഭിച്ചപ്പോൾ പോപായനിലെ ബിഷപ്പ് സ്വാതന്ത്ര്യസമര സേനാനികൾക്കെതിരായിരുന്നു. അദ്ദേഹം രാജ്യം വിട്ടുപോകാൻ തീരുമാനിച്ചിരിക്കുകയായിരുന്നു. എന്നാൽ ബൊളിവാറിന്റെ നല്ല വാക്കുകളിൽ ആകൃഷ്ടനായി അദ്ദേഹം ആ തീരുമാനം ഉപേക്ഷിച്ചു. ഒടുവിൽ ആ രാജ്യത്തിന്റെ വിമോചനത്തിന് സഹായകരമായ നിലപാടെടുത്തു അദ്ദേഹം. വിമോചിപ്പിക്കപ്പെട്ടതിനുശേഷം ആ ഭാഗവും റിപ്പബ്ലിക്കിനോട് കൂട്ടിച്ചേർക്കപ്പെട്ടു. ലോസ്പാസ്റോസിൽനിന്നും ബൊളിവാർ ക്വിതോയിലേക്ക് പോയി. അവിടെ അദ്ദേഹം ആഹ്ലാദാരവങ്ങളോടെ സ്വീകരിച്ചാനയിക്കപ്പെട്ടു. ക്വിതോയിലെ പഴയ രാജവംശത്തിലെ ഉത്തരവാദപ്പെട്ട ചില അംഗങ്ങൾ കൊളംബിയൻ റിപ്പബ്ലിക്കുമായി വീണ്ടും ചേരാനുള്ള അവരുടെ ആഗ്രഹം പ്രഖ്യാപിച്ചു. പിന്നീട് ക്വിതോ കൊളംബിയയുടെ ഭാഗമായി. ഈ തീരുമാനം എടുത്ത യോഗത്തിന്റെ നടപടിക്രമം കൈയിൽ കിട്ടിയപ്പോൾ ബൊളിവാർ തന്റെ ഒരാഗ്രഹം വെളിപ്പെടുത്തി. ഈ തീരുമാനം യഥാർത്ഥ ജനപ്രതിനിധികളുടെ മുമ്പാകെ വെക്കണം. അവരുടെ അംഗീകാരം ഈ തീരുമാനത്തിനു എല്ലാവരുടെ മുമ്പിലും വലിയ സ്വീകാര്യത നല്കും.

രാജ്യങ്ങളുടെ ഭരണനിർവ്വഹണത്തിനായി ബൊളിവാർ ഇക്വഡോറിനോട് മൂന്ന് പഴയ പ്രവിശ്യകളെക്കൂടി കൂട്ടിച്ചേർത്തുകൊണ്ട് ഒരു പ്രത്യേക വിഭാഗം സൃഷ്ടിച്ചു. സ്യൂക്കറെ മേജർ ജനറലായി സ്ഥാനക്കയറ്റം നല്കിയശേഷം ഈ വിഭാഗത്തിന്റെ ഗവർണ്ണറായി നിയമിച്ചു. ആ സമയത്ത് പെറുവിന്റെ സംരക്ഷകനായി അറിയപ്പെട്ടിരുന്ന സാൻമാർട്ടിന് ഉടൻതന്നെ ഒരു കത്തയച്ചു. കൊളംബിയയിലെ യുദ്ധം അവസാനിച്ചിരിക്കുന്നു. കൊളംബിയയുടെ വിമോചനസൈന്യം അതിന്റെ സഹോദരന്മാർ വിളിക്കുകയാണെങ്കിൽ എങ്ങോട്ട് വേണമെങ്കിലും എത്തിച്ചേരാൻ തയ്യാറാണ്. പ്രത്യേകിച്ചും ഞങ്ങളുടെ തെക്കൻ ഭാഗങ്ങളിലെ

അയൽരാജ്യങ്ങളിലേക്ക്. കാരണം നിങ്ങളുടെ വിമോചനം ഞങ്ങൾ നേടിയെടുത്ത വിമോചനത്തിന്റെ നിലനില്പുമായി ബന്ധപ്പെട്ടുകിടക്കുന്നു. ഇവിടെ ഒരേ കാലഘട്ടത്തിൽ ജീവിച്ച രണ്ട് മഹാന്മാരായ നേതാക്കൾ മുഖാമുഖം വരികയാണ്. അതിനാൽ തെക്കൻ പ്രദേശത്തെ ഈ വിഖ്യാതനായ മനുഷ്യനെപ്പറ്റി, സാൻമാർട്ടിനെപ്പറ്റി ഇവിടെ അല്പം പറയേണ്ടതുണ്ട്. ഒരു സ്പാനിഷ് ദമ്പതികളുടെ മകനായി ജോസ് ഡി സാൻ മാർട്ടിൻ 1778 ഫെബ്രുവരിയിൽ യാപിയു എന്ന ഗ്രാമത്തിൽ ജനിച്ചു. ഇപ്പോൾ അർജന്റീനയുടെ ഭാഗമാണിത്. ഇന്ത്യൻസ് (ആദിമനിവാസികൾ) ധാരാളമുള്ള ഒരു പ്രദേശമായിരുന്നു അത്. അദ്ദേഹത്തിന്റെ പിതാവ് അർജന്റീനയുടെ ആ ഭാഗത്തെ ഒരു ലഫ്റ്റനന്റ് ഗവർണ്ണറായിരുന്നു. അതുകൊണ്ടുതന്നെ ജോസ്മാർട്ടിന്റെ വിദ്യാഭ്യാസം കുലീന കുടുംബത്തിലെ കുട്ടികളോടൊപ്പം സ്പെയിനിലായിരുന്നു. പതിനൊന്നാമത്തെ വയസ്സിൽ അദ്ദേഹം പട്ടാളത്തിൽ ചേർന്നു. ആഫ്രിക്കയിൽ ഫ്രഞ്ചുകാർക്കെതിരായി യുദ്ധം ചെയ്തു. പിന്നെ പോർത്തുഗലിലേക്ക് പോയി. പോർത്തുഗലിൽ വെച്ച് മാർതിജനയിലെ ധീരനായകനായ മോർട്ടില്ലോയുടെ ഉറ്റതോഴനായി. ഇവർ ഒരുമിച്ച് നിരവധി യുദ്ധങ്ങളിൽ പങ്കെടുത്തു. പിന്നീട് അദ്ദേഹത്തിന് ലഫ്റ്റനന്റ് കേണൽ പദവി ലഭിച്ചു. 1811 ൽ ലണ്ടനിൽവെച്ച് മ്റാൺഡയെ കണ്ടുമുട്ടി. മ്റാൺഡയുടെ പ്രേരണയിലാണ് അദ്ദേഹം ബ്യൂനസ് അയേഴ്സിലേക്ക് പോകാൻ തീരുമാനിച്ചത്. അവിടെ അദ്ദേഹം വിപ്ലവ ഗവൺമെന്റിന്റെ പക്ഷത്തുചേർന്നു. സൈനികവിഭാഗത്തിൽ ലഫ്റ്റനന്റ് കേണൽ പദവി ലഭിച്ചു. ജനങ്ങളെ സംഘടിപ്പിക്കുന്നതിലുള്ള തന്റെ പാടവം തെളിയിക്കാൻ പറ്റി. തന്റെ കീഴിലുള്ള ഓഫീസർമാർക്ക് അതത് സമയത്ത് ഉചിതവും ബുദ്ധിപൂർവ്വവുമായ നിർദ്ദേശങ്ങൾ കൊടുക്കുകയും തന്റെ കീഴിലുള്ള പട്ടാളക്കാരെ അച്ചടക്കത്തോടെ നയിക്കുകയും ചെയ്തു.

അർജന്റീനയിലെ വിപ്ലവത്തിന്റെ തുടക്കത്തിൽ അവരുടെ സ്വാതന്ത്ര്യത്തെക്കുറിച്ചുള്ള സങ്കല്പം അത്ര കൃത്യമായിരുന്നില്ല. സാൻ മാർട്ടിനാണ് ആദ്യമായി വിപ്ലവകാരികൾ സ്വാതന്ത്ര്യവാദികളായിരിക്കണം എന്നു നിർദ്ദേശിച്ചത്. അങ്ങനെയായാൽ അവർക്ക് ഒരു ലക്ഷ്യവും, ഒരു പതാകയും, ശരിയായൊരു പ്രവർത്തനരീതിയും ലോകത്തിനുമുമ്പാകെ വെക്കാൻ കഴിയും. അമേരിക്കയുടെ ഈ ഭാഗത്ത് നടന്ന വിപ്ലവങ്ങളെല്ലാം ഏകാധിപത്യപ്രവണതയുള്ളവയായിരുന്നു. സാൻമാർട്ടിനാകട്ടെ ഏകാധിപത്യത്തെ പിന്തുണയ്ക്കുന്ന ദർശനങ്ങളുടെ ശക്തനായ ആരാധകനുമായിരുന്നു. ഒരേയൊരു യുദ്ധത്തിലേ അർജന്റീനയിൽവെച്ച് അദ്ദേഹം പങ്കെടുത്തിട്ടുള്ളൂ. 120 സൈനികരുമായിച്ചെന്നു 250 ലേറെ സംഖ്യാബലമുള്ള ഒരു ശത്രുദളത്തെ തോല്പിച്ചു. സ്പാനിഷ് വൈസ്രോയിമാരിൽ നിന്നും പ്ലേറ്റാ നദിക്കരയെ സ്വതന്ത്രമാക്കുവാൻ ഏറെ രക്തമൊന്നും ചൊരിയേണ്ടിവന്നില്ല. എന്നാൽ തെക്കേഭാഗത്ത് അങ്ങനെയായിരുന്നില്ല. പ്രത്യേകിച്ചും ഇന്ന് റിപ്പബ്ലിക് ഓഫ് ബൊളീവിയ എന്നറിയപ്പെടുന്ന ഭാഗ

ത്ത്. ഇവിടെ സ്പാനിഷുകാരെ നേരിടുവാൻ നിയോഗിക്കപ്പെട്ടത് സാൻമാർട്ടിനായിരുന്നു. കരയിൽക്കൂടിയുള്ള ആക്രമണം ബുദ്ധിപൂർവ്വമായിരിക്കില്ലെന്ന് അദ്ദേഹം മനസ്സിലാക്കി. കാരണം അമേരിക്കാ വൻകരയിലെ സ്പെയിൻകാരുടെ ശക്തി ഏതാണ്ട് മുഴുവനായും കേന്ദ്രീകരിച്ചിരിക്കുന്നത് പെറുവിലെ വൈസ്രോയിയുടെ കീഴിലായിരുന്നു. അവരെയാണ് നേരിടേണ്ടിയിരുന്നത്. ഈ ദൗത്യത്തിൽനിന്നും മാർട്ടിൻ രോഗം അഭിനയിച്ചു പിന്മാറി. തുടർന്ന് അയാൾ കൂയോ പ്രവിശ്യയിലെ ഗവർണ്ണറായി അയക്കപ്പെട്ടു. ആൻഡിസ് പർവ്വതനിരയുടെ താഴ്വാരമായിരുന്നു കൂയോ. അവിടെ അദ്ദേഹം അതീവ വൈദഗ്ദ്ധ്യത്തോടെ പ്രവർത്തിച്ച് ഒരു വലിയ സൈന്യത്തെ ഉണ്ടാക്കിയെടുത്തു. ബുദ്ധികൂർമ്മത മാത്രമല്ല സ്വന്തം രീതിയിൽ വളർത്തിയെടുത്ത ധാരാളം തനതുശൈലികളും സംഘാടനാപാടവവും അദ്ദേഹത്തിനുണ്ടായിരുന്നു. ഒരു അന്തർമ്മുഖനായിരുന്ന ഇദ്ദേഹത്തിന്റെ വികാരങ്ങളും ചിന്തയും മനസ്സിലാക്കിയെടുക്കുക വിഷമകരമായിരുന്നു. യുദ്ധത്തിൽ വിജയിക്കുന്നതിലും ശത്രുക്കളെ ദ്രോഹിക്കുന്നതിലും അയാൾ ഒരുപോലെ പാടവമുള്ള ആളായിരുന്നു. ഇങ്ങനെയുള്ള കാര്യങ്ങളിൽ ഇയാൾ ബൊളിവാറിന്റെ നേർവിപരീത സ്വഭാവക്കാരനായിരുന്നു.

1817 ൽ പെറുവിൽനിന്നയച്ച ഒരു സ്പാനിഷ് സൈനികദളം ചിലിയിലെ രംഗോഗുവായിൽ വെച്ച് അവിടെ തമ്പടിച്ചിരുന്ന ചിലിയൻ ദേശാഭിമാനികളെ ആക്രമിച്ചു പരാജയപ്പെടുത്തി. ചിതറിപ്പോയ ദേശാഭിമാനികളിൽ ചിലർ ആൻഡിസ് പർവ്വതനിര കടന്ന് മെൻറ്റോസ നഗരത്തിൽ എത്തിച്ചേർന്നു. അവിടെ സാൻമാർട്ടിൻ 4000ത്തോളം സൈനികരോടുകൂടി ചിലി പിടിച്ചെടുക്കുവാനുള്ള തയ്യാറെടുപ്പിലായിരുന്നു. രംഗോഗുവായിൽ നിന്നു രക്ഷപ്പെട്ടെത്തിയ ദേശാഭിമാനികൾ ഇവരോടൊപ്പം ചേരാൻവേണ്ടി സാൻമാർട്ടിനു മുമ്പാകെ അണിനിരന്നു. എന്നാൽ ഇവരിൽ കുറച്ചുപേർ മാത്രമേ സാൻമാർട്ടിനു സ്വീകാര്യരായിട്ടുണ്ടായിരുന്നുള്ളൂ. അങ്ങനെ സ്വീകാര്യരായവരിൽ ഒരാളാണ് ഡിബർഡോ ഹിഗ്ഗിൻസ്. അദ്ദേഹത്തിൽ ഒരു വിശ്വസ്തനെ സാൻമാർട്ടിൻ കണ്ടെത്തി.

ആൻഡീസ് പർവ്വതനിര കടന്നു യക്കാബുക്കോയിലെത്തിയ സാൻമാർട്ടിൻ അവിടെവെച്ച് സ്പാനിഷ് സൈന്യത്തെ നേരിട്ട് പരാജയപ്പെടുത്തി. അതിനുശേഷം മയ്പ്പോവിൽ വെച്ചു നടന്ന നിർണ്ണായകമായ യുദ്ധത്തിലും പങ്കെടുത്തു. സാൻമാർട്ടിൻ സാന്റിയാഗോവിലേക്ക് വിളിക്കപ്പെട്ടു. അവിടെ അദ്ദേഹം ഭരണകൂടത്തിന്റെ ഡയറക്ടർമാരിൽ ഒരാളായി നിയമിക്കപ്പെട്ടു. എന്നാൽ പെട്ടെന്നുതന്നെ ആ സ്ഥാനത്തുനിന്നും അദ്ദേഹം രാജിവെച്ചു. തന്റെ എല്ലാ സ്വാധീനവും ഉപയോഗിച്ച് വിശ്വസ്തനായ ഹിഗ്ഗിൻസിനെ ആ സ്ഥാനത്ത് നിയമിപ്പിച്ചു. ഹിഗ്ഗിൻസ് സത്യസന്ധനും നിപുണനുമായ ഒരു ഭരണാധികാരിയായിരുന്നു. അദ്ദേഹം സാൻമാർട്ടിനെ പട്ടാളത്തിന്റെ ജനറൽ ഇൻ ചീഫായി നിയമിച്ചു. രണ്ടുപേരും കൂടി ചിലിയെ കടൽമാർഗ്ഗം ആക്രമിക്കുന്നതിനുള്ള പദ്ധതി ആവിഷ്കരിച്ചു.

അഡ്മിറൽ കൊക്രൈമിന്റെ സഹായത്തോടുകൂടി സാൻമാർട്ടിൻ പെറുവിലെ കടലോരത്തിറങ്ങി. കുറച്ചുകാലം അവിടെ തങ്ങി സ്വാതന്ത്ര്യത്തിനനുകൂലമായ പൊതുജനാഭിപ്രായം ഉണ്ടാക്കുവാനുള്ള ശ്രമമാരംഭിച്ചു. 1821 ൽ ലിമാ നഗരം പിടിച്ചടക്കി. പെറുവിന്റെ സംരക്ഷകൻ എന്ന പദവിയിൽ അദ്ദേഹം അവരോധിക്കപ്പെട്ടു. വയാകിലും പെറുവും ഒന്നായിത്തീരാൻ അദ്ദേഹം ആഗ്രഹിച്ചു. എന്നാൽ ബൊളിവാർ ഇതിനോട് യോജിച്ചിരുന്നില്ല. 1820 ഒക്ടോബറിൽത്തന്നെ വയാകിൽ സ്പെയിനിൽ നിന്ന് സ്വാതന്ത്ര്യം നേടിയതായി പ്രഖ്യാപിച്ചിരുന്നു. നമ്മൾ നേരത്തെ കണ്ടതുപോലെ ബൊളിവാർ സ്വന്താഅനയിൽ വെച്ച് മൊറില്ലോവുമായുണ്ടാക്കിയ യുദ്ധവിരാമക്കരാറിൽ ഈ പറഞ്ഞ വയാകിൽ ഭാഗം ഉൾപ്പെട്ടിരുന്നില്ല. സ്യൂക്കറെ ഇങ്ങോട്ടേക്ക് ബൊളിവർ അയച്ച കാര്യവും നേരത്തെ പറഞ്ഞിട്ടുണ്ട്.

വയാകിൽ മൂന്ന് വ്യത്യസ്ത നിലപാടെടുത്ത ആളുകളുണ്ടായിരുന്നു. ഒരുകൂട്ടർ സാൻ മാർട്ടിന്റെ ആഗ്രഹംപോലെ വയാകിൽ പെറുവിന്റെ ഭാഗമാകണമെന്ന് വാദിച്ചു. മറ്റൊരു വിഭാഗം കൊളംബിയയുടെ ഭാഗമാക്കുന്നതാണ് ഉചിതമെന്ന് വാദിച്ചു. എന്നാൽ ഈ മേഖല പ്രത്യേകമായി ഒരു സ്വതന്ത്ര രാജ്യമായി നിലനില്ക്കുന്നതായിരിക്കും നല്ലത് എന്ന നിലപാടിലും കുറച്ചുപേരുണ്ടായിരുന്നു. ഈ നിലപാടുകൾക്കെല്ലാം അനുകൂലമായും പ്രതികൂലമായും പല പ്രസ്ഥാനങ്ങളും അവിടെ നിലനിന്നിരുന്നു. സ്യൂക്കർ എല്ലാവരേയും ഹിഗ്ഗിൻസ്, സാൻ മാർട്ടിൻ എന്നിവരേയും മറ്റു പ്രമുഖരായ ആളുകളേയുമെല്ലാം ഏകാഭിപ്രായത്തിൽ എത്തിച്ച് ഈ പ്രശ്നത്തിനു വിജയകരമായ ഒരു പരിസമാപ്തി ഉണ്ടാക്കുവാനുതകുന്ന സന്ദേശം എല്ലാവർക്കും അയച്ചു. ഈ സന്ദർഭത്തിൽ സ്യൂക്കർ കാണിച്ച തന്ത്രജ്ഞതയും പ്രത്യുല്പന്നമതിത്വവും എല്ലാവരിലും മതിപ്പുളവാക്കി. എന്നാൽ പാസ്തോവിനെതിരെയുള്ള ബൊളിവാറിന്റെ നീക്കത്തിന് ശക്തിപകരുവാനുള്ള ഒരു തന്ത്രം എന്ന നിലയിൽ സ്യൂക്കർക്ക് സ്പാനിഷ് സൈന്യത്തിന്റെ ശ്രദ്ധ തന്നിലേക്ക് ആകർഷിക്കേണ്ടതുണ്ടായിരുന്നു. അതിനാൽ അയാൾക്ക് പെട്ടെന്ന് ആ നഗരം ഉപേക്ഷിച്ച് പോകേണ്ടിവന്നു. ഇക്കാരണത്താൽ ബൊളിവാർ ചെറിയതോതിൽ ഈ പ്രശ്നങ്ങളിൽ ഇടപെട്ടു. ഹുണ്ടാസിന്റെ തലവന്മാർക്ക് പ്രശ്നപരിഹാരത്തിനാവശ്യമായ സന്ദേശങ്ങൾ അയച്ചു. ഹുണ്ടാസിന്റെ തലവന്മാർ വയാകിൽ കൊളംബിയയോട് ചേരണമെന്ന അഭിപ്രായക്കാരായിരുന്നു. ഒരവസരത്തിൽ അഭിപ്രായവ്യത്യാസങ്ങൾ മൂർച്ഛിച്ച് സാൻ മാർട്ടിൻ കൊളംബിയയോട് യുദ്ധപ്രഖ്യാപനം നടത്തുവാനുള്ള തയ്യാറെടുപ്പുപോലും നടത്തി. എന്നാൽ ഉടൻ ചെയ്തുതീർക്കാനുണ്ടായിരുന്ന മറ്റു ചില കാര്യങ്ങളുടെ സമ്മർദ്ദംമൂലം അതിൽനിന്നദ്ദേഹം പിൻവാങ്ങുകയായിരുന്നു. അടുത്തകാലത്ത് ബൊംബാനയിലും പിചിൻചയിലും ബൊളിവാർ നേടിയ വിജയങ്ങളും ഇക്കാര്യത്തിൽ വലിയൊരു പങ്കുവഹിച്ചിട്ടുണ്ടായിരിക്കാം.

കിതോയിലെ പ്രശ്നങ്ങൾ പരിഹരിച്ച ഉടൻ ബൊളിവാർ വയാകിൽ എത്തി അവിടുത്തെ പ്രശ്നങ്ങളുടെ നിയന്ത്രണം ഏറ്റെടുക്കുവാൻ തീരുമാനിച്ചു. ജൂലൈ 11-ാം തീയതി അദ്ദേഹം അവിടെ എത്തി. വയാകിൽ ജനങ്ങൾ അദ്ദേഹത്തെ ഹർഷാരവങ്ങളോടെ സ്വീകരിച്ചു. ബൊളിവാറുടെ സാന്നിദ്ധ്യം വയാകിനും കൊളംബിയയും ഒന്നിക്കുന്നതിനനുകൂലമായ ഒരന്തരീക്ഷം സൃഷ്ടിച്ചു. അദ്ദേഹം വയാകിനും കൊളംബിയയും ഒന്നിക്കുന്നതിനെക്കുറിച്ചുള്ള ജനങ്ങളുടെ അഭിപ്രായം ക്ഷണിച്ചുകൊണ്ട് ഒരു പ്രഖ്യാപനം നടത്തി. ഇക്കാര്യത്തിൽ ജനപ്രതിനിധികൾ യോഗം ചേരേണ്ട ദിവസം തീരുമാനിച്ചു. അതിനുള്ള ഒരുക്കങ്ങൾ നടത്തുന്നതിനിടയിൽ എല്ലാവരെയും അത്ഭുതപ്പെടുത്തിക്കൊണ്ട് സാൻമാർട്ടിൻ നഗരത്തിൽ പ്രത്യക്ഷപ്പെട്ടു. തന്റെ വരവിനെക്കുറിച്ച് അദ്ദേഹം നേരത്തെതന്നെ ബൊളിവാറിന് ഒരു സന്ദേശം അയച്ചിരുന്നു. എന്നാൽ എന്തോ കാരണത്താൽ അത് അദ്ദേഹത്തിനു ലഭിച്ചില്ല. എന്നിരുന്നാലും ബൊളിവാർ അദ്ദേഹത്തെ സ്നേഹാദരങ്ങളോടെയാണ് സ്വീകരിച്ചത്. നേരത്തെ അയച്ച ഒരു സന്ദേശത്തിൽ അദ്ദേഹം സാൻ മാർട്ടിനെ പെറുവിന്റെ സംരക്ഷകൻ എന്ന് പ്രശംസിക്കുകയും അവർ തമ്മിലുണ്ടാകേണ്ട സൗഹൃദത്തെക്കുറിച്ച് ഓർമ്മിപ്പിക്കുകയും ചെയ്തിരുന്നു. സാൻ മാർട്ടിൻ ജൂലൈ 26-ാം തീയതിയാണ് വയാകിൽ എത്തിയത്. അന്നു രാത്രിതന്നെ അദ്ദേഹം ബൊളിവാറുമായി ദീർഘമായൊരു കൂടിക്കാഴ്ച നടത്തി. ആ കൂടിക്കാഴ്ചയിൽ വെച്ച് രണ്ടുപേരും അവരവരുടെ അഭിപ്രായങ്ങൾ പരസ്പരം അറിയിച്ചു. അഭിപ്രായവ്യത്യാസങ്ങളുടെ നാനാവശങ്ങളെക്കുറിച്ചും ചർച്ച ചെയ്തു. ചർച്ചയിലുടനീളം ബൗദ്ധികമായ ഉന്നതി പുലർത്തിയിരുന്നത് ബൊളിവാറായിരുന്നു. ഇവരുടെ ചർച്ചയിൽ ഉരുത്തിരിഞ്ഞ കാര്യങ്ങൾ എന്താണെന്നോ എത്തിച്ചേർന്ന തീരുമാനങ്ങൾ എന്താണെന്നോ എവിടെയും രേഖപ്പെടുത്തിയിട്ടില്ല. ഏതാണ്ട് നാല്പത് മണിക്കൂറിനുശേഷം സാൻ മാർട്ടിൻ നഗരംവിട്ട് പെറുവിലേക്ക് തിരിച്ചുപോയി. അവിടെവെച്ച് തന്റെ സ്ഥാനങ്ങളെല്ലാം സ്വയം ഉപേക്ഷിക്കുന്നതായി പ്രഖ്യാപിച്ചശേഷം കടൽമാർഗ്ഗം ചിലിയിലേക്ക് പോയി. അവിടെനിന്ന് അർജന്റീനിയൻ റിപ്പബ്ലിക്കിലേക്കും. പെട്ടെന്നുതന്നെ എല്ലാവരെയും ഞെട്ടിച്ചുകൊണ്ട് അദ്ദേഹം യൂറോപ്പിലേക്ക് പോയി ഒരു പ്രവാസിയുടെ ജീവിതം ആരംഭിച്ചു. 19-ാം നൂറ്റാണ്ടിന്റെ മദ്ധ്യത്തോടെ അവിടെവെച്ച് അന്തരിച്ചു. ഐതിഹാസികവും ദുരൂഹവുമായ ഒരു ജീവിതമായിരുന്നു അദ്ദേഹത്തിന്റേത്. സഹപ്രവർത്തകരുടെ നന്ദികേടിന്റെ ഒരു ഇര കൂടിയാണെന്നും പറയാം. എല്ലാ കാര്യങ്ങളിലും മിതത്വം പാലിച്ചുകൊണ്ട് ഒതുങ്ങിക്കൂടുന്ന ഒരു പ്രകൃതമായിരുന്നു അദ്ദേഹത്തിന്റേത്. അദ്ദേഹത്തിനു ബൊളിവാറിനോട് പകയോ വിദ്വേഷമോ ഉണ്ടായിരുന്നില്ല. ബൊളിവാറുമായുള്ള കൂടിക്കാഴ്ചയ്ക്കുശേഷം കല്ലാഓവയിൽ വെച്ച് ഒരു പത്രലേഖകനോട് പറഞ്ഞ കാര്യം മാത്രമാണ് ഇക്കാര്യത്തിലുള്ള ഒരേയൊരു രേഖ. അദ്ദേഹം പറഞ്ഞു. കഴിഞ്ഞ ജൂലൈ 26 നു എന്റെ

ജീവിതത്തിലെ ഏറ്റവും ആഹ്ലാദകരമായ ഒരു ദിവസമായിരുന്നു. അന്നാണ് ദക്ഷിണ അമേരിക്കയിലെ വിഖ്യാതനായ ജേതാവിനെ – വിമോചകനെ – കെട്ടിപ്പിടിക്കുവാൻ അവസരം ലഭിച്ചത്. ഞാനതിൽ തികച്ചും സംതൃപ്തനാണ്. അദ്ദേഹത്തിന്റെ കീഴിലെ മൂന്ന് സൈനികദളങ്ങൾ – അസാമാന്യ യുദ്ധപരിചയമുള്ളവരും ധീരന്മാരുമായ സൈനികരാണവർ – പെറുവിലെ വീരന്മാരുടെ മറ്റൊരു സൈനികദളവുമായി ചേർന്ന് ജനറൽ സ്യൂക്കറുടെ നേതൃത്വത്തിൽ എന്റെ രാജ്യത്തെ സഹായിക്കുവാനുള്ള പദ്ധതിയുടെ രൂപരേഖ ബൊളിവാർ മനസ്സിൽ സൂക്ഷിച്ചിട്ടുണ്ട്. ഈ ആവശ്യത്തിനുവേണ്ടി വലിയൊരു ആയുധശേഖരം അദ്ദേഹം സ്വരൂക്കൂട്ടിവെക്കുകയും ചെയ്തുവരുന്നുണ്ട്. നമ്മുടെ നന്ദിയും കടപ്പാടും ആ അനശ്വര പ്രതിഭയ്ക്ക് മുമ്പിൽ അർപ്പിക്കാം.

പെറുവിന്റെ വിമോചനം സ്യൂക്കറിന്റെ വിജയമാണെന്ന് പ്രഖ്യാപിക്കുന്നു

പിചിൻചയിലെയും ബൊംബാനയിലെയും വിജയത്തിനുശേഷം അദ്ദേഹം പതിവുപോലെ സ്ഥാനമാനങ്ങളിലുള്ള വിമുഖതയും ഈ വിജയങ്ങളിലെല്ലാം തന്നെക്കാൾ പങ്ക് വഹിച്ചിരിക്കുന്നത് തന്റെ സഹയോദ്ധാക്കളാണെന്ന് പറയാനുള്ള മഹാമനസ്കതയും കാണിച്ചു. അദ്ദേഹം ഒരു സന്ദേശത്തിൽ പറഞ്ഞു: "എനിക്ക് വിശ്രമത്തിന്റെ ആവശ്യമുണ്ട്. എന്നിൽനിന്നും ഊർജ്ജം ചോർന്നുപോകുന്നുണ്ടോ എന്നൊരു സംശയം. എന്റെ ഊർജ്ജം വീണ്ടെടുക്കുവാൻ വിശ്രമത്തോടെയുള്ള ഒരു ഇടവേള ആവശ്യമാണ്." അദ്ദേഹം ബന്ധപ്പെട്ടവരുടെ ശ്രദ്ധയിലെല്ലാം ഈ സന്ദേശം കൊണ്ടുവന്നു. പിചിൻചയിലെ വിജയത്തെക്കുറിച്ച് അദ്ദേഹം പറഞ്ഞത് സ്യൂക്കറാണ് ഇക്വഡോറിന്റെ വിമോചകൻ എന്നാണ്. ഇതിലധികം എന്തു പ്രശംസയാണ് ഒരു ലഫ്റ്റനന്റിനു ലഭിക്കാനുള്ളത്.

ക്വിതോയിലായിരുന്നപ്പോൾ പെറുവിൽനിന്നു ഞെട്ടിപ്പിക്കുന്നൊരു വാർത്ത ബൊളിവാറിനെ തേടിയെത്തി. സാൻ മാർട്ടിൻ ഉപേക്ഷിച്ച പ്രവിശ്യയിൽ ദേശാഭിമാനികൾക്ക് ഗുരുതരമായ പല തോല്വികളും സംഭവിച്ചിരിക്കുന്നു. അവർ പൂർണ്ണമായും തുരത്തപ്പെടും എന്ന അവസ്ഥയിലുമാണ്. ബൊളിവാർ ഉടനെ തന്നെ ആ പ്രദേശം സ്പാനിഷ് വൈസ്രോയിയുടെ കീഴിൽനിന്നും മോചിപ്പിക്കുവാനുള്ള തയ്യാറെടുപ്പുകൾ നടത്തി. പെറു സ്പെയിൻകാരുടെ കൈയിൽ കിടക്കുന്നേടത്തോളംകാലം കൊളംബിയയുടെ സ്വാതന്ത്ര്യം അപകടത്തിൽ തന്നെയായിരിക്കും. പെറുവിലെ വൈസ്രോയി സൈനികമായി സുസജ്ജനാണ്. 23000 യൂറോപ്യൻ ഭടന്മാർ, ആവശ്യത്തിൽ കൂടുതൽ യുദ്ധോപകരണങ്ങൾ.

പെറുവായിരുന്നു ലാറ്റിനമേരിക്കൻ രാജ്യങ്ങളിൽ ഏറ്റവും അവസാനം സ്വാതന്ത്ര്യം നേടിയത്. 1809 ൽ ആൾട്ടോ പെറുവിൽ (ഇന്നത്തെ

ബൊളീവിയയുടെ ഭാഗം) സ്വാതന്ത്ര്യവാഞ്ഛയോടെ ചില ഉയിർത്തെഴുന്നേല്പുകൾ ഉണ്ടായി. അത് വേഗത്തിൽത്തന്നെ അടിച്ചമർത്തപ്പെടുകയും ചെയ്തു. പെറു വീണ്ടും സ്പാനിഷ് ഭരണത്തിൻ കീഴിലായി. അതിന്റെ ഫലമായി ചിലിയിലെ സ്പാനിഷ് ഭടന്മാർക്കും രാജഭക്തന്മാർക്കും എപ്പോഴും സഹായമെത്തിക്കുവാൻ അവർക്ക് കഴിഞ്ഞു. മാത്രമല്ല, അവർ കൊളംബിയയുടെ നിലനില്പിനൊരു ഭീഷണിയായി നിലകൊള്ളുകയും ചെയ്തു. അതുകൊണ്ട് ചിലിയിലെ രാജ്യസ്നേഹികൾ അവരുടെ രാജ്യത്തിന് സ്വാതന്ത്ര്യം ലഭിച്ച ഉടനെതന്നെ സാൻമാർട്ടിന്റെ നേതൃത്വത്തിൽ പെറുവിലേക്കൊരു സൈന്യത്തെ അയച്ചു. 1821 ജൂലൈ ആദ്യം സാൻ മാർട്ടിൻ ലിമയിലേക്ക് പ്രവേശിച്ചു. അപ്പോൾ അവിടത്തെ വൈസ്രോയിയെ ആസ്ഥാനത്തുനിന്നും മാറ്റി ലാസർന എന്നൊരാളെ നിയമിച്ചിരുന്നു. പ്രവർത്തനരാഹിത്യംമൂലം സ്വാതന്ത്ര്യത്തിനുവേണ്ടി നിലകൊണ്ട ദേശാഭിമാനികൾ ഒന്നിനുപുറകെ മറ്റൊന്നായി തിരിച്ചടികൾ നേരിട്ടുകൊണ്ടിരിക്കുകയായിരുന്നു.

സാൻമാർട്ടിൻ സ്പെയിൻകാരോട് പെറുവിൽ ഒരു യൂറോപ്യൻ രാജകുമാരനെ സിംഹാസനത്തിൽ ഇരുത്തി ഭരണംനടത്തുന്നതിനെക്കുറിച്ച് ആശയവിനിമയം നടത്തുവാൻ തീരുമാനിച്ചുകഴിഞ്ഞിരുന്നു. അയാൾ സ്വയം സ്പെയിനിലേക്ക് പോയി ഒരു രാജകുമാരന്റെ സേവനം ലഭ്യമാക്കുന്നതിനുവേണ്ടി അഭ്യർത്ഥിക്കുവാൻതന്നെ തീരുമാനിച്ചു. വൈസ്രോയി തന്റെ താമസസ്ഥലം കുസ്കോയിലേക്ക് മാറ്റി. കുസ്കോ പഴയ തലസ്ഥാനമായിരുന്നു. ഈ മാറ്റംകൊണ്ട് സ്പാനിഷ് മേധാവികൾക്ക് ഭാഗികമായാണെങ്കിലും കുറെ വിജയങ്ങൾ നേടാൻ കഴിഞ്ഞു. അതിനകം ഒരു പ്രാദേശിക ഭരണകൂടം – ഹുൻഡാസ് – രൂപീകരിച്ച് സ്വാതന്ത്ര്യസമരസേനാനികൾ അവിടെ അധികാരം സ്ഥാപിച്ചുകഴിഞ്ഞിരുന്നു. പക്ഷേ, പുതിയ സംഭവവികാസങ്ങൾ അവരെ സൈന്യം പിരിച്ചുവിടുന്ന അവസ്ഥയിലേക്കായിരുന്നു തള്ളിനീക്കിക്കൊണ്ടിരുന്നത്. ആ സമയത്താണ് ബൊളിവാർ പെറുവിന് സ്വാതന്ത്ര്യം നേടിയെടുക്കുന്നതിനുള്ള പരിശ്രമം ആരംഭിച്ചത്. ഇതിനുവേണ്ടി 3000 സൈനികരെ പെട്ടെന്നുതന്നെ അങ്ങോട്ടയക്കുവാനും തുടർന്ന് 3000 പേരുള്ള മറ്റൊരു സൈന്യത്തെ നയിച്ചുകൊണ്ട് ബൊളിവാർ തന്നെ ഈ മഹത്തായ കർത്തവ്യത്തിൽ പങ്കുചേരുവാനും തീരുമാനിച്ചു. ഈ തീരുമാനത്തിനു പുറകിൽ നിരവധി ഘടകങ്ങൾ പ്രവർത്തിച്ചിരുന്നു. പ്രധാനമായും നേരത്തെ പറഞ്ഞതുപോലെ പെറുവിലെ സ്പാനിഷ് സാന്നിദ്ധ്യം കൊളംബിയയുടെ നിലനില്പിനൊരു ഭീഷണിയാണ് എന്ന വസ്തുത തന്നെ. ഈ യുദ്ധയാത്രയ്ക്കുള്ള ഒരുക്കങ്ങൾ ചെയ്തുകൊണ്ടിരുന്നപ്പോൾ കൊളംബിയയിലെ വൈസ്രോയിയായ സന്റാന്ററിൽനിന്നും ബൊളിവാറിനു ഒരു അടിയന്തര സന്ദേശം ലഭിച്ചു. സ്പാനിഷ് കമാന്റർ മൊറാലിസ് മെറിഡയിൽ നിന്ന് കുകൂടയിലേക്ക് വലിയൊരു സൈന്യവുമായി മുന്നേറുന്നു എന്നായിരുന്നു

ആ സന്ദേശത്തിന്റെ ഉള്ളടക്കം. അദ്ദേഹം സ്യൂക്കറെ ലിമയിലേക്ക് അയച്ചു. കാര്യങ്ങൾ നിയന്ത്രണവിധേയമാക്കുവാൻ വേണ്ടി ബഗോട്ടയിലേക്ക് തിരിച്ചുപോയി സ്വന്തം രാജ്യത്തെ പ്രതിരോധിക്കുവാനും തീരുമാനിച്ചു. സ്യൂക്കറെ പെട്ടെന്ന് ലിമയിലേക്കയക്കണമെങ്കിൽ കൊളംബിയൻ ഗവൺമെന്റിന്റെ സമ്മതം വാങ്ങേണ്ടതുണ്ടായിരുന്നു. ബൊഗാട്ടയിലേക്ക് പുറപ്പെട്ട ബൊളിവാറിന് മൊറാലിസിന്റെ യുദ്ധയാത്രയെക്കുറിച്ച് ഊതിപ്പെരുപ്പിച്ച വാർത്തയാണ് ലഭിച്ചിരിക്കുന്നത് എന്ന് മനസ്സിലായി. പെറുവിലെ ജനങ്ങൾ ബൊളിവാർ അവരെ സഹായിക്കുവാൻ വേണ്ടി എത്തണമെന്ന് നിർബന്ധിച്ചുകൊണ്ടിരിക്കുകയുമാണ്. നിയമപ്രകാരം തിരഞ്ഞെടുക്കപ്പെട്ട ഗവൺമെന്റിന്റെ പ്രസിഡന്റ് വിമോചകരുടെ പ്രസിഡന്റായ ബൊളിവാറിനോട് നേരിട്ടു സഹായമഭ്യർത്ഥിക്കണമെന്ന് നിർദ്ദേശിക്കപ്പെട്ടു. പെറുവിയൻ സൈന്യത്തിന്റെ ദൗർബല്യങ്ങളെക്കുറിച്ച് മനസ്സിലാക്കിയ ബൊളിവാർ അവരോട് പുതുതായി സ്വീകരിക്കേണ്ട അടവുകളെയും തന്ത്രങ്ങളെയും കുറിച്ചു സംസാരിച്ചു. നിങ്ങൾ പെട്ടെന്ന് ഒരാക്രമണത്തിന് ഇപ്പോൾ തുനിയരുത്. നമുക്ക് കാത്തിരിക്കുക. അതിനിടയിൽ ചില മദ്ധ്യസ്ഥന്മാരെ ഇടപെടുവിച്ച് നമ്മുടെ ലക്ഷ്യങ്ങൾ നേടാൻ പറ്റുമോ എന്ന് ശ്രമിക്കണം. അപ്പോഴേക്കും നമുക്ക് കുറച്ച് സാവകാശം കിട്ടും. നമ്മുടെ സൈന്യത്തെ സുസജ്ജമാക്കുവാൻ ഒരു സായുധ ആക്രമണത്തിലൂടെ മാത്രമേ സ്വാതന്ത്ര്യം നേടാനാവൂ എന്ന് എല്ലാവരെയും ബോദ്ധ്യപ്പെടുത്തുകയും വേണം. അതുവരെ നമ്മൾ ഒരു നീക്കവും നടത്തരുത്. ബൊളിവാറുടെ ശക്തമായ വാദമുഖങ്ങൾ പെറുവിലെ ജനങ്ങൾക്കു ബോദ്ധ്യമായി.

യുദ്ധത്തിനും പ്രതിരോധത്തിനുമുള്ള തയ്യാറെടുപ്പുകൾ ആരംഭിക്കുമ്പോഴേക്കും ശക്തമായ ഒരു റോയലിസ്റ്റ് രാജപക്ഷസൈന്യം സ്പെയിൻകാരുടെ നേതൃത്വത്തിൽ ലിമാ നഗരത്തെ സമീപിച്ചു. വിമതവിഭാഗത്തിനു തലസ്ഥാനം വിട്ട് തൊട്ടടുത്തുള്ള തുറമുഖമായ കല്ലാഓവിലേക്ക് അഭയം തേടേണ്ടിവന്നു. സ്യൂക്കറോട് സംയുക്തസൈന്യത്തിന്റെ കമാന്റർ പദവി ഏറ്റെടുക്കുവാൻ ആവശ്യപ്പെട്ടിരുന്നെങ്കിലും അദ്ദേഹം അത് സ്വീകരിച്ചിരുന്നില്ല. എന്നാൽ ഈ സന്ദിഗ്ദ്ധഘട്ടത്തിൽ സ്യൂക്കർ സ്വമേധയാ നേതൃത്വത്തിലേക്കുയർന്നു. അദ്ദേഹത്തിന്റെ നിർദ്ദേശപ്രകാരമാണ് തലസ്ഥാനം വിട്ട് കല്ലാഓവിലേക്ക് പിന്മാറാൻ സ്വാതന്ത്ര്യകാംക്ഷികളായ വിമതവിഭാഗം തീരുമാനിച്ചത്. കല്ലാഓവിൽ വെച്ച് സ്യൂക്കർ സംയുക്തസേനയുടെ കമാന്റർ പദവി ഏറ്റെടുത്തു. അവിടെ അഭയം തേടിയവരെ സംഘടിപ്പിച്ച് ചില പട്ടാള നടപടികൾ ആരംഭിച്ചു. റോയലിസ്റ്റുകൾക്ക് അധികകാലം ലിമായിൽ പിടിച്ചുനില്ക്കുവാൻ പറ്റിയില്ല. സ്യൂക്കറുടെ നേതൃത്വത്തിൽ സ്വാതന്ത്ര്യസമരസേനാനികൾ ലിമാനഗരം തിരിച്ചുപിടിച്ചു.

ബൊളിവാറിന് ഒരിക്കൽക്കൂടി വയാകിൽ വിടേണ്ടിവന്നു. ക്വീതോയിൽ കലാപം ഉണ്ടാക്കാൻ ശ്രമിച്ചവരിൽനിന്ന് നഗരത്തെ രക്ഷിക്കുവാൻ വേണ്ടി. കലാപം ശാന്തമാക്കിയതിനുശേഷം 1823 ജനുവരിയിൽ അദ്ദേഹം വയാകിലേക്ക് തിരിച്ചെത്തി. അപ്പോഴേക്കും പെറുവിൽനിന്നുള്ള ജനപ്രതിനിധികൾ ബൊളിവാർ പെറുവിലെ ജനങ്ങളെ നയിക്കണമെന്നുള്ള അഭ്യർത്ഥനയുമായി എത്തിയിരുന്നു. കൊളംബിയൻ ഗവൺമെന്റിൽനിന്ന് അധികൃതസമ്മതം നേടിയശേഷം അദ്ദേഹം കല്ലാഓയിലേക്ക് പുറപ്പെട്ടു. 1823 സെപ്തംബർ ഒന്നാം തീയതി അവിടെയെത്തി. അവിടുത്തെ ഭരണസമിതി ആദ്യം ചെയ്തത് അദ്ദേഹത്തിന്റെ വിമോചകൻ എന്ന പദവി ഉറപ്പിക്കുകയാണ്. തുടർന്ന് ആ രാജ്യത്തെ സൈന്യത്തിന്റെ മുഴുവൻ ചുമതലയും അദ്ദേഹത്തെ ഏല്പിച്ചു.

പൊതുഭരണവും സൈനിക നീക്കങ്ങളും തമ്മിൽ വൈരുദ്ധ്യങ്ങൾ ഉണ്ടാവാതിരിക്കാനുള്ള ചില കരുതൽ നടപടികളാണ് ബൊളിവാർ ആദ്യം സ്വീകരിച്ചത്. ഈ രണ്ടു ശക്തികളും തമ്മിലുള്ള ബന്ധം പരസ്പരം ബഹുമാനത്തോടെയും എളിമയോടെയുമായിരിക്കണം എന്നൊരു നിലപാടായിരുന്നു അദ്ദേഹത്തിന്റേത്. അദ്ദേഹത്തിന്റെ വാക്കുകളിൽത്തന്നെ അത് പ്രകടമാണ്. എന്റെ കഴിവിന്റെ പരമാവധി ഞാൻ പെറുവിനുവേണ്ടി ചെയ്യും. മഹാമനസ്കരായ എന്റെ സഹസൈനികരുടെ പരിശ്രമങ്ങൾ ഞാൻ അത്രമാത്രം വിലമതിക്കുന്നു. ഞാൻ ചില ക്ലേശങ്ങളിലും കുഴപ്പങ്ങളിലും അപകടങ്ങളിലും ചെന്നുപെടുമ്പോൾ കോൺഗ്രസിന്റെ (ഭരണസമിതി) പരിചയസമ്പന്നതയും അറിവും എനിക്ക് വഴികാട്ടിയാകും എന്നെനിക്കുറപ്പാണ്. സിവിൽ ഗവൺമെന്റിന്റെ ഉത്തരവാദിത്വങ്ങൾ എന്റെ തലയിൽനിന്നും ഒഴിവാക്കിയശേഷമാണ് ഞാൻ കൊളംബിയൻ തലസ്ഥാനം വിട്ടത്. സർക്കാർ ഇടപാടുകളോടുള്ള എന്റെ വിപ്രതിപത്തി എത്ര കൂട്ടിപ്പറഞ്ഞാലും മതിയാകില്ല. സൈനികനടപടിയുമായി ബന്ധപ്പെട്ടതല്ലാത്ത സിവിൽ അധികാരത്തിൽനിന്നും ഞാൻ എന്നെന്നേക്കുമായി രാജിവെക്കുകയാണുണ്ടായത്. പെറുവിലെ കോൺഗ്രസിന് (ഭരണസമിതി) കൊളംബിയൻ പട്ടാളത്തിന്റെ ശക്തിയെ പെറുവിന്റെ സ്വാതന്ത്ര്യത്തിനുവേണ്ടി ആശ്രയിക്കാവുന്നതാണ്. പെറുവിനുവേണ്ടി എനിക്ക് ചെയ്യാവുന്ന ഏറ്റവും വലിയ സേവനം അതിന്റെ ദേശീയസർക്കാരിനെ സംരക്ഷിക്കുക എന്നതാണ്. ഒരു രാഷ്ട്രത്തിനുവേണ്ടി ചെയ്യാവുന്നതിന്റെ പരമാവധി എന്നിൽനിന്നും നിങ്ങൾക്ക് പ്രതീക്ഷിക്കാം.

ബൊളിവാറിനെ ആദരിക്കുന്നതിനുവേണ്ടി ചിലിയിൽ വിപുലമായ ആഘോഷങ്ങൾ സംഘടിപ്പിച്ചിരുന്നു. അദ്ദേഹത്തിന്റെ മിതത്വവും യോഗ്യതയും അംഗീകരിക്കപ്പെടുകയും ആരാധിക്കപ്പെടുകയും ചെയ്തു. ചിലിയിലെ ജനറലായ ഹിഗ്ഗിൻസിന്റെ വ്യക്തിപരമായ സാന്നിദ്ധ്യം ആ സമയത്തുണ്ടായിരുന്നു. അമേരിക്കയിലെ ഒരു കുഞ്ഞും രാജാധികാരത്തിന്റെ

ഉദയം ഇനി കാണുകയില്ല എന്ന ആഗ്രഹം അദ്ദേഹം പ്രകടിപ്പിച്ചു. ചക്രവർത്തിപദത്തിന്റെ ഉച്ചസ്ഥായിയിൽ നെപ്പോളിയൻ പുറത്താക്കപ്പെട്ടതുപോലെ ജനങ്ങൾക്ക് അർഹതപ്പെട്ട അധികാരത്തെ സ്വന്തം കൈപ്പിടിയിൽ ഒതുക്കാൻ ശ്രമിക്കുന്നവരുടെയെല്ലാം പതനം അനതിവിദൂരമായിരിക്കില്ല. ലോകത്തൊരിടത്തും അത്തരക്കാർക്ക് ഇനി സ്വസ്ഥത കിട്ടുകയുമില്ല.

പെറുവിന്റെ അന്തിമസമരത്തിനായുള്ള ഒരുക്കങ്ങൾ അത്ര ലളിതമായിരുന്നില്ല. നിരവധി ബുദ്ധിമുട്ടുകൾ അദ്ദേഹത്തിന് തരണം ചെയ്യേണ്ടതുണ്ടായിരുന്നു. വെനസ്വേലക്കാരെപ്പോലെയോ നെവഗ്രനാദക്കാരെപ്പോലെയോ നിരന്തരയുദ്ധത്തിലൂടെ ദൃഢമാക്കപ്പെട്ടതായിരുന്നില്ല പെറുനിവാസികളുടെ മനസ്സ്. സ്വാതന്ത്ര്യാഭിവാഞ്ഛയും ദേശാഭിമാനബോധവും അവർക്കുണ്ടായിരുന്നുവെങ്കിലും ബൊളിവാറുടെ അടിസ്ഥാന സ്വഭാവമായ സ്ഥിരോത്സാഹം ഇവർക്കില്ലായിരുന്നു. അത് പെറുനിവാസികളിൽ ഉണർത്തിയെടുക്കുക എന്നത് ബൊളിവാറിനുമാത്രം സാദ്ധ്യമായ ഒരു കാര്യമായിരുന്നു. കൊളംബിയൻ സൈന്യത്തിന്റെ പിൻബലത്തോടെ മുന്നേറാനും അവരുടെ സൈനികശക്തിയിൽ കേന്ദ്രീകരിച്ചുകൊണ്ടും അവർക്ക് ചുറ്റും പെറുവിലെ ജനങ്ങളെ സംഘടിപ്പിച്ചുകൊണ്ടും അയാൾ മുന്നേറി. വിശ്രമമില്ലാത്ത തന്റെ ജോലിക്കിടയിൽ അദ്ദേഹം പറയുമായിരുന്നു, "നമ്മൾ കീഴടക്കും അല്ലെങ്കിൽ മരിക്കും. നമ്മൾ കീഴടക്കുകതന്നെ ചെയ്യും. കാരണം സ്വർഗ്ഗത്തിനു നമ്മളെ വിലങ്ങണിയിക്കുന്നത് ഇഷ്ടമല്ല."

1824 ജനുവരിയിൽ ബൊളിവാർ രോഗബാധിതനായി. വിട്ടുമാറാത്ത പനി അദ്ദേഹത്തെ രോഗിയാക്കി. പൂർണ്ണസുഖം പ്രാപിക്കുന്നതിനുമുമ്പേ അടുത്ത യുദ്ധത്തിനുള്ള തയ്യാറെടുപ്പിൽ മുഴുകി. രോഗാവസ്ഥയിലും തന്റെ അനിതരസാധാരണമായ ഊർജ്ജസ്വലത അദ്ദേഹം നിലനിർത്തി. എന്നാൽ ചിലപ്പോൾ ഉത്സാഹക്കുറവിന്റെ ചില ലക്ഷണങ്ങൾ അദ്ദേഹം കാണിക്കാതിരുന്നില്ല. തന്റെ ഊർജ്ജം ചോർന്നുപോകുന്നതായി തോന്നുന്നുണ്ടെന്ന് നേരത്തെ അദ്ദേഹം പറഞ്ഞിട്ടുണ്ടായിരുന്നു. സ്യൂക്കറിന് അയച്ച ഒരു കത്തിൽ അദ്ദേഹം ഇങ്ങനെ എഴുതി: "അമേരിക്കയിലെ യുദ്ധം അവസാനിപ്പിക്കുവാൻ വേണ്ടി സ്പാനിഷ് പട്ടാളത്തെ നേരിടാൻ ഞാൻ തയ്യാറാണ്. അതിൽ കൂടുതലൊന്നും എനിക്ക് വയ്യ. എനിക്ക് ക്ഷീണം തോന്നുന്നുണ്ട്. പ്രായവും കൂടുതലാകുന്നു. അതോടൊപ്പം എന്റെ വലിയ പ്രതീക്ഷകളും മങ്ങിക്കൊണ്ടിരിക്കുന്നു." എങ്കിലും അദ്ദേഹത്തിന്റെ പ്രതീക്ഷകൾ പൂർണ്ണമായും അവസാനിച്ചിരുന്നില്ല. അവസാനമില്ലാത്ത യുദ്ധവിജയങ്ങൾ .... ഓരോ വിജയത്തിനുശേഷവും സഹപ്രവർത്തകരിൽനിന്ന് നേരിടേണ്ടിവരുന്ന വഞ്ചനകൾ.. അതുമൂലമുണ്ടാകുന്ന നിരന്തരമായ തിരിച്ചടികൾ. ഇവയെല്ലാം അദ്ദേഹത്തിന്റെ ഊർജ്ജസ്വലതയെ വലിയൊരളവിൽ കുറച്ചുകളഞ്ഞിരിക്കാം. തന്റെ മരണത്തി

നുതന്നെ കാരണമായേക്കാവുന്ന ക്ഷയരോഗബാധയെക്കുറിച്ച് അദ്ദേഹം നേരത്തെതന്നെ ബോധവാനായിരിക്കണം. ഏറെ ക്ഷീണിതനായി തന്റെ ചാരുകസേരയിൽ പ്രേതംകണക്കെ ഇരിക്കുമ്പോൾ അദ്ദേഹത്തിന്റെ ഒരു സുഹൃത്ത് – ഇദ്ദേഹം തെക്കെ അമേരിക്കയിലെ പല രാജ്യങ്ങളിലും ബൊളിവാറിന്റെ നയതന്ത്രപ്രതിനിധിയായി സേവനമനുഷ്ഠിച്ചിട്ടുണ്ട് – ജാവോ കിം മോസ്ക്കുര അദ്ദേഹത്തോട് ചോദിച്ചു. "അങ്ങ് ഇനിയുമെന്താണ് ചെയ്യാൻ പോകുന്നത്?" അദ്ദേഹം പ്രതിവചിച്ചത് ഇങ്ങനെയാണ്: "കീഴടക്കാൻ... കീഴടക്കാൻതന്നെ."

അദ്ദേഹം ഭംഗിയായി ആസൂത്രണം ചെയ്തിരുന്ന പദ്ധതികളെയാകെ ഉലച്ചുകളയുന്ന ചില സംഭവവികാസങ്ങൾ ആയിടെ ഉണ്ടായി. റിവർപ്ലാറ്റയിൽ നിന്നുവന്ന ചില ഗ്രൂപ്പുകൾ കല്ലാഓവയിൽ കലാപം ആരംഭിച്ചു. ഈ കലാപം അടിച്ചമർത്താൻ കഴിയുന്നതിനുമുമ്പ് സ്പാനിഷ് പതാക കോട്ടയ്ക്ക് മുകളിൽ ഉയർത്തപ്പെടുകയും ചെയ്തു. ആ നഗരം തിരിച്ചേല്പിക്കാമെന്നൊരു സന്ദേശം സ്പാനിഷ് വൈസ്രോയിക്ക് അയക്കപ്പെടുന്നതുവരെ കാര്യങ്ങൾ വളർന്നെത്തി. ഈ അവസ്ഥ മറികടക്കാൻവേണ്ടി ജറാൾറോഡിലിനെ ഗവർണ്ണറായും ലിമാ പ്രോവിൻസിലെ കമാണ്ടറായും നിയമിച്ചുകൊണ്ട് അങ്ങോട്ടേക്ക് അയച്ചു. റോഡിലിന് വിമതസൈനികരുടെയും സ്പാനിഷ് പതാക ഉയർത്തപ്പെട്ട കോട്ടയുടെയും മേൽ മുഴുവൻ അധികാരവും കൊടുത്തു. ഇത് ജനാധിപത്യത്തിനു ഒരു തിരിച്ചടിയായിരുന്നു. ഭരണസമിതി ഭരണഘടനയും നിയമവും റദ്ദാക്കുകയും ബൊളിവാറിനെ ഏകാധിപതിയായി നിയമിക്കുകയും ചെയ്തു. കാരണം ഇത്തരം സന്ദിഗ്ദ്ധഘട്ടത്തിൽ സ്ഥിതിഗതികൾ നിയന്ത്രണാധീനമാക്കാൻ അദ്ദേഹത്തിനു മാത്രമേ കഴിയുകയുള്ളൂ എന്ന് ഭരണസമിതിക്ക് മനസ്സിലായി. 18000 സൈനികരായിരുന്നു റോയലിസ്റ്റ് സൈന്യത്തിന് ആകെ ഉണ്ടായിരുന്നത്. ബൊളിവാറിനെ നേരിടുവാൻ അതിൽ 12000 പേർ അയക്കപ്പെട്ടു. 6000 പേരെ ഉത്തരഭാഗത്തെ പെറു സംരക്ഷിക്കുവാൻ (ഇപ്പോഴത്തെ ബൊളീവിയ) വേണ്ടി നിയോഗിച്ചു. അപ്പോൾ ബൊളിവാർ ട്രൂജിലോ നഗരത്തിലായിരുന്നു. ബൊളിവാറുടെ കൂടെ 4000 ത്തിനും 6000 ത്തിനുമിടയിൽ കൊളംബിയക്കാരും നാലായിരത്തോളം പെറുവിൽനിന്നുള്ളവരും ആണ് ഉണ്ടായിരുന്നത്. ഇവരാണെങ്കിൽ ദരിദ്രമായ ചുറ്റുപാടിലുമായിരുന്നു. ബൊളിവാർ ലിമയിൽനിന്ന് സാദ്ധ്യമായ എല്ലാ വിഭവങ്ങളും സംഘടിപ്പിച്ചു. എന്നാൽ സ്വന്തം സംഘത്തിലെ ചതിയന്മാരുടെ പ്രവർത്തനങ്ങളും അംഗങ്ങളുടെ കൊഴിഞ്ഞുപോക്കും ഈ നേട്ടങ്ങളെയെല്ലാം തകർത്തുകളഞ്ഞു. ലിമയിലെ ചെറുത്തുനില്ക്കുന്ന ജനങ്ങളെ ഒട്ടും വിശ്വസിക്കുവാനും പറ്റില്ല. കൂറുമാറുക എന്നത് ഒരു പരിഷ്കാരമായാണ് അവർ കണ്ടത്. ഈ പ്രതികൂലഘടകങ്ങൾ കൊണ്ടൊന്നും ബൊളിവാർ നിരാശനായില്ല. അദ്ദേഹം ഒരു സുഹൃത്തിന് അയച്ച കത്തിൽ പറഞ്ഞത്, "പോട്ടോസി നഗരം കര

സ്ഥമാക്കാതെ ഈ വർഷം അവസാനിക്കുന്ന പ്രശ്നമില്ല." എന്നാണ്.

കൊളംബിയൻ സൈനികരിലായിരുന്നു അദ്ദേഹത്തിന്റെ എല്ലാ പ്രതീക്ഷകളും. എന്നാൽ ട്രൂജിലോയിൽവെച്ച് അദ്ദേഹത്തിന് മനസ്സിലായി ഭരണസമിതിയുടെ വ്യക്തമായ അനുമതിയില്ലാതെ കൊളംബിയൻ സൈനികരോ, സൈനിക വിഭവങ്ങളോ ലഭിക്കുകയില്ലാ എന്ന്. അതാകട്ടെ കാലതാമസം സൃഷ്ടിക്കുകയും ചെയ്യും. കാന്ററാക്കിന്റെ നേതൃത്വത്തിൽ ഒരു ശക്തമായ സ്പാനിഷ് സൈന്യം ട്രൂജിലോയ്ക്ക് നേരെ മുന്നേറിക്കൊണ്ടിരിക്കുന്ന ഈ അവസരത്തിൽ ഭരണസമിതിയുടെ അനുമതിക്കായി കാത്തിരിക്കാൻ പറ്റുകയുമില്ല. ബൊളിവാർ അദ്ദേഹത്തിന്റെ പഴയ ചടുലത നേടിയെടുത്തുകൊണ്ട് മുന്നേറി. ഒന്നുമില്ലായ്മയിൽനിന്ന് എല്ലാം നേടിയെടുക്കുവാനുള്ള അദ്ദേഹത്തിന്റെ അനിതരസാധാരണമായ കഴിവ് ഇവിടെ പ്രകടമായി. സൈനികർ, സൈനികവസ്ത്രങ്ങൾ, ആയുധങ്ങൾ, കുതിരകൾ, കുതിരലാടം എന്നിങ്ങനെ ഓരോ കാര്യത്തിലും അദ്ദേഹത്തിന്റെ ശ്രദ്ധ സൂക്ഷ്മമായി പതിയുമായിരുന്നു. ഒരു പ്രതിഭാശാലിയിൽമാത്രം കാണാവുന്ന ഈ കഴിവ് പൂർണ്ണതയോടെ ഇദ്ദേഹത്തിൽ പ്രകടമായിരുന്നു.

എല്ലാ വിമോചന പോരാളികളും പാസ്കോ നഗരത്തിൽവെച്ച് ഒന്നിച്ചുചേരാൻ തീരുമാനിച്ചു. മെയ്മാസത്തിൽത്തന്നെ സൈനികനീക്കം ആരംഭിക്കും. ജൂണിൽ ആൻഡിസ് പർവ്വതനിര മറികടന്ന് ആഗസ്ത് 2 ന് പാസ്ക്കോയ്ക്കടുത്തുള്ള സ്ക്രമന്റോയിൽ വിമോചനസൈന്യം സമ്മേളിച്ചു. 2000 അശ്വാരൂഢരുൾപ്പെടെ 8000 സൈനികരുടെ ആ പടനീക്കം പതിയെ ലക്ഷ്യസ്ഥാനത്തേക്ക് മുന്നേറിക്കൊണ്ടിരുന്നു. 1824 ആഗസ്ത് 6-ാം തീയതി വൈകുന്നേരം നാല് മണിക്ക് ക്വാനിൽ തടാകത്തിന്റെ കരയിൽ രണ്ടു സൈന്യങ്ങളും അഭിമുഖമായി വന്നു. ആമസോൺ വനശൃംഖല തുടങ്ങുന്നത് ഈ സ്ഥലത്തുനിന്നാണ്. ഇവിടെവെച്ച് നടന്ന യുദ്ധം അശ്വാരൂഢരുടെ മാത്രം യുദ്ധമായിരുന്നു. കാഴ്ചയിലും അനന്തരസംഭവങ്ങളിലും ഇതൊരു ഭയാനകമായ യുദ്ധംതന്നെയായിരുന്നു. യുദ്ധത്തിലുടനീളം ഒരൊറ്റ വെടിയുണ്ടപോലും ഉതിർക്കപ്പെട്ടില്ല. കുതിരപ്പടയാളികൾമാത്രം യുദ്ധംചെയ്തു. പരാജയമടഞ്ഞ റോയലിസ്റ്റ് കുതിരപ്പട്ടാളം പിന്തിരിഞ്ഞോടി. കാലാൾപ്പടയും അവരെ പിന്തുടർന്നു. ബൊയാക്കോ, ബൊംബാൻ, പിചിൻച, കാരബോബൊ തുടങ്ങിയ യുദ്ധവിജയങ്ങൾക്കൊപ്പം നില്ക്കുന്നതായിരുന്നു ക്വാനിലെ ഈ യുദ്ധവിജയവും. പെറുവിലെ യുദ്ധനീക്കങ്ങളുടെ വിജയം ശക്തമായി അടയാളപ്പെടുത്തിയ ഒരു സംഭവം കൂടിയായിരുന്നു ഇത്. റോയലിസ്റ്റ് സൈന്യത്തിന്റെ ആത്മവിശ്വാസം പാടേ തകർത്തുകളഞ്ഞു ഈ യുദ്ധം. പിന്തിരിഞ്ഞോടുന്ന കാന്ററാക്കിനു കടന്നുപോകേണ്ടി വന്നത് 45 നാഴികയോളം വരുന്ന പരുക്കൻ പ്രദേശങ്ങളിലൂടെയായിരുന്നു. ആ പോക്കിൽ വലിയൊരു അളവ് സൈനികരെ അയാൾക്ക് നഷ്ടമായി.

ഈ വിജയത്തെ തുടർന്നു നടന്ന ആഘോഷവേളയിൽ ബൊളിവാറും ബൊംബാനയിലെയും പിചിൻസയിലെയും ജേതാക്കളും തമ്മിൽ ഉദാരമായ വാക്കുകൾ കൈമാറിയതായി രേഖപ്പെടുത്തപ്പെട്ടിട്ടുണ്ട്. സ്യൂകർ പറഞ്ഞു: "വിമോചകനായ നമ്മുടെ നേതാവ് സിമൊൻ ബൊളിവാറുടെ നേതൃത്വത്തിൽ വിജയമല്ലാതെ മറ്റൊന്നും പ്രതീക്ഷിക്കേണ്ടതില്ല." ഇതിന് ബൊളിവാർ പ്രതിവചിച്ചത് ഇങ്ങനെയാണ്:

> ഞാൻ വിജയിക്കുമോ എന്നറിയണമെങ്കിൽ എന്നോടൊപ്പം ആരൊക്കെയാണുള്ളത് എന്നറിഞ്ഞാൽ മതി." മറ്റൊരവസരത്തിൽ അദ്ദേഹം തന്റെ വികാരങ്ങൾ ഇങ്ങനെ പ്രകടമാക്കി. "ഞാൻ സ്വാതന്ത്ര്യത്തിലേക്ക് നയിക്കുന്ന രാജ്യങ്ങളെ ഞാനെന്റെ ഉരുക്കുമുഷ്ടിക്കുള്ളിലൊതുക്കുകയാണെങ്കിൽ എനിക്ക് ചുറ്റുമുള്ള ധീരോദാത്തരുടെ വാളുകൾ എന്റെ നെഞ്ച് ഒരായിരം തവണ കീറിമുറിക്കട്ടെ. ജനങ്ങളുടെ പരമാധികാരം മാത്രമായിരിക്കണം ഈ ഭൂമിയിൽ നിലനില്ക്കുന്ന ഏക അധികാരം. ഏകാധിപതികളുടെ നാമം ലോകഭാഷകളിൽനിന്ന് തുടച്ചുനീക്കപ്പെടുകയും മറവിയുടെ കയങ്ങളിലേക്ക് ആണ്ടുപോവുകയും ചെയ്യട്ടെ.

ബൊളിവാർ സൈന്യത്തിന്റെ നിയന്ത്രണം സ്യൂക്കറെ ഏല്പിച്ച് തന്റെ സംഘാടനപ്രവർത്തനങ്ങളിൽ മുഴുകുവാൻ വേണ്ടി തീരപ്രദേശങ്ങളിലേക്ക് പോയി. ക്വാനിലെ പരാജയവിവരം അറിഞ്ഞ ഉടനെ റോയലിസ്റ്റുകൾ ലിമയും വിട്ടൊഴിഞ്ഞു. ക്വാനിലെ പരാജയത്തിനുപകരം വീട്ടാനായി കുസ്ക്കോവിലെ സ്പാനിഷ് വൈസ്രോയി അദ്ദേഹത്തിന് സംഘടിപ്പിക്കാവുന്ന മുഴുവൻ സൈനികരെയും — ഏതാണ്ട് 11000 പേർ — രോഡിലാൽ കലാവോയിലെ കോട്ട കേന്ദ്രീകരിച്ച് സംഘടിപ്പിച്ചു. 1824 ഡിസംബർ 9 ന് ഇരുസൈന്യങ്ങളും അയാകുച്ചോ സമതലത്തിൽ ഏറ്റുമുട്ടി. അമേരിക്കൻ വൻകരയിലെ സ്വാതന്ത്ര്യയുദ്ധങ്ങളിൽ അവസാനത്തേതെന്ന് രേഖപ്പെടുത്തപ്പെട്ട ഈ യുദ്ധം അവിടെ ആരംഭിച്ചു: ഏതാണ്ട് ഉച്ചയോടെ. തുടക്കത്തിൽ ചില വിജയങ്ങൾ സ്പെയിൻകാർക്കായിരുന്നു. എന്നാൽ സ്യൂക്കറുടെ സൈന്യത്തിലെ ജനറലായ കോർഡോവാ അപ്രതീക്ഷിതമായി തന്റെ കുതിരപ്പുറത്തുനിന്ന് താഴേക്ക് ചാടി. തന്റെ കുതിരയെ വെട്ടിക്കൊന്നശേഷം അദ്ദേഹം സഹസൈനികരോട് ആക്രോശിച്ചു: "എനിക്ക് രക്ഷപ്പെടാനുള്ള ഒരുപാധിയും വേണ്ട. ഞാൻ ഈ വാൾ സൂക്ഷിക്കുന്നത് കീഴടക്കാൻവേണ്ടി മാത്രമാണ്. കീഴടക്കുവാൻ ഒരുങ്ങി പുറപ്പെട്ടിരിക്കുന്നവരേ മുന്നോട്ട്." കോർഡോവയുടെ സമരവീര്യത്തെ ചെറുത്തുനില്ക്കുവാൻ റോയലിസ്റ്റുകൾക്കായില്ല. അവർ കരുതിവെച്ച എല്ലാ ആയുധങ്ങളും ഉപയോഗിച്ചുനോക്കിയെങ്കിലും വിജയം മാത്രം ലക്ഷ്യമാക്കിയ സ്വാതന്ത്ര്യസമരസേനാനികൾക്കു മുമ്പിൽ അതൊന്നും ഏശിയില്ല. കോർഡോവയ്ക്ക് സ്പാനിഷ് വൈസ്രോയിയെ

ത്തന്നെ തടവുകാരനായി പിടിച്ചതിന്റെ കീർത്തിയും നേടാൻ കഴിഞ്ഞു. ഉച്ചകഴിയുമ്പോഴേക്കും സ്വാതന്ത്ര്യസമരസേനാനികളേക്കാൾ എണ്ണത്തിൽ കൂടുതലായിരുന്നു അവർ തടവുകാരായി പിടിച്ച ശത്രുസൈനികർ. കീഴടങ്ങലിനുള്ള കരാർ നിർദ്ദേശിക്കപ്പെടുകയും അത് റോയലിസ്റ്റുകൾ സ്വീകരിക്കുകയും ചെയ്തു. വൈസ്രോയിക്ക് പകരം അയാളുടെ സൈനികമേധാവിയായ കേന്ററാക്ക് കരാറിൽ ഒപ്പിട്ടു. ആ കരാറിൽ സ്പാനിഷ് ജനറൽമാരും ആഫീസർമാരും ഇനിയൊരിക്കലും സ്വാതന്ത്ര്യസമരസേനാനികൾക്കെതിരെ പോരാടാൻ വാളെടുക്കുകയില്ലെന്ന് ഉറപ്പുനല്കി. മാത്രമല്ല ഇവരാരുംതന്നെ ഇപ്പോൾ റോയലിസ്റ്റുകളുടെ അധീനതയിലുള്ള പ്രദേശങ്ങളിലേക്ക് പ്രവേശിക്കുകയില്ല എന്നൊരു നിബന്ധനയും ഉണ്ടായിരുന്നു. റോഡിൽ എന്ന സ്പാനിഷ് ജനറൽ ഈ നിബന്ധനകളെ എതിർത്തുവെങ്കിലും അവർക്ക് കരാറിൽ ഒപ്പുവെക്കുകയല്ലാതെ മറ്റൊരു നിവൃത്തിയുമുണ്ടായിരുന്നില്ല.

തന്റെ ഭാഗത്ത് വീരനായകന്മാരെ സൃഷ്ടിക്കുവാനുള്ള ഒരു പ്രത്യേക പാടവം ബൊളിവാർ സ്വായത്തമാക്കിയിരുന്നു. ബൊയാക്കൊ യുദ്ധത്തിൽ അൻസോയറ്റ്ഗ്വാ, കരാബാബോയിൽ പായസ്, ബൊംബാനയിൽ ടോറസ്, പിചിൻച്ചയിലും അയോകുച്ചോവിലും സ്യൂക്കർ, ഒടുവിലെ യുദ്ധത്തിൽ സ്യൂക്കറുടെ കീഴിലുള്ള പടനായകനായ കോർഡോവ. ബൊളിവാറുടെ യുദ്ധങ്ങൾ ഒരിക്കലും ഒരു ഒറ്റയാൾ പ്രകടനമായിരുന്നില്ല. തികഞ്ഞ ജനാധിപത്യത്തോടെ ഓരോ സൈനികനും അയാളുടെ കഴിവിന്റെ പരമാവധി പുറത്തെടുക്കുവാനുള്ള അവസരം അവിടെ നല്കപ്പെട്ടിരുന്നു.

1810 ഏപ്രിൽ 19 നാണ് ലാറ്റിനമേരിക്കയിലെ വിമോചനപോരാട്ടം കരാക്കസിൽ ആരംഭിച്ചത്. 1824 ഡിസംബർ 9-ാം തീയതി ഈ യുദ്ധത്തിന്റെ പര്യവസാനം ആയകുച്ചോവിൽ സംഭവിക്കുന്നതും നാം കണ്ടു. ഈ യുദ്ധങ്ങളെക്കുറിച്ച് ബൊളിവാർ രേഖപ്പെടുത്തിയത് ഇങ്ങനെയാണ്. ആയകുച്ചോവിലെ പോരാട്ടമാണ് അമേരിക്കൻ സ്വാതന്ത്ര്യയുദ്ധങ്ങളിൽ വെച്ച് ഏറ്റവുമധികം കീർത്തിനേടിയത്. അതാകട്ടെ സ്യൂക്കറുടെ നേട്ടവും. ഒരുക്കങ്ങളെല്ലാം കുറ്റമറ്റതായിരുന്നു. അത് നടപ്പിലാക്കിയതാവട്ടെ അമാനുഷികമായ കഴിവുകളോടെയും. ചടുലവും ബുദ്ധിപൂർവ്വവുമായ അടവുകളും തന്ത്രങ്ങളും ഉപയോഗിച്ച് ഒരു മണിക്കൂർകൊണ്ട് പതിനാല് കൊല്ലമായി ജേതാക്കളായി തുടരുന്നവരെ നിഷ്പ്രഭരാക്കി. പൂർണ്ണമായ അച്ചടക്കത്തോടെയും സംഘാടനപാടവത്തോടെയും ഒരുങ്ങിവന്ന ശത്രുസൈന്യത്തെ പൂർണ്ണമായും നശിപ്പിക്കാനും പറ്റി. ഏറ്റവും ഉന്നതമായ ബഹുമതി സ്യൂക്കറിനു നല്കപ്പെട്ടു. ഗ്രാന്റ് മാർഷൽ ജനറൽ എന്നൊരു സ്ഥാനപ്പേരും അദ്ദേഹത്തിനു നല്കി. കൂടാതെ പെറുവിന്റെ വിമോചകനായി പ്രഖ്യാപിക്കുകയും ചെയ്തു. സ്യൂക്കറിനുള്ള ഒരു കത്തിൽ ബൊളിവാർ എഴുതി:

> 1824 ഡിസംബറിൽ സ്വാതന്ത്ര്യത്തിന്റെ ശത്രുക്കൾക്കെതിരെ താങ്കൾ കൈവരിച്ച വിജയം ഇനിയും വരാനിരിക്കുന്ന എണ്ണമറ്റ തലമുറകൾ ഓർത്തുവെക്കും. ഈ വിജയം നേടിയ രാജ്യസ്നേഹികളായ യോദ്ധാക്കളുടെമേൽ അമേരിക്കൻ ചരിത്രത്തിന്റെ താളുകൾ അനുഗ്രഹം ചൊരിഞ്ഞുകൊണ്ടേയിരിക്കും. ആയാകുച്ചോ ഓർമ്മിക്കപ്പെടുന്ന കാലത്തോളം സ്യൂക്കർ എന്ന പേരും ഓർമ്മിക്കപ്പെടും. അത് എക്കാലത്തേക്കുമായി നിലകൊള്ളുന്ന ഒരു ഓർമ്മയുമായിരിക്കും.

ആയകുച്ചോ യുദ്ധം പ്രായോഗികമായി അമേരിക്കൻ സ്വാതന്ത്ര്യ യുദ്ധത്തിനു വിരാമമിട്ടു. 1775 ഏപ്രിൽ 19 ന് ലക്സിങ്ടണിൽ തുടക്കം കുറിച്ച അമേരിക്കൻ സ്വാതന്ത്ര്യസമരയുദ്ധം അവിടെ അവസാനിക്കുകയല്ല, പുതിയതും പ്രതീക്ഷാനിർഭരവുമായ ഒരു വഴിത്തിരിവിലെത്തുകയായിരുന്നു.

പെറുവിനോട് വിടപറയുന്നു

ആയകുച്ചോയിലെ വിജയത്തിനുശേഷം നിർബ്ബന്ധപൂർവ്വം സൈന്യത്തിൽ ആളെ ചേർക്കുന്നത് നിർത്തിവെക്കുന്നതായി ഒരു ഉത്തരവിലൂടെ ബൊളിവാർ അറിയിച്ചു. തുടർന്ന് ഒരു ഭരണഘടനാ കൺവെൻഷൻ വിളിച്ചുകൂട്ടുകയും ചെയ്തു. ഏകാധിപത്യപരമായ ഒരു ഭരണസംവിധാനം ഭരണസമിതിക്ക് നടപ്പിലാക്കേണ്ടിവന്നത് അപ്പോഴത്തെ പ്രതികൂലസാഹചര്യങ്ങളുടെ സമ്മർദ്ദഫലമായിട്ടായിരുന്നു. ആ സാഹചര്യം അപ്രത്യക്ഷമായിക്കഴിഞ്ഞിരിക്കുന്നു. ജനാധിപത്യസംവിധാനം പുനരുജ്ജീവിപ്പിക്കുവാനുള്ള സമയമാണിപ്പോൾ കൈവന്നിരിക്കുന്നത്. തെക്കെ അമേരിക്കയിലെ എല്ലാ രാജ്യങ്ങളുടെയും ഐക്യം എന്ന മഹത്തായ ആശയം പ്രകടിപ്പിച്ചതിനുശേഷം ലാറ്റിനമേരിക്കയിൽ ഉൾപ്പെടുന്ന മുഴുവൻ രാജ്യങ്ങളുടെയും ഒരു പ്രതിനിധി സമ്മേളനം വിളിച്ചുകൂട്ടുന്നതിനെക്കുറിച്ചും അതിന്റെ പ്രായോഗിക സാദ്ധ്യതകളെക്കുറിച്ചുമെല്ലാം വിവരിച്ചുകൊണ്ടും ഒരു സർക്കുലർ ബൊളിവാർ പുറപ്പെടുവിച്ചു. ഈ പ്രതിനിധിസമ്മേളനത്തിന്റെ വിശദാംശങ്ങളും ആ സർക്കുലറിൽ ചർച്ച ചെയ്യുന്നുണ്ടായിരുന്നു. അമേരിക്കൻ റിപ്പബ്ലിക്കുകളെ ഒന്നിപ്പിക്കുക എന്ന പൊതുതാല്പര്യത്തിന് മൗലികമായ ഒരു അടിത്തറ, ഗവൺമെന്റിന്റെ നിലനില്പ്, കാലാവധി, തുടർച്ചയായ നിലനില്പിന്റെ സാദ്ധ്യത എന്നിവയെല്ലാം അതിൽ പരിശോധിക്കപ്പെടുന്നുണ്ട്. ഇത്തരത്തിൽ ഒരു സംഘടനാസംവിധാനം സ്ഥാപിക്കുന്നതിന്റെ ഉത്തരവാദിത്വം ആരിൽ നിക്ഷിപ്തമായിരിക്കണം എന്നും അതിന്റെ അധികാരപരിധി കൃത്യമായി നിർവ്വചിക്കപ്പെടുകയും അത് എങ്ങനെ കൈമാറ്റം ചെയ്യപ്പെടണം എന്ന് കൃത്യമായി വിശകലനം ചെയ്തു പരിശോധിക്കുകയും ചെയ്തുകൊണ്ടാണ് ആ സർക്കുലർ അവസാനിക്കുന്നത്. ഈ മഹത്തായ അധികാരം കൈകാര്യം ചെയ്യുമ്പോഴുണ്ടാകുന്ന പ്രായോഗിക

പ്രശ്നങ്ങൾ പരിഹരിച്ചുകൊണ്ട് ഏകതാനമായ തത്ത്വങ്ങൾ നിലനിർത്തിക്കൊണ്ടുപോകാൻ കഴിയുമെന്നും, ഈ അധികാരകേന്ദ്രമായിരിക്കും നമുക്കിടയിലെ കൊടുങ്കാറ്റുകളെ ഇനിയുള്ള നാളുകളിൽ നിയന്ത്രിക്കുക എന്നിങ്ങനെയുള്ള പ്രത്യാശകളും അദ്ദേഹം വെച്ചുപുലർത്തി. രാജ്യത്തിനെ പൂർണ്ണമായ അർത്ഥത്തിൽ പ്രതിനിധീകരിക്കുവാൻ പ്രതിനിധികളെ പ്രാപ്തരാക്കുന്നവിധത്തിൽ അതത് രാജ്യങ്ങൾ അവരെ ചുമതലപ്പെടുത്തിയിരിക്കണം. സ്പെയിനിനെതിരായി യുദ്ധംചെയ്ത് സ്വാതന്ത്ര്യം നേടിയെടുത്തവരുടെ ആഭിമുഖ്യത്തിൽ നടക്കുന്ന ഈ കൂടിച്ചേരലിലൂടെ അധികാരം വ്യതിവ്യാപനം ചെയ്യപ്പെടുന്ന ദിവസം, അത് അമേരിക്കൻ നയതന്ത്രചരിത്രത്തിലെ ഏറ്റവും പ്രധാനപ്പെട്ടതും നിർണ്ണായകവുമായ ഒരു ദിവസമായിരിക്കും. നൂറ്റാണ്ടുകൾക്കുശേഷം അന്നത്തെ തലമുറ അവരെ ഒന്നിപ്പിച്ചുനിർത്തുന്ന ഈ അന്താരാഷ്ട്രനിയമങ്ങളുടെ തുടക്കത്തെക്കുറിച്ചറിയുവാൻ ആഗ്രഹിക്കുമ്പോൾ ഇന്നത്തെ ഉടമ്പടികൾ കീറിമുറിച്ചു പരിശോധിക്കും. അപ്പോൾ അവർക്ക് മനസ്സിലാകും നമ്മുടെ ലോകവീക്ഷണത്തിന്റെയും ഐക്യത്തിന്റെയും വഴികൾ. ഇത്തരം പ്രത്യാശകളോടെയുള്ള ആ സർക്കുലർ അമേരിക്കയിലെ വിമോചിത രാജ്യങ്ങളുടെയെല്ലാം ആലോചനകളിൽ സജീവമായി നിലനിർത്താൻ ഒരു പരിധിവരെ ബൊളിവാറിനു സാധിച്ചിരുന്നു.

തന്റെ ദൗത്യം പൂർണ്ണമായി. അമേരിക്കൻ വൻകരയിൽ അധിനിവേശശക്തികളൊന്നും അവശേഷിക്കുന്നില്ല എന്ന ആത്മവിശ്വാസത്തോടെ ബൊളിവാർ തന്റെ രാജിക്കത്ത് കൊളംബിയയിലേക്ക് അയച്ചു. ഈ തക്കം നോക്കി ശത്രുക്കൾ അദ്ദേഹത്തെ വ്യക്തിപരമായി ആക്രമിക്കാൻ തുടങ്ങി. ലാറ്റിനമേരിക്കയിൽ ഒരു ഏകാധിപതിയായിത്തീരാനുള്ള ദുരാഗ്രഹമാണ് അദ്ദേഹത്തെ നയിക്കുന്നത് എന്നായിരുന്നു ഒരാരോപണം. ഇത്തരം ആരോപണങ്ങളുടെ എണ്ണം പെരുകിക്കൊണ്ടേയിരുന്നു. ഇതിൽ ചില വിദേശരാജ്യങ്ങളിലെ – പ്രത്യേകിച്ച് യു എസ് എയുടെ – പ്രതിനിധികൾപോലും പങ്കെടുത്തു. എന്നാൽ ഇന്നുവരെ ഇത്തരം ആരോപണങ്ങൾക്ക് അടിസ്ഥാനമായ – ഒരു രേഖപോലും കണ്ടെത്താൻ കഴിഞ്ഞിട്ടില്ല. സ്വാതന്ത്ര്യത്തിനുവേണ്ടിയുള്ള യുദ്ധം പ്രായോഗികമായി അവസാനിച്ചുവെങ്കിലും റോഡിൻ എന്ന സ്പാനിഷ് കമാന്റർ കല്ലാഓവയുടെ ഭരണം കൈയടക്കിവെച്ചിരുന്നു. മേൽഭാഗ (വടക്കൻ) ത്തുള്ള പെറുവും സ്പാനിഷുകാരുടെ കൈയിലായിരുന്നു. ഈ അവസ്ഥയ്ക്ക് ഒരു പരിഹാരം കണ്ട് പെറുവിന്റെ മോചനം പൂർണ്ണമാക്കാൻവേണ്ട നടപടികൾ സ്യൂക്കർ സ്വീകരിച്ചു. അപ്പോൾ ബൊളിവാർ പെറുവിൽ ഒരു ഭരണഘടനാ സമ്മേളനം വിളിച്ചുകൂട്ടാനുള്ള ഒരുക്കങ്ങൾ ചെയ്യുകയായിരുന്നു. ഭരണം ഏതെങ്കിലും ഒരാളുടെ; ഒരു കെട്ടിക്കാഴ്ചക്കാരന്റെ കൈയിൽ ഏല്പിക്കുന്നതിനേക്കാൾ നല്ലത് അപ്പോളോ ദേവന്റെ കൈയിൽ അധികാരം ഏല്പിക്കുന്നതായിരിക്കും. പ്രതിനിധികളോടുള്ള സംഭാഷണമദ്ധ്യേ അദ്ദേഹം പറഞ്ഞു.

> ലോകത്തിലെ ഏറ്റവും അരോചകമായ ഒരു ഭരണസമ്പ്രദായത്തിൽനിന്നും മോചിതരായ ജനങ്ങളെ ഞാൻ അഭിനന്ദിക്കുന്നു. ആയാകുച്ചോവിലെ വിജയം മാടമ്പിവാഴ്ച അവസാനിപ്പിച്ചു. അതിലുള്ള സന്തോഷം ഞാൻ എന്റെ രാജിയിലൂടെ പ്രകടിപ്പിക്കുന്നു. റോമിനെപ്പോലും നാശത്തിലേക്ക് നയിച്ച ഇത്തരം അതിരുകളില്ലാത്ത അധികാരം കൈയാളൽ എന്നെന്നേക്കുമായി ഇല്ലാതാക്കണം. കോൺഗ്രസിന്റെ ചരിത്രം ദുഷ്കരമായ ഇരുണ്ട ഇടനാഴിയിലൂടെ കടന്നുപോയി കൊടുങ്കാറ്റുകളെ നേരിട്ട അഭിനന്ദനാർഹമായ ചരിത്രമാണ്. ബയണറ്റിനുപകരം നടപ്പിലാക്കാൻ പോകുന്നത് നിയമവാഴ്ചയാണ്. അതിൽ എനിക്ക് അഭിമാനമുണ്ട്. നമ്മുടെ രാജ്യം ആഭ്യന്തര സമാധാനവും രാഷ്ട്രീയസ്വാതന്ത്ര്യവും നേടിയിരിക്കെ, നിയമത്തിന്റെ വാഴ്ചയൊഴിച്ച് മറ്റൊരു വാഴ്ചയും അനുവദിക്കുവാൻ പാടില്ല.

പെറുവിലെ ജനതയ്ക്ക് ബൊളിവാർ അധികാരത്തിൽ തുടരണമെന്നുതന്നെയായിരുന്നു ആഗ്രഹം. അയാളെ ഒരു ഏകാധിപതി എന്ന് പ്രത്യക്ഷത്തിൽ വിശേഷിപ്പിച്ചില്ലെങ്കിലും എല്ലാ അധികാരവും അയാളിൽ നിക്ഷിപ്തമാക്കിക്കൊണ്ട് ഒരു ഉത്തരവ് പുറപ്പെടുവിച്ചു. ആ ദിവസംതന്നെ പുറപ്പെടുവിച്ച മറ്റൊരു ഉത്തരവിലൂടെ വിമോചനസേനയിലെ പട്ടാളക്കാർക്കും ആഫീസർമാർക്കും പാരിതോഷികമായി ഒരു ലക്ഷം ഡോളറിനു തുല്യമായ 10 ലക്ഷം പെസോ (200 വർഷം മുമ്പുള്ള വിനിമയനിരക്ക്) അനുവദിച്ചു. വേറൊരു 10 ലക്ഷം പെസോ രാജ്യത്തിന്റെ നന്ദി പ്രകടനമായി വിമോചകന്റെ കൈയിലേല്പിച്ചു. ധനം നല്കിയുള്ള ആനന്ദപ്രകടനം അദ്ദേഹത്തെ വേദനിപ്പിച്ചു. അത് സ്നേഹപൂർവ്വം തിരസ്കരിച്ചുകൊണ്ട് അദ്ദേഹം പറഞ്ഞു:

> ഞാനൊരിക്കലും ഇത്തരം പാരിതോഷികങ്ങൾ, അതെന്റെ സ്വന്തം രാജ്യത്തിൽ നിന്നായാൽപ്പോലും സ്വീകരിക്കുകയില്ല. എന്റെ സ്വന്തം രാജ്യത്തെ ജനങ്ങളുടെ കൈയിൽനിന്നും സ്വീകരിക്കില്ലാത്ത പാരിതോഷികം പെറുവിലെ ജനങ്ങളുടെ കൈയിൽനിന്നും സ്വീകരിക്കുന്നത് ഒരിക്കലും എന്റെ നീതിബോധവുമായി പൊരുത്തപ്പെടുകയില്ല.

കോൺഗ്രസ് അവസാനമായി ഒന്നുകൂടി ബൊളിവാറിനെ നിർബ്ബന്ധിച്ചു. ഈ പണം സ്വീകരിച്ച് സ്വന്തം രാജ്യത്തെയും കൊളംബിയയിലെയും ദുരിതമനുഭവിക്കുന്ന ജനങ്ങൾക്കുവേണ്ടി ചെലവഴിച്ചാൽമതി എന്ന ഒരു അഭ്യർത്ഥനകൂടി ഒപ്പം മുന്നോട്ടുവെച്ചു. ഈ അഭ്യർത്ഥന ഒടുവിൽ ബൊളിവാർ സ്വീകരിച്ചു. 1826 ൽ ചേരുവാൻ തീരുമാനിച്ച സ്വന്തം നാട്ടിലെ കോൺഗ്രസ് (ഭരണസമിതി) സമ്മേളനത്തിന്റെ തലേദിവസംവരെ പെറുവിൽ തങ്ങുവാനും അദ്ദേഹം തീരുമാനിച്ചു. തന്റെ

ഊർജ്ജം മുഴുവൻ ഒരു ജനാധിപത്യ ഭരണസംവിധാനം കെട്ടിപ്പടുക്കുന്നതിനുള്ള തീവ്രശ്രമങ്ങൾക്കുവേണ്ടിയാണിപ്പോൾ അദ്ദേഹം ചെലവഴിച്ചുകൊണ്ടിരുന്നത്. ഒരു പട്ടാളത്തലവൻ എന്നതിനേക്കാളുപരി ആദരവ് അദ്ദേഹത്തിനു ഇക്കാര്യത്തിൽ ലഭിച്ചു. നയതന്ത്രജ്ഞൻ എന്നനിലയിൽ ഭരണതലത്തിൽ കാര്യങ്ങൾ സുഗമമാക്കാൻ പല വകുപ്പുകളും രൂപീകരിച്ചു. സ്കൂളുകൾ സ്ഥാപിക്കുക, നിയമവാഴ്ച ഉറപ്പുവരുത്താൻ കോടതികൾ സ്ഥാപിക്കുക, വനവുമായി ബന്ധപ്പെട്ട കാര്യങ്ങൾക്ക് ഒരു പ്രത്യേക വകുപ്പ് രൂപീകരിക്കുക തുടങ്ങിയ കാര്യങ്ങൾക്ക് മുൻഗണന നല്കി. റോഡുകളും, പൊതുജനങ്ങൾക്ക് ഉപകാരപ്രദമായ മറ്റു പല സൗകര്യങ്ങളും സൃഷ്ടിച്ചു. മറ്റു മേഖലകളിൽ ജനജീവിതം ക്ലേശരഹിതമാക്കുവാനുള്ള നിരവധി ഉപാധികൾ നടപ്പിലാക്കി.

1-4-1825 ന് സ്യൂക്കർ അവസാനത്തെ സ്പാനിഷ് സൈനികദളത്തേയും ദുമ്സ്ല എന്ന സ്ഥലത്തുവെച്ച് തോല്പിച്ചു. ഭരണപരിഷ്കാര പ്രവർത്തനങ്ങൾക്കുവേണ്ടി ബൊളിവാർ കുസ്കോയും പെറുവിന്റെ ഉയർന്ന ഭാഗങ്ങളും സന്ദർശിച്ചു. 16-5-1825 ന് അദ്ദേഹം അരികിപയിൽ വെച്ച് അൾട്ടോ (വടക്കൻ പെറു) എന്ന സ്വതന്ത്രരാജ്യത്തെ ഒരു റിപ്പബ്ലിക്കായി പ്രഖ്യാപിച്ചു. കുസ്ക്കോയിൽ അദ്ദേഹത്തിനു അതിഗംഭീര സ്വീകരണമാണ് ലഭിച്ചത്. രത്നങ്ങളും വജ്രങ്ങളും പതിച്ച ഒരു കിരീടം ആയിരം സ്ത്രീകൾ ചേർന്ന് അദ്ദേഹത്തിന് സമ്മാനിച്ചു. ബൊളിവാർ അത് സ്വീകരിച്ച ഉടനെതന്നെ അത് മാർഷൽ സ്യൂക്കർക്ക് അയച്ചുകൊടുത്തു. അദ്ദേഹം പറഞ്ഞു: “ആയകുച്ചോ കീഴടക്കിയതും ഈ റിപ്പബ്ലിക്കിന്റെ യഥാർത്ഥ വിമോചകനും സ്യൂക്കറാണ്.” കുസ്ക്കോയിൽനിന്ന് അദ്ദേഹം ലാപാസിയിലേക്ക് പോയി. അവിടെയും അദ്ദേഹത്തിന് ഊഷ്മളമായ വരവേല്പ് തന്നെ ലഭിച്ചു. അൾട്ടോ പെറുവിലെ ഭരണസമിതിയുടെ പ്രതിനിധികൾ അദ്ദേഹത്തെ കാണാനെത്തി. ആ രാജ്യത്തിന്റെ പേര് റിപ്പബ്ലിക്കാ ബൊളിവാർ (ഇപ്പോൾ ബൊളീവിയ) എന്നാക്കി മാറ്റിയതായി അറിയിച്ചു. അവിടെനിന്നും അദ്ദേഹം പൊട്ടോസിയിലേക്ക് പോയി. ജനങ്ങളുടെ നന്ദിപ്രകടനങ്ങൾക്കും സ്നേഹാദരങ്ങൾക്കും പാത്രീഭവിച്ചുകൊണ്ട് ആഴ്ചകളോളം അവിടെ തങ്ങി. ലാറ്റിനമേരിക്കൻ രാജ്യങ്ങളിലെ സ്വാതന്ത്ര്യബോധം ഉണർത്തുന്നതിനുവേണ്ടി നല്കിയ സേവനങ്ങൾക്ക് നന്ദിപറഞ്ഞുകൊണ്ട് ബ്യൂണസ് അയേഴ്സിലെ ഗവൺമെന്റ് ഒരു പ്രതിനിധി സംഘത്തെ അയച്ചു. അവരെയും മറ്റു പ്രദേശത്തുനിന്നുമുള്ള പ്രതിനിധി സംഘത്തെയും അവിടെ അദ്ദേഹം സ്വീകരിച്ചു. ലാറ്റിനമേരിക്കയ്ക്ക് മുഴുവൻ സുരക്ഷിതത്വവും സ്വാതന്ത്ര്യവും നേടിക്കൊടുത്ത മഹാൻ എന്നൊരു ബിംബം അദ്ദേഹത്തെക്കുറിച്ച് മുഴുവൻ ജനങ്ങളുടെ മനസ്സിലും ഇതിനകം രൂപംകൊണ്ടുകഴിഞ്ഞിരുന്നു.

അധികാരവികേന്ദ്രീകരണത്തെ സംബന്ധിച്ച തന്റെ ആശയങ്ങൾ ഉൾക്കൊള്ളിച്ചുകൊണ്ടുള്ള ഒരു രാഷ്ട്രീയ ചട്ടക്കൂട് അദ്ദേഹം ബൊളീവിയയ്ക്ക് നല്കി. മറ്റുള്ള സ്ഥലങ്ങളിൽ അധികാരസ്ഥാനത്തിരുന്നപ്പോൾ

നടപ്പിലാക്കിയ കാര്യങ്ങളെല്ലാം അദ്ദേഹം അവിടെയും നടപ്പിലാക്കി. വിദ്യാഭ്യാസസ്ഥാപനങ്ങൾ സ്ഥാപിക്കുന്നതിന് പ്രാധാന്യം നല്കി. ജല ക്ഷാമമുള്ള പ്രദേശങ്ങളിൽ വെള്ളമെത്തിക്കുവാനും തരിശായിക്കിട ക്കുന്ന പ്രദേശങ്ങളെ കൃഷിയോഗ്യമാക്കാനുമുതകുന്നവിധത്തിൽ നദി കളുടെ ഒഴുക്ക് ക്രമീകരിക്കുവാൻ പറ്റുമോ എന്ന് പരിശോധിക്കുവാൻ ഉത്തരവിറക്കി. ആയിരക്കണക്കായുള്ള നിയമവഴികളിലൂടെയും തന്റെ അക്ഷീണമായ ചിന്താപദ്ധതിയിലൂടെയും രാജ്യത്തെ അടിമുടി മാറ്റിമ റിച്ചു. ഒപ്പംതന്നെ വിശദമായ വിവരങ്ങൾ പരസ്പരം കൈമാറാനും, ആവ ശ്യമായ നിർദ്ദേശങ്ങൾ ബന്ധപ്പെട്ട സിവിൽ ആഫീസർമാർക്കും സുഹൃ ത്തുക്കൾക്കും നല്കുന്നതിലും, നയതന്ത്രപ്രതിനിധികളുമായി ബന്ധ പ്പെടുന്നതിലും അദ്ദേഹം സഹജമായ രീതിയിൽ സജീവമായിരുന്നു. ചക്യൂസ്അകാ എന്ന സ്ഥലത്തുവെച്ച് പെറുവിൽ ഇപ്പോഴുള്ള വെനസ്വേലിയൻ പട്ടാളക്കാരെ സ്വദേശത്തേക്ക് തിരിച്ചയക്കുവാനുള്ള നിർദ്ദേശം നല്കി. ക്യൂബയുടെയും പോർട്ടോറിക്കയുടെയും സ്വാതന്ത്ര്യം സംബന്ധിച്ച ആലോചനകൾ അദ്ദേഹം മനസ്സിൽ കൊണ്ടുനടന്നിരുന്നു.

1826 ജനുവരിയിൽ ചക്യൂസ്അകായിൽ നിന്ന് അദ്ദേഹം തീരപ്രദേ ശത്തേക്ക് പോയി. പിന്നീട് കടൽമാർഗ്ഗം പെറുവിൽ നിന്നു പുറപ്പെട്ട സ്ഥലത്തുതന്നെ തിരിച്ചെത്തി. ഒരു മാസത്തെ വിശ്രമത്തിനുശേഷം വീണ്ടും ലിമയിലേക്ക് നീങ്ങി. ഭരണസമിതിക്ക് താൻ ബൊളീവിയയിലും മറ്റും നടത്തിയ ഭരണപരിഷ്കാരങ്ങളെക്കുറിച്ചുള്ള വിശദമായ റിപ്പോർട്ട് നല്കി. ആ സമയമാകുമ്പോഴേക്കും സ്പെയിൻകാരുടെ അവസാനത്തെ ശക്തികേന്ദ്രമായ കല്ലാഓവ വെനസ്വേലിയൻ ജനറലായ ബർത്തലോ മിസലോം പിടിച്ചെടുത്തുകഴിഞ്ഞിരുന്നു. സ്വാതന്ത്ര്യയുദ്ധകാലത്ത് ബൊളിവാറിന്റെ കീഴിൽ മികച്ച സേവനങ്ങൾ അനുഷ്ഠിച്ച ഒരു ആഫീ സറായിരുന്നു സലോം. സ്പാനിഷ് ചെറുത്തുനില്പിന്റെ ധീരമാതൃക യായിരുന്നു റോഡിൻ. അദ്ദേഹത്തിന്റെ ക്രൂരവും നിന്ദ്യവുമായ നടപടി കൾ കുപ്രസിദ്ധമാണ്. പട്ടിണിയും ദാരിദ്ര്യവും കഷ്ടനഷ്ടങ്ങളും സഹിച്ച് ഏഴുമാസത്തോളം അദ്ദേഹം കല്ലാഓവയിൽ പിടിച്ചുനിന്നു. 23-1-1826 ൽ കീഴടങ്ങിയ റോഡിൻ ആയിരുന്നു അമേരിക്കയിൽനിന്ന് ഒഴിഞ്ഞുപോയ അവസാനത്തെ സ്പാനിഷ് സേനാനായകൻ.

പെറുവിലെ കാര്യങ്ങളെല്ലാം ഒരുവിധം ശരിയാക്കിയതിനുശേഷം, കാര്യങ്ങൾ നല്ലനിലയിൽ പുരോഗമിക്കുന്നുണ്ട് എന്നു ബോദ്ധ്യംവന്ന പ്പോൾ അദ്ദേഹം കൊളംബിയയിലേക്ക് തിരിച്ചുപോകാൻ തയ്യാറായി. വീണ്ടുവിചാരമില്ലാത്തവരും ദീർഘവീക്ഷണവും വിശാലഹൃദയര ല്ലാത്തവരുമായ ചില സുഹൃത്തുക്കൾ, കൊളംബിയ, പെറു, ബൊളീ വിയ മുതലായ രാജ്യങ്ങളടങ്ങുന്ന ആൻഡിസ് മേഖലയിലെ ചക്രവർത്തി യായി ബൊളിവാറിനെ അവരോധിക്കേണ്ടതുണ്ടെന്ന് അയാളെ ബോദ്ധ്യ പ്പെടുത്തുവാൻ ശ്രമിച്ചുകൊണ്ടിരുന്നു. കരാക്കസിൽ പഴയ സുഹൃത്ത് പായസ് കൊളംബിയയിലേക്ക് ബൊളിവാർ തിരിച്ചെത്തണമെന്നും

അവിടെ ഒരു രാജവംശത്തിന്റെ അധികാരം സ്ഥാപിക്കണമെന്നും നിർദ്ദേശിച്ചു. എന്നാൽ ഇത്തരം പ്രലോഭനങ്ങൾക്കൊന്നിനും അദ്ദേഹം വിധേയനായില്ല. അദ്ദേഹത്തിന്റെ തീരുമാനങ്ങളും വിലയിരുത്തലുകളും കണ്ടെത്തലുകളും മാറ്റമില്ലാത്തതും ദൃഢവുമായിരുന്നു. പായസിനെഴുതിയ ഒരു കത്തിൽ അദ്ദേഹം അത് വ്യക്തമാക്കിയിട്ടുണ്ട്:

> ഫ്രാൻസ് ഒരു രാജാധികാര രാഷ്ട്രംതന്നെയായിരുന്നപ്പോഴും, റിപ്പബ്ലിക്കൻ ഗവൺമെന്റ് സ്വയം അവമതിക്കടിമപ്പെട്ട് ക്രമേണ കൂടുതൽ കൂടുതൽ അധാർമ്മികതയിലേക്ക് മുങ്ങിത്താഴുകയായിരുന്നു. അത് ആരാലും വെറുക്കപ്പെടുന്ന ഒരവസ്ഥയിലേക്ക് ക്രമേണ നീങ്ങി. ഫ്രാൻസിനെ നയിച്ചിരുന്ന മന്ത്രിമാരൊക്കെ കഴിവില്ലാത്തവരും ക്രൂരന്മാരുമായിരുന്നു. നെപ്പോളിയൻ വ്യക്തിപരമായി മഹാനായിരുന്നു, എന്നാൽ അദ്ദേഹം ഒരു കടുത്ത ദുരാഗ്രഹിയുമായിരുന്നു. അത്തരം ഒരു പരിത:സ്ഥിതിയല്ല നമുക്കിവിടെയുള്ളത്. ഞാനൊരു നെപ്പോളിയനല്ല. അങ്ങനെയാകാൻ ആഗ്രഹിക്കുന്നുമില്ല. സീസർ ചക്രവർത്തിയെ അനുകരിക്കുവാനുള്ള താല്പര്യവും എനിക്കില്ല. ഒരു ഇറ്റൗർബൈഡ് (മെക്സിക്കോയിൽ നടന്ന ഒരു കലാപത്തിൽ സ്വയം ചക്രവർത്തിയായി പ്രഖ്യാപിക്കാൻ അവസരം കിട്ടിയ ആൾ) ആകുന്ന പ്രശ്നമേ ഉദിക്കുന്നില്ല. കൊളംബിയയിലെ ന്യായാധിപന്മാർ റോബ്സ്പിയറോ, മാറാവോ അല്ല (റോബ്സ്പിയർ ഫ്രഞ്ച് വിപ്ലവകാലത്ത് ജാക്കോബിനുകളുടെ നേതാവും ഗില്ലറ്റിന്റെ കടുത്ത പ്രയോക്താവുമായിരുന്നു. ഴാങ്പോൾ മാറാ ഫ്രഞ്ച് വിപ്ലവകാലത്തെ കാലുമാറ്റക്കാരനായ ഒരു നേതാവായിരുന്നു) കൊളംബിയ ഒരിക്കലും രാജവാഴ്ചയിലുമായിരുന്നില്ല. ഒരു സിംഹാസനം അതിന്റെ ഉയരംകൊണ്ടും വർണ്ണശബളിമ കൊണ്ടുംതന്നെ ജനങ്ങളുടെനേർക്ക് പൈശാചികമായി അട്ടഹസിക്കും.

ബൊളിവാർ തനിക്ക് രാജവാഴ്ചയോടുള്ള ശക്തമായ എതിർപ്പ് സുഹൃത്തുക്കളോടെല്ലാം പരസ്യമായി പറഞ്ഞിരുന്നു. വൈസ് പ്രസിഡന്റായിരുന്ന സന്റാൻഡർക്ക് അയച്ച ഒരു കത്തിൽ അദ്ദേഹം ഇങ്ങനെ എഴുതി:

> ഞാൻ എന്റെ കടപ്പാടുകളെല്ലാം നിർവ്വഹിച്ചിരിക്കുന്നു. യുദ്ധം ചെയ്യുക എന്നതാണ് എനിക്കറിയാവുന്ന ഏകതൊഴിൽ. അതാണ് ഞാൻ റിപ്പബ്ലിക്കിന്റെ ആദ്യദിവസം മുതൽ ചെയ്തുവന്നിരുന്നത്. ഒരു യോദ്ധാവിന്റെ കടമകൾ ഞാൻ കൃത്യമായി നിർവ്വഹിച്ചിട്ടുണ്ട്. ന്യായാധിപനാകാൻ ജനിച്ച ആളല്ല ഞാൻ. ഒരു സൈനികൻ തന്റെ രാജ്യത്തെ കൊടിയ ആപത്തിൽനിന്ന് രക്ഷിച്ചിരിക്കാം. എന്നാൽ അയാൾ നല്ലൊരു ഭരണാധികാരിയാകണമെന്നില്ല. എന്നാൽ നിങ്ങളാണ് അതിന് തിളക്കമാർന്നൊരു അപവാദം.

ഇക്കാലത്ത് തന്റെ ഉറച്ച നിലപാടുകൾക്കും അഭിപ്രായങ്ങൾക്കും കിട്ടിയ പാരിതോഷികങ്ങളിൽവെച്ച് ഏറ്റവും മഹത്തും തന്റെ പില്ക്കാല ജീവിതത്തിൽ ഏറ്റവും കൂടുതൽ വിലമതിച്ചതുമായ ഒരു പാരിതോഷികം അദ്ദേഹത്തിന് കിട്ടി. യു എസ് എ യിലെ ജനറൽ ലഫായത്തെ മുഖാന്തരമാണ് ആ പാരിതോഷികംകിട്ടിയത്. അയച്ചതാകട്ടെ മൗണ്ട് വെർണോവിൽനിന്ന് ജോർജ്ജ് വാഷിങ്ടണിന്റെ കുടുംബവും. ജോർജ് വാഷിങ്ടണിന്റെ ഛായാചിത്രവും അദ്ദേഹത്തിന്റെ മുടിയിഴകളുമായിരുന്നു ആ പാരിതോഷികത്തിന്റെ ഉള്ളടക്കം. ഈ പാരിതോഷികത്തോടൊപ്പം ലഫായത് ബൊളിവാറിന് അയച്ച കത്തിൽ ഇങ്ങനെ പറയുന്നു:

> എനിക്ക് പിതൃതുല്യനും എന്റെ ബഹുമാനാദരങ്ങളും ആരാധനയും പിടിച്ചെടുത്ത ആളുമായ ജോർജ്ജ് വാഷിങ്ടണിനോട് എനിക്കുള്ള ആത്മബന്ധത്തിനുള്ള അംഗീകാരമായാണ് ഈ പാരിതോഷികം നിങ്ങൾക്ക് സമ്മാനിക്കുവാൻ വാഷിങ്ടണിന്റെ കുടുംബാംഗങ്ങൾ എന്നെ നിയോഗിച്ചത് എന്നു ഞാൻ വിശ്വസിക്കുന്നു. ഇതില്പരം മറ്റൊരു അംഗീകാരം എനിക്കിനി ലഭിക്കാനില്ല. ജീവിച്ചിരിക്കുന്നവരും മരിച്ചുപോയവരുമായ എല്ലാ ചരിത്ര പുരുഷന്മാരിലും ശ്രേഷ്ഠനായ സിമൊൻ ബൊളിവാറിന് ഈ പാരിതോഷികം അയക്കാനാണ് അവർ തീരുമാനിച്ചത്. അതിനായി അവരുടെ പിതാവിന്റെയും ആ കുടുംബത്തിന്റെയും അടുത്ത സുഹൃത്ത് എന്ന നിലയിലാണ് എന്നെ ഈ പാരിതോഷികം കൈമാറുവാൻ ഉത്തരവാദപ്പെടുത്തിയത്. തെക്കെ അമേരിക്കയിലെ മഹാനായ പൗരനും വിമോചകൻ എന്ന പദവി നല്കപ്പെട്ടവനുമായ അങ്ങയോട് ഞാൻ മറ്റെന്തു പറയാനാണ്. റിപ്പബ്ലിക്കിനോടുള്ള സ്നേഹാതിരേകത്താൽ തന്നെ തേടിയെത്തിയ അധികാരത്തിന്റെ എല്ലാ സൗഭാഗ്യങ്ങൾക്കും നേരെ മുഖംതിരിച്ച അങ്ങേയ്ക്ക് ഞാനീ മഹത്തായ പാരിതോഷികം കൈമാറുന്നു.

ബൊളിവാർ ആ കത്തിന് ഇങ്ങനെ പ്രതിവചിച്ചു.

> ഈ ഉപഹാരം ഞാൻ എന്തുമാത്രം വിലമതിക്കുന്നതാണെന്ന് ഹൃദയത്തിന്റെ ഭാഷയിൽ വിവരിക്കുന്നതിന് എന്റെ വാക്കുകൾ പരാജയപ്പെടുന്നു. പ്രതീക്ഷകൾക്കെല്ലാം ഉപരിയായി വാഷിംഗ്ടണിന്റെ കുടുംബം എന്നെ ബഹുമാനിച്ചിരിക്കുന്നു. ലിഫായത്ത് അങ്ങ് നല്കിയ ഈ ഉപഹാരം മനുഷ്യന് ലഭിക്കാവുന്നതിൽവെച്ച് ഏറ്റവും മഹത്തായ കിരീടം തന്നെയാണ്.

ബൊളിവാറിന്റെ മരണംവരെ മറ്റേതു പതക്കങ്ങളേക്കാളും മഹത്വമുള്ളതായിക്കരുതി അദ്ദേഹമിത് മാറിലണിയുകയും ചെയ്തിരുന്നു (മരണശേഷം വെനസ്വേലയുടെ തലസ്ഥാനമായ കരാക്കസിലെ മ്യൂസിയോ

ബൊട്ടിവാനോയിൽ പാവനമായ ഒരു ഭൗതീകാവശിഷ്ടമായി ഈ പാരിതോഷികം ഇപ്പോഴും സൂക്ഷിക്കുന്നുണ്ട്)

ഈയൊരു പാരിതോഷികം നല്കിയ സന്തോഷത്താൽ ആർജ്ജിച്ച തിളക്കം മനസ്സിൽ നിറഞ്ഞുനില്ക്കുമ്പോഴാണ് മറ്റൊരു കിരീടം സ്വീകരിക്കാൻ അദ്ദേഹം നിർബ്ബന്ധിക്കപ്പെട്ടത്. അതയാൾ സ്യൂക്കർക്ക് ഉടൻ തന്നെ കൈമാറി. ഇക്കാലത്തുതന്നെയാണ് വെനസ്വേലയിൽനിന്നു സന്തോഷകരമല്ലാത്ത ചില വാർത്തകൾ എത്തിയത്. 1826 ൽ വെനസ്വേലയിൽ പായസിന്റെ ചില നടപടികൾമൂലം കുഴപ്പങ്ങൾ പൊട്ടിപ്പുറപ്പെട്ടിരിക്കുന്നു. വെനസ്വേല മൂന്ന് സൈനിക ജില്ലകളായി വിഭജിച്ച് അവയോരോന്നിന്റെയും അധികാരം, ബഹ്മുദോ, മരിനോ, പായസ് എന്നിവരെ ഏല്പിച്ച കാര്യം നേരത്തെ പറഞ്ഞിരുന്നല്ലോ. ചിലപ്പോഴൊക്കെ ഈ മൂന്നുപേരും ബൊളിവാറിനെതിരായിരുന്നു. ഇവരെ തൃപ്തിപ്പെടുത്താൻവേണ്ടിയാണ് ഓരോരുത്തരെയും ഓരോ ജില്ലയുടെ അധിപന്മാരായി നിയോഗിച്ചത്. പായസിന്റെ ആസ്ഥാനം കരാക്കസിലായിരുന്നു. അയാളുടെ സ്വേച്ഛാപരമായ ചില നടപടികൾ ജനങ്ങൾ ചെറുത്തു. വൈസ് പ്രസിഡന്റായിരുന്ന സന്റാൻഡർക്കെതിരെ ഉപജാപം നടത്തി. സന്റാൻഡറുടെ ചില ആജ്ഞകൾ ഇയാൾ നടപ്പിലാക്കിയത് ജനങ്ങൾക്കിടയിൽ സന്റാൻഡരെപ്പറ്റി മോശം അഭിപ്രായം ഉണ്ടാകാനുതകുന്നതരത്തിലായിരുന്നു. പ്രത്യേകിച്ചും വെനസ്വേലയുടെ സൈന്യത്തിലേക്ക് പുതുതായി ആളുകളെ ചേർക്കുന്ന കാര്യത്തിൽ. ഇത് നടപ്പിലാക്കിയ രീതിയെ സംബന്ധിച്ച് പല ആക്ഷേപങ്ങളും ജനപ്രതിനിധിസഭയ്ക്ക് ലഭിച്ചു. ഈ ആക്ഷേപം ശരിയാണെന്നു അവർ മനസ്സിലാക്കുകയും സെനറ്റിന് മുമ്പാകെ ആക്ഷേപങ്ങൾ വെയ്ക്കുകയും ചെയ്തു. സെനറ്റ് പായസിനെ തൽസ്ഥാനത്തുനിന്ന് നീക്കം ചെയ്യുകയും അയാളോട് തലസ്ഥാനനഗരിയിൽ ഹാജരാകാൻ ഉത്തരവിടുകയും ചെയ്തു. അയാൾ അത് അനുസരിച്ചില്ല. ഒടുവിൽ തന്റെ സ്ഥാനങ്ങൾ ഉപേക്ഷിച്ച് ഒരു സാധാരണപൗരനായി അയാൾക്ക് വലെൻഷിയയിലേക്ക് മടങ്ങേണ്ടതായി വന്നു. അവിടെ അദ്ദേഹം ജനങ്ങൾക്കിടയിൽ കുഴപ്പം സൃഷ്ടിക്കാനുള്ള ഉപജാപങ്ങളിൽ ഏർപ്പെട്ടു. ഇത് പായസിന് അയാളുടെ സ്ഥാനം തിരിച്ചുനല്കാനുള്ള പൊതുജനാഭിപ്രായമായി ചിത്രീകരിക്കാനാണദ്ദേഹം തുനിഞ്ഞത്. അതിൽ ഒരു പരിധിവരെ അയാൾ വിജയിക്കുകയും ചെയ്തു. അയാളുടെ സുഹൃത്തുക്കളും രാജ്യത്തിന്റെ ശത്രുക്കളും അയാളെ സഹായിച്ചു. അതിലൊരു വിഭാഗം ഇയാൾ സൈനിക കമാന്റർ സ്ഥാനം ഏറ്റെടുക്കണമെന്ന് ആവശ്യപ്പെട്ടു. വലെൻഷിയയിലെ മുനിസിപ്പൽ കൗൺസിലിന്റെ സഹായത്തോടെ, കോൺഗ്രസിന്റെ ഉത്തരവുകൾ വകവെക്കാതെ അയാൾ സ്വയം മിലിട്ടറി കമാന്ററായിരിക്കാൻ തീരുമാനിച്ചു. വെനസ്വേലയുടെ സൈനിക-പൊതുഭരണ മുഖ്യനായി അദ്ദേഹം സ്വയം അവരോധിക്കപ്പെട്ടു. ഇക്കാര്യത്തിൽ മരിനോവിന്റെ പിന്തുണ അയാൾക്ക് നേടാൻ പറ്റിയെങ്കിലും ബഹുമുദോ പിന്തുണ

യ്ക്കാൻ വിസമ്മതിച്ചു. എത്ര പ്രലോഭനങ്ങൾ ഉണ്ടായിട്ടും ബഹ്മുദോ അതിന് തയ്യാറായില്ല. അങ്ങനെ സ്വതന്ത്ര ലാറ്റിനമേരിക്ക എണ്ണമറ്റ ആഭ്യന്തര കലാപങ്ങളുടെ വിളഭൂമിയായി.

സന്റാൻഡർ ബൊളിവാറിനെഴുതി കലാപങ്ങളിൽനിന്ന് രാജ്യത്തെ രക്ഷിക്കണം എന്ന അഭ്യർത്ഥനയോടെ. പായസും ബൊളിവാറുമായി ബന്ധപ്പെട്ടു. സന്റാൻഡറെക്കുറിച്ച് നിരവധി പരാതികളായിരുന്നു അയാൾക്കുന്നയിക്കുവാനുണ്ടായിരുന്നത്. ബൊളിവാർ ഉടൻതന്നെ തന്റെ രാജ്യത്തേക്ക് മടങ്ങുവാൻ തീരുമാനിച്ചു. എന്നാൽ പെറുവിലെ അധികൃതരും ജനങ്ങളും അദ്ദേഹം പെട്ടെന്ന് അവിടം വിടുന്നതിന് എതിരായിരുന്നു. ഒടുവിൽ പൂർണ്ണസമ്മതമില്ലാതെതന്നെ അദ്ദേഹം സ്വദേശത്തേക്ക് തിരിക്കുവാൻ തീരുമാനിച്ചു. അദ്ദേഹത്തിന്റെ പ്രശസ്തി അത്യുന്നതിയിലെത്തിയ ഒരു കാലഘട്ടം അവിടെ അവസാനിക്കുകയായിരുന്നു. അദ്ദേഹത്തിന്റെ മഹത്വം സഹപ്രവർത്തകരുടെ നന്ദികേടുകൾ കൊണ്ട് നാശോന്മുഖമായി. അദ്ദേഹം പെറുവിനോട് എന്നെന്നേക്കുമായി വിടപറഞ്ഞു. വെനസ്വേലയിലേക്കുള്ള മടക്കയാത്രയ്ക്കിടയിൽ തെക്കൻ പ്രവിശ്യകൾ അദ്ദേഹത്തോട് ഏകാധിപതിയായി ഭരണം ഏറ്റെടുക്കുവാനുള്ള ആഗ്രഹം അറിയിച്ചു. അതിനു മറുപടിയായി ഭരണഘടന അനുശാസിക്കുന്ന ഒരു ഭരണം അവിടെ തുടരണമെന്നാണ് തന്റെ ആഗ്രഹം എന്ന വരെ അറിയിച്ചു. അദ്ദേഹം കൊളംബിയയിലെ ജനങ്ങൾക്ക് ഒരു പ്രഖ്യാപനം അയച്ചുകൊടുത്തു. ഒരു സഹോദരൻ എന്ന നിലയിൽ തന്റെ സേവനം വാഗ്ദാനം ചെയ്തുകൊണ്ട്. ആർക്കാണ് തെറ്റുപറ്റിയതെന്നൊന്നും എനിക്കറിയേണ്ട. നിങ്ങൾ എന്റെ രക്തബന്ധത്തിൽപ്പെട്ട സഹോദരന്മാരാണെന്നും എന്റെ സഹപോരാളികളാണെന്നും ഞാനൊരിക്കലും മറക്കുകയില്ല. ഇനിയൊരിക്കലും കൊളംബിയ അധിനിവേശിത കൊളംബിയ ആവാതിരിക്കട്ടെ. നമുക്കെല്ലാവർക്കും കൊളംബിയൻ റിപ്പബ്ലിക്കിലെ പൗരന്മാരാകാം. അല്ലെങ്കിൽ ആ പ്രദേശം അരാജകത്വത്താൽ മരുഭൂമിയായി മാറ്റപ്പെടും.

അദ്ദേഹം ചിസോറസോ താഴ്വര മുറിച്ചുകടന്ന് ക്വിതോയിലെത്തി. ജനങ്ങൾ ആഹ്ലാദാരവങ്ങളോടെ അദ്ദേഹത്തെ സ്വീകരിച്ചാനയിച്ചു. അദ്ദേഹം സ്വന്തം നാട്ടിലേക്ക് എത്താൻവേണ്ടി കടന്നുപോയ എല്ലാ പ്രദേശങ്ങളിലും അതുതന്നെയായിരുന്നു സ്ഥിതി. എല്ലാവരും ആവശ്യപ്പെട്ടത് അധികാരം പിടിച്ചെടുത്ത് സ്വന്തം ഇച്ഛയനുസരിച്ച് ഭരിക്കാനാണ്. ആ ആവശ്യങ്ങളെല്ലാം അദ്ദേഹം നിരാകരിച്ചു. നവംബർ മദ്ധ്യത്തിൽ അദ്ദേഹം ബഗോട്ടയിൽ എത്തി. അവിടെ അദ്ദേഹം ജനങ്ങളോട് ഒന്നിക്കുവാനും പരസ്പരം സഹകരണത്തോടെ നീങ്ങുവാനും അഭ്യർത്ഥിച്ചു, ഉപദേശിച്ചു. പട്ടാളനിയമം അനുസരിക്കാനുള്ള സന്നദ്ധത പട്ടാളത്തിന്റെ ഭാഗത്തുനിന്നുണ്ടായതിൽ അദ്ദേഹം സംതൃപ്തി പ്രകടിപ്പിച്ചു. കാരണം പട്ടാളം ബോധപൂർവ്വം അച്ചടക്കരാഹിത്യത്തിലേക്ക് നീങ്ങുകയാണെങ്കിൽ സ്വാതന്ത്ര്യം അപകടത്തിലാകും എന്ന് അദ്ദേഹത്തിന് നല്ല നിശ്ച

യമുണ്ടായിരുന്നു. കൊളംബിയൻ ജനതയുടെ വലിയ ത്യാഗങ്ങൾ വൃഥാവിലാകും. രണ്ടു ദിവസത്തേക്കു മാത്രമേ അദ്ദേഹം അവിടെ ഔദ്യോഗികഭരണം കൈയാളിയിട്ടുള്ളൂ. എന്നാൽ ആ ദിവസങ്ങൾ മതിയായിരുന്നു ഒരു മഹാനായ സംഘാടകൻ എന്ന ഖ്യാതി ജനമനസ്സുകളിൽ ആഴത്തിൽ പതിയുവാൻ. അദ്ദേഹം വെനസ്വേലയിലേക്കുള്ള തന്റെ യാത്ര തുടർന്നു.

ബൊളിവാറിനു പ്രിയങ്കരമായ ആശയങ്ങളെ എപ്പോഴും തുറന്നെതിർത്തിരുന്ന പായസ് ഒരു വെനസ്വേലിയൻ ഭരണഘടനാ സമ്മേളനം വലെൻഷിയയിൽ 15-1-1827 ന് വിളിച്ചുചേർക്കാൻ പോകുന്നു എന്ന വിവരമാണ് ആദ്യമറിഞ്ഞത്. താൻ നേരിടാൻ പോകുന്ന വ്യക്തിയുടെ തനിസ്വഭാവം അറിയാവുന്ന ബൊളിവാർ ഒരു ചെറുസൈന്യത്തെ സംഘടിപ്പിച്ച് ഏത് പ്രതിസന്ധിഘട്ടത്തെയും നേരിടാൻ തയ്യാറായി. വഴിയിൽവെച്ച് അദ്ദേഹത്തിനു അറിയാൻപറ്റി പ്യൂർട്ടോകബേലി ഐക്യത്തിന്റെ ഭാഗത്ത് നിലയുറപ്പിച്ചുകൊണ്ട് പായസിനെ ആക്രമിക്കാൻ തയ്യാറെടുക്കുകയാണെന്ന്. വീണ്ടും പരസ്പരം കലഹിച്ച് വെനസ്വേലക്കാരുടെ രക്തം പാഴാക്കുവാൻ ഒരുങ്ങുകയാണെന്ന്. ബൊളിവാർ മരകൈബൊയിലെത്തിച്ചേർന്നപ്പോൾ ഒരു പ്രഖ്യാപനം നടത്തി; പരസ്പരം വാളെടുക്കുന്നതിനുമുമ്പ് ഇതിനകം ഏറ്റുകഴിഞ്ഞ ക്ഷതങ്ങൾ പരിഹരിച്ച് ആകാവുന്നത്ര മുന്നോട്ടുപോകാൻ എല്ലാവരെയും പ്രേരിപ്പിക്കുക എന്ന ഉദ്ദേശ്യത്തോടെ. എന്നാൽ പായസ് പ്രചരിപ്പിച്ചത് വിമോചകൻ വെനസ്വേലയിലേക്ക് വരുന്നത് തന്റെ ഉപദേശമനുസരിച്ചാണെന്നാണ്. അദ്ദേഹത്തിന്റെ പരിചയസമ്പത്തുകൊണ്ട് തന്റെ പരിഷ്കാരങ്ങളെ സഹായിക്കുവാൻ വേണ്ടിയാണ് വരുന്നത്. കോറോയിൽനിന്നു ബൊളിവാർ പായസിനെഴുതി. പായസിനെ രക്ഷപ്പെടുത്തുവാൻ ഉതകുന്ന ചില വാഗ്ദാനങ്ങൾ നല്കിയശേഷം, അയാൾ ഇപ്പോൾ ചെയ്തുകൊണ്ടിരുന്ന പ്രവർത്തനങ്ങൾ നിർത്തിവെക്കണമെന്ന് നിർദ്ദേശിച്ചു. ബൊളിവാർ തിരിച്ചെത്തുകയാണെന്ന വിവരം അറിഞ്ഞപ്പോൾ അത് കരാക്കസിലെ ജനങ്ങൾക്കിടയിൽ വലിയ ചലനങ്ങൾ ഉണ്ടാക്കി. ഇത് പായസിനെ തെല്ലൊന്ന് ഭയപ്പെടുത്തി. ജനങ്ങൾ പരസ്യമായി ബൊളിവാറിനു പിന്തുണ പ്രഖ്യാപിച്ചുകൊണ്ട് മുന്നോട്ടുവന്നു. 1826 ലെ അവസാന ദിവസംവരെ പായസിനെ അനുസരിപ്പിക്കുവാൻ എന്തുനിലപാടെടുക്കും എന്ന ചിന്ത ബൊളിവാറിനെ അലോസരപ്പെടുത്തിക്കൊണ്ടിരുന്നു. കഴിയുമെങ്കിൽ ഏത് വിധേനയും രക്തച്ചൊരിച്ചിൽ ഒഴിവാക്കണമെന്നായിരുന്നു അയാളുടെ ആത്മാർത്ഥമായ ആഗ്രഹം. 1827 ലെ ആദ്യദിവസം അദ്ദേഹം ഒരു വിജ്ഞാപനം പുറപ്പെടുവിച്ചു. തന്നിൽ അധിഷ്ഠിതമായിരിക്കുന്ന പ്രത്യേകാധികാരം ഉപയോഗിച്ച് എല്ലാവരുമായി, — പരിഷ്കരണപ്രസ്ഥാനം എന്നു വിളിക്കപ്പെട്ടിരിക്കുന്ന നടപടിയിൽ ഉൾപ്പെട്ടിരിക്കുന്ന എല്ലാവരുമായി, — ഒരു യുദ്ധവിരാമക്കരാർ നിലവിൽ വന്നിരിക്കുന്നു എന്നായിരുന്നു ആ വിജ്ഞാപനത്തിന്റെ ഉള്ളടക്കം. അതോ

ടൊപ്പം ഒരു ദേശീയ കൺവെൻഷൻ വിളിച്ചുകൂട്ടാമെന്ന് വാഗ്ദാനം നല്കുകയും ചെയ്തു. ഉടനെ പായസ് ഒരു മടിയുംകൂടാതെ അതിനെ സ്വാഗതം ചെയ്തു. പ്രസിഡന്റ് എന്ന നിലയ്ക്കുള്ള ആധികാരികത അയാൾ അംഗീകരിച്ചു. കോൺഗ്രസ് വിളിച്ചുകൂട്ടുന്നതിനുവേണ്ടി താൻ നല്കിയ വിജ്ഞാപനം റദ്ദ് ചെയ്തു. മാത്രമല്ല ഖോറോയിൽനിന്നും കരാക്കസ് വരെയുള്ള എല്ലാ നഗരങ്ങളിലും പ്രസിഡന്റിന് അർഹമായ ആദരവ് നല്കണമെന്നും ഉത്തരവിട്ടു. ബൊളിവാർ പ്യൂർട്ടോ കാബേലിയിൽ വെച്ച് തന്റെ കവിതതുളുമ്പുന്ന ശൈലിയിൽ ഒരു പ്രഖ്യാപനം നടത്തി.

> നമുക്ക് ആഭ്യന്തര ശത്രുക്കളായി ഇനിമുതൽ ആരുമില്ല. ഇന്നു സമാധാനത്തിന്റെ കാഹളം മുഴങ്ങുകയായി. 1826 ന്റെ ദുഃഖങ്ങളെല്ലാം നമുക്ക് കാലത്തിന്റെ അഗാധതയിലേക്ക് വലിച്ചെറിയാം. എന്താണ് സംഭവിച്ചതെന്ന് എനിക്കറിയില്ലായിരുന്നു. കൊളംബിയക്കാരേ ദുഃഖത്തിന്റെ ദിവസങ്ങളെക്കുറിച്ച് നിങ്ങൾക്കറിയാവുന്നതെല്ലാം മറന്നുകളയുക.

തന്നെ വിചാരണ ചെയ്യണമെന്നാവശ്യപ്പെട്ടുകൊണ്ട് പായസ് പശ്ചാത്താപവിവശനായി. എന്നാൽ ബൊളിവാർ അതനുവദിച്ചില്ല. അദ്ദേഹം പായസിന്റെ ആത്മനിഷേധത്തെ പ്രശംസിക്കുകപോലും ചെയ്തു. അദ്ദേഹത്തിന്റെ മഹാമനസ്കത പായസിനെ രാജ്യത്തിന്റെ രക്ഷകൻ എന്നു വിശേഷിപ്പിക്കാൻ പോലും തയ്യാറായി. എന്നാൽ ഈ മഹാമനസ്കത ചില ഭാഗങ്ങളിൽനിന്ന് വിമർശനം വിളിച്ചുവരുത്തി. പ്രത്യേകിച്ചും നെവ ഗ്രനാദയിലെ ജനങ്ങളുടെ ഭാഗത്തുനിന്നും. ഇത് ബൊളിവാറുടെ ബലഹീനതയായിട്ടാണ് അവർ കണക്കാക്കിയത്. പായസിനെപ്പോലെയുള്ള ഒരാളെ അച്ചടക്കം പഠിപ്പിക്കുക എന്ന ദുർഘടമായ കാര്യം ചെയ്യുവാൻമാത്രം തനിക്ക് ശക്തിയുണ്ടോ എന്നു ബൊളിവാർ സംശയിക്കുന്നതായി അവർ ആരോപിച്ചു. എന്നാൽ അങ്ങനെയായിരുന്നില്ല കാര്യം. പിയറിന്റെ ചതിയുടെ അവസരത്തിൽ ബൊളിവാറുടെ നിശ്ചയദാർഢ്യത്തിന്റെ കാഠിന്യം, ഏതു കഠിനമായ പാറകളെയും തട്ടിത്തകർത്ത ചരിത്രം എല്ലാവരുടെയും ഓർമ്മയിലും അനുഭവത്തിലുമുണ്ട്. നീതിക്കായിരുന്നു അദ്ദേഹത്തിന്റെ പ്രഥമ പരിഗണന. സഹജീവിസ്നേഹത്തിൽ അധിഷ്ഠിതമായ നീതിബോധമായിരുന്നു അദ്ദേഹത്തെ നയിച്ചിരുന്നത്. ഒരു സൽക്കാരത്തിൽ പങ്കെടുത്തുകൊണ്ടിരുന്നപ്പോൾ – പായസിനു പുറമെ ആ സൽക്കാരത്തിൽ പങ്കെടുത്തവർ ഏറെയും പായസിന്റെ രാജ്യവിരുദ്ധരായ സുഹൃത്തുക്കളായിരുന്നു – പായസിന് ധീരമായ ചില പ്രഖ്യാപനങ്ങൾ നടത്താൻ അവസരം ലഭിച്ചു. അപ്പോൾ അതിനു മറുപടിയായി ബൊളിവാർ ഇത്രവരെയും പറഞ്ഞുവെച്ചു: "ഇവിടെഞാനല്ലാതെ മറ്റൊരു അധികാരകേന്ദ്രവുമില്ല. എന്നെക്കാൾ വലിയ മറ്റൊരു ശക്തികേന്ദ്രവുമില്ല. എന്റെ ലഫ്റ്റനന്റ്മാർക്കിടയിൽ ഞാനൊരു

സൂര്യനെപ്പോലെയാണുവർത്തിക്കുന്നത്. ഞാൻ നല്കുന്ന വെളിച്ചംകൊണ്ടുമാത്രമാണവർ പ്രകാശിക്കുന്നത്. ഈ വാക്കുകൾക്കുശേഷം കുറേനേരം ഒരു നിശ്ശബ്ദത അവിടെ നിലനിന്നു. പായസ് ഉൾപ്പെടെ എല്ലാവർക്കും ഒരു കാര്യം ബോദ്ധ്യമായി. ബൊളിവാർ ആഗ്രഹിക്കുമ്പോൾ ആരിൽനിന്നും ആദരവ് പിടിച്ചുപറ്റാനും അദ്ദേഹത്തിനറിയാമെന്ന്.

കരാക്കസിൽ മറ്റെങ്ങും ലഭിക്കാത്ത തരത്തിലുള്ള ഒരു സ്വീകരണമായിരുന്നു ബൊളിവാറിനു ലഭിച്ചത്. ആൾക്കൂട്ടത്തിന്റെ തിക്കും തിരക്കും കാരണം അദ്ദേഹത്തിനു ശരിക്കും നടക്കുവാൻപോലും പറ്റിയില്ല. ആദരപൂരിതമായ സംബോധനകളും സ്തുതിഗീതങ്ങളും, പ്രശംസാവചനങ്ങളും അദ്ദേഹത്തിന്റെ ചെവിയിൽ വന്നലച്ചുകൊണ്ടിരുന്നു. സൽക്കാരങ്ങളിൽ പങ്കെടുക്കുക, കിരീടങ്ങളും മറ്റു സമ്മാനങ്ങളും ഏറ്റുവാങ്ങുക തുടങ്ങിയ വിവിധങ്ങളായ ആദരാഞ്ജലികൾ അദ്ദേഹത്തിനുമേൽ ചൊരിയപ്പെട്ടു. അദ്ദേഹത്തിന്റെ ലാളിത്യവും വിനയവും വിരുന്നുസല്ക്കാരം നടന്ന ഒരു മേശയിലെ ആലേഖനത്തിൽ വ്യക്തമാക്കിയിരിക്കുന്നു. യുദ്ധക്കളത്തിൽ ശത്രുവിനെ കീഴടക്കുക ഒരുപക്ഷേ, ഭാഗ്യത്തിന്റെകൂടി പിന്തുണകൊണ്ടായിരിക്കാം. പക്ഷേ, യുദ്ധവിജയങ്ങളുടെ അഹന്തയെ കീഴടക്കുവാൻ യഥാർത്ഥ ജേതാവിന് മാത്രമേ കഴിയുകയുള്ളൂ. പായസിനു ബൊളിവാർ ഒരു വാൾ സമ്മാനിച്ചു. അതിനു നന്ദിപറഞ്ഞുകൊണ്ട് ഊഷ്മളമായ വാക്കുകളിൽ അദ്ദേഹം ഇനിയുള്ള നാളുകളിൽ സഹപൗരന്മാരെ സേവിക്കുന്നതായിരിക്കും തന്റെ കടമ എന്നു പ്രതിജ്ഞയെടുത്തു.

> ഒരായിരം പ്രാവശ്യം ഞാൻ മരിക്കട്ടെ! എന്റെ ശരീരത്തിലെ അവസാനതുള്ളി രക്തംപോലും വാർന്നുപോകട്ടെ! ഈ വാൾ ഞാനൊരിക്കലും കൈവിടുകയില്ല. ഒരിക്കലും ഈ വാൾ വിമോചനത്തിനായി പോരാടിയ യോദ്ധാക്കൾക്കുനേരെ ഉയരുകയില്ല. ബൊളിവാറുടെ വാളാണ് എന്റെ കൈവശമുള്ളത്. നിങ്ങൾക്കുവേണ്ടി, അദ്ദേഹത്തിനുവേണ്ടി ഞാനിതുമായി അനശ്വരതയിലേക്ക് നടക്കും. ഈ പ്രതിജ്ഞ അലംഘനീയമാണ്.

കലങ്ങിമറിയുന്ന വെനസ്വേല

ബൊളിവാറിനു ഒരു അനുഗ്രഹമുണ്ട്. അദ്ദേഹത്തിന്റെ സാന്നിദ്ധ്യം പിശാചിനെ അകറ്റിക്കളയും. പക്ഷേ, അദ്ദേഹത്തിന്റെ അസാന്നിദ്ധ്യത്തിൽ പിശാച് വീണ്ടും തലപൊക്കും. അദ്ദേഹം കരാക്കസിൽ സ്വീകരിക്കപ്പെടുമ്പോൾ ബൊഗോട്ടയിൽ ഗുരുതരമായ വിമർശനത്തിനു വിധേയനാകുകയായിരുന്നു. അതിൽ വൈസ് പ്രസിഡന്റ് സന്റാൻഡർപോലും ചേർന്നു. പായസിനോട് കാണിച്ച മഹാമനസ്കത നെവഗ്രനാദയിലെ ജനങ്ങളെ അങ്ങേയറ്റം ചൊടിപ്പിച്ചിരുന്നു. കോൺഗ്രസ് വിളിച്ചുചേർക്കപ്പെട്ടപ്പോൾ ബൊളിവാർ അദ്ദേഹത്തിന്റെ രാജി സമർപ്പിച്ചു. അത് പതിവാണെങ്കിലും ഇത്തവണ അദ്ദേഹം ചില കാര്യങ്ങൾ ഊന്നിപ്പറഞ്ഞു:

> പതിനാല് വർഷങ്ങളോളമായി ഞാൻ നമ്മുടെ റിപ്പബ്ലിക്കിന്റെ പരമാധികാരിയും പ്രസിഡന്റുമായി തുടരുകയാണ്. അപകടകരമായ സാഹചര്യങ്ങൾ എന്നെ ഈ സ്ഥാനം സ്വീകരിക്കുവാൻ നിർബ്ബന്ധിക്കുകയായിരുന്നു. എന്നാൽ ഇപ്പോൾ ആ പ്രതിസന്ധികളെല്ലാം നമ്മൾ തരണം ചെയ്തുകഴിഞ്ഞു. ഞാൻ പിരിയുവാൻ ആഗ്രഹിക്കുന്നു. എനിക്ക് വിശ്രമം വേണം. എനിക്കും സ്വകാര്യ ജീവിതം കുറച്ചെങ്കിലും ആസ്വദിക്കണം.

അദ്ദേഹത്തിന്റെ കത്തിന്റെ തുടർന്നുള്ള ഭാഗങ്ങൾ അദ്ദേഹത്തിന്റെ ആഗ്രഹങ്ങളുടെ ഗൗരവവും എളിമയും എടുത്തുകാട്ടുന്നവയായിരുന്നു. കോൺഗ്രസിനോടും ജനങ്ങളോടും തനിക്ക് സാധാരണ പൗരത്വം തിരിച്ചുനല്കി തന്നെ അനുഗ്രഹിക്കണമെന്ന് അഭ്യർത്ഥിച്ചുകൊണ്ടാണ് ആ കത്ത് അവസാനിപ്പിച്ചത്.

ബൊളിവാറുടെ രാജിസന്നദ്ധത കണക്കിലെടുക്കാതെ നെവഗ്രനാദയിലും, അദ്ദേഹത്തിന്റെ സ്വന്തം രാജ്യമായ വെനസ്വേലയിലും ഉപജാപങ്ങൾ തുടർന്ന വിഭജനവാദികൾ കൂടുതൽ ശക്തരായി. നെവഗ്രനാദ വിഭജിക്കുന്നതിലൂടെ ബൊളിവാറിനെ അവിടെനിന്നും ഒഴിവാക്കുവാനുള്ള ഒരു സൂത്രം കണ്ടെത്തുകയായിരുന്നു ശത്രുക്കൾ. കാരണം ബൊളിവാർ ജന്മംകൊണ്ട് നെവഗ്രനാദക്കാരനല്ലല്ലോ. പായസിനും അദ്ദേഹത്തിന്റെ കൂടെയുള്ള വിമതന്മാർക്കും സന്റാൻഡർ അധികാരത്തിലിരിക്കുന്നത് ഇഷ്ടമായിരുന്നില്ല. പ്രധാന കാരണമായി അവർ ഉന്നയിച്ചത് അദ്ദേഹം ഒരു വെനസ്വേലക്കാരനായിരുന്നില്ല എന്നായിരുന്നു. ലിമയിലും വയാക്വിലിലും നടന്ന ചില കലാപങ്ങൾ സാഹചര്യം കൂടുതൽ കുഴപ്പംപിടിച്ചതും ഗൗരവമേറിയതുമാക്കിത്തീർത്തിരുന്നു. താൻ രാജി സമർപ്പിച്ചിരിക്കുകയാണെന്ന കാര്യം കണക്കിലെടുക്കാതെ ബൊളിവാർ സ്ഥിതിഗതികൾ നിയന്ത്രണാധീനമാക്കുവാൻവേണ്ടി ബൊഗാട്ടയിലേക്ക് പുറപ്പെട്ടു. രാജ്യത്ത് സ്വാതന്ത്ര്യത്തിനുപകരം അരാജകത്വം വരാതിരിക്കുവാനും നിയമവാഴ്ചയ്ക്ക് പകരം അട്ടിമറികൾ സംഭവിക്കാതിരിക്കുന്നതിനുംവേണ്ടി ഏതറ്റംവരെയും പോകാനുള്ള സന്നദ്ധതയോടെയാണ് പുറപ്പെട്ടത്. തന്റെ ജന്മദേശമായ കരാക്കസ് വിട്ടു. അദ്ദേഹത്തിന് അതൊരു അന്തിമ വിടവാങ്ങലായി തോന്നി. ജൂലൈയിൽ അദ്ദേഹം കാർതഹെനയിൽ എത്തി. അവിടെ അദ്ദേഹം ആത്മബന്ധത്തോടെ സ്വീകരിക്കപ്പെട്ടു. ഇവിടെ വെച്ചാണ് ബൊളിവാർ 1812 ൽ തന്റെ സ്വദേശത്തേക്കുള്ള പരീക്ഷണയാത്ര ആരംഭിച്ചത്. 15 വർഷത്തിനുശേഷം അദ്ദേഹം അവിടെ തിരിച്ചെത്തിയിരിക്കുന്നു. വിമോചനത്തിനും, സ്വാതന്ത്ര്യത്തിനും വേണ്ടിയുള്ള അദ്ദേഹത്തിന്റെ വിജയിച്ച പരിശ്രമങ്ങൾ നശിപ്പിക്കപ്പെടുവാൻ പോകുന്നു എന്നൊരു ഭീഷണിയായിരുന്നു അപ്പോൾ മുന്നിൽ.

വിമോചകൻ വിഘടനവാദികളെ അടിച്ചമർത്തുവാൻവേണ്ടി സ്വീകരിച്ച നടപടികൾ സാന്റാൻഡറും അനുയായികളും രാജ്യത്തിന്റെ രാഷ്ട്രീയസ്വാതന്ത്ര്യം അട്ടിമറിക്കുവാനുള്ള ഗൂഢാലോചനയായി വ്യാഖ്യാനിച്ചു. നെവഗ്രനാദ വെനസ്വേലയുമായി സംയോജിപ്പിക്കുവാനുള്ള കൺവെൻഷൻ ദുർബ്ബലപ്പെടുത്തണമെന്നുള്ള പരസ്യമായ നിർദ്ദേശം ഉയർന്നുവന്നു. സാന്റാൻഡർ ചെറുത്തുനില്പിനുള്ള പരിശ്രമങ്ങൾ ആരംഭിച്ചു. ബൊളിവാറിനെതിരായി യുദ്ധം പ്രഖ്യാപിക്കണം, ജനകീയ സ്വാതന്ത്ര്യം ഹനിക്കപ്പെടുകയാണെങ്കിൽ സ്പെയിനിന്റെ കീഴിൽ കഴിയുന്നതായിരിക്കും നല്ലത് എന്നുപോലും അദ്ദേഹം പ്രഖ്യാപിച്ചു. ബൊളിവാറിനേക്കാൾ മെച്ചം മോറില്ലോ ആണെന്നായിരുന്നു അയാളുടെ മറ്റൊരു കണ്ടെത്തൽ.

ബൊളിവാർ ബൊഗാട്ടയിലേക്കുള്ള മുന്നേറ്റം തുടർന്നു. അയാളെ തടഞ്ഞുനിർത്താനുള്ള പരിശ്രമങ്ങൾ സാന്റാൻഡർ നടത്തി. അയാൾ ബൊളിവാറിനു ഒരു സന്ദേശമയച്ചു. ഇവിടേക്ക് ഇപ്പോൾ പട്ടാളത്തിന്റെ

ആവശ്യമില്ലെന്നും ഭരണഘടനാപരമായി അധികാരങ്ങൾ ഇവിടെ പുനഃസ്ഥാപിക്കപ്പെട്ടിട്ടുണ്ടെന്നുമായിരുന്നു ആ സന്ദേശത്തിന്റെ ഉള്ളടക്കം. ഈ അടവ് ബൊളിവാർക്ക് മനസ്സിലായതിനാൽ അദ്ദേഹം മുന്നേറ്റം തുടർന്നു. സപ്തംബർ 10-ാം തീയതി അദ്ദേഹം ബെഗോട്ടയിൽ എത്തി. ഭരണസമിതി അദ്ദേഹത്തെ സ്വീകരിച്ചു. ആഫീസിന്റെ നിയന്ത്രണം ഏറ്റെടുത്തുകൊണ്ട് അദ്ദേഹം ജനങ്ങളെ അഭിസംബോധന ചെയ്തു. ജനങ്ങൾക്ക് ഭരണഘടന അനുസരിച്ചുള്ള ഭരണം വാഗ്ദാനം ചെയ്തു. നാഷണൽ കൺവെൻഷൻവരെയെങ്കിലും കൊളംബിയയെ സ്വതന്ത്രമായി നിലനിർത്തണമെന്ന് അദ്ദേഹം നിശ്ചയിച്ചിരുന്നു. സാന്റാൻഡർ ബൊളിവാറിനു നാമമാത്രമായ ഒരു സ്വീകരണമാണ് നല്കിയത്. അവർ തമ്മിലൊരു ദീർഘസംഭാഷണം നടന്നു. ആ സംഭാഷണത്തിൽ സീമാതീതമായ മഹാമനസ്കത ബൊളിവാർ പ്രകടിപ്പിച്ചു.

ഭരണസമിതിക്ക് ബൊളിവാറിൽ ഉറച്ച വിശ്വാസമുണ്ടായിരുന്നു. അവർ അദ്ദേഹത്തിന്റെ നിലപാടുകളെയെല്ലാം അംഗീകരിച്ചു. റിപ്പബ്ലിക്കിന്റെ നിലനില്പിനാവശ്യമായിത്തോന്നുന്ന എന്തു നടപടിയും സ്വീകരിക്കുവാനുള്ള അധികാരവും അദ്ദേഹത്തിനു നല്കി. മാത്രമല്ല, 2-3-1828 ന് ഒകാന നഗരത്തിൽ പൊതുചർച്ചായോഗം വിളിച്ചുകൂട്ടിക്കൊണ്ടുള്ള വിജ്ഞാപനവും ഇറക്കി. റിപ്പബ്ലിക്കിനെ നിലനിർത്താനുള്ള അവസാനത്തെ നടപടിയായിരുന്നു ഈ കൺവെൻഷൻ. ബൊളിവാർ ജനങ്ങളോട് ഒരു അഭ്യർത്ഥന നടത്തി. പ്രതിനിധികളെ തെരഞ്ഞെടുക്കുമ്പോൾ ഒരു കാര്യം നിങ്ങൾ പ്രത്യേകം ശ്രദ്ധിക്കണം. അവർ സ്വാതന്ത്ര്യത്തോട് വ്യക്തമായ കൂറുള്ളവരാണോ അല്ലയോ എന്ന്. രാഷ്ട്രം സ്വതന്ത്രമായി ഒന്നിച്ചുനിർത്താനുള്ള ആഗ്രഹവും പ്രാപ്തിയുമുള്ളവരായിരിക്കണം. ജനങ്ങളോട് ഐക്യത്തിന്റെ പാതയിൽ ഉറച്ചുനില്ക്കണമെന്നുകൂടി അദ്ദേഹം അഭ്യർത്ഥിച്ചു. രാജ്യത്തിന്റെ ഈ ഭാഗത്ത് പ്രതിവിപ്ലവം ഏതാണ്ട് അവസാനിച്ചിരിക്കുന്നു. വിഘടനപ്രവർത്തനങ്ങൾ നിലച്ചിരിക്കുന്നു എന്നുമുള്ള വാർത്ത അദ്ദേഹത്തെ തേടിയെത്തി. മറ്റു ചില നിസ്സാരമായ ചലനങ്ങൾ പെട്ടെന്നുതന്നെ പരാജയപ്പെടുത്തപ്പെട്ടു. സ്പെയിൻ വീണ്ടും ഈ രാജ്യങ്ങളെ കീഴടക്കുവാൻ വന്നേക്കുമെന്നുള്ള ഭീതി ഇതോടെ അവസാനിക്കുകയും ചെയ്തു.

വിപുലമായ തയ്യാറെടുപ്പിനുശേഷം പ്രതിനിധി സമ്മേളനം ഏപ്രിൽ 10-ാം തീയതി ഒക്കാനയിൽ ഔദ്യോഗികമായി ഉദ്ഘാടനം ചെയ്യപ്പെട്ടു. അതിലെ പ്രതിനിധികളിൽ ബൊളിവാറുടെ കഠിനശത്രുക്കളും അടുത്ത മിത്രങ്ങളും രണ്ടു ഭാഗത്തേക്കും ചാഞ്ചാടിക്കൊണ്ടിരിക്കുന്ന സ്വതന്ത്രർ എന്നു വിളിക്കപ്പെടുന്ന ഒരു വിഭാഗവും ഉണ്ടായിരുന്നു. കൺവെൻഷൻ കുതർക്കങ്ങളുടെയും വിശ്വാസരാഹിത്യം വളർത്തുന്ന വാദപ്രതിവാദങ്ങളുടെയും ഒരു വിളനിലമായിരുന്നു. ബൊളിവാറിനു കടുത്ത മനോവിഷമം തോന്നി. തെറ്റായി ഉപദേശിക്കപ്പെട്ട ഈ മനുഷ്യരുടെ സംഗമം എന്തു ഫലമാണ് ഉണ്ടാക്കുക! ഇവർ രാജ്യത്തെ അരാജകത്വത്തിലേക്ക്

നയിക്കുമെന്ന് അദ്ദേഹം വല്ലാതെ ഭയപ്പെട്ടു. അദ്ദേഹം ഈ സമ്മേളനത്തിലേക്കൊരു സന്ദേശമയച്ചു. ആ സന്ദേശത്തിൽ അദ്ദേഹം ആത്മാർത്ഥമായും കൊളംബിയയെ നാശത്തിൽനിന്ന് രക്ഷിക്കണമെന്ന് ആവശ്യപ്പെട്ടു. ആ രാജ്യത്തിന് സുരക്ഷിതത്വവും മനഃശാന്തിയും നല്കണമെന്ന് അഭ്യർത്ഥിച്ചു. ഒരു ഉറച്ച, ശക്തമായ, നീതിബോധമുള്ള ഗവൺമെന്റ് സ്ഥാപിച്ച് ബൊളീവിയയെ സംരക്ഷിക്കണമെന്ന് അദ്ദേഹം ആവശ്യപ്പെട്ടു. "അഞ്ചുലക്ഷം മനുഷ്യരെ യുദ്ധത്തിൽ കുരുതികൊടുത്താണ് ഇങ്ങനെ ഒരു രാജ്യം സൃഷ്ടിക്കപ്പെട്ടത് എന്ന കാര്യം മറക്കാതിരിക്കുക." അദ്ദേഹം അഭ്യർത്ഥിച്ചു.

> ഞങ്ങൾക്ക് ഒരു ഗവൺമെന്റിനെ തരൂ! അതിന്റെ കീഴിൽ നിയമങ്ങൾ അനുസരിക്കപ്പെടണം, ന്യായാധിപന്മാർ അനുസരിക്കപ്പെടണം. ജനങ്ങൾ സ്വതന്ത്രരായിരിക്കണം. ജനങ്ങളുടെ പൊതുതാല്പര്യത്തിന്റെ സീമകൾ ലംഘിക്കപ്പെടാത്ത ജനങ്ങളുടെ ആജ്ഞകൾ അനുസരിക്കപ്പെടുന്ന ഒരു ഗവൺമെന്റ് കൊളംബിയയ്ക്കുവേണ്ടി ഞാൻ നിങ്ങളോട് പ്രാർത്ഥിക്കുന്നു. ഞങ്ങൾക്ക് അത്തരമൊരു ഗവൺമെന്റിനെ തരൂ... ജനങ്ങൾക്കുവേണ്ടി, പട്ടാളത്തിനുവേണ്ടി, ന്യായാധിപന്മാർക്കും മറ്റു നീതിപാലകർക്കെല്ലാം വേണ്ടി ഒരു കാർക്കശ്യമുള്ള ഗവൺമെന്റിനെ.

ബൊളിവാറിനറിയാമായിരുന്നു ഒരു ശക്തമായ ഗവൺമെന്റിനുവേണ്ടിയുള്ള അഭ്യർത്ഥന. അയാളുടെ ശത്രുക്കൾ വ്യാഖ്യാനിക്കുക ഇത് ബൊളിവാറിന്റെ അത്യാഗ്രഹത്തിൽനിന്നും ഉടലെടുത്ത ഒരു അഭ്യർത്ഥനയാണെന്നാണ്. പ്രതീക്ഷിച്ചതുപോലെ സന്റാൻഡർ ഉടൻതന്നെ ഈ വികാരം അദ്ദേഹത്തിനെതിരായി ഉയർത്തി. എന്നാൽ ബൊളിവാറിന്റെ അധികാരമോഹമില്ലായ്മ – ആഗ്രഹിച്ചിരുന്നെങ്കിൽ ഏതു സ്ഥാനവും അദ്ദേഹത്തിനു ലഭിക്കുന്ന ഒരു കാലമുണ്ടായിരുന്നു – നേരത്തെ തെളിയിച്ചിട്ടുള്ളതിനാൽ ഈ ആക്രമണം ഒട്ടും വിലപ്പോയില്ല. അദ്ദേഹം തന്റെ രാജ്യത്തെ അത് എത്തിച്ചേർന്നിരിക്കുന്ന ഭീകരമായ അപകടത്തിൽനിന്ന് രക്ഷപ്പെടുത്തുവാൻ ശ്രമിക്കുന്നതുതന്നെ അദ്ദേഹത്തിന്റെ വ്യക്തിപരമായ ശുദ്ധതയെ തെളിയിക്കുന്നുണ്ട്.

പൊതുസഭയ്ക്ക് ഒരുപാട് നിവേദനങ്ങൾ ലഭിച്ചു. അവയിലെല്ലാം ബൊളിവാർ ഗവൺമെന്റിന്റെ നിയന്ത്രണാധികാരം തുടർന്നു കൈയാളണമെന്നുള്ള അഭ്യർത്ഥനകളായിരുന്നു. അദ്ദേഹത്തിന്നു മാത്രമേ തന്റെ ജന്മവാസനകൊണ്ടും സവിശേഷമായ സേവനോത്സുകതകൊണ്ടും, ഉയർന്ന ഇച്ഛാശക്തികൊണ്ടും കൊളംബിയയെ ഒന്നിപ്പിച്ച് മനഃശാന്തിയോടെ നയിക്കാൻ പറ്റൂ എന്ന് ആ നിവേദനങ്ങളെല്ലാം ഒരേ സ്വരത്തിൽ പറഞ്ഞുകൊണ്ടിരുന്നു. എന്നാൽ കൺവെൻഷൻ പ്രതിനിധികൾ തമ്മിലുള്ള ഏറ്റുമുട്ടലുകൾകൊണ്ടും ചില ബാഹ്യശക്തികളുടെ ഇടപെടൽകൊണ്ടും പ്രക്ഷുബ്ധമായിരുന്നു. ഫെഡറൽ സമ്പ്രദായം നടപ്പിൽ

വരുത്തുന്നതിനെക്കുറിച്ചുള്ള ആലോചന അവിടെ ഉയർന്നുകേട്ടു. ബൊളിവാറുടെ ശത്രുക്കൾ ഇതിനെ സഹർഷം സ്വാഗതം ചെയ്തെങ്കിലും കൺവെൻഷന്റെ മൊത്തം വികാരം അത് തിരസ്കരിച്ചു. ബൊളിവാർ ഈ സമയത്ത് തന്റെ സുഹൃത്തിനെഴുതി: "കൊളംബിയയെ സംബന്ധിച്ചേടത്തോളം ഒക്കാനയിലെ കൺവെൻഷൻ സ്വീകരിക്കുവാൻ പോകുന്ന ഭരണഘടനയെ ആശ്രയിച്ച് ഒരു ഗവൺമെന്റ് നിലവിൽ വരികയാണെങ്കിൽ ഞാൻ മറ്റൊന്നും നോക്കില്ല. അതിനെ ഉപേക്ഷിക്കും."

ഭരണഘടനയുടെ കരട് തയ്യാറാക്കിയപ്പോൾത്തന്നെ ബൊളിവാറിനു മനസ്സിലായി തന്റെ സങ്കല്പങ്ങളിലുള്ള ഒരു ഭരണഘടനയല്ല അത് എന്ന്. അദ്ദേഹത്തിന് മടുത്തു. വെനസ്വേലയിലേക്ക് തന്നെ മടങ്ങുവാൻ തീരുമാനിച്ചു. എന്നാൽ സുഹൃത്തുക്കളുടെ നിർബ്ബന്ധംമൂലം കൊളംബിയയിൽ തന്നെ തങ്ങി. സന്റാൻഡറിന്റെയും അനുയായികളുടെയും അടിച്ചമർത്തലാണ് ഇനി ഉണ്ടാവുക എന്നു ഭയന്ന് പല സുഹൃത്തുക്കളും സമ്മേളനത്തിൽനിന്ന് പിൻവാങ്ങി. നേരത്തെതന്നെ മറ്റു ചിലർ രാജി വെക്കുകയും ചെയ്തിരുന്നു. ഈ നീക്കം ആ സമ്മേളനത്തിന്റെ ക്വാറം നഷ്ടമാക്കി. അതിന് പുതിയ തീരുമാനങ്ങളൊന്നുംതന്നെ എടുക്കുവാൻ പറ്റിയില്ല. ജൂൺ 11-ാം തീയതി ഒരു വിജ്ഞാപനം ഇറക്കി. സമ്മേളനത്തിന്റെ ഉദ്ദേശ്യം പരാജയപ്പെട്ടിരിക്കുന്നു. കൊളംബിയക്ക് ഒരുവിധത്തിലും ചേരാത്ത ഒരു ഭരണഘടന അടിച്ചേല്പിക്കുവാൻ ശ്രമിച്ചതിനാൽ ഈ പരാജയം സഹജവുമാണ്. അതിനാൽ അവർക്ക് വിജ്ഞാപനത്തിൽ ഇങ്ങനെ പറയേണ്ടിവന്നു. 1811 ലെ ഭരണഘടന ഇപ്പോഴും പ്രാബല്യത്തിലുണ്ട്. അതനുസരിച്ച് നിയമം നടപ്പിലാക്കപ്പെടുന്നതാണ്. തലവനായി അല്ലെങ്കിൽ പ്രസിഡന്റായി വിമോചകൻ തന്നെ തുടരും. അദ്ദേഹത്തിന്റെമേൽ ജനങ്ങൾക്ക് വിശ്വാസമുണ്ട്.

കൺവെൻഷൻ നീട്ടിവെച്ചതായി ബൊളിവാർ അറിയുമ്പോഴേക്കും അദ്ദേഹം തലസ്ഥാനത്തേക്ക് തിരിച്ചുപോകാനും പൊതുജീവിതത്തിൽനിന്ന് പിൻവലിയാനും തീരുമാനിച്ചിരുന്നു. ബൊളിവാർ പൊതുജീവിതത്തിൽ നിന്നു പിൻവലിയുക എന്നാൽ അവസാനിക്കാത്ത അഭ്യന്തരയുദ്ധം തുടർന്നുകൊണ്ടേയിരിക്കും എന്നാണ് അർത്ഥം. ഈ അടിയന്തരഘട്ടത്തിൽ പൗരപ്രമുഖരുടെ ഒരു യോഗം ബൊഗോട്ടയിൽ ചേർന്നു. പെട്ടെന്നുതന്നെ ഒരു ഹുണ്ടാസ് (ഭരണസമിതി) രൂപീകരിക്കാനും ബൊളിവാറിനെ അതിന്റെ തലവനായി നിശ്ചയിക്കാനും തീരുമാനിച്ചു. നിനച്ചിരിക്കാതെ സംജാതമായ ഈ അപകടകരമായ പരിസ്ഥിതി കൈകാര്യം ചെയ്യുവാൻവേണ്ടി ബൊളിവാർ തലസ്ഥാനത്തേക്ക് തിരിച്ചെത്തണമെന്നും അഭ്യർത്ഥിച്ചു. കാര്യങ്ങളുടെ കിടപ്പ് മനസ്സിലാക്കിയ ബൊളിവാറിന് ആ അഭ്യർത്ഥന സ്വീകരിക്കുകയേ നിവൃത്തിയുണ്ടായിരുന്നുള്ളൂ. അത് ജനങ്ങളുടെ ആവശ്യം എന്നതിലുപരി ഒരു തിരിച്ചറിവിന്റെ കൂടി ഫലമായിരുന്നു. ഗവൺമെന്റിന്റെ കാര്യത്തിൽ അദ്ദേഹത്തിന് പൂർണ്ണ അധികാരമുണ്ടായിരുന്നു. എങ്കിലും അത് നടപ്പിലാ

ക്കിയിരുന്നത് മറ്റുള്ളവരുമായുള്ള കൂടിയാലോചനയ്ക്കുശേഷം മാത്രമായിരുന്നു. ഇത് കൊളംബിയ അപ്പോൾ കടന്നുപോകുന്ന പ്രതിസന്ധികാലത്തേക്ക് മാത്രമുള്ള ഒരു താല്ക്കാലിക സംവിധാനമായിരിക്കുമെന്ന് അദ്ദേഹം ഏറ്റെടുക്കുമ്പോഴേ തീരുമാനിച്ചിരുന്നു. ബൊഗോട്ടയിലെ ജനങ്ങൾ അത്യധികം സന്തോഷത്തോടെയാണ് ബൊളിവാറിനെ സ്വീകരിച്ചത്. പൊതുജനങ്ങളുടെ സ്വാതന്ത്ര്യത്തിനുവേണ്ടിയാണ് താൻ നിലകൊള്ളുന്നതെന്ന് അദ്ദേഹം പരസ്യമായി പ്രഖ്യാപിച്ചു.

> ജനങ്ങൾ എന്നെ അധികാരത്തിൽനിന്നു തള്ളിക്കളയുകയോ, ഭരണത്തിൽനിന്ന് അകറ്റുകയോ ചെയ്യുകയാണെങ്കിൽ, ചെയ്യാനാഗ്രഹിക്കുകയാണെങ്കിൽ ഞാൻ സന്തോഷത്തോടെ ആ ആഗ്രഹത്തിന് വഴങ്ങും. എന്റെ വാൾ അവർക്കുമുമ്പിൽ അടിയറ വെക്കും. ഒപ്പം എന്റെ രക്തവും ജീവനും. ഇതാണ് ഞാൻ എല്ലാ ന്യായാധിപന്മാരുടെ മുമ്പിലും, എന്തിന്, ജനങ്ങളുടെ മുമ്പിലും വെക്കാൻ പോകുന്ന പരിശുദ്ധ പ്രതിജ്ഞ.

ബൊളിവാർ അയാളിൽ നിക്ഷിപ്തമായ അധികാരം വളരെ ശ്രദ്ധാപൂർവ്വമായിരുന്നു ഉപയോഗിച്ചത്. തന്റെ സമയമത്രയും പട്ടാളത്തെ പുനഃസംഘടിപ്പിക്കുന്നതിനുവേണ്ടിയും സ്വകാര്യവല്ക്കരണം ഇല്ലാതാക്കുന്നതിനുവേണ്ടിയുമാണ് ചെലവഴിച്ചത്. ഇനി ലൈസൻസുകളൊന്നും നല്കരുത് എന്നും ആവശ്യപ്പെട്ടു. നെവഗ്രനാദയുടെ എല്ലാ ഭാഗത്തും, ഗ്രാമപ്രദേശങ്ങളിൽപ്പോലും ജനങ്ങൾ അഭിപ്രായഐക്യത്തോടെ അവരുടെ മനസ്സുതുറന്നു. ഇപ്പോഴത്തെ പരിതഃസ്ഥിതിയിൽ ബൊളിവാർതന്നെ നേതൃത്വം ഏറ്റെടുക്കണം. രാജ്യത്തെ രക്ഷിക്കണം. അദ്ദേഹത്തിനുമാത്രമേ അത് കഴിയുകയുള്ളൂ. വെനസ്വേലയിലും വയാകിലിലും ഇതേ തീരുമാനം തന്നെയായിരുന്നു ജനങ്ങൾക്കിടയിൽ. ബൊളിവാർ നേതൃത്വം ഏറ്റെടുത്തതോടെ എല്ലാ പ്രശ്നങ്ങളും പരിഹരിക്കപ്പെടുകയും ക്രമേണ ശാശ്വത സമാധാനം കൈവരുന്നതായും അനുഭവപ്പെട്ടു. ബൊളിവാർ ഒരിക്കലും ഒരു ഏകാധിപതിയുടെയോ സർവ്വാധിപതിയുടെയോ മേലങ്കി എടുത്തണിഞ്ഞില്ല. അദ്ദേഹത്തിന് നിയമപ്രകാരം ലഭിച്ച ലിബറേറ്റഡോർ പ്രസിഡന്റ് എന്ന സ്ഥാനം മാത്രം സ്വീകരിച്ചു. തനിക്ക് സിദ്ധിച്ച അധികാരം അയാൾ സ്വയം ക്രമീകരിച്ചു ഒരു സ്റ്റേറ്റ് ഉപദേശക സമിതി രൂപീകരിച്ചു. കുകൂതയിൽവെച്ച് ജനങ്ങൾക്ക് നല്കിയ ഉറപ്പുകൾ എല്ലാ അർത്ഥത്തിലും പാലിക്കുവാൻവേണ്ട നടപടികൾ സ്വീകരിച്ചു. 1830 ജനുവരിയിൽ ഒരു ദേശീയ പ്രതിനിധി സമ്മേളനം വിളിച്ചുകൂട്ടി. അവസാനമായി റിപ്പബ്ലിക്കിന് ഒരു ഭരണഘടന ഉണ്ടാക്കാൻ വേണ്ടിയുള്ള തയ്യാറെടുപ്പുകൾ നടത്തി. ഈ തിരക്കിനിടയിൽ ഏകാധിപത്യത്തോടുള്ള വിയോജിപ്പ് അദ്ദേഹം രേഖാമൂലം പ്രകടമാക്കി. ഒരു ഏകാധിപത്യത്തിന് കീഴിൽ ആർക്കാണ് സ്വാതന്ത്ര്യത്തെക്കുറിച്ച് സംസാരിക്കുവാൻ പറ്റുക. അനുസരിക്കുന്നവരുടെയും ആജ്ഞാപിക്കുന്നവരു

ടെയും പരസ്പരധാരണ മാത്രമാണ്, ആജ്ഞാപിക്കുന്നവരുടെ അനുകമ്പ മാത്രമാണ് അവിടെ പ്രസക്തമായിരുന്നത്. ശത്രുക്കളോട് എന്നത്തെയും പോലെ അദ്ദേഹം മഹാമനസ്കത കാണിച്ചു. സന്റാൻഡറെ വാഷിങ്ടണിൽ കൊളംബിയൻ കാര്യങ്ങൾക്കുള്ള മന്ത്രിയായി നിയമിച്ചു. തന്നോട് ഒട്ടും സൗഹൃദം കാണിക്കാത്തവരെപ്പോലും ഭരണസമിതിയിലെ അംഗങ്ങളാക്കി. അവരുടെ ദേശാഭിമാനവും ബുദ്ധിപരമായ കഴിവും മാത്രമാണ് അളവുകോലായി സ്വീകരിച്ചത്.

സാന്റാൻഡർ ബൊളിവാറുടെ മഹാമനസ്കതയ്ക്കു പ്രത്യുപകാരം ചെയ്തത് ഒരു വധശ്രമ ഗൂഢോലോചനയിലൂടെയാണ്. സെപ്തംബർ 25-ാം തീയതി ഒരു സംഘം ഗൂഢാലോചനക്കാർ അദ്ദേഹത്തെ വധിക്കുക എന്ന ഉദ്ദേശത്തോടെ ബൊളിവാറിന്റെ ഔദ്യോഗിക വസതി ആക്രമിച്ചു. കാവല്ക്കാരനെ കീഴടക്കി മറ്റുപലരെയും മുറിവേല്പിക്കുകയോ കൊല്ലുക തന്നെയോ ചെയ്തു. ബൊളിവാറുടെ വിശ്രമമുറിക്ക് നേരെ പാഞ്ഞടുത്തു. ആദ്യം അവരെ ചെറുത്തുനില്ക്കുവാനാണ് ബൊളിവാർ തീരുമാനിച്ചത്. അതൊരു വിഡ്ഢിത്തമായിരിക്കുമെന്ന് തോന്നിയതുകൊണ്ട് അദ്ദേഹം തന്റെ കാമുകിയായ മാന്വേലാ സൈൻഇസിന്റെ സഹായത്തോടുകൂടി ജനൽവഴി തെരുവിലേക്ക് ചാടി കുറച്ചുനേരം ഒളിച്ചുനിന്നു. "സ്വേച്ഛാധിപതിക്ക് മരണം. ജനറൽ സന്റാൻഡറും കുകൂതയിലെ ഭരണഘടനയും നീണാൾ വാഴട്ടെ" എന്ന് ആർത്തുകൊണ്ട് ഗൂഢാലോചനക്കാർ അദ്ദേഹത്തിന്റെ പിറകെ ഓടി. കേണൽ വില്യം പർഗൂസൻ, ബൊളിവാറുടെ ഐറിസ്കാരനായ സഹായി എന്നിവർ ബൊളിവാറിനെ തെരഞ്ഞെത്തിയവരാൽ കൊല്ലപ്പെട്ടു. ഒപ്പമുണ്ടായിരുന്ന ചില അംഗരക്ഷകരും കൊല്ലപ്പെട്ടു. ബൊളിവാറുടെ കാവൽസൈന്യം കുതിച്ചെത്തുമ്പോഴേക്കും ഗൂഢാലോചനക്കാർ അപ്രത്യക്ഷരായിക്കഴിഞ്ഞിരുന്നു. അതിനാൽ അവർ നഗരചത്വരത്തിൽ സമ്മേളിച്ച് ബൊഗോട്ട സംരക്ഷിക്കുവാനുള്ള തയ്യാറെടുപ്പുകൾ നടത്തി. ബൊളിവാർ കൊല്ലപ്പെട്ടുവെന്ന ധാരണയിൽ ദുഃഖിതരായ ബൊഗോട്ടയിലെ പൗരാവലി ആയുധമെടുത്ത് കലാപം ആരംഭിച്ചു. ബൊളിവാർ കൊല്ലപ്പെട്ടിരുന്നില്ല. കഴിഞ്ഞ 18 വർഷമായി രാജ്യത്തിനുവേണ്ടി സഹിച്ച ത്യാഗങ്ങൾക്കുള്ള പ്രതിഫലമായി കിട്ടിയ ഈ പീഡനത്തേക്കാളും അദ്ദേഹത്തിന് അഭികാമ്യമായി തോന്നിയത് കൊല്ലപ്പെടലാണ്. ചില പട്ടാളക്കാർ കലാപകാരികളെ തോല്പിച്ചു എന്ന കാര്യം ചർച്ച ചെയ്യുന്നത് കേട്ട് ബൊളിവാർ അവരോടൊപ്പം ചേർന്നു. പെട്ടെന്നുതന്നെ കാവൽസൈന്യത്തിനു മുമ്പാകെ ഹാജരായി തന്റെ സാന്നിദ്ധ്യം അറിയിച്ചു. കാവൽസൈന്യം സന്തോഷാശ്രുക്കളോടെ അദ്ദേഹത്തെ സ്വീകരിച്ചു.

തന്റെ ശക്തിപ്രകടനം എന്ന നിലയിൽ ബൊളിവാർ ഒരു ഉത്തരവ് പുറപ്പെടുവിച്ചു. അതിലദ്ദേഹം ഒരു കാര്യം ഉറപ്പിച്ചുപറഞ്ഞു: "ജനങ്ങൾ എനിക്ക് നല്കിയ അധികാരം സാഹചര്യത്തിനനുസരിച്ച് കർശനമായിത്തന്നെ ഉപയോഗിക്കുന്നതാണ്." എങ്കിലും ഈ അനുഭവം ജീവിതത്തിൽ

നേരിടേണ്ടിവന്ന മറ്റേതൊരു അനുഭവത്തേക്കാളും ബൊളിവാറിനെ അസ്വസ്ഥനും ദുഃഖിതനുമാക്കി. താൻ യഥാർത്ഥത്തിൽ കൊല്ലപ്പെട്ടിരിക്കുന്നു. തന്റെ നെഞ്ചിൽ കഠാര ആഞ്ഞിറങ്ങിയിരിക്കുന്നു. ഇത് ഞാൻ കൊളംബിയക്കും അമേരിക്കയിലെ മറ്റ് രാജ്യങ്ങൾക്കും വേണ്ടി ഒഴുക്കിയ വിയർപ്പിനുള്ള പ്രതിഫലമാണ്. എന്റെ രാജ്യം അനുഭവിക്കുന്ന സ്വാതന്ത്ര്യത്തിനും ഈ ഗൂഢാലോചനക്കാർക്കും എതിരെ ഞാൻ എന്തു ദ്രോഹമാണ് ചെയ്തത്! ഇതിന്റെയെല്ലാം കാരണക്കാരൻ സന്റാൻഡറാണ്. പക്ഷേ, എനിക്ക് ഉദാരമനസ്കനാവാതിരിക്കാൻ പറ്റുകയില്ല. സന്റാൻഡർ ഉൾപ്പെടെയുള്ള ഗൂഢാലോചനക്കാർക്ക് മരണശിക്ഷയാണ് വിധിക്കപ്പെട്ടത്. ബൊളിവാർ ഇവരുടെ വധശിക്ഷ നടപ്പിലാക്കാതെ ഇവരെയെല്ലാം നാടുകടത്തുകയാണ് ചെയ്തത്. ഇവർക്കുള്ള ഏറ്റവും വലിയ ശിക്ഷ ഇവർ ഏറ്റുവാങ്ങേണ്ടിവന്ന മുഴുവൻ ജനങ്ങളുടെയും ശാപവും വെറുപ്പുമാണെന്ന് ബൊളിവാർ കരുതി.

ബൊളിവാറിന്റെ സങ്കല്പങ്ങൾ തകരുന്നു

ബൊളിവാറിന്റെ മനസ്സിനേറ്റ മുറിവ് പക്ഷേ, ഒരിക്കലും ഉണങ്ങിയില്ല. ദിവസം ചെല്ലുന്തോറും അദ്ദേഹത്തിന്റെ ശാരീരികാവസ്ഥ മോശമായിക്കൊണ്ടിരുന്നു. എന്നാൽ അധികാരം ഉപേക്ഷിച്ചുപോകുവാൻ അദ്ദേഹത്തിനു പറ്റുമായിരുന്നില്ല. കാരണം രാജ്യം കടന്നുപോകുന്ന ഗുരുതരമായ പ്രതിസന്ധി അവസാനിച്ചിരുന്നില്ല. ബൊളീവിയയിലാകട്ടെ പെറൂവിയൻ ഗൂഢാലോചനയുടെ ഫലമായി ബൊളീവിയയുടെ കമാന്ററായിരുന്ന സ്യൂക്കർക്ക് പരിക്കുപറ്റി. അയാൾ ബൊളീവിയ ഉപേക്ഷിച്ചുപോകാൻ നിർബ്ബന്ധിതനായി. പോകുന്നതിനുമുമ്പെ അയാൾ ബൊളീവിയൻ ഭരണസമിതിക്കൊരു കത്ത് നല്കി. അതിൽ അദ്ദേഹം തന്റെ ഉദാരമനസ്കത വ്യക്തമാക്കി.

> വിദേശശക്തികളുടെ കുതന്ത്രങ്ങൾമൂലം ഞാൻ മുറിവേല്ക്കപ്പെട്ടവനായി. കൈക്ക് ഗുരുതരമായ പരിക്കുപറ്റിയ നിലയിലാണ് ഞാൻ ഇവിടെനിന്ന് പോകുന്നത്. അമേരിക്കൻ സ്വാതന്ത്ര്യയുദ്ധങ്ങൾ അവസാനിച്ചത് അയകുച്ചോവിലെ യുദ്ധത്തോടെയാണ്. ഈ യുദ്ധമാണ് പെറുവിന്റെ അടിമച്ചങ്ങല വലിച്ചെറിഞ്ഞതും ബൊളീവിയയുടെ പിറവിക്ക് കാരണമായതും. ക്ലേശം നിറഞ്ഞ ഈ ഘട്ടത്തിലും എനിക്കുള്ള മനഃസമാധാനം എന്നെ ഒരു കുറ്റബോധവും വേട്ടയാടുന്നില്ല എന്നതാണ്. എന്റെ ഗവൺമെന്റ് മറ്റ് ഭരണകൂടങ്ങളിൽനിന്നും വ്യത്യസ്തമാണ്. അതിനെ വ്യത്യസ്തമാക്കുന്നത് അതിന്റെ സമീപനങ്ങളിൽ നിറഞ്ഞുനിന്ന കാരുണ്യവും സഹിഷ്ണുതയും ദീനാനുകമ്പയും കൊണ്ടാണ്.

ഇതിനിടയിൽ പെറു ബൊളീവിയ പിടിച്ചടക്കുകയും കൊളംബി

യയെ ആക്രമിക്കുകയും ചെയ്തിരുന്നു. ബൊളിവാർ ഉടൻതന്നെ ഒരു യുദ്ധനീക്കത്തിനു തയ്യാറെടുത്തു. ജനറൽ യോസെ മരിയ കൊദോവായെ അതിന്റെ നേതൃത്വം ഏല്പിച്ചു. ഇദ്ദേഹം ആയകുച്ചയിലെ പ്രകടനത്തിലൂടെ ശ്രദ്ധേയനായിരുന്നു. സ്വയം ഈ നീക്കത്തിന് സന്നദ്ധനാവുകയുംചെയ്തു.

ഭരണപരമായ പല കാര്യങ്ങളും ശ്രദ്ധാപൂർവ്വം കൈകാര്യം ചെയ്തതിനുശേഷം ബൊളിവാർ തെക്കോട്ടേക്ക് പുറപ്പെട്ടു. അദ്ദേഹത്തിന്റെ ആരോഗ്യം അനുദിനം വഷളായിക്കൊണ്ടിരിക്കുകയായിരുന്നു. കുതിര സവാരി പോലും ഒരു പീഡനമായി അനുഭവപ്പെട്ടു. തന്റെ മുമ്പിൽ ഇനി കാലം ഏറെയൊന്നും അവശേഷിക്കുന്നില്ലെന്ന് അദ്ദേഹത്തിന് അറിയാമായിരുന്നു. തന്റെ അവസാനനാളുകൾ രാജ്യത്തിന്റെ സ്വാതന്ത്ര്യം നില നിർത്തുവാനുള്ള പരിശ്രമങ്ങൾക്കായി ഉഴിഞ്ഞുവെക്കുവാൻതന്നെ അദ്ദേഹം തീരുമാനിച്ചു. പെറുവിൽ അപ്പോൾ അധികാരത്തിലുണ്ടായിരുന്ന തന്റെ ശത്രുക്കൾക്കുനേരെ പ്രതികാര നടപടികൾ കൈക്കൊള്ളുവാൻ അദ്ദേഹം തുനിഞ്ഞില്ല. അദ്ദേഹത്തിന്റെ മുമ്പിൽ അപ്പോൾ ഒരൊറ്റ ലക്ഷ്യം മാത്രമേ ഉണ്ടായിരുന്നുള്ളൂ. വിദേശികളായ അക്രമകാരികളിൽനിന്നും കൊളംബിയയുടെ സ്വാതന്ത്ര്യം സംരക്ഷിക്കുക. ചർച്ചകളിലൂടെ പ്രശ്നപരിഹാരം കണ്ടെത്തുവാൻ അദ്ദേഹം ആദ്യം ശ്രമിച്ചു. തന്റെ അംഗരക്ഷകനായ കേണൽ ഒലിയറിയെ സൗഹൃദസംഭാഷണത്തിനായി പെറുവിലേക്കയച്ചു . എന്നാൽ ഈ ദൂതനെ പെറുവിലെ ഗവൺമെന്റ് പാടെ അവഗണിച്ചു. 1929 ജനുവരിയിൽ പെറു ചില വിജയങ്ങൾ നേടി. അവർ സുസംഘടിതരായ 8000 ത്തിൽപ്പരം ആളുകളുടെ സൈനികശക്തിയോടെ വയാകിലും മറ്റു ചില സ്ഥലങ്ങളും കീഴടക്കി. ദരിദ്രമായ ആയുധങ്ങളോടെ ഏതാണ്ട് 6000 ത്തോളം ആളുകളേ കൊളംബിയക്കാർക്കുണ്ടായിരുന്നുള്ളൂ. പക്ഷേ, അവരുടെ ജനറൽ ബൊളിവാറിനു ശേഷം അമേരിക്ക കണ്ട ഏറ്റവും മഹാനായ സ്യൂക്കർ ആയിരുന്നു. അയാൾ പെറുവിനുമേൽ മഹത്തായ രണ്ടു വിജയങ്ങൾ നേടി. രണ്ടാമത്തെ വിജയത്തിനുശേഷം ശത്രുക്കൾക്ക് കീഴടങ്ങുവാൻ അവസരം നല്കി. അവർ അത് അംഗീകരിച്ചു. ബൊളീവിയയും പെറുവും തമ്മിലുള്ള അതിർത്തി നിർണ്ണയിക്കുന്നതിന് ഒരു പ്രത്യേക കമീഷനെ നിയമിക്കണം. ഈ കരാറിൽ ഒപ്പിടുന്ന രണ്ടു രാജ്യങ്ങളും പരസ്പരം ആഭ്യന്തരകാര്യങ്ങളിൽ ഇടപെടാൻ പാടില്ല. പെറുവിന്റെ സൈന്യത്തെ നയിച്ചിരുന്നത് പെറുവിലെ കൊളംബിയൻ വിരുദ്ധ പാർട്ടിയുടെ നേതാവായ ലാമാർ ആയിരുന്നു.

പാസ്റ്റോയിലെ നിവാസികൾ കൊളംബിയക്കെതിരായി കലാപമുയർത്തി. രക്തച്ചൊരിച്ചിലില്ലാതെ അതിനെ ഒതുക്കിയശേഷം ക്വിതോവിലെ ജനങ്ങളുടെ ക്ഷണപ്രകാരം ബൊളിവാർ അങ്ങോട്ടുപോയി. ഒരുപാടു കാലത്തെ വേർപാടിനുശേഷം അദ്ദേഹം അവിടെവെച്ച് സ്യൂക്കറെ കണ്ടുമുട്ടി. അയാകുച്ചിയിലെ മഹത്തായ വിജയത്തിന്റെ ഈ ശില്പിക

ളുടെ കണ്ടുമുട്ടൽ ബൊളിവാറുടെ ആത്മാവിനേറ്റ ക്ഷതങ്ങൾക്ക് അല്പം ആശ്വാസം പകർന്നു. വാക്കുകൾക്കും വികാരപ്രകടനങ്ങൾക്കും അവർക്കിടയിൽ പ്രസക്തി നഷ്ടപ്പെട്ടു. ബൊളിവാറിന്റെ കവിളിലൂടെ ഒലിച്ചിറങ്ങിയ കണ്ണുനീർ മാത്രമായിരുന്നു അവർക്കിടയിലെ ആശയവിനിമയം.

കിതോയിൽവെച്ച് പായസ് തയ്യാറാക്കിയ ഒരു മാനിഫെസ്റ്റോ — 25 സെപ്തംബറിലെ കൊലപാതകശ്രമത്തെക്കുറിച്ചുള്ള തന്റെ നിലപാട് വ്യക്തമാക്കിക്കൊണ്ടുള്ളത് — ബൊളിവാറിന് ലഭിച്ചു. അതിൽ പായസ് ബൊളിവാറിനോട് തനിക്കുള്ള കൂറ് ആവർത്തിച്ചു. ബൊളിവാർ സമ്മാനിച്ച വാളിനെക്കുറിച്ച് അദ്ദേഹം പറഞ്ഞത്, "എന്റെ കൈയിലുള്ള ഈ വാൾ എന്നെന്നും ബൊളിവാറിന്റേതായിരിക്കും. ബൊളിവാറിന്റെ തീരുമാനങ്ങൾക്കനുസരിച്ചേ എന്റെ കൈയിലെ ഈ വാൾ ചലിക്കുകയുള്ളൂ" എന്നാണ്.

പെറൂവിയൻ നേതാവായ ലാമാർ ചില ഒഴിവുകഴിവുകൾ പറഞ്ഞുകൊണ്ട് വയാകിൽ നഗരത്തെ കീഴടങ്ങുവാൻ സമ്മതിച്ചില്ല. മാത്രമല്ല സൈന്യത്തെ വിപുലീകരിക്കുന്നതിലും പുനഃസംഘടിപ്പിക്കുന്നതിലും വ്യാപൃതനാവുകയും ചെയ്തു. ബൊളിവാർ പുതിയൊരു യുദ്ധത്തിനു വേണ്ടി തയ്യാറെടുത്തു. അതേസമയം കീഴടങ്ങൽ കരാർ പാലിക്കുവാൻ വേണ്ടി എന്തൊക്കെ ചെയ്യുവാൻ പറ്റുമോ അതൊക്കെ ചെയ്തുകൊണ്ടുമിരുന്നു. ഒരു വെടിപോലും ഉതിർക്കാതെ കൊളംബിയക്ക് നഷ്ടപ്പെട്ട സ്ഥലം ബൊളിവാർ വയാകിൽ മുന്നേറ്റത്തിനിടയിൽ പിടിച്ചെടുത്തു. ലാമാർ അതിനിടയിൽത്തന്നെ പെറുവിൽ ഒരു യുദ്ധക്കൊതിയനായി കുപ്രസിദ്ധി നേടിക്കഴിഞ്ഞിരുന്നു. പെറുവിലെ ഗവൺമെന്റ് അയാളെ വിചാരണ ചെയ്ത് അയാൾക്ക് നല്കിയ സ്ഥാനങ്ങളിൽ നിന്നെല്ലാം നീക്കംചെയ്യുകയും നാടുകടത്തുകയും ചെയ്തു. അയാളുടെ അഭാവത്തിൽ കൊളംബിയക്ക് അനുകൂലമായ പൊതുജനാഭിപ്രായം ഉയർന്നുവരികയും കൊളംബിയയുമായി ഒരു സഖ്യത്തിനുള്ള വഴി തെളിയുകയും ചെയ്തു. ലാമാർ അധികം വൈകാതെ വിദേശത്തുവെച്ച് മരിക്കുകയും വിസ്മൃതനാവുകയും ചെയ്തു.

വയാകിലിൽ വെച്ച് ബൊളിവാറുടെ ആരോഗ്യം ഗുരുതരാവസ്ഥയിലെത്തി. മാരകമായ അസുഖവും തന്റെ ശത്രുക്കളായി മാറിയ മിത്രങ്ങൾ ഏല്പിച്ച മാനസികാഘാതവും അദ്ദേഹത്തെ പീഡിപ്പിച്ചുകൊണ്ടിരുന്നു. 1815 ൽ മാഞ്ചസ്റ്ററിലെ ഡ്യൂക്ക് (ഇദ്ദേഹം ജമൈക്കയിലെ ഗവർണ്ണർകൂടിയായിരുന്നു) ബൊളിവാറിനോട് പറഞ്ഞു: "ജ്വാലയിലെ എണ്ണ വറ്റിക്കൊണ്ടിരിക്കുകയാണ്." ഈ സന്ദർഭത്തിൽ അത് യാഥാർത്ഥ്യമായിക്കൊണ്ടിരുന്നു. രോഗശയ്യയിലായിരുന്നപ്പോഴും അദ്ദേഹം കർമ്മനിരതനായി. പ്രശ്നങ്ങളുടെ തായ്‌വേരുകൾ കണ്ടെത്തി പരിഹരിക്കുവാനുള്ള ശ്രമങ്ങളിൽ ഏർപ്പെട്ടു. ആഗസ്ത് 31 നാണ് അദ്ദേഹം രോഗശയ്യയിൽ കിടന്നുകൊണ്ട് തന്റെ വളരെ പ്രസിദ്ധമായ ഒരു സർക്കുലർ

ജനങ്ങളോടുള്ള അഭ്യർത്ഥനയായി പുറത്തിറക്കിയത്. അതിൽ അദ്ദേഹം ജനങ്ങളോട് ഭരണഘടനയെപ്പറ്റിയും ഗവൺമെന്റിനെപ്പറ്റിയും അവർക്കുള്ള അഭിപ്രായവും സങ്കല്പങ്ങളും സ്വതന്ത്രമായി, നിർഭയം പ്രകടിപ്പിക്കേണ്ടതിന്റെ ആവശ്യകത ഊന്നിപ്പറഞ്ഞു. അടുത്ത ഭരണഘടനാ കമ്മിറ്റിക്ക് ഇവയെല്ലാം പരിഗണിച്ച് കുറ്റമറ്റൊരു പുതിയ ഭരണഘടന തയ്യാറാക്കുവാൻ എങ്കിലേ കഴിയൂ. അങ്ങനെ ജനങ്ങൾക്ക് അവരുടെ തന്നെ അഭിപ്രായത്തിനും സങ്കല്പത്തിനും പ്രാധാന്യം നല്കുന്നൊരു ഭരണഘടനയ്ക്ക് വിധേയമായി ജീവിക്കാൻ കഴിയും എന്നദ്ദേഹം ജനങ്ങളെ ബോദ്ധ്യപ്പെടുത്തി. അസുഖം ഒട്ടൊന്നു ഭേദമായെന്ന് തോന്നിയപ്പോൾ അദ്ദേഹം കിതോവിലേക്ക് പോയി. അവിടെ ദക്ഷിണമേഖലയുടെ വകുപ്പുകൾ പുനഃസംഘടിപ്പിക്കുവാനുള്ള നടപടികളിൽ ഏർപ്പെട്ടു. ഒക്ടോബർ അവസാനം ബഗോട്ടയിലേക്ക് പോയി.

അപ്പോഴേക്കും ബൊളിവാർ വിരുദ്ധന്മാർക്കൊപ്പം കൊർദോവയും ചേർന്നു. വെനസ്വേലയിൽനിന്ന് നെവഗ്രനാദ വേർപെടുത്തിയെടുക്കുക എന്നതായിരുന്നു അയാളുടെ ആഗ്രഹം. ബൊളിവാർ വൃദ്ധനും രോഗിയുമായതിനാൽ അദ്ദേഹത്തെ അധികാരത്തിൽനിന്ന് മാറ്റണം എന്നയാൾ ശക്തമായി വാദിച്ചു. അദ്ദേഹവും പായസും മെറിനോവും മറ്റു ചിലരും ചേർന്ന് ബൊളിവാറിനെതിരെ സംഘടിക്കുവാൻ ആലോചന തുടങ്ങി. ദീർഘദർശിയായ ബൊളിവാറിന് ഇത് പെട്ടെന്നുതന്നെ മനസ്സിലായി. അയാൾ കൊർദോവയോടു സംസാരിച്ച് തന്നോടുള്ള സൗഹൃദം തിരിച്ചുപിടിക്കുവാൻ ശ്രമിച്ചു. വലിയ പേരുകേട്ട ജനറലായ കൊർദോവ നന്ദികേടുകൊണ്ട് തന്റെ മുഖം വികൃതമാക്കാൻ ശ്രമിക്കുകയില്ലെന്ന് ബൊളിവാർ കരുതി. പക്ഷേ, ഇയാളുടെ നീക്കം ഹൃദയത്തിന്റെ ആഴങ്ങളിൽ മറ്റൊരു മുറിവായി നിലകൊണ്ടു. ഇതെല്ലാം അദ്ദേഹത്തിന്റെ അകാലമൃത്യുവിന് വേഗത കൂട്ടിയിട്ടുണ്ടാവാം. കൊർദോവ അവസാനം തന്റെ കലാപക്കൊടി ഉയർത്തുകതന്നെ ചെയ്തു. കുകൂട സമ്മേളനത്തിൽ പാസാകാതെപോയ ഭരണഘടന ഉയർത്തിപ്പിടിച്ചുകൊണ്ടാണ് അദ്ദേഹം കലാപം തുടങ്ങിവെച്ചത്. ബൊളിവാറിനെ അദ്ദേഹം സ്വേച്ഛാധിപതിയായ ഭരണാധികാരിയെന്നു വിശേഷിപ്പിച്ചു. എന്നാൽ അയാൾ ഒരുക്കൂട്ടിവെച്ച സൈന്യത്തെ ഓലിയറി നശിപ്പിച്ചു. കൊർദോവ യുദ്ധക്കളത്തിൽ മാരകമായി മുറിവേറ്റുവീണു. യുവാവും സമർത്ഥനും ബുദ്ധിമാനും ആകർഷകമായ വ്യക്തിത്വമുള്ള ആളുമായിരുന്നു കൊർദോവ. പക്ഷേ അമേരിക്കൻ ചരിത്രത്തിന്റെ ഈ ഭാഗത്ത് അട്ടിമറി ശ്രമങ്ങളും അവിശ്വസ്തതയും കൊണ്ട് ദുഃഖകരമായ ഒരു അദ്ധ്യായമാണ് അയാൾ എഴുതിച്ചേർത്തത്.

ഈ സമയത്ത് ഫ്രാൻസിൽനിന്ന് ഒരു പ്രത്യേക ദൂതൻ ബഗോട്ടയിൽ പോയി തന്റെ രാജ്യത്തിന് തെക്കെ അമേരിക്കയിലെ ഈ മഹാവ്യക്തിത്വത്തെപ്പറ്റിയുള്ള മതിപ്പ് പ്രകാശിപ്പിച്ചു. ഈ പ്രശംസ ബൊളിവാറിനെ ഒട്ടൊന്ന് ആശ്വസിപ്പിച്ചു. മന്ത്രിമാരുടെ സംഘത്തെ അഭിസം

ബോധന ചെയ്തുകൊണ്ട് ബ്രസ്സാത്ത് എന്ന ഈ ഫ്രഞ്ച് പ്രതിനിധി ബൊളിവാറിനെ നേരിട്ടുകാണണമെന്ന ആഗ്രഹം പ്രകടിപ്പിക്കുകയും ചെയ്തു. ഫ്രഞ്ചുകാർക്കിടയിൽ സിമൊൻ ബൊളിവാർ എത്രമാത്രം ആദരണീയനാണെന്ന് വാക്കുകളിലൂടെ അദ്ദേഹം പ്രകടമാക്കി:

> കാര്യങ്ങൾ ആസൂത്രണം ചെയ്യുന്നതിലും നടപ്പിലാക്കുന്നതിലും ബൊളിവാർ കാണിച്ച ചങ്കൂറ്റവും ഊർജ്ജസ്വലതയും ഫ്രാൻസ് ആരാധിക്കുന്നു. ദീർഘവീക്ഷണം, സ്ഥിരോത്സാഹം തുടങ്ങി മഹാന്മാരായ ജനറൽമാർക്കുള്ള യോഗ്യതകൾ അദ്ദേഹത്തിൽ വളരെ പ്രകടമാണ്. മാത്രമല്ല, അദ്ദേഹം പ്രതിഭാധനനായ ഒരു രാഷ്ട്രീയക്കാരനാണ്. സുരക്ഷിതമായ സ്വാതന്ത്ര്യസങ്കല്പവും ഭരണനിർവ്വഹണത്തിലെ കാര്യപ്രാപ്തിയും ആദരണീയമാണ്. രാജ്യത്തിനു സ്വാതന്ത്ര്യം നേടിയെടുക്കുന്നതിനും അത് നിലനിർത്തുന്നതിനും അദ്ദേഹം സ്വീകരിച്ച പ്രായോഗികനടപടികളിലൂടെ അദ്ദേഹം വിധിയെ തന്റെ കൈകളിൽ ഒതുക്കിയിരിക്കുന്നു.

യൂറോപ്പിലാകമാനം സിമൊൻ ബൊളിവാറിന്റെ പ്രശസ്തി പരന്നു. അമേരിക്കയിലെ ഈ ജേതാവിനെക്കുറിച്ച് ഇംഗ്ലണ്ടിലും വളരെ നല്ല അഭിപ്രായമായിരുന്നു. 1828 മാർച്ചിൽ ഇംഗ്ലണ്ടിലെ സെക്രട്ടറി ഓഫ് ഫോറിൻ അഫയേഴ്സ് ഡഡ്ലി ഇക്കാര്യം വ്യക്തമായി പറയുന്നുണ്ട്. വിദേശരാജ്യങ്ങളുടെപോലും ആദരവ് ഇദ്ദേഹം പിടിച്ചുപറ്റുന്നുണ്ട് എന്ന കാര്യം. ഈ പ്രശംസകളോടൊപ്പംതന്നെ നെപ്പോളിയന്റെ പാത പിന്തുടർന്ന് ബൊളിവാർ സ്വയം രാജാവായി അവരോധിക്കപ്പെടും എന്നൊരു അപഖ്യാതിയും അമേരിക്കയിലും യൂറോപ്പിലും പ്രചരിച്ചുകൊണ്ടിരുന്നു. എന്നാൽ ഈ പ്രചരണത്തിനു യാതൊരടിസ്ഥാനവുമില്ലെന്ന് ചരിത്രം തെളിയിച്ചു. രാജ്യത്തിന്റെ സ്വാതന്ത്ര്യവും ഐക്യവുമല്ലാതെ മറ്റൊരു ആഗ്രഹവും അദ്ദേഹത്തിനില്ലായിരുന്നു. കൊളംബിയ എന്ന രാജ്യം അദ്ദേഹത്തിന്റെ പ്രതിഭയുടെ സന്തതിയാണ്. തനിക്ക് നേടിയെടുക്കാൻ കഴിഞ്ഞ ബഹുമാനാദരങ്ങൾ കളങ്കപ്പെടരുത് എന്നൊരാഗ്രഹം മാത്രമേ അദ്ദേഹത്തിനുണ്ടായിരുന്നുള്ളൂ. തന്റെ അവസാനനാളുകളിൽ ഒരു സാധാരണ പൗരനായി ജീവിക്കണം എന്നായിരുന്നു ആഗ്രഹിച്ചിരുന്നത്.

ബൊളിവാർ തെക്കൻ പ്രദേശത്ത് താമസിച്ചിരുന്നപ്പോൾ മന്ത്രിസഭ രാജവാഴ്ചയ്ക്ക് വേണ്ടിയുള്ള ഒരുക്കങ്ങൾ നടത്തി. അവർ അദ്ദേഹത്തിനു ഒരു കത്തയച്ചു. അങ്ങ് രാജവാഴ്ചയെക്കുറിച്ചുള്ള ചോദ്യത്തിനു പരസ്യമായ ഉത്തരമൊന്നും പറയേണ്ട. ജനസഞ്ചയം ആകെ അസ്വസ്ഥരാണ്. അതുകൊണ്ടുതന്നെ ഭാവിയെക്കുറിച്ചുള്ള ഉല്ക്കണ്ഠ പരിഹരിക്കുവാൻ ഈ നടപടി ആവശ്യമാണ്. ഈ അഭിപ്രായങ്ങളോട് അദ്ദേഹം കാര്യമായി പ്രതികരിച്ചില്ല. അയാൾക്കറിയാമായിരുന്നു ഇനി അധികകാലമൊന്നും താൻ ജീവിച്ചിരിക്കാൻ പോകുന്നില്ല എന്ന്. ഭീകര ദുരന്തമായി ഭവിച്ചേക്കാവുന്ന ആഭ്യന്തരയുദ്ധങ്ങൾ ഒഴിവാക്കുവാൻ – അതൊരു

പത്തുവർഷത്തിനുള്ളിൽ സംഭവിക്കുതന്നെ ചെയ്യും – രാജ്യത്തെ നിയമാനുസൃതമായും സമാധാനപരമായും വിഭജിക്കുകയാണ് ഇത്തരുണത്തിൽ അഭികാമ്യം എന്ന് അദ്ദേഹം പ്രഖ്യാപിച്ചു. വെനസ്വേലയും നെവ ഗ്രനാദയും തമ്മിലുള്ള ശത്രുത സ്ഥിരതയുള്ള ഒരു ഗവൺമെന്റിനെ അസാദ്ധ്യമാക്കും. അവർ ആവശ്യപ്പെടുന്നതുപോലെ ഒരു വിദേശി രാജാവാകുന്നതിലുള്ള എതിർപ്പ് പ്രകടിപ്പിച്ചുകൊണ്ട് അദ്ദേഹം പറഞ്ഞു.

> നിങ്ങൾ എന്നോട് ഏറ്റെടുക്കുവാൻ പറയുന്ന സ്ഥാനം ഞാൻ ഏറ്റെടുക്കാം. പക്ഷേ, ഒരു കാര്യമുണ്ട്, രാജ്യത്തിനും ജനങ്ങൾക്കും വേണ്ടി പ്രവർത്തിച്ച് എനിക്ക് മടുത്തു. പുറംകാൽകൊണ്ടുള്ള ചവിട്ടും എന്റെ നേരെയുണ്ടായ വധശ്രമവും ഞാൻ നേരിട്ടു. ഇനി മതി. പക്ഷേ, മറ്റൊരു പരിഹാരവും കണ്ടെത്താൻ പറ്റുന്നില്ലെങ്കിൽ തല്ക്കാലത്തേക്ക് ഒരു ആജീവനാന്ത പ്രസിഡന്റിനെ കണ്ടെത്തുന്നതായിരിക്കും താരതമ്യേന നല്ലത്. പിന്തുടർച്ചാവകാശമുള്ള ഒരു സെനറ്റും.

മറ്റൊരു സുഹൃത്തിനുള്ള കത്തിൽ അദ്ദേഹം പറഞ്ഞു.

> എനിക്കത് മനസ്സിലാക്കുവാൻ പറ്റുന്നില്ല. ഒരു രാജാധിപത്യം സ്ഥാപിക്കുക! ഭരണഘടനാപരമായി ജനാധിപത്യം നിലനില്ക്കുന്ന ഒരു രാജ്യത്ത് എങ്ങനെയാണത് കഴിയുക? കാരണം ഏറ്റവും താഴ്ന്നവരും വിവിധ തട്ടുകളിൽ കിടക്കുന്നവരുമായ ജനങ്ങൾ അങ്ങനെതന്നെ കിടക്കട്ടെ എന്ന് നമുക്കെങ്ങനെ ആലോചിക്കാൻ പറ്റും. തർക്കമില്ലാത്ത അവകാശം ഉണ്ടെങ്കിൽ നിയമപരമായ തുല്യത അവശ്യം ആവശ്യമാണ്. പ്രായോഗികമായ അസന്തുലിതാവസ്ഥ നിലനില്ക്കുമ്പോൾ സ്വാഭാവിക നീതിയെക്കുറിച്ചുള്ള വേവലാതികൾ ഇല്ലാതാക്കാൻ ഇത് ആവശ്യമാണ്. അതിനുപുറമെ ആരാണ് കൊളംബിയയിൽ രാജാവാകാൻ തയ്യാറാവുക. ആരുമുണ്ടാകില്ല. ഒരു വിദേശരാജകുമാരനും അപകടങ്ങളും ദുരിതവും കൊണ്ട് മൂടപ്പെട്ട ഒരു സിംഹാസനത്തിൽ ആരൂഢനാവാൻ മുന്നോട്ടുവരില്ല. സൈനികമേധാവികൾ അവരുടെ സമശീർഷനായ ഒരാളുടെ കീഴിൽ ജോലി ചെയ്യുന്നത് ഒരു അപമാനമായിക്കരുതും. വൈകാതെ അവർ ആ പദവികൾ ഉപേക്ഷിച്ചു പോവുകയും ചെയ്യും.

'രാജഭരണം' എന്ന ആശയംതന്നെ വിചിത്രവും ഭ്രാന്തവുമായ ഒരു ചിന്താരീതിയാണ്. അതിനെക്കുറിച്ച് ചർച്ച ചെയ്യേണ്ട ആവശ്യം തന്നെ ഇല്ല. മറ്റൊരു കത്തിൽ അദ്ദേഹം വ്യക്തമായി പറഞ്ഞു. "ഞാൻ അധികാരം വിട്ടൊഴിയുകയാണ്. കോൺഗ്രസ് (ഭരണസമിതിയുടെ സമ്മേളനം) യോഗം ചേർന്നാലും ഇല്ലെങ്കിലും ശരി."

1830 ജനുവരി 15-ാം തീയതി അദ്ദേഹം ബൊഗോട്ടയിലെത്തി. 20-ാം തീയതി സ്യൂക്കറിന്റെ അദ്ധ്യക്ഷതയിൽ സമ്മേളനം ആരംഭിച്ചു. ഈ സമ്മേളനത്തിന്റെ ഉദ്ഘാടനത്തോടെ തന്റെ പൊതുചുമതലകൾ അവസാനിച്ചതായി അദ്ദേഹം കരുതി. സമ്മേളനവുമായി ബന്ധപ്പെട്ട് ദീർഘവും സ്പഷ്ടവുമായ ഒരു അറിയിപ്പ് പുറത്തിറക്കി. ബഹുജനങ്ങളോടുള്ള ഒരു അഭ്യർത്ഥനയോടെയാണ് അതവസാനിക്കുന്നത്.

> സഹപൗരന്മാരേ, എന്റെ അവസാനത്തെ വാക്കുകൾ കേട്ടാലും. എന്റെ രാഷ്ട്രീയ ജീവിതത്തിന്റെ ഈ അന്ത്യഘട്ടത്തിലും കൊളംബിയയുടെ പേരിൽ ഞാൻ നിങ്ങളോട് അപേക്ഷിക്കുന്നു, അഭ്യർത്ഥിക്കുന്നു. നിങ്ങളെപ്പോഴും ഐക്യത്തോടെ വർത്തിക്കണം. നിങ്ങളുടെ രാജ്യത്തിന്റെ കൊലപാതകികളായി, നിങ്ങളുടെതന്നെ കൊലപാതകികളായി നിങ്ങൾ മാറരുത്.

ഈ വിജ്ഞാപനത്തിൽത്തന്നെ മറ്റു ചില കാര്യങ്ങൾകൂടി അദ്ദേഹം പറഞ്ഞുവെച്ചു. ഒന്നിൽ കൂടുതൽ പ്രാവശ്യം ഈ കിരീടം അദ്ദേഹത്തിന് വാഗ്ദാനം ചെയ്യപ്പെട്ടിരുന്നു. ഒരു ജനാധിപത്യ രാഷ്ട്രത്തിലെ പൗരൻ എന്ന നിലയിൽ ഈ വാഗ്ദാനങ്ങൾ അതർഹിക്കുന്ന പുച്ഛത്തോടെ അദ്ദേഹം നിരസിക്കുകയാണുണ്ടായത്. സമ്മേളനത്തിനയച്ച സന്ദേശത്തിൽ;

> തന്റെ സ്ഥാനത്തേക്ക് തിരഞ്ഞെടുക്കപ്പെടുന്ന ആരെയും അനുസരിക്കുവാനും, പിന്തുണക്കുവാനും എന്റെ വാളും ശക്തിയുമുപയോഗിച്ചുകൊണ്ട് ഞാൻ തയ്യാറായിരിക്കും. എന്റെ രാജി സ്വീകരിച്ച് പകരം ജനങ്ങളുടെ സ്നേഹാദരങ്ങൾ സമ്പാദിച്ച ഒരു പ്രസിഡന്റിനെ തൽസ്ഥാനത്തേക്ക് നിയമിച്ചാൽ റിപ്പബ്ലിക്കിനത് സന്തോഷവും ആരോഗ്യവും പകരും. ഞാൻ തന്നെ നയിക്കണെമെന്ന് നിങ്ങൾ പറയുകയാണെങ്കിൽ രാജ്യം അതിന് വഴിപ്പെടാൻ നിർബ്ബന്ധിക്കപ്പെടും. പക്ഷേ, ഇന്നുമുതൽ ഞാൻ കേവലം ഒരു പൗരൻ മാത്രമാണ്. മറ്റൊന്നുമല്ല! രാജ്യത്തിന്റെ സുരക്ഷയ്ക്കുവേണ്ടി ഗവണ്മെന്റിനെയും ഭരണഘടനയെയും അനുസരിക്കുന്ന ഒരു സായുധ ഭടൻ. എന്റെ പൊതുപരിപാടികളെല്ലാം എന്നെന്നേക്കുമായി അവസാനിച്ചിരിക്കുന്നു. രാജ്യത്തിന്റെ ഇച്ഛയനുസരിച്ച് എന്നിൽ അർപ്പിതമായിരുന്ന പരമാധികാരം ഞാൻ ഇതാ നിങ്ങൾക്ക് തിരിച്ചുനല്കുന്നു.

ആഗസ്ത് 31 ന് ബൊളിവാർ നല്കിയ ഒരു സർക്കുലർ പായസിനു കിട്ടിയിരുന്നു. അത് അയാൾ വെനസ്വേലയിൽ ആകമാനം വിതരണം ചെയ്തു. വെനസ്വേലയ്ക്ക് കൊളംബിയയിൽനിന്ന് വിടുതൽ വേണമെന്ന ആവശ്യവുമായി നാടെങ്ങും അയാൾ പ്രകടനങ്ങൾ സംഘടിപ്പിച്ചു. കൊളംബിയയുടെ ഐക്യം ബൊളിവാറിന്റെ വലിയൊരു ആശയമായ

തിനാൽ ആ പ്രകടനക്കാരെല്ലാം ബൊളിവാറിനെ രൂക്ഷമായി വിമർശിച്ചു. ബൊളിവാറിനെ അകറ്റിനിർത്തണമെന്ന മുദ്രാവാക്യം ഉയർത്തപ്പെടുകയും ചെയ്തു. അദ്ദേഹം വെനസ്വേലയിലേക്ക് കടക്കുന്നത് തടയുവാൻ പായസിനോട് ആവശ്യപ്പെട്ടു. എവിടെയൊക്കെ പായസിന് സ്വാധീനമുണ്ടോ അവിടെയൊക്കെ ബൊളിവാർ തള്ളിപ്പറയപ്പെട്ടു. പായസിനോട് വെനസ്വേലയുടെ ഉന്നതാധികാരപദവി സ്വീകരിക്കുവാൻ അവർ ആവശ്യപ്പെട്ടു. സ്വന്തം രാജ്യത്തെ പത്രങ്ങൾ ബൊളിവാറിനെ സേച്ഛാധിപതി, കപടനാട്യക്കാരൻ എന്നൊക്കെ വിശേഷിപ്പിച്ച് അപമാനിച്ചു. അദ്ദേഹത്തെ നാടുകടത്തണമെന്ന് ആവശ്യപ്പെടുകയും ചെയ്തു. ഒടുവിൽ പായസ് നേരിട്ട് തുറന്ന് എതിർക്കാൻ തുടങ്ങി. അയാൾ നേരിട്ട് കരാക്കസിൽ പോയി ബൊളിവാറിനു എതിരായുള്ള വിമതനീക്കത്തിന് പിന്തുണ നല്കി. ബൊളിവാറുടെ ആശയങ്ങൾക്ക് വിപരീതമായി വെനസ്വേല ഒരു പരമാധികാര രാജ്യമാണെന്ന് പ്രഖ്യാപിച്ചു. ഒരു മന്ത്രിസഭ രൂപീകരിച്ചു. വലെൻഷിയയിൽ സമ്മേളനം വിളിച്ചുകൂട്ടാൻ വേണ്ടി ഒരു സമിതി രൂപീകരിച്ചു. ബൊളിവാറിനെതിരായ യുദ്ധത്തിന്റെ ചെലവു വഹിക്കുവാൻ ജനങ്ങളോട് ആവശ്യപ്പെട്ടു. വെനസ്വേലയിലെ ജനങ്ങളുടെ ആഗ്രഹത്തിനെതിരായി നിങ്ങൾ ഒന്നും ചെയ്യരുതെന്ന് കൊളംബിയയിലെ കോൺഗ്രസിന് എഴുതുകയും ചെയ്തു. വെനസ്വേലക്കാർ ബൊളിവാറിന്റെ ആശയങ്ങൾക്ക് വഴിപ്പെടുന്നതിനേക്കാൾ ഇഷ്ടപ്പെടുക സ്പെയിൻകാരുടെ തിരിച്ചുവരവിനെയാണെന്നുവരെ അയാൾ പ്രഖ്യാപിച്ചുകളഞ്ഞു.

കൊളംബിയയിലെ ഭരണസമിതി ബൊളിവാറിനോട് നേതൃത്വത്തിൽ തുടരുവാനപേക്ഷിച്ചു. അരാജകത്വം ഒഴിവാക്കാൻ മറ്റൊരു മാർഗ്ഗവുമില്ല. ഭരണഘടന വിളംബരം ചെയ്തശേഷം ന്യായാധിപന്മാർ നിയമിക്കപ്പെടുന്നതുവരെ അധികാരത്തിൽ തുടരാം എന്നു അദ്ദേഹം നല്കിയ വാഗ്ദാനം പാലിക്കുവാൻ ആവശ്യപ്പെട്ടു. ബൊളിവാർ തല്ക്കാലത്തേക്ക് ഇതു സ്വീകരിക്കുകയും പെട്ടെന്നുതന്നെ വെനസ്വേലയുമായി സൗഹാർദ്ദപരമായ ഒരൊത്തുതീർപ്പ് ഉണ്ടാക്കുവാൻ ശ്രമം തുടങ്ങുകയും ചെയ്തു. പായസിനെ നേരിട്ടുകാണുവാൻ അദ്ദേഹം ആഗ്രഹിച്ചു. എന്നാൽ പായസ് അത് നിരസിച്ചു. ബൊളിവാറിനുവേണ്ടി അയാളുടെ ആജ്ഞയ്ക്കനുസരിച്ചുമാത്രം പുറത്തെടുക്കും എന്ന് പ്രതിജ്ഞയെടുത്ത വാൾ പായസ് ഉറയിൽനിന്ന് ഊരിക്കഴിഞ്ഞിരുന്നു. ബൊളിവാറിന് എതിരായാണെന്ന് മാത്രം. കൊളംബിയയിലെ ഭരണസമിതി ഒരു ഭരണഘടനാ കമ്മിറ്റി രൂപീകരിച്ചു. ഒരു സമാധാന സംഘത്തെ വെനസ്വേലയിലേക്ക് അയക്കണമെന്നു ബൊളിവാർ നിർദ്ദേശിച്ചു. വെനസ്വേലയിൽ ജനങ്ങൾക്കിടയിൽ ഈ ഭരണഘടനാ രേഖയെപ്പറ്റി വല്ലാത്ത തെറ്റിദ്ധാരണ പരന്നിട്ടുണ്ട്. അത് ഇല്ലാതാക്കാൻ വേണ്ടിയാണ് ഇത്തരമൊരു പ്രതിനിധിസംഘത്തെ അയക്കുന്നത്. ജനറൽ സ്യൂക്കറിനായിരുന്നു ഇതിന്റെ നേതൃത്വം. രൂപീകരിക്കാൻ പോകുന്ന ഭരണഘടന തികച്ചും ജനാധിപത്യപരമായിരിക്കു

മെന്ന് അറിയിക്കുവാൻ ഇവരെ ചുമതലപ്പെടുത്തി. വെനസ്വേലയുമായി സൗഹാർദ്ദപരമായ ഒത്തുതീർപ്പ് ഇവർ നേടിയെടുക്കുമെന്ന് പ്രതീക്ഷിച്ചു. സമിതി അവരുടെ തീരുമാനത്തിൽ ഉറച്ചുനിന്നു. റിപ്പബ്ലിക്കിന്റെ അഖണ്ഡതയും ഗവൺമെന്റുകളുടെ ഐക്യവും പുതിയ ഭരണഘടനയിൽ ഉണ്ടായിരിക്കണമെന്നും എല്ലാ അഭിപ്രായവ്യത്യാസങ്ങളും പരിഹരിക്കപ്പെടണമെന്നും ഇപ്പോഴുള്ള വിയോജിപ്പുകളെ ചർച്ചയിലൂടെ സൗഹാർദ്ദപരമായ അന്തരീക്ഷത്തിലേക്ക് കൊണ്ടുവരണമെന്നും പഴയ അസ്വാരസ്യങ്ങൾ മറന്നുകളയാമെന്നും സ്യൂക്കർ തുറന്നുപറഞ്ഞു. വെനസ്വേലയുടെ ഇപ്പോഴത്തെ സ്ഥിതിഗതികൾ വെച്ചു നോക്കുമ്പോൾ അനുകൂലമായ പ്രതികരണമുണ്ടാകുമെന്ന് അയാൾ പ്രതീക്ഷിക്കുന്നില്ല. തന്റെ ലക്ഷ്യങ്ങൾ ആരെല്ലാമോ ബോധപൂർവ്വം തടസ്സപ്പെടുത്തുന്നതായി അദ്ദേഹത്തിന് ബോദ്ധ്യപ്പെട്ടു. ഭരണഘടനയുടെ അടിത്തറ സ്വീകരിക്കപ്പെട്ടു. നിബന്ധനകൾ ഇവയെല്ലാമായിരുന്നു:

> മൗലികമായ നിയമമനുസരിച്ച് ഈ റിപ്പബ്ലിക്കുകൾ ഒന്നിച്ചു പ്രവർത്തിക്കുന്നതായിരിക്കും. ബഹുജനസമ്മതിയുള്ള ഗവൺമെന്റായിരിക്കണം. പ്രതിനിധികൾ എട്ടുകൊല്ലം കൂടുമ്പോൾ തിരഞ്ഞെടുക്കപ്പെടുന്നവരായിരിക്കണം. നിയമനിർമ്മാണാധികാരം സെനറ്റ്, പ്രതിനിധി സഭ, കാര്യനിർവ്വഹണസമിതി എന്നിവയ്ക്കിടയിൽ വിഭജിക്കപ്പെടണം. റിപ്പബ്ലിക്കിന്റെ പ്രസിഡന്റിനെ സഹായിക്കുവാൻ ഒരു കൗൺസിൽ ഓഫ് സ്റ്റേറ്റ് ഉണ്ടായിരിക്കണം. വഞ്ചന, ചതി, അഴിമതി എന്നിവ ഭരണതലത്തിൽ ഉണ്ടാകുമ്പോഴല്ലാതെ മറ്റൊരു ഉത്തരവാദിത്വവും ഇതിന് ഉണ്ടായിരിക്കില്ല. മന്ത്രിമാർക്കായിരിക്കും അവരുടെ കീഴിലുള്ള വകുപ്പിന്റെ പൂർണ്ണ ഉത്തരവാദിത്വം. പ്രാദേശിക താല്പര്യങ്ങൾ സംരക്ഷിക്കപ്പെടുവാൻവേണ്ടി പ്രാദേശികതലത്തിൽ നിയമനിർമ്മാണസഭ ഉണ്ടാകണം. വ്യക്തി സ്വാതന്ത്ര്യം ഉറപ്പ് നല്കുകയും ചെയ്യണം.

സെപ്തംബർ 25 ന് ബൊളിവാറിനുനേരെ നടന്ന വധശ്രമ ഗൂഢാലോചനയുടെ പേരിൽ നാടുകടത്തപ്പെട്ടവർക്ക് മാപ്പ് നല്കിക്കൊണ്ട് ബൊളിവാർ തന്റെ മഹാമനസ്കത വീണ്ടും പ്രകടിപ്പിച്ചു. ആരോഗ്യപരമായ കാരണത്താൽത്തന്നെ ഉത്തരവാദിത്വങ്ങളിൽനിന്ന് ഒഴിവാക്കണമെന്ന് വീണ്ടും ആവശ്യപ്പെട്ടു. വിശ്രമത്തിനുവേണ്ടി ഒരു നാട്ടിൻപുറത്തേക്ക് പോയി. അദ്ദേഹം പിന്നീടൊരിക്കലും കൊളംബിയയുടെ ഭരണനിർവ്വഹണകാര്യങ്ങളിലേക്ക് തിരിച്ചെത്തിയില്ല. തന്റെ അധികാരം ഉപയോഗിച്ച് തന്റെ സ്ഥാനത്തേക്ക് ജനറൽ ഡൊമിംഗോ കൈയിസിദോയെ താല്ക്കാലികമായി നിയമിച്ചു. അയാൾ നല്ലൊരു രാജ്യസ്നേഹിയും വളരെ ദയാലുവായ ഒരു മദ്ധ്യസ്ഥനുമായിരുന്നു. സമാധാന ദൗത്യസംഘത്തിനെ വെനസ്വേലയിലേക്ക് കടക്കാൻ അനുവദിച്ചില്ല (പായസിന്റെ നിർദ്ദേശപ്രകാരം അവർ തടയപ്പെട്ടു). അവർക്ക് അതിർത്തിയിൽ

തങ്ങി പായസ് നിയോഗിച്ച പ്രതിനിധികളെ കാണേണ്ടിവന്നു. പായസിന്റെ പ്രതിനിധികളിൽ ഒരാൾ മെരിനോ ആയിരുന്നു. ബൊളിവാർ നെവഗ്രനാദയെ ചൂഷണം ചെയ്യുകയാണെന്ന് സ്ഥാപിച്ചുകൊണ്ട് ബൊളിവാറിനെതിരായ പ്രചരണത്തിന് അയാൾ ഈ അവസരം വിനിയോഗിച്ചു. വെനസ്വേലയെ മാത്രമല്ല, നെവഗ്രനാദയെയും ബൊളിവാറിന്റെ അടിച്ചമർത്തലിൽ നിന്ന് മോചിപ്പിച്ചെടുക്കാൻ വേണ്ടിയാണ് അയാളുടെ ശ്രമമെന്ന് അയാൾ അവകാശപ്പെട്ടു. എന്നാൽ ഇതിന്റെയെല്ലാം യഥാർത്ഥ കാരണക്കാരൻ പായസും അയാളുടെ ഉന്നതാധികാരത്തിനുവേണ്ടിയുള്ള അത്യാഗ്രഹവുമായിരുന്നു. ചർച്ചകളിലൂടെ പുതിയ പോംവഴികളൊന്നും ഉരുത്തിരിയാതെ ഇരുഭാഗത്തുമുള്ള പ്രതിനിധികൾ തിരിച്ചുപോയി. അതിനിടയിൽ പായസ് ഒന്നിനുപുറകെ ഒന്നായി ബൊളിവാറിനെതിരെ പ്രഖ്യാപനങ്ങൾ പുറപ്പെടുവിച്ചുകൊണ്ടിരുന്നു. പുതിയ രാഷ്ട്രീയ കാലാവസ്ഥയെ നേരിടുന്നതിനുവേണ്ടി ബൊളിവാറിനു അയാളുടെ നാട്ടുമ്പുറത്തെ വിശ്രമജീവിതം ഉപേക്ഷിച്ച് ബൊഗോട്ടയിലേക്ക് തിരിച്ചെത്തേണ്ടിവന്നു. അദ്ദേഹത്തോട് സർവ്വാധിപതിയായി സ്ഥാനമേല്ക്കാൻ വീണ്ടും ആവശ്യപ്പെട്ടു. എന്നാൽ അതിനുള്ള ആരോഗ്യം തനിക്കില്ലെന്ന് അദ്ദേഹത്തിനറിയാമായിരുന്നു. അദ്ദേഹം സുഹൃത്തുക്കളുമായും മന്ത്രിസഭയിലെ അംഗങ്ങളുമായും ഇക്കാര്യം ചർച്ച ചെയ്തു. പക്ഷേ, പുതുതായി പ്രശ്നപരിഹാരങ്ങളൊന്നും ഉരുത്തിരിഞ്ഞുവന്നില്ല. ഭരണസമിതിയിലെ ചില അംഗങ്ങൾക്ക് ബൊളിവാറിനെ ഭരണഘടനയനുസരിച്ചുള്ള പ്രസിഡന്റായി തിരഞ്ഞെടുക്കണമെന്നുണ്ടായിരുന്നു. ഇതിനെ മറ്റുള്ളവർ ശക്തിയുക്തം എതിർത്തു. സുഹൃത്തുക്കളിൽ പലരും, ബൊളിവാർ മരണത്തോടടുക്കുകയാണെന്നു മനസ്സിലാക്കി അയാളെ കൈയൊഴിയുവാൻ തുടങ്ങി. ഇനി അയാളിൽനിന്ന് ഒന്നും പ്രതീക്ഷിക്കാനില്ലല്ലോ. ബൊളിവാർ ശത്രുക്കളുടെ ഉപജാപങ്ങളും സുഹൃത്തുക്കളുടെ നന്ദികേടും എല്ലാം കാണുന്നുണ്ടായിരുന്നു. അദ്ദേഹം അധികാരത്തിൽനിന്നും മാത്രമല്ല തന്റെ ജീവിതം മുഴുവൻ ഏതൊരു രാജ്യത്തോടുള്ള സ്നേഹാഭിമാനങ്ങൾക്കുവേണ്ടിയാണോ ചെലവഴിച്ചത് ആ രാജ്യത്തു നിന്നുതന്നെ സ്വയം നാടുകടത്തപ്പെട്ടവനായിത്തീരാൻ ആഗ്രഹിച്ചു. 1830 ഏപ്രിൽ 27 ന് അദ്ദേഹം ഭരണസമിതിക്ക് ഒരു സന്ദേശം അയച്ചു. അതിൽ രാജ്യത്തിന്റെ പരമാധികാരം ഏറ്റെടുക്കുന്നതിലുള്ള വിമുഖത ആവർത്തിച്ചുപറഞ്ഞു. "നിങ്ങൾ ഒരു കാര്യം ഉറപ്പുവരുത്തണം. രാജ്യത്തിലെ സഹപൗരന്മാരുടെ സന്തോഷത്തിന് ഞാനൊരു വിഘാതമായിത്തീരുകയില്ല എന്ന കാര്യത്തിൽ. അതിനായി എനിക്ക് ചെയ്യാൻ പറ്റുന്ന ഒരേയൊരു ത്യാഗം എന്നെന്നേക്കുമായി രാജ്യം വിട്ടുപോവുക എന്നതാണ്. അതിന് എന്നെ അനുവദിക്കുക."

മൂന്ന് ദിവസത്തിനുശേഷം ഭരണസമിതി അദ്ദേഹത്തിനു മറുപടി നല്കി. അതിൽ ലിബറേറ്ററുടെ (വിമോചകന്റെ) രാജ്യസ്നേഹത്തെ ആകാവുന്നത്ര വാഴ്ത്തി. അദ്ദേഹത്തിന്റെ അധികാരത്തോടുള്ള ആസ

ക്തിയില്ലായ്മയെക്കുറിച്ച് പ്രത്യേകം എടുത്തുപറഞ്ഞു. ഈ രാജ്യം എന്നും എപ്പോഴും അങ്ങയെ ബഹുമാനിക്കുകയും ഭക്ത്യാദരപൂർവ്വം സ്മരിക്കുകയും ചെയ്യും. ആ പേരിന്റെ തിളക്കം വരുംതലമുറയ്ക്ക് കൈമാറാൻവേണ്ടി കൊളംബിയൻ സ്വാതന്ത്ര്യസമരചരിത്രത്തിനും സ്വാതന്ത്ര്യത്തിന്റെ മഹാനായ സ്ഥാപകനുംവേണ്ടി അർഹിക്കുന്ന എല്ലാം ആദരവുകളും നല്കും (കൊളംബിയയിലെ ഈ കുഴപ്പങ്ങളെ തുടർന്ന് നെവഗ്രനാദ അതിന്റെ പഴയ പേര് നിലനിർത്തി. കുറേക്കാലത്തിനുശേഷം വീണ്ടും കൊളംബിയ എന്ന പേരു സ്വീകരിച്ചു. എന്നാൽ ഇന്നത്തെ കൊളംബിയ ബൊളിവാറിന്റെ കൊളംബിയയുടെ ഒരു ഭാഗം മാത്രമാണ്).

ഒരു വഴിത്താര ഇവിടെ അവസാനിക്കുന്നു

ബൊളിവാർ കാർതഹെനയിലേക്ക് പോകാൻ തയ്യാറെടുത്തു. അവിടെനിന്നും കടൽമാർഗ്ഗം ജമൈക്കയിലേക്കോ യൂറോപ്പിലേക്കോ പോകാനായിരുന്നു അദ്ദേഹത്തിന്റെ ഉദ്ദേശ്യം. ക്വിതോയിൽനിന്നെത്തിയ ഒരു സന്ദേശം അദ്ദേഹത്തിന്റെ വിഷാദത്തെ തെല്ലൊന്നു ശമിപ്പിച്ചു. ആ സന്ദേശത്തിൽ ക്വിതോയിലെ പൗരപ്രമുഖർ ഒന്നടങ്കം അദ്ദേഹത്തോട് ആവശ്യപ്പെടുകയായിരുന്നു. അവരുടെ നഗരത്തെ അദ്ദേഹത്തിന്റെ വീടായി തെരഞ്ഞെടുക്കണം എന്ന്. ആ നഗരവാസികൾ അദ്ദേഹത്തെ അത്രമാത്രം ബഹുമാനിക്കുകയും അംഗീകരിക്കുകയും ചെയ്തിരുന്നു. വരൂ... അവർ പറഞ്ഞു: "ഞങ്ങളുടെ ഹൃദയങ്ങളിൽ താമസിച്ച് അമേരിക്കയിലെ ഏറ്റവും വലിയ പ്രതിഭയ്ക്ക് ഒരു ലോകത്തിന്റെ വിമോചകന് ഞങ്ങൾ കരുതിവെച്ചിരിക്കുന്ന ആരാധനയും, ബഹുമാനാദരങ്ങളും അഞ്ജലികളും സ്വീകരിക്കുക." ക്വിതോവിലെ ബിഷപ്പ് മോൺസിഞ്ഞ്യോർ റാഫേൽ ലുസ്സോ സ്വന്തം പേരിലും സഭയുടെ പേരിലും ഒരു സന്ദേശമയച്ചു. ജനങ്ങളുടെ അഭ്യർത്ഥനയ്ക്ക് ഒരു അടിക്കുറിപ്പായി അത് കണക്കാക്കപ്പെടുന്നു. എന്നാൽ ബൊളിവാർ ഈ ക്ഷണം സ്വീകരിച്ചില്ല.

മെയ് മൂന്നാം തീയതി കൊളംബിയയുടെ ഭരണഘടന ഒപ്പുവെക്കപ്പെട്ടു. പിറ്റേദിവസം ജൊവാക്വിൻ മൊസ്ക്വിര പ്രസിഡന്റായും ജനറൽ ഡൊമിഗോ കൈസിദോ വൈസ് പ്രസിഡന്റായും തിരഞ്ഞെടുക്കപ്പെട്ടു. ഈ തിരഞ്ഞെടുപ്പിൽ ബൊളിവാർ അതിയായി സന്തോഷിച്ചു. അദ്ദേഹം ആഹ്ലാദത്തോടെ പറഞ്ഞു. "ഭരണസമിതിയോട് എന്റെ സംശയലേശമില്ലാത്ത വിധേയത്വവും അനുസരണയും; ഭരണഘടനയോടുള്ള കൂറും തെളിയിക്കുവാൻ വേണ്ടി ഞാൻ സ്വകാര്യജീവിതത്തിലേക്ക് ഒതുങ്ങിയിരിക്കുകയാണ്. എന്നോട് ആവശ്യപ്പെടുന്ന ഏതു സേവനവും ഞാന

വർക്ക് നല്കുവാൻ തയ്യാറാണ്." പിന്നീട് അദ്ദേഹം ഒരു സ്വകാര്യഭവനത്തിലേക്ക് താമസം മാറ്റി. അവിടെ ബൊഗോട്ടയിലെ പൗരപ്രമുഖരുടെ ഒരു പ്രതിനിധിസംഘം അദ്ദേഹത്തെ സന്ദർശിച്ചു. അവർ മനോഹരമായ ഒരു രേഖ അദ്ദേഹത്തെ ഏല്പിച്ചു. ഇതിൽ അവരുടെ ഹൃദയവികാരം ഇങ്ങനെ രേഖപ്പെടുത്തിയിരുന്നു:

> ഞങ്ങളുടെ ഭാവിജീവിതം സുരക്ഷിതമാക്കുന്നതിനുവേണ്ടി അങ്ങ് വലിയൊരു ഭൂവിഭാഗംതന്നെ പിടിച്ചെടുത്തു. അതിന് സ്വാതന്ത്ര്യത്തിന്റെ ജീവൻ പകർന്നുനല്കി. ഞങ്ങളുടെ സന്തോഷത്തിന് ഒരു തടസ്സമാവാതിരിക്കുവാൻ അങ്ങുതന്നെ തീരുമാനിക്കുകയും സ്വമേധയാ അധികാരം വിട്ടൊഴിയുകയും ചെയ്തു. ഭരണകൂടത്തിന്റെ കടിഞ്ഞാൺ ഇനിയൊരിക്കലും കൈയിലേന്തില്ല എന്ന ഉറച്ച തീരുമാനത്തോടെയായിരുന്നു അത്. അത്തരത്തിലുള്ള പരിശുദ്ധമായ മഹാമനസ്കതയാണ് താങ്കളെ നാളിതുവരെയുള്ള എല്ലാ ജേതാക്കളിൽനിന്നും ഏറെ ഉയരത്തിൽ നിർത്തുന്നത്. ചരിത്രത്താളുകൾ എത്രയോ ധീരയോദ്ധാക്കളുടെയും ഭാഗ്യവാന്മാരായ പടയാളികളുടെയും പ്രവർത്തനങ്ങൾകൊണ്ട് നിറഞ്ഞിരിക്കുന്നു. എന്നാൽ ആ ചരിത്രത്തിന് ഒരു അധികശോഭ ലഭിക്കണമെങ്കിൽ അതിൽ ജോർജ്ജ് വാഷിങ്ടണിന്റെയും അങ്ങയുടെയും പ്രവർത്തനചരിത്രം കൂടി രേഖപ്പെടുത്തിയിരിക്കണം. താങ്കളുടെ സ്വകാര്യജീവിതത്തിൽ അങ്ങയെപ്രതി ഞങ്ങൾക്കുള്ള കളങ്കമില്ലാത്ത സ്നേഹാദരങ്ങൾ അങ്ങേക്ക് എന്നെന്നും കിട്ടിക്കൊണ്ടിരിക്കും. അങ്ങ് ഞങ്ങൾക്കായ് നല്കിയ സേവനങ്ങളും അങ്ങയുടെ ഗുണഗണങ്ങളും ഞങ്ങൾ എന്നെന്നും ഓർത്തുകൊണ്ടിരിക്കും. ഞങ്ങളുടെ കുട്ടികളെ നന്ദിയും ആരാധനയും നിറഞ്ഞ വികാരങ്ങളോടെമാത്രം അങ്ങയുടെ പേരുച്ചരിക്കാൻ ഞങ്ങൾ പഠിപ്പിക്കും.

1830 മെയ് 5-ാം തീയതി വൈസ് പ്രസിഡന്റ് ഈ ആധികാരിക രേഖയിൽ ഒപ്പുവെച്ചു. അദ്ദേഹത്തിന്റെ ഔദ്യോഗിക അധികാരത്തിന്റെ പേരിലും ബഗോട്ടയിലെ ആർച്ച് ബിഷപ്പിന്റെ പേരിലും മന്ത്രിസഭയിലെ അംഗങ്ങളുടെ പേരിലും രണ്ടായിരത്തില്പരം പൗരപ്രമുഖരുടെ പേരിലുമാണ് ഈ രേഖകൾ ഒപ്പുവെക്കപ്പെട്ടത്. മൂന്നുദിവസത്തിനുശേഷം ബൊളിവാർ ബൊഗോട്ട വിട്ടു. ഏതാണ്ട് ആറുമൈലുകളോളം ക്യാബിനറ്റ് അംഗങ്ങളും, നയതന്ത്രപ്രതിനിധികളും പൗരപ്രമുഖരും പല റാങ്കുകളിലുള്ള പട്ടാള ഉദ്യോഗസ്ഥന്മാരും, മിക്ക അയൽരാജ്യങ്ങളുടെയും പ്രതിനിധികളും അദ്ദേഹത്തെ പിന്തുടർന്നു. കൊളംബിയയുടെ നന്ദിയും അംഗീകാരവും ആരാധനയും അർപ്പിച്ചുകൊണ്ട്. അദ്ദേഹം എവിടെ താമസിച്ചാലും അദ്ദേഹത്തിന് പ്രഥമപൗരൻ, മഹാനായ പുത്രൻ എന്നീ പരിഗണനകൾ നല്കേണ്ടതാണെന്നും സർക്കാർ ഉത്തരവിട്ടു. 1823 ൽ അദ്ദേഹത്തിന് പ്രതിവർഷം 30,000 പെസോസ് നല്കാൻ ഉത്തരവിട്ടിരുന്നു.

അത് മുറതെറ്റാതെ മരണംവരെ നല്കണമെന്ന് പ്രത്യേകം നിർദ്ദേശിക്കുകയും ചെയ്തു.

അദ്ദേഹത്തിന്റെ ജീവിതത്തിൽ വന്നുചേർന്നിട്ടുള്ള ദുഃഖകരമായ അനുഭവങ്ങളിൽ വെച്ച് കൂടുതൽ വിഷമംപിടിച്ചൊരനുഭവമായിരുന്നു അദ്ദേഹം അനുഭവിച്ച ദാരിദ്ര്യം. ഒരിക്കൽ അദ്ദേഹം തന്റെ സഹോദരിക്കെഴുതി. "എന്റെ ദാരിദ്ര്യം നീ മനസ്സിലാക്കണം. എന്നാൽ ഞാനൊരിക്കലും നിനക്കൊരു ഭാരമാവില്ല. ഞാനീനിലയിൽത്തന്നെ ചുരുങ്ങിയ ചെലവിൽ ജീവിച്ചുകൊള്ളും." അദ്ദേഹം ഒരു സമ്പന്നനായാണ് ജീവിതം ആരംഭിച്ചത്. പെറുവിൽനിന്ന് പാരിതോഷികമായി ലഭിച്ച പത്തുലക്ഷം ഡോളർ അദ്ദേഹം സ്വീകരിക്കുവാൻ വിസമ്മതിച്ചു. പാരമ്പര്യമായി കിട്ടിയ സമ്പത്തെല്ലാം അദ്ദേഹം രാജ്യത്തിനുവേണ്ടി ഉപേക്ഷിക്കുകയായിരുന്നു. തന്റെ യാത്രയ്ക്കുള്ള ചെലവ് വഹിക്കുന്നതിനുവേണ്ടി അദ്ദേഹത്തിന് കൈവശമുണ്ടായിരുന്ന വെള്ളി ഉരുപ്പടികൾ മുഴുവൻ വില്ക്കേണ്ടി വന്നു.

കരീബിയൻ ദ്വീപുകളിലേക്കുള്ള യാത്രാമദ്ധ്യേ കടന്നുപോയ എല്ലാ നഗരങ്ങളിലും അദ്ദേഹത്തിനു ഹൃദ്യമായ വരവേല്പുകൾ ലഭിച്ചു. തന്നെ കാണാൻ വന്നവരോടെല്ലാം അദ്ദേഹം ജനാധിപത്യരാഷ്ട്രത്തിലെ പൗരന്മാരുടെ ഉത്തരവാദിത്വത്തെക്കുറിച്ചാണ് സംസാരിച്ചത്. ഓരോ ദിവസം കഴിയുന്തോറും അദ്ദേഹം ആരോഗ്യത്തിന്റെ കാര്യത്തിലും സമ്പത്തിന്റെ കാര്യത്തിലും കൂടുതൽ കൂടുതൽ ദരിദ്രനായിക്കൊണ്ടിരുന്നു. വെനസ്വേലയിൽ അദ്ദേഹത്തിനുണ്ടായിരുന്ന സ്വകാര്യസമ്പാദ്യത്തിന്റെ വലിയൊരു പങ്ക് യുദ്ധത്തിനും യുദ്ധത്തിനുമിടയിൽ ചെലവഴിക്കപ്പെട്ടുകഴിഞ്ഞു. പൈതൃകമായി കിട്ടിയ അവശേഷിക്കുന്ന സമ്പത്താകട്ടെ സിവിൽകേസുകളുടെ നൂലാമാലകളിൽപ്പെട്ടു കിടക്കുകയുമായിരുന്നു. കടുത്ത ദാരിദ്ര്യം അദ്ദേഹത്തിന്റെ യാത്രയെ ഇടയ്ക്കിടെ തടസ്സപ്പെടുത്തിക്കൊണ്ടിരുന്നു. കർതാഹെനയിൽനിന്നു കപ്പൽവഴി യാത്രതുടരാനായിരുന്നു അദ്ദേഹം ഉദ്ദേശിച്ചിരുന്നത്. അവിടെയെത്തിയാൽ കാരക്കസിലെ ബന്ധുക്കളിൽനിന്ന് ആവശ്യമായ പണം ലഭ്യമാക്കാമെന്നായിരുന്നു അദ്ദേഹം കണക്കുകൂട്ടിയത്. എന്നാൽ അത് നടന്നില്ല. കർതഹെനയിലായിരുന്നപ്പോൾ രാഷ്ട്രത്തിന്റെ അഖണ്ഡതയ്ക്കുവേണ്ടി ബൊളിവാറിനെത്തന്നെ രാഷ്ട്രത്തലവനായി നിയമിക്കണമെന്ന ഒരാവശ്യം ശക്തമായിത്തന്നെ ഉയർന്നുവന്നു. പക്ഷേ, ഈ നിർബ്ബന്ധങ്ങൾക്കൊന്നും വഴങ്ങാതെ തന്റെ ദരിദ്രമായ ജീവിതം തന്നെ അദ്ദേഹം തുടർന്നു.

അതിനിടയിൽ അശനിപാതം പോലെ ആ വാർത്ത വന്നു. ജനറൽ സ്യൂക്കർ കൊല്ലപ്പെട്ടിരിക്കുന്നു. ദക്ഷിണദിക്കിലെ സങ്കീർണ്ണമായ പ്രശ്നങ്ങൾ പരിഹരിക്കുന്നതിനുവേണ്ടി നിയമിക്കപ്പെട്ടതായിരുന്നു. 1830 ജൂൺ 4-ാം തീയതി തന്റെ സഖാക്കളെയെല്ലാം മുന്നോട്ടുനയിക്കുകയും തന്നോടൊപ്പം ഒരു സഹായിയെ മാത്രം നിർത്തി അവരെ പിന്തുടരുകയുമായിരുന്നു ഇരുണ്ട പാസ്റ്റോ പർവ്വതനിരകളിലൂടെ. ബെറൂയിക്കോസ് ചുരത്തിലൊരിടത്ത് ഒളിഞ്ഞിരുന്ന ശത്രുക്കൾ ഒറ്റയ്ക്ക് കുതിരപ്പുറത്ത് സഞ്ച

രിക്കുകയായിരുന്ന സ്യൂക്കർ തൊട്ടടുത്തെത്തിയപ്പോൾ വെടിയുതിർക്കുകയായിരുന്നു. അദ്ദേഹത്തിന്റെ കുറച്ചു പിന്നിലായി സഞ്ചരിച്ചിരുന്ന സഹായി ഓടിയെത്തുമ്പോഴേക്കും അദ്ദേഹം മരിച്ചുവീണുകഴിഞ്ഞിരുന്നു. അദ്ദേഹത്തിന്റെ ശവശരീരം പിറ്റേന്നു രാവിലെവരെ ആ മലഞ്ചെരിവിൽ കിടന്നു. പിന്തുടർന്നെത്തിയ സൈനികർ അദ്ദേഹത്തെ കാട്ടിലെവിടെയോ സംസ്കരിച്ചു (ഈ സ്ഥലം കുറേക്കാലത്തേക്ക് കണ്ടെത്തുവാൻ പറ്റിയില്ല. കരാക്കസിലെ സ്മാരകസമുച്ചയത്തിൽ മൂന്നുപേരുടെ സ്മാരകങ്ങളുണ്ട്. നടുവിൽ സിമൊൻ ബൊളിവാറുടെ ശവകുടീരം, ഇടതുവശത്ത് സ്യൂക്കറുടെ ശവകുടീരം, വലതുവശത്ത് മ്റാൺഡയുടെ സ്മാരകശില്പം. സ്യൂക്കറിന്റെ ഭൗതികാവശിഷ്ടങ്ങൾ മാസങ്ങൾക്കു ശേഷം കണ്ടെത്തി ബൊളിവാറിന്റെ സമീപത്തുതന്നെ സംസ്കരിക്കുകയായിരുന്നു). സ്യൂക്കറിന്റെ കൊലപാതകത്തിനു മൂന്നുദിവസം മുമ്പ് ബൊഗോട്ടയിലെ *ഡെമോക്രാറ്റ* എന്ന പത്രത്തിൽ ഇങ്ങനെ ഒരു താക്കീത് പ്രത്യക്ഷപ്പെട്ടിരുന്നു. നാം ബൊളിവാറിനോട് ചെയ്യാതിരുന്നത് ഒരുപക്ഷേ, ഒബാൻഡോ സ്യൂക്കറോട് ചെയ്തേക്കാം.

ബൊളിവാറിനു അവസാനമായി ഏറ്റ ആഘാതമായിരുന്നു സ്യൂക്കറുടെ മരണവാർത്ത. ആ വാർത്ത വരുന്ന ദിവസം അദ്ദേഹം കടുത്ത ജലദോഷബാധിതനായി കിടക്കുകയായിരുന്നു. ആ വാർത്ത വന്നതോടെ അസുഖത്തെക്കുറിച്ചെല്ലാം അദ്ദേഹം മറന്നു. അദ്ദേഹം പറഞ്ഞു. “അവർ ആബേലിന്റെ രക്തം ചിന്തിയിരിക്കുന്നു.” (ബൈബിളിൽ പരാമർശിക്കുന്ന ആദ്യസഹോദരന്മാരായിരുന്നു ആബേലും കായേനും. കായേൻ ആബേലിനെ കൊന്നു). ഇത്തരം കൊലപാതകങ്ങളുടെ ഒരു പരമ്പരതന്നെ ഉണ്ടായേക്കാമെന്ന് അദ്ദേഹം ഭയന്നു. അസുഖം ഗുരുതരമായി ആ ശരീരത്തെ ആശ്ലേഷിച്ചുകൊണ്ടിരുന്നു. തൽഫലമായി ശാരീരികമായും മാനസികമായും അദ്ദേഹം അനുദിനം തകർച്ചയിലേക്ക് നീങ്ങുകയായിരുന്നു. അപ്പോഴും വെനസ്വേലയിലെ സംഭവവികാസങ്ങൾ അദ്ദേഹത്തിന്റെ മനസ്സിൽ ആഴത്തിലുള്ള മുറിവുകൾ സൃഷ്ടിച്ചുകൊണ്ടേയിരുന്നു. പഴയ കൊളംബിയയുടെ ഭൂപ്രദേശത്ത് ബൊളിവാർ ജീവിച്ചിരിക്കുന്നു എന്ന കാരണത്താൽ നെവാഗ്രനാദയുമായി സന്ധിസംഭാഷണമൊന്നും നടത്താൻ വെനസ്വേലയിലെ അപ്പോഴത്തെ ഭരണസമിതി തയ്യാറായില്ല. ഏതെങ്കിലും തരത്തിലുള്ള ഐക്യം സാദ്ധ്യമാകണമെങ്കിൽ അവരുടെ പ്രദേശത്തുനിന്ന് ബൊളിവാറിനെ പുറത്താക്കണം എന്നൊരു പ്രമേയം ഒരാൾ അവതരിപ്പിച്ചു. വെനസ്വേലയിലെ ഭരണസമിതി അത് അംഗീകരിക്കുകയും ചെയ്തു. അവിടെ നേരത്തെ ബൊളിവാറിനുണ്ടായിരുന്ന പ്രിയമിത്രങ്ങളെല്ലാം ഇതിനകം ബദ്ധശത്രുക്കളായി മാറിക്കഴിഞ്ഞിരുന്നു. പായസിന്റെ ചീത്തമനസ്സും അപക്വമായ ചിന്തകളും രാജ്യദ്രോഹികളുടെ ഉപജാപങ്ങളുംമൂലമാണ് ഇങ്ങനെ സംഭവിച്ചത്. ഓരോ രാജ്യവും വെവ്വേറെ തനത് ജനാധിപത്യരാജ്യങ്ങളായിത്തീരണം എന്ന ആശയത്തിലൂടെ മാത്രമേ കൊളംബിയയുടെ പ്രശ്നങ്ങൾ പരിഹരിക്ക

പ്പെടുകയുള്ളൂ എന്ന ശക്തമായ പ്രചരണം ഇവരെല്ലാം ചേർന്ന് വമ്പിച്ചതോതിൽ അഴിച്ചുവിട്ടു. വിശാലകൊളംബിയ എന്ന ബൊളിവാറിന്റെ സങ്കല്പം അത്രമാത്രം വെറുക്കപ്പെട്ടിരുന്നു അവിടെ. തന്റെ സമകാലീനരിൽനിന്നും സുഹൃത്തുക്കളിൽനിന്നും അദ്ദേഹം രാഷ്ട്രതന്ത്രജ്ഞൻ എന്ന നിലയിൽ ബഹുകാതം മുമ്പിലായിരുന്നു സഞ്ചരിച്ചിരുന്നത്. ഇരുന്നൂറ് വർഷങ്ങൾക്കുശേഷമാണ് ബൊളിവാറിന്റെ ചിന്തയുടെ പ്രസക്തി ലാറ്റിനമേരിക്കക്കാർക്ക് ബോദ്ധ്യപ്പെടുന്നത്. അതുകൊണ്ടാണ് ഹ്യൂഗോഷാവേസ് ചെഗുവേരയുടെ മകൾ അലൈഡയോട് പറഞ്ഞത്. “വെനസ്വേലയ്ക്ക് മേൽ പതിച്ച ബൊളിവാറിന്റെ ശാപം നമുക്ക് ഉച്ചാടനം ചെയ്യേണ്ടതുണ്ട്” എന്ന്.

ബൊളീവിയയുടെ പുതിയ പ്രസിഡന്റ് മൊസ്കിര വരുത്തിയ നിരവധി നയപരമായ തെറ്റുകൾ അദ്ദേഹത്തിന്റെ സൽപ്പേര് നശിപ്പിച്ചു. ബഗോട്ടയിൽനിന്ന് ഒളിച്ചോടുവാൻ അയാൾ നിർബ്ബന്ധിതനായി. തൽസ്ഥാനത്ത് കൈസിഡോ വന്നു. ഒരു സൈനികനടപടിയിലൂടെ പ്രസിഡന്റിനെയും വൈസ് പ്രസിഡന്റിനെയും പുറത്താക്കി. പട്ടാളം അധികാരം പിടിച്ചെടുത്തു. എല്ലാ അധികാരവും ഏല്പിച്ചുകൊടുത്തുകൊണ്ട് ബൊളിവാറിനെ റിപ്പബ്ലിക്കിന്റെ തലവനായി പ്രഖ്യാപിച്ചു. ബൊളിവാറിന്റെ പഴയ സുഹൃത്തും സന്തതസഹചാരിയുമായ ഉർഡാനേറ്റയ്ക്ക് ഭരണനിർവ്വഹണാധികാരത്തോടെ താല്ക്കാലിക ചുമതല നല്കി. ഉർഡാനേറ്റയുടെ നേതൃത്വത്തിൽ ഒരു മന്ത്രിസഭ രൂപീകരിക്കപ്പെട്ടു. ഉടനെതന്നെ കർതഹെനയിലേക്ക് പോയി ബൊളിവാറുമായി കാര്യങ്ങൾ ചർച്ചചെയ്യുവാൻവേണ്ടി ഒരു കമീഷനെ അയച്ചു. പല സുഹൃത്തുക്കളും ഹൃദയത്തിന്റെ ഭാഷയിൽ അപേക്ഷിച്ചുകൊണ്ട് ബൊളിവാറിനു കത്തെഴുതി. അങ്ങ് വരണം, അങ്ങ് വന്ന് ആഭ്യന്തര സമാധാനം പുനഃസ്ഥാപിക്കണം. പല വിദേശപ്രതിനിധികളും — യു എസ് എ പ്രതിനിധി ഉൾപ്പെടെ — അവരുടെ സ്വാധീനം ബൊളിവാറുടെ മേൽ ചെലുത്തി. കൊളംബിയയിലെ അസ്വസ്ഥതകൾക്കെല്ലാം പരിഹാരം ബൊളിവാർ തിരിച്ചെത്തുക എന്നതുമാത്രമാണെന്ന് അദ്ദേഹത്തെ ബോദ്ധ്യപ്പെടുത്താൻ ശ്രമിച്ചു (ബൊളിവാർ ഒരു അധികാരമോഹിയാണെന്ന് പ്രചരിപ്പിച്ചതിൽ യു എസ് എ യുടെ കൊളംബിയയിലെ അംബാസഡർക്ക് നല്ല പങ്കുണ്ടായിരുന്നു. ബൊളിവാറുടെ നടപടികളെക്കുറിച്ചുള്ള മുൻ റിപ്പോർട്ട് അയാൾക്കു തന്നെ തിരുത്തേണ്ടിവന്നു. ഇത്തരം പ്രതിനിധികൾ ഏതു രാജ്യത്ത് നിയമിക്കപ്പെട്ടാലും അവിടത്തെ ആഭ്യന്തരകാര്യങ്ങളിൽ ഇടപെട്ട് കുഴപ്പങ്ങളുണ്ടാക്കുന്നത് അന്നും ഇന്നും പുതുമയല്ല).

തന്നെ പുനരവരോധിക്കുവാനുള്ള ഈ പരിശ്രമത്തെ ബൊളിവാർ തന്നെ തള്ളിക്കളഞ്ഞു. അദ്ദേഹം ജനറൽ ഒലാരിയോയെ പുതുതായി രൂപീകരിക്കപ്പെട്ട അസംബ്ലിയിലേക്കയച്ചു. അയാൾ അസംബ്ലിയോട് കലാപം നിർത്തിവെച്ച് മറ്റു മാർഗ്ഗങ്ങൾ അന്വേഷിക്കുവാൻ വേണ്ടി ആവശ്യപ്പെട്ടു. ഭൂരിപക്ഷം ജനങ്ങളാൽ തിരഞ്ഞെടുക്കപ്പെടാത്തിടത്തോളം

ഈ കലാപങ്ങൾമൂലം നേടിയെടുത്ത അധികാരം സ്വീകാര്യമാവുകയില്ല എന്നും അയാൾ അസംബ്ലിയെ ബോദ്ധ്യപ്പെടുത്തി. ഒരു സാധാരണഭട നായും പൗരനായും താൻ വേണ്ടുന്നതൊക്കെ ചെയ്യാം എന്ന ബൊളി വാറിന്റെ പഴയ വാഗ്ദാനം ഒന്നുകൂടി അയാൾ ആവർത്തിച്ചു. ബൊളി വാർ ഉർഡേനേറ്റയ്ക്ക് അയച്ച കത്തിൽ പറഞ്ഞത് പ്രസിഡന്റ് പദവിക്കും തനിക്കുമിടയിൽ നിയമവ്യവസ്ഥയുടെ – ഭരണഘടനയുടെ – ഒരു കനത്ത ലോഹമതിലുണ്ട്. തിരഞ്ഞെടുപ്പ് നടക്കുന്നതുവരെ കാത്തിരി ക്കുക. ജനങ്ങൾ നിയമാനുസൃതവും സ്വതന്ത്രവുമായ ഒരു തിരഞ്ഞെടു പ്പിൽ എന്നെ തിരഞ്ഞെടുക്കുകയാണെങ്കിൽ ഞാൻ അധികാരത്തിൽ വരാം എന്നാണ്. ഈ കത്തായിരുന്നു പൊതുജനങ്ങൾക്കുവേണ്ടിയുള്ള അദ്ദേഹത്തിന്റെ അവസാനത്തെ ഇടപെടൽ. ഈ കത്തിലും ജനാധിപ ത്യത്തിന്റെ മഹത്വമാണ് അദ്ദേഹം ഉയർത്തിപ്പിടിച്ചത്. അവസാനശ്വാസം വരെ അദ്ദേഹം അതിനുവേണ്ടി നിലകൊണ്ടിരുന്നു.

"നിയമവാഴ്ചയുടെ പ്രഭവസ്ഥാനം ജനങ്ങളുടെ സ്വതന്ത്രമനസ്സാ ണ്. കലാപത്തിലൂടെയുള്ള കൈയടക്കലോ സുഹൃത്തുക്കളുടെ അനു വാദപത്രികയോ അല്ല." ആ എഴുത്തിൽ അദ്ദേഹം വ്യക്തമാക്കി. അവ ശനും നിരാശനുമായ ബൊളിവാർ തന്റെ അംഗരക്ഷകനും സന്തതസ ഹചാരിയുമായ ഓലിയറിനോട് തന്റെ കത്തുകളും തന്റെ ആശയങ്ങൾ പ്രകാശിപ്പിക്കുന്ന ലേഖനങ്ങളും, കൈയെഴുത്തുപ്രതികളും കത്തിച്ചു കളയാൻ ഇടയ്ക്കിടെ നിർബ്ബന്ധപൂർവ്വം ആവശ്യപ്പെട്ടുകൊണ്ടിരുന്നു (എന്നാൽ ഓലിയർ ആ അഭ്യർത്ഥന മാത്രം അനുസരിച്ചില്ല. അതിനാൽ ലോകത്തിന് ബൊളിവാറിന്റെ ആശയങ്ങളുടെ ആഴവും പരപ്പും ഉയരവും ഇപ്പോഴും മനസ്സിലാക്കുവാൻ പറ്റുന്നു).

കർതാഹനയിൽനിന്നു അദ്ദേഹം സോളിഡേസിലേക്കും തുടർന്ന് ബരാൻക്വില്ലയിലേക്കും പോയി. ഒക്ടോബർ, നവംബർ മാസങ്ങളിൽ അവിടെ തങ്ങി. അവിടത്തെ കാലാവസ്ഥ അദ്ദേഹത്തിന്റെ ആരോഗ്യപ്ര ശ്നങ്ങൾക്ക് അല്പം ആശ്വാസം പകരുമെന്ന് കരുതി. വെനസ്വേല യിൽനിന്ന് വന്ന വാർത്തകളിലെല്ലാം നിറഞ്ഞുനിന്നത് അവിടെ നടക്കുന്ന ബൊളിവാർ വിരുദ്ധ പ്രചരണങ്ങളായിരുന്നു. അയാളുടെ നല്ല സൗഹൃ ദങ്ങളെക്കുറിച്ചോ ദൂരവ്യാപകമായി സദ്ഫലങ്ങളുളവാക്കിയ പ്രവർത്ത നങ്ങളെക്കുറിച്ചോ ആരും ഒന്നും ഓർമ്മപ്പെടുത്തിയില്ല. അദ്ദേഹം സ്വത ന്ത്രമാക്കുവാൻ മുൻകൈയെടുത്ത രാജ്യങ്ങളിലെല്ലാം അദ്ദേഹത്തിനു ഒരുപാട് നല്ല സൗഹൃദങ്ങൾ ഉണ്ടായിരുന്നു. നെവഗ്രനാദയിൽ ബൊളി വാറിനെ പരമോന്നതസ്ഥാനത്ത് ഇരുത്തണം എന്ന അഭിപ്രായത്തിനാ യിരുന്നു മുൻതൂക്കം. ഇക്വഡോർ ബൊളിവാറിനെ രാഷ്ട്രപിതാവായും തെക്കൻ കൊളംബിയയുടെ സംരക്ഷകനായും പ്രഖ്യാപിച്ചു. ബൊളീ വിയയിലെ ഗവൺമെന്റ് അദ്ദേഹത്തെ ഹോളീസീ പ്രദേശത്തെ അംബാ സഡറാക്കുവാനും തീരുമാനിച്ചു (ഹോളീസീ അക്കാലത്തെ ക്രിസ്തുമ തവിശ്വാസികളെ സംബന്ധിച്ചേടത്തോളം അവരുടെ ആഗോള തലസ്ഥാ

നമാണ്. പോപ്പിന്റെ ആസ്ഥാനം).

പക്ഷേ, ബൊളിവാർ അദ്ദേഹത്തിന്റെ ശരീരവുമായുള്ള ഒരു ദീർഘ യുദ്ധത്തിലായിരുന്നു. പരാജയം ഉറപ്പാണെങ്കിലും ആ യുദ്ധം തുടർന്നു കൊണ്ടേയിരുന്നു. ഇപ്പോഴത്തെ ആരോഗ്യാവസ്ഥയിൽ സാന്താമാർത്ത യിലെ കാലാവസ്ഥയായിരിക്കും നല്ലത് എന്ന് ചില സുഹൃത്തുക്കൾ അഭി പ്രായപ്പെട്ടു. അദ്ദേഹം അങ്ങോട്ടു പുറപ്പെട്ടു. രോഗവും നിരാശയും വെന സ്വേലയിൽ അദ്ദേഹത്തിനോടുള്ളവായ പൊതുശത്രുതയും കുത്തുന്ന മുള്ളുകളായി അദ്ദേഹത്തെ പൊതിഞ്ഞുനിന്നു. പെട്ടെന്നുണ്ടായ ശക്ത മായ ജലദോഷത്തെ അദ്ദേഹം അവഗണിച്ചു. അത് ക്ഷയരോഗത്തിന്റെ തിരിച്ചുവരാൻ പറ്റാത്തൊരവസ്ഥയിലേക്കദ്ദേഹത്തെ നയിച്ചു. ഡിസംബർ ഒന്നാം തീയതി കപ്പൽമാർഗ്ഗം സാന്താമാർത്തയിലെത്തി. അസുഖം പൂർണ്ണമായും തകർത്തിരുന്നതിനാൽ കടൽത്തീരത്തുനിന്നും ഒരു കസേ രയിൽ ഇരുത്തി അദ്ദേഹത്തെ ചുമന്നുകൊണ്ടുപോവുകയായിരുന്നു. ഫ്രഞ്ച് ഡോക്ടറായ വെവേറന്റ അദ്ദേഹത്തെ ചികിത്സിക്കാനെത്തി. ചുമയ്ക്കും നെഞ്ചിലെ വേദനയ്ക്കും കുറഞ്ഞൊരു ആശ്വാസം ലഭിച്ചു. നഗരത്തിലെ വായു സാന്ദ്രതകൂടിയതായതിനാൽ ശ്വസിക്കുവാൻ വല്ലാതെ വിഷമം തോന്നി. തന്നെ ഗ്രാമപ്രദേശത്തേക്ക് മാറ്റണമെന്ന് അദ്ദേഹം ആവശ്യപ്പെട്ടു. ഡിസംബർ 6-ാംതീയതി രാത്രി കുറച്ച് അക ലെയുള്ള ഒരു ഗ്രാമത്തിലെ പെഡ്രോ അലിജാന്റിനോ എന്ന വില്ലയി ലേക്ക് അദ്ദേഹത്തെ മാറ്റി. അവിടെ കുറച്ച് ആശ്വാസം തോന്നി. എങ്കിലും അദ്ദേഹത്തിന്റെ ആരോഗ്യനില കൂടുതൽ കൂടുതൽ വഷളായിക്കൊണ്ടി രുന്നു. രോഗം തലച്ചോറിനെ ബാധിച്ചുകഴിഞ്ഞിരുന്നു. ഡിസംബർ 12-ാം തീയതി അദ്ദേഹത്തിന്റെ സുഹൃത്തായ ഒരു ബിഷപ്പ് അന്ത്യകൂ ദാശ നല്കി. അപ്പോഴും അദ്ദേഹത്തിനു നല്ല ഓർമ്മശക്തിയുണ്ടായിരു ന്നു. ഒസ്യത്തും കൊളംബിയൻ ജനതയോടുള്ള യാത്രാമൊഴിയും പറ ഞ്ഞുകൊടുക്കാൻ അദ്ദേഹത്തിനു കഴിഞ്ഞു.

കൊളംബിയൻ ജനതയ്ക്കുള്ള അവസാന സന്ദേശം ഇപ്രകാരമാ യിരുന്നു:

> കൊളംബിയക്കാരേ, നമ്മെ അടക്കിഭരിച്ചിരുന്ന ഏകാധിപതിക ളിൽനിന്നും സ്വാതന്ത്ര്യം നേടിയെടുക്കുവാനുള്ള എന്റെ പരിശ്രമ ങ്ങൾക്കു നിങ്ങൾ സാക്ഷികളാണ്. എന്റെ സൗഭാഗ്യങ്ങളും സ്വസ്ഥതയും ഉപേക്ഷിച്ചുകൊണ്ട് നിസ്വാർത്ഥതയോടെയാണ് ഞാൻ പ്രവർത്തിച്ചിരുന്നത്. എനിക്ക് വേണ്ടത്ര ആവേശം മന സ്സിൽ സൂക്ഷിക്കുവാൻ കഴിയാതിരുന്നപ്പോഴൊക്കെ നിങ്ങൾക്ക് എന്നിലുള്ള വിശ്വാസം നഷ്ടപ്പെടാതിരിക്കുവാൻ ഞാൻ നേതൃ സ്ഥാനത്തുനിന്ന് രാജിവെക്കുകയുണ്ടായി. ആലോചനയില്ലാതെ എന്തും വിശ്വസിക്കുന്ന നിങ്ങളുടെ പ്രവണതയെ എന്റെ ശത്രു ക്കൾ ഉപയോഗപ്പെടുത്തുകയും ഞാനേറ്റവും വിശുദ്ധമായി കരു

തുന്ന എന്റെ സ്വാതന്ത്ര്യാഭിവാഞ്ഛ ചവിട്ടിമെതിക്കപ്പെടുകയും ചെയ്തു. എന്നെ പീഡിപ്പിക്കുവാൻവേണ്ടി വിടാതെ പിന്തുടർന്നവരുടെ ഇരയായിരുന്നു ഞാൻ. അവരാണെന്നെ ശവക്കുഴിയിലേക്കെത്തിക്കുന്നതും. ഞാൻ അവർക്ക് മാപ്പ് നല്കുന്നു. നിങ്ങൾക്കിടയിൽനിന്നും ഞാൻ അപ്രത്യക്ഷനായിക്കഴിഞ്ഞാലും നിങ്ങളെ പ്രതിയുള്ള സ്നേഹം എന്റെ അന്തിമാഭിലാഷമായി ഞാൻ പ്രകടിപ്പിച്ചുകൊണ്ടേയിരിക്കും. കൊളംബിയയുടെ ഏകീകരണത്തിനുവേണ്ടിയല്ലാതെ മറ്റൊരു കീർത്തിക്കുവേണ്ടിയും എന്റെ ഹൃദയം തുടിക്കുന്നില്ല. വിലമതിക്കാനാവാത്ത ഈ അനുഗ്രഹത്തിനുവേണ്ടി നമുക്ക് എല്ലാവർക്കും പരിശ്രമിക്കാം. അരാജകത്വത്തിൽനിന്നും സ്വതന്ത്രരാവാൻവേണ്ടി ഇപ്പോഴത്തെ ഗവൺമെന്റിനെ അനുസരിക്കുന്ന ജനങ്ങളും, ദേവാലയങ്ങളിൽ നിന്നു സ്വർഗ്ഗത്തിലേക്ക് പ്രാർത്ഥനകൾ അയച്ചുകൊണ്ടേയിരിക്കുന്ന പുരോഹിതന്മാരും, നിയമവാഴ്ച ഉറപ്പുവരുത്താൻവേണ്ടി വാളുയർത്തിനില്ക്കുന്ന പട്ടാളക്കാരും എല്ലാവരും പരിശ്രമിച്ചുകൊണ്ടേയിരിക്കുക.

കൊളംബിയക്കാരേ, എന്റെ അന്ത്യാഭിലാഷം നമ്മുടെ രാജ്യത്തിന്റെ ആഹ്ലാദം ഒന്നുമാത്രമാണ്. എന്റെ മരണം രാജ്യദ്രോഹികളുടെ കുത്സിതവൃത്തികളെ ശമിപ്പിച്ചേക്കാം. ഐക്യകൊളംബിയ എന്ന ആശയത്തെ ശക്തിപ്പെടുത്തിയേക്കാം. എങ്കിൽ എനിക്ക് ശാന്തനായി എന്റെ കുഴിമാടത്തിൽ വിശ്രമിക്കാം.

വില്പത്രം കൂടി പറഞ്ഞുകഴിഞ്ഞപ്പോൾ അദ്ദേഹം ഒരു ഉന്മാദിയെപ്പോലെ കാണപ്പെട്ടു. ഡിസംബർ 10-ാം തീയതിയായിരുന്നു അദ്ദേഹം തന്റെ ഒസ്യത്ത് പറഞ്ഞുകൊടുത്തത്. അടുത്തുനില്ക്കുന്ന ആളുകളോടു അയാൾ ചോദിച്ചു. "എന്താണിതിന്റെയൊക്കെ അർത്ഥം. എന്റെ രോഗം അത്രയും കൂടിയിരിക്കുകയാണോ. നിങ്ങൾ എന്നോട് ഒസ്യത്തിനെക്കുറിച്ചും കുമ്പസാരത്തെക്കുറിച്ചും സംസാരിക്കുന്നു. എങ്ങനെയാണീ രാക്ഷസൻകോട്ടയിൽനിന്ന് ഒന്നു രക്ഷപ്പെടുക." അവസാനമായി തന്റെ പരിചാരകനെ വിളിച്ച് അദ്ദേഹം പറഞ്ഞു. "ജോസഫ് നമുക്ക് പോകാം. നമ്മളെ അവർ ഇവിടെനിന്നും എടുത്തെറിയുകയാണ്. നമ്മൾ എങ്ങോട്ടേയ്ക്കാണ് പോവുക." ഡിസംബർ 17-ാം തീയതി ഉച്ചതിരിഞ്ഞ് ഒരു മണിക്ക് തെക്കെ അമേരിക്കയിലെ ഇതിഹാസമായ ഈ മനുഷ്യൻ, ലോകത്തിലെതന്നെ മഹാന്മാരിൽ ഒരാളായ സൈമൺ ബൊളിവാർ അന്തരിച്ചു. നാല്പത്തിഏഴ് വയസ്സും ആറുമാസവും പൂർത്തിയാകാൻ ഏതാനും ദിവസങ്ങൾ അവശേഷിക്കെ... തെക്കെ അമേരിക്കയുടെ വിമോചനത്തെക്കുറിച്ചും, ഐക്യത്തെക്കുറിച്ചും അത് ലോകത്തിലെ മറ്റേതൊരു രാഷ്ട്രത്തോടും കിടപിടിക്കുന്ന രീതിയിൽ വളർച്ച കൈവരിക്കുന്നതിനെക്കുറിച്ചും ഒരുപാടു സ്വപ്നങ്ങൾ മനസ്സിൽ സൂക്ഷിക്കയാൽ

അദ്ദേഹത്തിന് കൊടുംയാതനകൾ സഹിക്കേണ്ടിവന്നു. ഒടുവിൽ ദുഃഖിതനായി നിരാശാഭരിതനായി അദ്ദേഹം മരണത്തിന്റെ ലോകത്തേക്ക് തന്റെ കുതിരയെ നയിച്ചു. പതിനൊന്ന് വർഷം മുമ്പ് ഇതേ ദിവസമായിരുന്നു അദ്ദേഹം തന്റെ പ്രതിഭ ഒന്നുകൊണ്ടുമാത്രം കൊളംബിയ എന്ന രാഷ്ട്രം സൃഷ്ടിച്ച് ലോകത്തിനുമുമ്പിൽ അവതരിപ്പിച്ചത്. സദാ കർമ്മനിരതനായി ജീവിതത്തിൽ അഭിമുഖീകരിക്കേണ്ടിവന്ന ചുഴലികൾക്കെല്ലാമിടയിലും ഇത്രയും മനോഹരമായ ഒരു ജീവിതം നയിച്ച മറ്റാരുമില്ലെന്ന് ചിലർ കരുതുന്നു. സ്വന്തം കിടക്കയിൽക്കിടന്ന് ഇത്രയും പാവനമായ ഒരു മരണം കാലം ഈ യോദ്ധാവിനുവേണ്ടി കരുതിവെച്ചു എന്നത് തികച്ചും അത്ഭുതകരമായൊരു കാര്യമാണ്.

ഇദ്ദേഹത്തിന്റെ മരണാനന്തരം തുറക്കപ്പെട്ട ഒസ്യത്തിൽ പറഞ്ഞിരിക്കുന്ന കാര്യങ്ങൾ ഇപ്രകാരമാണ്. അദ്ദേഹത്തിന്റെ ഭാര്യ വിവാഹത്തോടനുബന്ധിച്ച് സമ്പത്തുകളൊന്നും കൊണ്ടുവന്നിരുന്നില്ല എന്നദ്ദേഹം ഓർക്കുന്നു. അദ്ദേഹത്തിന്റെ വിപുലമായ സമ്പത്തിൽ ആകെ ബാക്കിയുണ്ടായിരുന്നത് കുറച്ചു ഭൂമിയും അരോവയിലെ ഖനികളുമായിരുന്നു. മാർട്ടിൻ, പൗൾസ് എന്നിവർക്ക് കൊടുക്കാനുള്ള കടം തന്റെ സ്വത്തിൽനിന്നെടുത്ത് കഴിയുന്നേടത്തോളം കൊടുത്തുതീർക്കണമെന്ന് നിർദ്ദേശിക്കുന്നു. മുമ്പ് നെപ്പോളിയന്റെ സ്വന്തമായിരുന്ന രണ്ട് പുസ്തകങ്ങൾ റൂസോവിന്റെ *കോൺട്രാറ്റ് സോഷ്യൽ,* മൊണ്ടേസ്ക്യൂ ക്യൂലിയയുടെ *ആർട്ട് ഓഫ് വാർ* എന്നിവ കരാക്കസ് സർവ്വകലാശാലയ്ക്ക് നല്കണം. തന്റെ ഭൗതികശരീരം ജന്മനഗരമായ കരാക്കസിൽ അടക്കം ചെയ്യണമെന്നയാൾ ആഗ്രഹിച്ചു. സർ റോബർട്ട് വിത്സനോട് അദ്ദേഹത്തിന്റെ മകൻ കേണൽ ബെൻഫോർഡ് വിത്സൻ (ബൊളിവാറുടെ സുരക്ഷാസേനയിലെ അംഗവും, സന്തതസഹചാരിയും) നല്കിയ സേവനത്തിനു നന്ദി പറയുവാൻ അദ്ദേഹം ആഗ്രഹിക്കുന്നു. 1928 ൽ ബൊഗോട്ടയിൽവെച്ച് നടന്ന കൊലപാതകശ്രമത്തിൽനിന്ന് രക്ഷപ്പെടുവാൻ വേണ്ടി ഔദ്യോഗികവസതിയുടെ ജനൽചാടിയപ്പോൾ തെരുവിൽ കണ്ടുമുട്ടിയ ജോസെപെലാഷ്യോവിന് 8000 പെസോ നല്കണം. സ്യൂക്കർ നല്കിയ വാൾ ആ ജനറലിന്റെ വിധവയ്ക്ക് എത്തിച്ചുകൊടുക്കണം. വിമോചകന് അവരുടെ ഭർത്താവിനോടുണ്ടായിരുന്ന സ്നേഹത്തിന്റെ സ്മാരകമായി അത് കണക്കാക്കണം എന്ന അപേക്ഷയോടെ. ബൊളീവിയൻ കോൺഗ്രസ് അദ്ദേഹത്തിനു സമ്മാനിച്ച മെഡൽ ആ രാജ്യത്തിനു തിരിച്ചുനല്കണം. അവശേഷിക്കുന്ന സ്വത്ത് നല്കാനുള്ള പിന്തുടർച്ചാവകാശികളായി തന്റെ രണ്ടു സഹോദരിമാരെയും മരിച്ചുപോയ സഹോദരനായ യുവാൻ വിൻസെന്റോ ബൊളിവാറിന്റെ മക്കളെയും അദ്ദേഹം നിർദ്ദേശിച്ചിരിക്കുന്നു.

ഭൗതീകശരീരം താല്ക്കാലികമായി സാന്തമാർത്തയിൽ അടക്കം ചെയ്തു. അദ്ദേഹത്തിന്റെ ആഗ്രഹമനുസരിച്ച് സ്വന്തം നഗരത്തിൽ അടക്കം ചെയ്യുവാൻ തല്ക്കാലം കഴിഞ്ഞില്ല. പന്ത്രണ്ട് വർഷ

ങ്ങൾക്കുശേഷം അദ്ദേഹത്തിന്റെ ശത്രുവായ പായസ് വെനസ്വേലയുടെ ഭരണത്തലവനായി. അദ്ദേഹത്തിന്റെ ജീവിതകാലത്ത് പായസ് ചെയ്ത ക്രൂരതയ്ക്കെല്ലാം പരിഹാരമായി വലിയ ബഹുമതികളോടെ ഭൗതിക ശരീരം സാന്തമാർത്തയിൽനിന്ന് കരാക്കാസിലേക്ക് കൊണ്ടുവന്നു അവിടുത്തെ പള്ളിയിൽ അടക്കം ചെയ്തു. അദ്ദേഹത്തിന്റെ ഹൃദയം ഒരു പാത്രത്തിലാക്കി സാന്താമാർത്തയിലെ പള്ളിയിൽ സുരക്ഷിതമായി സൂക്ഷിച്ചു. 1852 ൽ അദ്ദേഹത്തിന്റെ ഭൗതികശരീരം ദേശീയസ്മാരക സമുച്ചയത്തിൽ ഇസ്മാൻ ബ്ലാൻകോ പണിചെയ്ത വിമോചകന്റെ ഗംഭീരമായ പ്രതിമയ്ക്കടിയിലേക്കുമാറ്റി. ആ സ്മാരകസമുച്ചയത്തിൽ രണ്ടു പേരുടെകൂടി സ്മാരകങ്ങളുണ്ടായിരുന്നു. സ്യൂക്കറുടെയും മ്റാൺഡയുടെയും.

വെനസ്വേലയിൽ പിന്നീട് വന്ന തലമുറ തങ്ങളുടെ പ്രതിഭാശാലിയായ സംരക്ഷകനായി ബൊളിവാറിനെ മനസ്സിലാക്കിക്കൊണ്ടിരുന്നു. ബൊളിവാറിനുനേരെ മുൻഗാമികൾ നടത്തിയ നന്ദികേടിനെയും അപമാനിക്കാൻ നടത്തിയ പ്രചരണത്തെയും പുതിയ തലമുറ ആവുംവിധമെല്ലാം മായ്ച്ചുകളഞ്ഞു. ആരാധനയോടെയല്ലാതെ പിന്നീട് അവിടെ ആരും ബൊളിവാറിനെ ഓർമ്മിക്കാറില്ല. തങ്ങളുടെ രാജ്യത്തിന്റെ സ്രഷ്ടാവായും സംരക്ഷകനായും അവർ അദ്ദേഹത്തെ കണക്കാക്കി വന്നു. ആ രാജ്യത്തെ ജനങ്ങളുടെ ഊർജ്ജസ്രോതസ്സായി വിമോചകൻ നിലനില്ക്കുന്നു. പക്ഷേ, വിശാല കൊളംബിയ എന്ന മഹത്തായ സ്വപ്നം അദ്ദേഹത്തോടൊപ്പം കുഴിച്ചുമൂടപ്പെട്ടു. 20-ാം നൂറ്റാണ്ടിൽ ചെഗുവേരയും 21-ാം നൂറ്റാണ്ടിന്റെ ആദ്യദശകത്തിൽ ഹ്യൂഗോഷാവേസും ആ സ്വപ്നങ്ങളുടെ ഉയിർത്തെഴുന്നേല്പിനെക്കുറിച്ച് പുതിയ സ്വപ്നങ്ങൾ നെയ്തു. ആ മഹത്തായ സ്വപ്നങ്ങൾ ലാറ്റിനമേരിക്കൻ ദേശീയതയുടെ വഴികാട്ടിയായി ഇനിയുള്ള വർഷങ്ങളിലെല്ലാം സജീവമായി നിലനില്ക്കും.

ബൊളിവാറിനെ കാലം വിലയിരുത്തുന്നു

ഒരു സാധാരണ സൈനികനേക്കാൾ കുറഞ്ഞ ഉയരംമാത്രമുള്ള മെലിഞ്ഞ പ്രകൃതക്കാരനായിരുന്നു സൈമൺ ബൊളിവാർ. ചുറുചുറുക്കും വേഗതയുമുള്ള ശ്രദ്ധാപൂർവ്വമായ നീക്കങ്ങൾ. വലിയ കറുത്ത തീക്ഷ്ണതയുള്ള കണ്ണുകൾ. ചെറുതായി ഒട്ടിയ കവിളുകൾ. നീണ്ടു നേരെയുള്ള മൂക്ക്. പ്രസന്നതയുള്ള മുഖഭാവം. ആ മുഖത്ത് അതത് സമയത്തെ പ്രക്ഷുബ്ധതയ്ക്കനുസരിച്ചും ശാന്തതയ്ക്കനുസരിച്ചും ആലോചനയ്ക്കനുസരിച്ചും വികാരങ്ങൾ മിന്നിമറഞ്ഞുകൊണ്ടിരുന്നു. ആരെയും ആകർഷിക്കുന്ന വല്ലാത്തൊരു തലയെടുപ്പ്. അത്ര വിശാലമല്ലാത്ത മാറിടം. കുറേക്കാലം അദ്ദേഹത്തിനു മീശയും കൃതാവുമുണ്ടായിരുന്നു. 1825 മുതൽ മുഖം പൂർണ്ണമായും ക്ഷൗരം ചെയ്തിരുന്നു. ചുവപ്പ് കലർന്ന തവിട്ടുനിറമുള്ള മുടി. യൂറോപ്യൻ വംശജരുടെ നിറം. എന്നാൽ നിരന്തരമായ യുദ്ധയാത്രകൾകൊണ്ട് നിറം ഒട്ടൊന്ന് മങ്ങിപ്പോയിരുന്നു. ഏതോ അജ്ഞാതശക്തി അയാളിൽ ആവേശിച്ചിരിക്കുന്നു എന്നു തോന്നിക്കുന്ന വേഗതയേറിയ ചലനം ഏത് ആൾക്കൂട്ടത്തിലും അദ്ദേഹത്തെ വേറിട്ട് കാണിച്ചിരുന്നു.

പരന്ന വായന. ഫ്രഞ്ച് വിപ്ലവത്തെക്കുറിച്ചുള്ള പുസ്തകങ്ങൾ അദ്ദേഹം ധാരാളം വായിച്ചിരുന്നു. ചിലതെല്ലാം നിരന്തരവായനയ്ക്കുവേണ്ടി കൈയിൽ കരുതിവെക്കുകയും ചെയ്തു. ഏത് ആൾക്കൂട്ടത്തെയും കൈയിലെടുക്കുന്ന പ്രസംഗപാടവം. വാക്കുകൾക്കും ആശയങ്ങൾക്കും വിശ്വാസത്തിന്റെ ദൃഢത ശക്തമായ അടിത്തറ നല്കി. കവിത തുളുമ്പുന്ന വാക്കുകളുടെ വശീകരണശക്തി ഒന്നു വേറെതന്നെയായിരുന്നു. നിരന്തരമായി കത്തുകളെഴുതുമായിരുന്നു. ഔദ്യോഗികമായവയും, വ്യക്തിപരമായവയും, സുഹൃത്തുക്കളുമായുള്ള ആശയവിനിമയത്തിനും സംവാദത്തിനും ഉതകുന്നതുമായിരുന്നു ആ കത്തുകൾ. അവ

സാനകാലത്തും കത്തുകൾ അദ്ദേഹം പറഞ്ഞുകൊടുത്ത് എഴുതിച്ചിരുന്നു. കാര്യമാത്രപ്രസക്തവും എന്നാൽ ആകർഷണീയമായതുമായ ഒരു ഗദ്യമായിരുന്നു അദ്ദേഹത്തിന്റേത്. പരിഹാസങ്ങൾക്ക് മൂർച്ച ഏറുമായിരുന്നു. എന്നാൽ ആവശ്യമുള്ളിടത്ത് തമാശ അദ്ദേഹം ഒഴിവാക്കിയിരുന്നുമില്ല. വാക്കുകളുടെ അനർഘ പ്രവാഹം. എന്നാൽ അറിവിന്റെ പിൻബലമുള്ള കൃത്യമായ വിലയിരുത്തലുകളായിരുന്നു അവ. രാഷ്ട്രതന്ത്രജ്ഞൻ എന്ന നിലയ്ക്കുള്ള അദ്ദേഹത്തിന്റെ കുശാഗ്രബുദ്ധി ആരെയും അതിശയിപ്പിക്കും. ആ കാലഘട്ടത്തിൽ നിലവിലിരുന്ന സമ്പ്രദായങ്ങൾക്ക് വിരുദ്ധമായി തികച്ചും പുതുമയാർന്നൊരു രൂപവും ഭാവവും അദ്ദേഹത്തിന്റെ ചിന്തയും പ്രവർത്തനങ്ങളും കൈവരിച്ചിരുന്നു. അന്നത്തെ സങ്കീർണ്ണമായ പരിതഃസ്ഥിതിക്ക് ഏറ്റവും അനുയോജ്യമായൊരു ശൈലിയായിരുന്നു അത്. മനുഷ്യരെ മനസ്സിലാക്കുന്നതിലും സ്വാധീനിക്കുന്നതിലും സന്ദർഭത്തിനനുസരിച്ച് അവരെ ഉപയോഗപ്പെടുത്തുന്നതിലും വല്ലാത്തൊരു സാമർത്ഥ്യം അദ്ദേഹത്തിനുണ്ടായിരുന്നു. പ്രാകൃതനായ പായസിനെയും യുദ്ധപ്രഭുവായ ബഹ്മുദോവിനെയും പോലുള്ളവരെ തന്റെ വരുതിയിൽ നിർത്താൻ ഈ കഴിവുകൾ വളരെയധികം പ്രയോജനപ്പെട്ടു. ധൃതഗതിയിൽ ശരിയായ തീരുമാനമെടുക്കാനുള്ള പ്രത്യുല്പന്നമതിത്വമായിരുന്നു അദ്ദേഹത്തിന്റെ പ്രവർത്തനങ്ങളുടെ മുഖമുദ്ര. ഏതു ചെറിയ കാര്യമായാലും അദ്ദേഹത്തിന്റെ സൂക്ഷ്മ പരിശോധനയിൽനിന്നും ഒന്നും വിട്ടുപോയിരുന്നില്ല. വലിയ പടയോട്ടങ്ങളുടെയും ചെറിയ സൈനികനീക്കങ്ങളുടെയുമെല്ലാം ഒരു പാഠപുസ്തകം തന്നെയായിരുന്നു അദ്ദേഹം. ആശയസ്ഥിരത ഒരിക്കലും അദ്ദേഹം കൈവിട്ടിരുന്നില്ല. വിജയങ്ങൾ അദ്ദേഹത്തെ അഹംഭാവിയാക്കുകയോ പരാജയങ്ങൾ അദ്ദേഹത്തെ തകർത്തുകളയുകയോ ചെയ്തില്ല. എപ്പോഴും ആയിരം തുടർയുദ്ധങ്ങൾ നടത്തുവാനുള്ള മാനസികസ്ഥൈര്യം അദ്ദേഹത്തിന്റെ കൂടപ്പിറപ്പായിരുന്നു. പരാജയങ്ങളുടെ അനുഭവസമ്പത്ത് അദ്ദേഹം സൂക്ഷ്മപഠനത്തിനു വിധേയമാക്കി. മറ്റുള്ളവരെ വിമർശിക്കുകയും ആജ്ഞകൾ നല്കുകയും തെറ്റുകൾക്ക് ശിക്ഷ വിധിക്കുകയുമെല്ലാം ചെയ്യുമ്പോഴും ആത്മപരിശോധനയുടെ, സ്വയം വിമർശനത്തിന്റെ, തെളിനീരുള്ള ഒരരുവി അദ്ദേഹം മനസ്സിന്റെ അടിത്തട്ടിൽ സൂക്ഷിച്ചിരുന്നു. അവിടെ അദ്ദേഹത്തിന്റെ കറകളഞ്ഞ നീതിബോധം സ്പഷ്ടവുമായിരുന്നു. വിജയിച്ച ബൊളിവാറിനേക്കാൾ പരാജയപ്പെട്ട ബൊളിവാറിനെയാണ് ഭയപ്പെടേണ്ടത് എന്ന് മൊറില്ലോ എന്ന സ്പാനിഷ് ജനറൽ ഒരിക്കൽ അഭിപ്രായപ്പെടുകയുണ്ടായി.

അദ്ദേഹത്തിന്റെ ആഗ്രഹങ്ങൾ സ്വാതന്ത്ര്യത്തെക്കുറിച്ചുള്ള തന്റെ സങ്കല്പങ്ങളോട് തികച്ചും നീതിപുലർത്തുന്നതായിരുന്നു. തന്റെ ഈ ഉന്നതാഭിലാഷങ്ങളിൽനിന്ന് തികച്ചും മുക്തനാകാൻ തനിക്ക് കഴിയുകയില്ലെന്ന് അദ്ദേഹം വ്യക്തമാക്കിയിരുന്നു. എന്നാൽ ആ അഭിലാഷങ്ങൾക്കൊരിക്കലും അദ്ദേഹം അടിമപ്പെട്ടിരുന്നുമില്ല. ധാർമ്മികത നില

കൊള്ളുന്നത് അതിമോഹത്തിന്റെ അഭാവത്തിലല്ല അതിനെ വിജയകരമായി മറികടക്കുന്നതിലൂടെയാണ്. ഒരു പോരാളിയെ സംബന്ധിച്ചിടത്തോളം ഈ ഒരു രീതി അത്യാവശ്യവുമാണ്. സ്വന്തം രാജ്യത്തെക്കുറിച്ചും ജനങ്ങളുടെ ഭാവിയെക്കുറിച്ചുമുള്ള സങ്കല്പങ്ങൾ അതെത്രമാത്രം ആഴവും ഉയരവുമുള്ളതായാലും അതിനേക്കാളും നീതിയുക്തമായ സങ്കല്പം വേറെയില്ല. മുഖസ്തുതി പല മഹാന്മാരേയും വീഴ്ത്തിക്കളഞ്ഞിട്ടുണ്ട്. എന്നാൽ ബൊളിവാറുടെ കാര്യത്തിൽ ഇത് മറിച്ചായിരുന്നു. യുദ്ധയാത്രകളിൽ ഇദ്ദേഹം തന്റെ വേഷത്തെക്കുറിച്ച് ഒട്ടും ശ്രദ്ധിച്ചിരുന്നില്ല. അല്ലാത്ത സമയത്ത് നഗരത്തിലൂടെ യാത്ര ചെയ്യുമ്പോൾ അദ്ദേഹം തികച്ചും അനുയോജ്യമായ വസ്ത്രങ്ങൾ ധരിക്കുവാൻ ശ്രദ്ധിച്ചിരുന്നു. പൈസ കൈയിലുള്ളപ്പോൾ ഒരു പിശക്കുമില്ലാതെ അത് ചെലവഴിച്ചിരുന്നു. അപ്പോൾ സഹായമഭ്യർത്ഥിക്കുന്ന ആരേയും കൈയയച്ച് സഹായിക്കുകയും ചെയ്തിരുന്നു. നന്നായി തമാശ ആസ്വദിക്കുകയും പറയുകയും ചെയ്യുന്ന ഒരാളായിരുന്നു അദ്ദേഹം. അദ്ദേഹത്തിന്റെ തമാശകൾ പലപ്പോഴും അദ്ദേഹം ലക്ഷ്യംവച്ചവരെ വിമർശിക്കുകയും, ഭംഗ്യന്തരേണ ഉപദേശിക്കുകയും ചെയ്തിരുന്നു.

ഒരിക്കൽ ഒരു നീണ്ട യുദ്ധയാത്രയ്ക്കുശേഷം ബൊളിവാറും സംഘവും ഒരു ചെറിയ പട്ടണത്തിലെത്തി. നഗരത്തിലെ പൗരപ്രമുഖർ അദ്ദേഹത്തെ സ്വീകരിക്കുവാൻ അവിടെ കാത്തുനിന്നിരുന്നു. കൂട്ടത്തിലുണ്ടായിരുന്ന ഒരു യുവബുദ്ധിജീവി തന്റെ കീശയിൽ കരുതിവെച്ചിരുന്ന എഴുതി തയ്യാറാക്കിയ ദീർഘപ്രഭാഷണം പുറത്തെടുത്തു വായിക്കാൻ തുടങ്ങി. തുടക്കത്തിൽ ബൊളിവാർ അത് ശ്രദ്ധാപൂർവ്വം കേട്ടു. ക്രമേണ ഇതൊരു അസ്സൽ വധമാണെന്നു അദ്ദേഹത്തിനു മനസ്സിലായി. അപ്പോൾ പ്രഭാഷകൻ സീസർ റോം കീഴടക്കുന്നതിനുവേണ്ടി ഇറ്റലിയിലെ റൂബിക്കോൺനദി സാഹസികമായി കടക്കുന്ന സന്ദർഭത്തിലെത്തിയിട്ടേ ഉണ്ടായിരുന്നുള്ളൂ. ഉടൻ ബൊളിവാർ ഇടയ്ക്കുകയറി പറഞ്ഞു: "പ്രിയ സുഹൃത്തേ സീസർ റൂബിക്കോൺ നദി കടക്കുന്നതിനായി വന്നത് പ്രഭാതഭക്ഷണം കഴിച്ചതിനുശേഷമായിരുന്നു. എന്നാൽ ഞങ്ങൾക്ക് അത് ഇതുവരെ കഴിക്കാൻ കഴിഞ്ഞിട്ടില്ല. ആദ്യം ഞങ്ങൾ പ്രഭാതഭക്ഷണം കഴിക്കട്ടെ. എന്നിട്ടാകാം സീസറുടെ ബാക്കിയാത്ര."

ബൊളിവാർ മറ്റാരെപ്പോലെയും സാമൂഹ്യജീവിതം ഇഷ്ടപ്പെട്ടിരുന്നു. പ്രണയനിർഭരമായിരുന്നു ആ ഹൃദയം. തന്റെ വാളും പോരാട്ടവീര്യവുമൊഴിച്ച് മറ്റെന്തും പ്രണയത്തിനുവേണ്ടി മാറ്റിവെക്കാൻ അദ്ദേഹത്തിന് മടിയുണ്ടായിരുന്നില്ല. നിരവധി കാമുകിമാർ അദ്ദേഹത്തിന്റെ ജീവിതത്തിലൂടെ മിന്നിമറഞ്ഞിരുന്നു. എന്നാൽ ബൊളിവാറുടെ കാമുകി എന്ന പേരിൽ ചരിത്രത്തിൽ ഇടംപിടിച്ചത് മന്വേലാ സൈൻഇസ് മാത്രമായിരുന്നു. കിതോവിൽ ജനിച്ച ഇവർ പെറുവിന്റെ വിമോചനത്തിനായുള്ള യുദ്ധങ്ങൾക്കിടയിലായിരുന്നു ബൊളിവാറിന്റെ ജീവിതത്തിലേക്ക് അതിക്രമിച്ചുകടന്നത്. അക്കാലത്ത് അവർ പെറുവിലെ വൈസ്രോയിക്കെതി

രായ വിപ്ലവ പ്രവർത്തനങ്ങളുമായി സഹകരിച്ചു വരികയായിരുന്നു. സാഹസികമായ പല ഉദ്യമങ്ങളും നടത്തി ഇവർ ബൊളിവാറിനേയും വിമോചനസേനയേയും സഹായിച്ചു. ബൊളിവാറിന്റെ സമ്മതമോ അറിവോ ഇല്ലാതെതന്നെ ഇവർ യുദ്ധയാത്രകളിൽ അതിസാഹസികമായി ബൊളിവാറിനെ അനുഗമിച്ചു. ജയിംസ് തോൺ എന്ന സമ്പന്നനായ ഒരു ഇംഗ്ലീഷ് വർത്തകനായിരുന്നു ഇവരുടെ ആദ്യഭർത്താവ്. 1822 ൽ തന്റെ ഇരട്ടിപ്രായമുണ്ടായിരുന്ന ആദ്യഭർത്താവിനെ ഇവർ ഉപേക്ഷിച്ചു. 1825-26 ൽ കുറച്ചുകാലം ലിമാ നഗരത്തിൽ ഇവർ ബൊളിവാറിനൊപ്പം താമസിച്ചിരുന്നു. 1828 ൽ ബൊളിവാർ രോഗബാധിതനായി കിടക്കുമ്പോൾ ഇവർ നിത്യസന്ദർശകയായിരുന്നു. ബൊളിവാറിന് ഇഷ്ടപ്പെട്ട പുസ്തകങ്ങൾ തന്റെ സ്ഫുടവും മധുരവുമായ ശബ്ദത്തിൽ വായിച്ചുകേൾപ്പിക്കുമായിരുന്നു. 1828 സപ്തംബർ 25-ാം തീയതി ഒരു സംഘം ഗൂഢാലോചനക്കാർ ബൊളിവാറിനെ വധിക്കുവാനായി ഔദ്യോഗിക വസതിയിലേക്ക് ഇരച്ചുകയറിയപ്പോൾ ബൊളിവാറിന്റെ കൂടെ കിടപ്പുമുറിയിൽ ഇവരുമുണ്ടായിരുന്നു. സന്ദർഭത്തിന്റെ ഗൗരവം മനസ്സിലാക്കി ബൊളിവാറിനെ രക്ഷപ്പെടുവാൻ പ്രേരിപ്പിച്ചത് ഇവരായിരുന്നു. പുറത്തേക്കിറങ്ങുവാൻ പറ്റുന്ന വസ്ത്രങ്ങളും ഷൂസും അതിവേഗം ധരിപ്പിച്ച് മട്ടുപ്പാവിലെ ജനലിലൂടെ അദ്ദേഹത്തിന്റെ രക്ഷാമാർഗ്ഗം കാണിച്ചുകൊടുത്തു. നിമിഷങ്ങൾക്കകം ഊരിപ്പിടിച്ച വാളുമായി ഘാതകന്മാർ ബൊളിവാറിനെ അന്വേഷിച്ച് അവിടെയെത്തി. അവരുടെ തുളച്ചുകയറുന്ന ചോദ്യങ്ങൾക്ക് അവർ അക്ഷോഭ്യയായി മറുപടി പറഞ്ഞു. കൊലപാതക ശ്രമത്തിൽനിന്നും രക്ഷപ്പെട്ട ബൊളിവാർ ഇവരെ പിന്നീട് വിശേഷിപ്പിച്ചത് 'വിമോചകന്റെ വിമോചക' എന്നാണ്.

ബൊളിവാറിന്റെ മരണശേഷം അധികാരത്തിൽവന്ന, അവസാനകാലത്ത് ബൊളിവാറിന്റെ കടുത്ത ശത്രുവായ സാന്റാൻഡർക്ക് മാന്വേല ഒരു കണ്ണിലെ കരടായിരുന്നു. അയാൾ അവളെ നാടുകടത്തി. അവർക്ക് ജമൈക്കയിൽ അഭയം പ്രാപിക്കേണ്ടിവന്നു. കുറച്ചുകഴിഞ്ഞ് ഇക്വഡോറിൽ അധികാരത്തിൽ വന്ന പ്രസിഡന്റ് ഇവരുടെ പാസ്പോർട്ട് പുതുക്കിക്കൊടുത്തു. മാന്വേല ഇക്വഡോറിലെ പയിഇറ്റ എന്ന കടലോര നഗരത്തിൽ അഭയം പ്രാപിച്ചു. അവിടെ പുകയില വിറ്റും തിമിംഗലവേട്ടക്കാർക്ക് കത്തുകളെഴുതിക്കൊടുത്തും ദരിദ്രയായി ജീവിച്ചു. അവിടെ വെച്ച് ഇവർ ഇറ്റാലിയൻ വിപ്ലവകാരിയായ ഗാരിബാൾഡി, തിമിംഗലവേട്ടയെക്കുറിച്ചുള്ള ക്ലാസിക് നോവലായ *മൊബിഡിക്* എഴുതിയ ഹെർമൻ മെൽവില്ലി എന്നിവരുമായെല്ലാം പരിചയപ്പെട്ടതായി പറയപ്പെടുന്നു. ബാൽക്കണി തകർന്നുണ്ടായ അപകടത്തിൽ പരിക്കുപറ്റിയ ഇവർ 1856 ൽ പയിഇറ്റയിൽ വെച്ച് അന്തരിച്ചു. മൃതദേഹം ആ കടലോരനഗരത്തിലെ ഒരു പൊതു ശ്മശാനത്തിൽ സംസ്കരിച്ചു. മരിക്കുന്നതിനുമുമ്പ് ബൊളിവാറിന്റെ അംഗരക്ഷകനും അദ്ദേഹത്തിന്റെ ആശയങ്ങൾ പ്രതിപാദിക്കുന്ന ലേഖനങ്ങളും ഉത്തരവുകളും കത്തുകളും സംരക്ഷിച്ച ആളു

മായ ഓലിയറിനെ കണ്ടെത്തി തന്റെ കൈവശമുള്ള ബൊളിവാറിനെ സംബന്ധിക്കുന്ന രേഖകളെല്ലാം കൈമാറി. ആ രേഖകൾ ഇന്നും ബൊളിവാറിന്റെ ജീവിതത്തെക്കുറിച്ചും ദർശനങ്ങളെക്കുറിച്ചും പഠിക്കുന്നവർക്ക് അമൂല്യസമ്പത്താണ്.

ഹ്യൂഗോഷാവേസ് 2010 ൽ മാന്വേലയുടെ ശവകുടീരം കണ്ടെത്തി, ഭൗതികാവശിഷ്ടങ്ങൾ പെറു, ഇക്വഡോർ, കൊളംബിയ എന്നീ രാജ്യങ്ങളിലെ ജനങ്ങളുടെ ആദരവുകൾ ഏറ്റുവാങ്ങിക്കൊണ്ട് വെനസ്വേലയിൽ എത്തിച്ചു. ബൊളിവാറിന്റെ ശവകുടീരത്തിനോട് ചേർന്ന് പ്രതീകാത്മകമായി സംസ്കരിച്ചു. ലാറ്റിനമേരിക്കയിൽ ഇവരുടെ ജീവിതത്തെക്കുറിച്ച് ഓപ്പറേകളും സിനിമകളും നോവലുകളും പുറത്തുവന്നിട്ടുണ്ട്. ലാറ്റിനമേരിക്കക്കാരുടെ ഒരു ധീരനായികയായി ഇവർ കണക്കാക്കപ്പെടുന്നു.

സാധാരണഗതിയിൽ എല്ലാത്തരത്തിലുള്ള ആളുകളുടേയും വികാരത്തെ അദ്ദേഹം മാനിച്ചിരുന്നു. ജീവിച്ചിരിക്കുന്നവരായാലും മരിച്ചവരായാലും അർഹിക്കുന്നവരെ പുകഴ്ത്തുന്നതിൽ ധാരാളിത്തം കാണിച്ചിരുന്നു. ജനങ്ങളുടെ തീവ്രമായ സ്നേഹവും ബഹുമതികളും അദ്ദേഹത്തെ തേടിയെത്തിയിട്ടുണ്ട്. ഒരു വിഭാഗം അദ്ദേഹത്തെ കറകളഞ്ഞ രാജ്യസ്നേഹിയായും രാജ്യത്തിന്റെ നന്മയല്ലാതെ മറ്റൊന്നും പരിഗണിക്കാത്ത ആളുമായി വിശേഷിപ്പിച്ചു. മറ്റൊരു വിഭാഗമാകട്ടെ അദ്ദേഹത്തെ ദുരാഗ്രഹിയായ സ്വാർത്ഥനും ദക്ഷിണ അമേരിക്കയുടെ വിമോചനത്തെ തന്റെ മഹത്വത്തിലേക്കുള്ള ചവിട്ടുപടിയായി ഉപയോഗപ്പെടുത്തുന്ന ആളുമായി വിശേഷിപ്പിക്കാറുണ്ട്. എന്നാൽ എല്ലാവരും ഒരുപോലെ സമ്മതിക്കുന്ന ഒരു കാര്യമുണ്ട്. ബൊളിവാറിന്റെ ഉദാരത. സമ്പത്തിനോട് ഒരിക്കലും അയാൾ ആസക്തി കാണിച്ചിരുന്നില്ല. സാമ്പത്തിക കാര്യങ്ങളിൽ അദ്ദേഹം എപ്പോഴും നേരായ മാർഗ്ഗമായിരുന്നു സ്വീകരിച്ചിരുന്നത്. സമ്പത്ത് സമാഹരിക്കാനുള്ള ഒരു അവസരവും ബോളിവാർ തന്റെ നേട്ടത്തിനുവേണ്ടി ഉപയോഗിച്ചില്ല. അദ്ദേഹം ജീവിതം ആരംഭിച്ചത് ഭാരിച്ച സമ്പത്ത് സ്വതന്ത്രമായി കൈയാളിയിരുന്ന ഒരാളായിട്ടാണ്. ജീവിതം അവസാനിച്ചതാകട്ടെ പരമ ദാരിദ്ര്യത്തിലും. പെറുവിലെ ജനങ്ങൾ അദ്ദേഹത്തിന് ഒരു മില്യൺ പെസ്സോ പാരിതോഷികമായി നല്കിയപ്പോൾ അയാൾ അത് തനിക്കുവേണ്ടി സ്വീകരിക്കാൻ വിസമ്മതിച്ചു. എന്നാൽ യുദ്ധത്തിൽ തകർന്ന തന്റെ നഗരത്തിന്റെയും ജനജീവിതത്തിന്റെയും പുനരുദ്ധാരണത്തിനുവേണ്ടി അതു സ്വീകരിച്ചു. തന്റെ പേരിൽ രാജ്യം നല്കാനുദ്ദേശിച്ച സ്ഥിരനിക്ഷേപം (എൻഡോവ്മെന്റ്) അദ്ദേഹം നിരസിച്ചു. തന്റെ ദരിദ്രരാജ്യത്തിന് അങ്ങനെയൊരു അധികഭാരം നല്കുവാൻ അദ്ദേഹം തയ്യാറായിരുന്നില്ല. ഒടുവിൽ തീരെ നിവൃത്തിയില്ലാത്ത ഘട്ടത്തിൽ 1830 ലാണ് അദ്ദേഹത്തിനനുവദിച്ച പെൻഷൻ സ്വീകരിക്കാൻ തുടങ്ങിയത്.

അദ്ദേഹത്തിന്റെ ശത്രുക്കൾ ആരോപിക്കുന്ന ദുർഗുണങ്ങൾ പൊങ്ങ

ച്ചവും ദുരാഗ്രഹവുമാണ്. പൊങ്ങച്ചം ഒരുപക്ഷേ, അദ്ദേഹത്തിന്റെ സാമൂഹ്യമായ ഉയർന്ന കുടുംബബന്ധങ്ങളിൽനിന്നും ലഭിച്ചതായിരിക്കാം. സ്തുതിവചനങ്ങൾ പലപ്പോഴും അദ്ദേഹം സ്വീകരിച്ചു. അദ്ദേഹത്തിനത് ഇഷ്ടവുമായിരുന്നു. അനശ്ചിതത്വവും അശാന്തിയും ചൂഴ്ന്നുനില്ക്കുന്ന ഒരു ജീവിതത്തിന് അതൊരുപക്ഷേ, അല്പം ശാന്തിപകരുന്നുണ്ടായിരിക്കാം. എന്നാൽ അദ്ദേഹം വ്യക്തിപരമായി ദുരാഗ്രഹിയാണ് എന്ന ആരോപണം തികച്ചും അടിസ്ഥാനരഹിതമാണ്. വ്യക്തിപരമായ താല്പര്യമാണ് ദക്ഷിണ അമേരിക്കയെ സ്പാനിഷ് അധിനിവേശത്തിൽനിന്നും മോചിപ്പിക്കാനുള്ള ശ്രമങ്ങളെന്നത് എങ്ങനെയാണ് ശരിയാവുക. നൂറ്റാണ്ടുകളായി അടിച്ചമർത്തപ്പെട്ട ഒരു ജനതയെ മോചിപ്പിക്കാനുള്ള യുവാവായ ബൊളിവാറിന്റെ താല്പര്യത്തെ സ്വകാര്യതാല്പര്യമെന്ന് ഒരിക്കലും വിശേഷിപ്പിക്കുവാൻ പറ്റുകയില്ല. സ്പെയിനിന്റെ ആധിപത്യത്തിൽനിന്നും സ്വതന്ത്രമാകുന്ന തെക്കെ അമേരിക്ക ഫ്രാൻസിന്റെ മാതൃക പിന്തുടരണമെന്നയാൾ ആഗ്രഹിച്ചു. അദ്ദേഹത്തിനു മനസ്സിലാകാതിരുന്നത് സംസ്കൃതചിത്തരും ഐക്യബോധവും ശക്തമായ ദേശീയാഭിമാനവുമുള്ള ഫ്രാൻസിലെ ജനങ്ങളും അപരിഷ്കൃതരും പിന്നോക്കക്കാരുമായ — നൂറ്റാണ്ടുകളായി വിദ്യാഭ്യാസംപോലും നിഷേധിക്കപ്പെട്ട് വിദേശ ശക്തികളാൽ അടിച്ചമർത്തപ്പെട്ട — തെക്കെ അമേരിക്കയിലെ ജനങ്ങളും തമ്മിലുള്ള വ്യത്യാസമാണ്. തീർച്ചയായും ആവേശഭരിതമായ മനസ്സുള്ള ഒരു റിപ്പബ്ലിക്കൻ — ജനാധിപത്യവാദിയായാണ് അയാൾ ജീവിതം ആരംഭിച്ചത്. നെപ്പോളിയന്റെ പിന്നീടുവന്ന ദുരാഗ്രഹവും സാമ്രാജ്യത്വമോഹവും അദ്ദേഹത്തെ ഞെട്ടിച്ചിരുന്നു. അതോടുകൂടി നെപ്പോളിയനോടുള്ള ആരാധന അയാൾ പാടേ ഉപേക്ഷിച്ചു. അയാളുടെ വ്യക്തിപരമായ താല്പര്യങ്ങളേക്കാൾ കൂടുതലായി രാജ്യത്തിന്റെ സ്വാതന്ത്ര്യം അദ്ദേഹം വിലമതിച്ചിരുന്നു. ലണ്ടനിൽ സ്വയം നാടുകടത്തപ്പെട്ടവനായി കഴിഞ്ഞുകൂടിയ മ്റാൺഡയെ തിരികെ (1810 ൽ) വെനസ്വേലയിൽ എത്തിക്കുന്നതിൽ അദ്ദേഹം വഹിച്ച പങ്കിൽനിന്നും ഇക്കാര്യം വ്യക്തമാകും.

മ്റാൺഡയുടെ പതനം മുതൽ ബൊളിവാറുടെ വളർച്ച ക്രമാനുഗതമായിരുന്നു. തന്റെ രാജ്യത്തിലെ നേതാക്കന്മാരുടെ ദൗർബല്യവും അവരെ അപേക്ഷിച്ച് തനിക്കുള്ള മികവും അദ്ദേഹം കൃത്യമായി മനസ്സിലാക്കിയിരിക്കണം. ഫെഡറലിസത്തിന്റെ അപര്യാപ്തതയും അയാൾ മനസ്സിലാക്കിയിരുന്നു. രാഷ്ട്രീയ സ്വാതന്ത്ര്യവാഞ്ഛയുടെ ഊർജ്ജം ഏതാനും പട്ടണങ്ങളിൽ ഒതുങ്ങിപ്പോയ വെനസ്വേലയിൽ ഫെഡറലിസം വിഘടനവാദത്തിന് വഴിവെക്കുമെന്ന് അയാൾക്ക് അറിയാമായിരുന്നു. നെവഗ്രനാദ ഇത് ശ്രമിച്ചുനോക്കിയെങ്കിലും അത് ആഭ്യന്തര കലാപത്തിനും ഭരണകൂട ദൗർബല്യത്തിനും വഴിയൊരുക്കി. സുരക്ഷിതത്വം കേന്ദ്രീകൃത റിപ്പബ്ലിക്കുകളിലാണെന്ന് അദ്ദേഹം അനുഭവങ്ങളിൽനിന്നു പഠിച്ചു. മുമ്പേ മ്റാൺഡയ്ക്കുവേണ്ടി താൻ കണ്ടെത്തിയ സ്ഥാനം വഹി

ക്കുവാൻ താനല്ലാതെ മറ്റാരും പ്രാപ്തനായി ഉയർന്നുവന്നില്ല എന്നയാൾ വിലയിരുത്തി. തന്റെ രാജ്യത്തിന്റെ രക്ഷകനാകാൻ താൻ വിധിക്കപ്പെട്ടിരിക്കുന്നു എന്ന് ക്രമേണ അയാൾക്ക് ബോദ്ധ്യപ്പെട്ടു.

പെറുവിലെയും ബൊളീവിയയിലെയും വിജയമാണ് അദ്ദേഹത്തിന്റെ മനസ്സിൽ രാജ്യങ്ങളുടെ വിശാലമായ ഐക്യത്തെക്കുറിച്ചും അതിലൂടെ നേടിയെടുക്കുന്ന സർവ്വതോമുഖമായ വളർച്ചയെക്കുറിച്ചുമുള്ള സ്വപ്നങ്ങൾക്ക് സ്ഥാനം നല്കിയത്. ഒരുപക്ഷേ, യുക്തിയുടെ അതിരുകൾ ഭേദിച്ച സ്വപ്നങ്ങളായിരിക്കാം അവ. വെനസ്വേലയും നെവ ഗ്രനാദയും കിതോയും ചേർന്നുള്ള വിശാല കൊളംബിയൻ റിപ്പബ്ലിക് പിന്നീട് കൊളംബിയയും പെറുവും ബൊളീവിയയും ചേർന്നുള്ള ഫെഡറേഷൻ. അദ്ദേഹത്തിന്റെ ഏറ്റവും നവീന ആശയമായ കോൺഗ്രസ് ഓഫ് പനാമ. ഇവയെക്കുറിച്ചെല്ലാം സൂക്ഷ്മമായ തലത്തിൽപ്പോലും അദ്ദേഹത്തിന്റെ ചിന്ത കടന്നുചെല്ലുകയും വ്യക്തമായ പ്രവർത്തന രൂപരേഖ തയ്യാറാക്കുകയും ചെയ്തിരുന്നു. എന്നാൽ വെനസ്വേലയിൽനിന്ന് പില്ക്കാലത്തുണ്ടായ അനുഭവങ്ങൾ (അദ്ദേഹം ജീവിച്ചിരുന്ന കാലത്തുതന്നെ) അദ്ദേഹത്തിന്റെ ചിന്ത എന്തുമാത്രം മുന്നിലായിരുന്നു എന്നും അദ്ദേഹത്തിന്റെ ജനത എന്തുമാത്രം പിന്നിലായിരുന്നെന്നും വ്യക്തമാക്കുന്നുണ്ട്.

ചക്രവർത്തി എന്ന സ്ഥാനം ഒരിക്കലും അയാൾ ആഗ്രഹിച്ചിരുന്നില്ല. എന്നാൽ ബൊളിവാർ ലക്ഷ്യമാക്കിയത് സാമ്രാജ്യത്വത്തിന്റെ മറ്റൊരു രൂപമായ മോണോക്രസിയാണെന്നു മിത്രെ എന്ന അക്കാലത്തെ രാഷ്ട്രീയ നിരീക്ഷകൻ അഭിപ്രായപ്പെടുന്നു. കൊളംബിയ, പെറു, ബൊളീവിയ എന്നിവയുടെ യൂണിയൻ പരാജയപ്പെട്ടു എന്നയാൾക്ക് ബോദ്ധ്യപ്പെട്ടു. പിന്നീട് കൊളംബിയയിലായിരുന്നു അദ്ദേഹത്തിന്റെ പ്രതീക്ഷ. 1826 ൽ അദ്ദേഹം കൊളംബിയയിൽ തിരിച്ചെത്തിയപ്പോൾ ആ ചെറു റിപ്പബ്ലിക്കും തകർച്ചയിലായിരുന്നു. അവിടെ ഒരു രാജകീയ പദവി വഹിക്കുക എന്നത് അദ്ദേഹം എക്കാലത്തും പുലർത്തിപ്പോന്ന റിപ്പബ്ലിക്കൻ സങ്കല്പത്തിനു വിരുദ്ധമായിരുന്നു. ഇത് സ്വന്തം നാട്ടുകാരുടെ കണ്ണിൽത്തന്നെ തനിക്ക് അവമതിയുണ്ടാക്കുമെന്നും താൻ ശരിയായി അർഹിക്കുന്ന അധികാരത്തിനുപോലും തകർച്ചയുണ്ടാക്കുമെന്നും അയാൾ മനസ്സിലാക്കി. രണ്ടു മാർഗ്ഗമായിരുന്നു അയാളുടെ മുമ്പിലുണ്ടായിരുന്നത്. ഒന്നുകിൽ വിമോചകനായ പ്രസിഡന്റ് അല്ലെങ്കിൽ ജീവിതകാലം മുഴുവൻ പ്രസിഡന്റ് എന്ന പദവി. എല്ലാ അർത്ഥത്തിലും രാജാവ് തന്നെ. പക്ഷേ, സിംഹാസനം ഉണ്ടാവില്ല എന്നുമാത്രം. ബൊളിവാറുടെ പിന്നീടുള്ള ജീവിതം മുഴുവനും ഉദ്വേഗവും നിരാശയും നിറഞ്ഞതായിരുന്നു. വർഷങ്ങൾ കഴിയുന്തോറും ഭരണനിർവ്വഹണത്തിന് തനിക്ക് ലഭ്യമായ ആളുകളും സംവിധാനവും ആശ്രയിക്കത്തക്കതല്ലെന്ന് അയാൾക്ക് ബോദ്ധ്യമാവുകയായിരുന്നു. അദ്ദേഹത്തിന്റെ കീഴിലുള്ളവരാരും അനുഭവസമ്പത്തോ ഭാവനയോ ഉള്ളവരായിരുന്നില്ല. ഭരണരംഗത്തെ അനുഭവസമ്പത്തിന്റെ കാര്യത്തിൽ ബൊളിവാറും അങ്ങനെതന്നെ. എന്നാൽ

ഭാവനാസമ്പന്നതയും പ്രായോഗികബുദ്ധിയും മാത്രമാണയാളെ നയിച്ചിരുന്നത്. ഭരണരംഗത്തെ മെച്ചപ്പെടുത്താനുള്ള ശ്രമങ്ങളെല്ലാം വെറും മാറ്റിവെക്കൽ മാത്രമായി ഭവിച്ചു. ബൊളിവാർ മാറേണ്ട താമസം മറ്റുള്ളവരാൽ അവ അട്ടിമറിക്കപ്പെട്ടു.

പെറുവിൽ ബൊളിവാർ മാറിയശേഷം സാന്റാൻഡറുടെ ഭരണകാലത്ത് നടമാടിയ അഴിമതിയും ദുർഭരണവും കേംബ് ബെൽ എന്ന ചരിത്രകാരൻ വരച്ചുകാട്ടുന്നുണ്ട്. പായസിനെ സംബന്ധിച്ചിടത്തോളം അയാളുടെ നിരക്ഷരതയായിരുന്നു പ്രധാന ശത്രു. അതിനാൽ അയാൾക്കു ചുറ്റുമുണ്ടായിരുന്ന ഗൂഢാലോചനക്കാരുടെ കൈയിലെ വെറും കളിപ്പാവയായി അയാൾ മാറുകയായിരുന്നു. ബൊളിവാറുടെ പിന്നീടുള്ള കത്തുകളിലും പ്രസ്താവനകളിലുമെല്ലാം ഒരു നിരാശാഭരിതന്റെ കയ്പുനിറഞ്ഞ രോദനം കേൾക്കാം. പശ്ചാത്തലത്തിൽ രാജ്യത്തിന്റെ ഭാവിയെക്കുറിച്ചുള്ള അനിശ്ചിതത്വത്തിന്റെ മുഴക്കവും. പെറു വിട്ടതിനുശേഷമാണ് തെക്കൻ അമേരിക്കയുടെ ഭാവിയെക്കുറിച്ചുള്ള നിരാശ ഒരു കാർമേഘം പോലെ അയാളുടെ ആവേശത്തിൽ നിഴൽ വീഴ്ത്തിയത്. ഒരു മഹത്തായ റിപ്പബ്ലിക്കിനെക്കുറിച്ചുള്ള അദ്ദേഹത്തിന്റെ സങ്കല്പങ്ങൾ ഒരു മെഴുകുതിരി വെട്ടംപോലെ ക്രമേണ എരിഞ്ഞില്ലാതാകുന്നത് അദ്ദേഹത്തിന് അനുഭവപ്പെട്ടു. ഒന്ന് തിരിയുമ്പോഴേക്കും പെറൂവിയൻസും ബൊളീവിയൻസും അദ്ദേഹം കഠിനമായി പരിശ്രമിച്ച് തയ്യാറാക്കിയ അദ്ദേഹത്തിനു ഏറെ പ്രിയപ്പെട്ട ബൊളീവിയൻ ഭരണഘടന തിരസ്കരിച്ചു. സ്യൂക്കർ ബൊളീവിയ വിട്ടുപോകുവാൻ നിർബ്ബന്ധിക്കപ്പെട്ടു. പെറു ബൊളീവിയക്കെതിരെതന്നെ യുദ്ധത്തിനൊരുങ്ങുകയായിരുന്നു. പുതിയ ഭരണഘടനയ്ക്കുള്ള നിർദ്ദേശങ്ങൾ ക്ഷണിച്ചുകൊണ്ട് ഇറക്കിയ സർക്കുലർ അദ്ദേഹത്തിനു തന്നിലും തന്റെ അധികാരത്തിലും ഉള്ള വിശ്വാസ്യത നഷ്ടപ്പെട്ടിരുന്നു എന്നതിനുള്ള തെളിവാണെന്നു ചില രാഷ്ട്രീയനിരീക്ഷകർ പില്ക്കാലത്ത് രേഖപ്പെടുത്തുകയുണ്ടായി.

ഭരണഘടന രൂപപ്പെടുത്തുന്നതിൽ ബൊളിവാർ അസാധാരണമായ ഊർജ്ജം പ്രകടിപ്പിച്ചു. നിയമ വിദ്യാഭ്യാസയോഗ്യതയൊന്നും ഇല്ലാത്ത ബൊളിവാർ സ്വന്തമായി രൂപപ്പെടുത്തിയ ബൊളീവിയയുടെയും കുകൂടയുടെയും ഭരണഘടന ഇന്നും ഒരു അത്ഭുതമായി നിലകൊള്ളുന്നു. ജീവിതകാലത്തേക്കുള്ള പ്രസിഡന്റും പിന്തുടർച്ചാവകാശമുള്ള സെനറ്റും ഒരു റിപ്പബ്ലിക് എന്നതിനേക്കാൾ ഭരണഘടനയുള്ള രാജഭരണത്തെയാണ് ഓർമ്മിപ്പിക്കുന്നത് എന്നൊരു വിമർശനം ഉയർന്നുവന്നേക്കാമെങ്കിലും.

ബൊളിവാറുടെ യുദ്ധനീക്കത്തിലെ തന്ത്രജ്ഞതയുടെ ഏറ്റവും മികച്ച ഉദാഹരണമായിരുന്നു നെവഗ്രനാദയുടെ മോചനത്തിനു കാരണമായ 1819 ലെ ബഗോട്ട മാർച്ച്. മറ്റു പല നേതാക്കളും ചെയ്യാൻ ധൈര്യപ്പെടില്ലാത്തൊരു നീക്കമായിരുന്നു അത്. ഒരു നേതാവെന്ന നിലയിലുള്ള ബൊളിവാറുടെ മികവ് അദ്ദേഹം നടത്തിയ മുന്നേറ്റങ്ങളിൽ വന്നുചേർന്ന ചില പ്രത്യേക സാഹചര്യങ്ങളിൽ അദ്ദേഹം കാണിച്ച ദൃഢതയും പരാ

ജയങ്ങളെ വകവെക്കാതെയുള്ള സ്ഥിരതയുമായിരുന്നു. ഒരിക്കലും പ്രത്യക്ഷത്തിൽ നിരാശ അദ്ദേഹത്തെ അലട്ടിയില്ല. ധീരമായ ആശയങ്ങളെ പ്രചോദിപ്പിച്ചു. ബഗോട്ടയിലേക്കുള്ള മാർച്ചും ആൻഡിസ് പർവ്വതനിരകളിലും പെറുവിലുമെല്ലാം സ്പെയിൻകാരുടെ തന്നേക്കാൾ മെച്ചപ്പെട്ട സൈന്യങ്ങൾക്കെതിരെ കൈവരിച്ച വിജയവും ഇതിന്റെ ഫലമായിരുന്നു. നെപ്പോളിയന് പോലും തന്റെ സൈനികരിൽനിന്ന് ഇത്രയും ആവേശവും അർപ്പണബോധവും സഹകരണവും ലഭിച്ചിരുന്നില്ല.

തുടക്കം മുതൽ ഒടുക്കം വരെ ബൊളിവാറിന്റെ ജീവിതം ഒരു ദീർഘമായ പോരാട്ടമായിരുന്നു. സ്പെയിൻകാർക്കെതിരെ മാത്രമല്ല, തന്റെ കൂടെ പ്രവർത്തിച്ചിരുന്ന ആളുകളുടെ അവിശ്വസ്തതയ്ക്കും, കുതികാൽവെട്ടിനും, കഴിവുകേടിനും ദീർഘവീക്ഷണമില്ലായ്മയ്ക്കും, ഇടുങ്ങിയ ചിന്താഗതിക്കുമെല്ലാം എതിരെയും അദ്ദേഹത്തിനു യുദ്ധം ചെയ്യേണ്ടിവന്നു. മരിനോ, ബഹ്മുദോ, പായസ്, പിയാർ, അരിസ്മെൻഡി, റിബാസ് എന്നിവരെല്ലാം ഒരിക്കലല്ലെങ്കിൽ മറ്റൊരിക്കൽ അയാൾക്കെതിരെ തിരിഞ്ഞിരുന്നു. ഇവരിൽ പലരും പലപ്പോഴായി കലാപവും സംഘടിപ്പിച്ചിരുന്നു. കൊർദോവ, പാഡിലാ, സന്റാൻഡർ, ഒബാൻഡോ, ലോപസ് എന്നിവർ ബൊളിവാറിനെതിരെ ഗൂഢാലോചനയും നടത്തി. പായസും, സന്റാൻഡറും അയാളുടെ ബദ്ധശത്രുക്കളായിത്തീർന്നു. എന്നാൽ പരസ്യമായി അവർ അയാളുടെ കഴിവിനെ വാഴ്ത്തി.

ബൊളിവാറിന്റെ വ്യക്തിജീവിതം നാം പരിശോധിക്കുകയാണെങ്കിൽ അദ്ദേഹം എക്കാലത്തും ഏകാകിയായിരുന്നു. യഥാർത്ഥമായ ഹൃദയബന്ധം അദ്ദേഹത്തിനു ആരുമായും ഉണ്ടായിരുന്നില്ല (മാന്വേല സൈൻ ഇസ് ഒഴികെ). സഹോദരനും സഹോദരിമാരും അദ്ദേഹത്തിന്റെ ജീവിതത്തിൽ പ്രത്യക്ഷപ്പെടുന്നേയില്ല. കുടുംബത്തിനു പകരമായി അദ്ദേഹത്തിന്റെ സന്തതസഹചാരികളായ സുരക്ഷാസേനയിലെ അംഗങ്ങളും സെക്രട്ടറി തുടങ്ങിയ ഉദ്യോഗസ്ഥന്മാരുമായിരുന്നു ഉണ്ടായിരുന്നത്. പ്രത്യേകിച്ചും ബെൻഫോർഡ് വിൽസൻ, ഓലിയറി, മൂർ, ഏൻഡ്രിയാസ്, ഇബാറ എന്നിവരുമായെല്ലാമുള്ള അദ്ദേഹത്തിന്റെ ബന്ധം ഗാഢമായിരുന്നു. അദ്ദേഹത്തിന്റെ ഭൗതിക ഊർജ്ജം തന്നെയായിരുന്നു അയാളുടെ എല്ലാ വിജയത്തിനും അടിസ്ഥാനം. നെപ്പോളിയൻപോലും ഏറ്റവും ആരോഗ്യവാനായിരുന്ന കാലത്ത് ഇത്രമാത്രം ഊർജ്ജം പ്രകടിപ്പിച്ചിരുന്നില്ല. ബഗോട്ടയിൽനിന്ന് അംഗോസ്തുറ, അവിടെനിന്നും കുകൂട, വീണ്ടും ബഗോട്ട, അവിടെനിന്നും പൊപ്പയാൻ, ക്വിതോ, ബയാക്വിൻ എന്നിവിടങ്ങളിലേക്കെല്ലാം നടത്തിയ ധ്യതഗതിയിലുള്ള മുന്നേറ്റങ്ങൾ വിസ്മയാവഹമായിരുന്നു. അന്ത്യനാളുകളിൽ തന്റെ ദുർബ്ബലമായ ശരീരം തടസ്സങ്ങളുണ്ടാക്കിയെങ്കിലും ചില മുന്നേറ്റങ്ങൾ അദ്ദേഹം നടത്തി.

അദ്ദേഹത്തിന്റെ ജീവിതം മഹത്തായ വിജയങ്ങളുടെയും മഹത്തായ പരാജയങ്ങളുടെയും ചരിത്രമാണ്. തെക്കെ അമേരിക്കയുടെമേൽ മൂന്ന് നൂറ്റാണ്ടുകളോളം അമർന്നിരുന്ന സ്പെയിനിന്റെ നുകം എടുത്തു

മാറ്റുന്നതിൽ അദ്ദേഹം വിജയിച്ചു. ഉറയിൽനിന്ന് ഊരിയ വാളുമായി യുദ്ധങ്ങളിൽനിന്ന് യുദ്ധങ്ങളിലേക്ക് അനവരതം സഞ്ചരിച്ചുകൊണ്ടാണദ്ദേഹം ആ വിജയം നേടിയെടുത്തത്. പക്ഷേ, സംസ്കാരസമ്പന്നമായ വിദ്യാസമ്പന്നരായ ഒരു ജനതയെയായിരുന്നില്ല അദ്ദേഹം നയിച്ചിരുന്നത്. ജനസംഖ്യയിൽ ഭൂരിഭാഗവും അടിമ മനോഭാവത്തിലും അജ്ഞതയിലും നിമഗ്നമായിരുന്നു. മൂന്ന് നൂറ്റാണ്ടായുള്ള സ്പാനിഷ് വാഴ്ച അംഗഭംഗം വരുത്തിയ മനസ്സുകളെയായിരുന്നു അയാൾക്ക് നയിക്കേണ്ടിയിരുന്നത്. അദ്ദേഹം സൃഷ്ടിച്ചെടുത്ത വിജയങ്ങളെ നമുക്ക് മാറോടുചേർക്കാം. അദ്ദേഹത്തിന്റെ പരാജയങ്ങൾ നമുക്ക് മറക്കാം.

യൂറോപ്പിലും അമേരിക്കയിലും അദ്ദേഹത്തിന്റെ പേര് പ്രചുരപ്രചാരമാർജ്ജിച്ചിരുന്നു. ഇദ്ദേഹത്തിന്റെ സമകാലീനനായിരുന്ന പ്രസിദ്ധ ആംഗലേയ മഹാകവി ബൈറൻ പ്രഭു അദ്ദേഹത്തിന്റെ പായക്കപ്പലിനു പേരിട്ടത് ബൊളിവാർ എന്നായിരുന്നു. ബൊളിവാറിനെ നേരിട്ടുകാണാനുള്ള ഒരാഗ്രഹം അദ്ദേഹം മനസ്സിൽ സൂക്ഷിച്ചിരുന്നു. *പാവങ്ങൾ, നോത്രദാമിലെ കൂനൻ* തുടങ്ങിയ കൃതികളുടെ കർത്താവായ വിശ്വപ്രസിദ്ധ ഫ്രഞ്ച് സാഹിത്യകാരൻ വിക്ടർ ഹ്യൂഗോ തന്റെ പ്രശംസ ബൊളിവാറിന്റെമേൽ ചൊരിഞ്ഞിരുന്നു. യൂറോപ്പിലെ റിപ്പബ്ലിക്കൻ ആശയക്കാരുടെ ചുണ്ടുകളിൽ സ്വാതന്ത്ര്യബോധത്തിന്റെ പ്രതീകമായിരുന്നു ബൊളിവാറിന്റെ പേര്. അക്കാലത്ത് യൂറോപ്പിലും അമേരിക്കയിലും സാമൂഹ്യജീവിതത്തിലും രാഷ്ട്രീയരംഗത്തും തിളങ്ങിനില്ക്കുന്ന പല വ്യക്തികളും അവരുടെ ആൺമക്കളെയും മരുമക്കളെയും ബൊളിവാറിനെ കാണാനും അയാൾക്ക് ശിഷ്യപ്പെടാനുംവേണ്ടി അയച്ചിരുന്നു. ലോകത്തിന്റെ ആരാധനയും ശ്രദ്ധയും പിടിച്ചുപറ്റിയ നെപ്പോളിയനെപ്പോലെ ഒരാൾക്കുശേഷം ചരിത്രത്തിൽ പ്രത്യക്ഷപ്പെട്ടതുകൊണ്ടായിരിക്കാം ബൊളിവാറിന്റെ പ്രശസ്തി വൻകരകൾ കടന്നു ഏഷ്യയിലേക്കും ആഫ്രിക്കയിലേക്കും എത്തിച്ചേരാതിരുന്നത്. നെപ്പോളിയന്റെ ജീവിതത്തെയും വിജയങ്ങളെയും പരാജയങ്ങളെയും പെരുപ്പിച്ചുകാണിക്കുവാൻ ധാരാളം ജീവചരിത്രകാരന്മാർ അക്കാലത്തു തന്നെയുണ്ടായിരുന്നു. എന്നാൽ ബൊളിവാറിന്റെ ജീവചരിത്രം എഴുതുവാൻ ഏറെപ്പേരൊന്നും ഉണ്ടായിരുന്നില്ല. ആയിരത്തിതൊള്ളായിരത്തി അറുപതുകളിൽ ചെഗുവേരയുടെ പ്രവർത്തനങ്ങളും രക്തസാക്ഷിത്വവും സൈമൺ ബൊളിവാർ എന്ന പേരു ലോകത്തിനുമുമ്പിൽ ഒരിക്കൽക്കൂടി പ്രസക്തമാക്കി. പിന്നീട് ഇരുപത്തിയൊന്നാം നൂറ്റാണ്ടിന്റെ ആദ്യദശകത്തിൽ ഹ്യൂഗോഷാവേസ് ബൊളിവാറിന്റെ വിമോചന സ്വപ്നങ്ങളുടെ പ്രസക്തി വീണ്ടും ലോകത്തിനുമുമ്പിൽ അവതരിപ്പിച്ചു. ഇന്നും ലാറ്റിനമേരിക്കയുടെ സ്വാതന്ത്ര്യബോധത്തിന്റെയും പുതിയ ലോകത്തിലെ അധിനിവേശശക്തികൾക്കെതിരായ — പ്രത്യക്ഷമായതും പരോക്ഷമായതുമായ — പോരാട്ടത്തിന്റെയും ഊർജ്ജസ്രോതസ്സായി സൈമൺ ബൊളിവാർ നിറഞ്ഞുനില്ക്കുന്നു.

www.ingramcontent.com/pod-product-compliance
Lightning Source LLC
LaVergne TN
LVHW100815051026
849519LV00006B/2087
* 9 7 8 9 3 8 6 6 3 7 2 2 2 *